கற்பித்தல் என்னும் கலை

சரஸ்வதி ஸ்ரீநிவாஸன்

சூரியன்
பதிப்பகம்

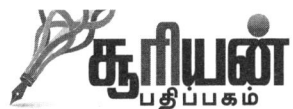

ISBN: 978-81-956304-1-7

Title :
KARPITHAL ENNUM KALAI

© SARASWATHI SRINIVASAN

சூரியன் பதிப்பகம்
வெளியீடு: 183

நூல் தலைப்பு:
கற்பித்தல் என்னும் கலை

நூல் ஆசிரியர்:
© சரஸ்வதி ஸ்ரீநிவாஸன்

அட்டைப் படம்:
shutterstock

முதற்பதிப்பு:
ஜூலை 2022

விலை:
ரூ.210/-

சூரியன் பதிப்பகம்
229, கச்சேரி ரோடு, மயிலாப்பூர்,
சென்னை–600004.
விற்பனைப் பிரிவு தொலைபேசி :
044–4220 9191 **Extn:** 21125
மொபைல்: 72990 27361
இமெயில் : **kalbooks@dinakaran.com**

பதிப்பாளர் மற்றும் ஆசிரியர் : **ஆர்.எம்.ஆர்.ரமேஷ்**
சீஃப் டிசைனர் : **பி.வேதா**

இந்தப் புத்தகத்தின் எந்த ஒரு பகுதியையும் பதிப்பாளரிடமிருந்து எழுத்துபூர்வமான முன் அனுமதி பெறாமல் மறுபிரசுரம் செய்வதோ, அச்சு மற்றும் மின்னணு ஊடகங்களில் மறுபதிப்பு செய்வதோ காப்புரிமைச் சட்டப்படி தடை செய்யப்பட்டதாகும். புத்தக விமர்சனத்துக்கு மட்டும் இந்தப் புத்தகத்திலிருந்து மேற்கோள் காட்ட அனுமதிக்கப்படுகிறது.

என்னுரை

“கற்க கசடு அறக் கற்பவை கற்றபின் நிற்க அதற்குத் தக” என்கிற வள்ளுவர் வாக்கிற்கிணங்க, கற்பக்வற்றை கசடில்லாமல் கற்றுக்கொள்வதற்குச் சிறந்த ஆசிரியர்கள் தேவை. ஆசிரியர்கள் மூலம் நல்லறிவு பெற்றால் மட்டுமே, அதற்கேற்ற நல்லொழுக்கங்களை ஒருவன் வாழ்க்கையில் கடைப்பிடிக்கமுடியும். கல்வியுடன் ஒழுக்கமும் சேர்ந்தால் தான் மனிதன் நிமிர்ந்து வாழமுடியும். அடித்தளம் சரிவர அமையாத கட்டடங்கள் இடிந்துவிடுவதை நடை முறையில் நிறையவே பார்க்கிறோம். அதுபோல்தான் நல்ல அடித்தளம் அமையா, பிள்ளைகள் வாழ்க்கையில் நினைத்ததைச் சாதிக்க முடியாமல் திணறுகிறார்கள். பொதுவாக, மருத்துவத் துறை, ஆசிரியத்துறை போன்றவையெல்லாம் சேவை செய்யும் மனப்பான்மைக்கு மட்டுமே வெற்றியைத் தருவதாக அமைகிறது. அத்தகைய மக்களைக் காப்பாற்றும் மருத்துவரையே உருவாக்கித் தருவதும் ஆசிரியர்தான். அதனால்தான், அதைக் கற்பித்தலோடு மட்டும் நில்லாது திறமைமிக்க கலையாகவும் பார்க்கத் தோன்றுகிறது. நாம் செய்யும் செயல்களை ‘கலையாகப்’ பார்ப்பதுவே நம் செயலின் மீது கொண்டுள்ள ஈடுபாட்டைப் பிரதிபலிப்பதாகும்.

‘ஏதோ வாழ்ந்தோம், என்ன சேர்த்தோம்?’ என்றில்லாமல், வாழ்க்கையில் என்ன சாதித்தோம், யாருக்கு உதவினோம்,

ஒரு துளியாவது சமூகத்திற்கு சேவை செய்தோமா என்று கேட்க ஆரம்பித்துவிட்டால் எல்லோருமே நாட்டுப்பற்று மிக்கவராக ஆகிவிடுவோம். ஒவ்வொவர் செய்யும் செயலும் நமக்கு முழு திருப்தியளிக்கும் விதத்தில் முடித்துவிட்டால், அதுதான் நம் வெற்றிக்குச் சாட்சியாகும்.

இதைத்தான் என் தந்தை எழுத்தாளர் திரு.துரோணன் அவர்கள் குருவாகவும் இருந்து எனக்குப் போதித்தார். மூதறிஞர் திரு. ராஜாஜி முதல் திரு.கலைஞர் வரையிலான அறிஞர்கள் பாராட்டைப் பெற்றவர். தான் பெற்ற அனுபவத்தைப் போதித்ததால், சிந்தனைகள் என்னுள்ளும் சிறகடித்துப் பறந்தன. அழகிய தமிழில் ஆயிரம் கட்டுரைகள் வரை பெண்கள் சமூகத்திற்கு அர்ப்பணித்தேன். வீட்டு உள் அலங்காரம் குறித்துப் படித்திருந்ததால், எழுத்துத் துறையில் இணைத்துக்கொண்டேன். தொழில் ரீதியாக ஆசிரியையாக இருந்ததால், 41 ஆண்டுகள் ஒவ்வொரு ஆண்டும், ஒவ்வொரு நாளும், ஒவ்வொரு மணி நேரமும் புதுமையான விஷயங்களை ஆராய்ந்து பிள்ளைகளுக்குள் புகுத்த நினைத்து செயல்படுத்தினேன். நாம் கற்பிப்பதை விட பிள்ளைகள் மனதை ஆராய்ந்து, அதற்கேற்ற அறிவை நிறைய அளிக்க வேண்டும் என்பதைக் கற்றுக்கொள்ள முதலில் நம்மைத் தயார்படுத்திக் கொள்ள வேண்டும். பிள்ளைகள் மன நிலை புரியாமல், எதையும் திணிக்க முயற்சிக்கக்கூடாது. கட்டுப்பாட்டுடன், எதையும் கலைநோக்குக்கொண்டு கடின விஷயங்களைக் கூட எளியமுறையில் பயிற்றுவிப்பதுதான் ஒரு நல்ல குருவின் முயற்சியாகும்.

இன்றைய சூழல் பெற்றோர், ஆசிரியர் இருவருமே பிள்ளைகள் மனமறிந்து நடந்து கொள்ள வேண்டிய சூழல். ஒரு நாளைக்கு 8 மணி நேரம் பிள்ளைகளுடன் செலவழிக்கிறோம் என்று கொண்டால் வாழ்க்கையின் மூன்றில் ஒரு பகுதி என்று கொள்ளலாம். எழுத்துத் துறையில் காலத்திற்கேற்ற விஷயங்களை அள்ளித்தர நினைத்ததன் விளைவுதான் இத்தகைய கட்டுரை வடிப்பதற்கான ஆதாரமாகவும் இருந்தது.

ஒரு எழுத்தாளராக முப்பது ஆண்டுகளாக வலம் வந்தாலும்,

நம் பிள்ளைகள் மனம் பற்றித் தெரிந்துகொண்டால், வளரும் ஆசிரிய சமூகம், இளம் ஆசிரியர்களுக்கும் வழி காட்டியாக விளங்கும் என்பதில் உறுதி கொள்கிறேன். வாழ்க்கையில் கடந்து வந்த எத்தனையோ சம்பவங்களை எடுத்துக் காட்டியுள்ளேன். புதிதாக கற்பவர்களுக்கும், இனி ஆசிரியராக வேண்டும் என்று நினைப்பவர்களுக்கும் பிள்ளைகள் மனநிலை, சூழல், குடும்பப்பின்னணி, சமூக அந்தஸ்த்து, சமுதாய அக்கறை இவற்றின் மூலம் ஏற்படும் யாதகங்களை சாதகங்கள் ஆக்க முடியும் என்று நினைக்கிறேன். இவ்வளவு ஆண்டுகள் பணிபுரிந்து பலர் பாராட்டைப் பெற்றாலும், நினைவலைகளை பிள்ளைகளுக்கும், இளம் ஆசிரியர்களுக்கும் அர்ப்பணிக்க நினைக்கிறேன். ஒன்றிரண்டு பிள்ளைகளாக இருந்தாலும் பிள்ளைகள் விருப்பமே பெற்றோருக்குத் திருப்தியளிப்பதாகவும் இருக்கலாமே தவிர, நமக்குக் கிடைக்காத விஷயங்களை பிள்ளைகளிடம் திணித்து, நம் ஆசைகளையோ, விருப்பங்களையோ அவர்கள் மூலம் பூர்த்தி செய்ய நினைக்கக் கூடாது.

இத்தகைய கருத்துக்களை அடிப்படையாகக்கொண்டு, எளிய முறையில் விளக்க முயற்சித்துள்ளேன். அதற்கு ஊக்கமளித்து, தொடர் கட்டுரைகளாகப் பிரசுரித்த ‘தோழி’ இதழுக்கும், புத்தக வடிவமாக்கி அழகுபடுத்தி ஆசிரியர், பெற்றோர், பிள்ளைகள் கையில் தவழச்செய்யும் ‘சூரியன்’ பதிப்பகத்திற்கும் என்றென்றும் நன்றிகளும் பாராட்டுக்களும். (பிள்ளைகள் என்பது மாணவர்களைத்தான், அவர்களை வேறுபடுத்த நினைக்காததால் பிள்ளைகள் என்றேன்)

நன்றியுடன் சரஸ்வதி ஸ்ரீநிவாஸன், ‘உலக ஜகானிக் பெண்மணி’

சேவை மனப்பான்மை

"கலைகளை கற்றுத்தேறு" என்று நாம் பிள்ளைகளுக்கு ஆசி வழங்குவதுண்டு. அத்தகைய கற்றுத்தருதலும் ஒரு சிறந்த 'கலை' என்றுதான் நினைக்கமுடிகிறது. நாம் சொல்லித்தர வேண்டியதைக் கற்றுத்தர வேண்டியதை மாணவர்களிடையே பிள்ளைகளிடையே திணிக்காமல் மனதில் புகுத்துதல் என்பது மிகச்சிறந்த ஆற்றல் மிக்க கலை. அதிலும் அவர்கள் அதை விருப்பத்துடன் ஏற்றுக்கொண்டுவிட்டால், அது கற்றுத்தருபவரின் முழு வெற்றியாகும். அத்தகைய வெற்றி மிக எளிதில் கிடைக்குமாவென்றால், அதற்கு நாம் முழுவதும் மனதை ஈடுபடுத்திக்கொண்டும், நம்மை அர்ப்பணித்துக்கொண்டும், தியாக மனத்தோடு செயல்படுதல் முக்கியம். தொழிற்படிப்புப் படித்துவிட்டால் மட்டும் அது சாத்தியம் என்று சொல்லிவிட முடியாது. நம் ஈடுபாடும், அக்கறையும், நினைத்ததை குறிப்பிட்ட ஒரு பிள்ளையிடம், மனதில் ஏற்றவும் நாம் சந்தோஷமாக செயல்பட வேண்டும். அத்தகைய பொறுமை, சகிப்புத்தன்மை, நிதானம் இவ்வற்றைப் பொறுத்து நம் வெற்றியின் ரகசியம் புலப்படும். மனிதர்கள் ஒவ்வொருவருக்கும் வெவ்வேறு மனங்கள் இருக்கும்பொழுது, குழந்தைகள் மனம் கள்ளம், கபடமற்ற, ஒளிவு மறைவில்லாத, அன்புக்கு மட்டும் கட்டுப்படும் மனம் என்றால் அது உண்மைதான். நாம் அறிந்தவற்றை அவர்கள் அறிந்திருக்க வேண்டியதில்லை. அறிய வைப்பது மட்டுமே நம் நோக்கமாக இருக்க வேண்டும். கற்றுத்தருபவர்கள் ஆசிரியர்கள்தான். ஆனால் எத்தனை பேரால் பிள்ளைகள் மனதில் இடம்பிடிக்க முடிகிறது? "அப்பாடா! இன்னிக்கி வகுப்பு போச்சு." என்று குஷியுடன் முழங்கும் குரல்களைக் கேட்கமுடிகிறது. "ஐயோ, இன்னிக்கு நான் விடை சொல்லியே தீருவேன் என்று நினைத்தேன், வகுப்பு போய்விட்டதே!" என்று ஆதங்கப்படும் எத்தனை பிஞ்சு

சரஸ்வதி ஸ்ரீநிவாசன்

உள்ளங்களைப் பார்த்திருக்கிறோம். இரண்டிற்குமான வித்தியாசம் நமக்கு நன்றாகவே புரிகிறது.

வகுப்பை விரும்பாத அல்லது குறிப்பிட்ட பாடத்தை விரும்பாத சில உள்ளங்கள் முதல் வகையான வாக்கியத்தைப் பயன்படுத்துகின்றனர். வகுப்பையோ குறிப்பிட்ட பாடத்தையோ மிகவும் விரும்பும் உள்ளங்கள் இரண்டாம் வகையான வாக்கியத்தைப் பயன்படுத்துகின்றனர். அனைவரையும் வசப்படுத்த வேண்டுமானால், 'கற்பித்தல்' என்னும் கலை நம்மிடம் குடிகொண்டிருக்க வேண்டும். பிள்ளைகளிடமிருந்தும் நாம் சிலவற்றைத் தெரிந்துகொள்ள வேண்டும்." அவர்களுக்குக் கற்பித்தல் தானே நம் தொழில், அவர்களிடம் தாம் என்னவற்றை எதிர்பார்ப்பது?"என்று நினைத்தால் நம்தொழிலின் முழு அனுபவம் கிடைக்காமல் போகும். 'கோல் எடுத்தால் குரங்காடும்' என்று சொல்வதற்குப் பயன்படுத்துவதை நடைமுறைப்படுத்தல் என்பது ஒரு தரமற்ற செயலாகும். அன்பினால் சாதிக்க முடியாததை எதைக்கொண்டும் சாதித்துவிட முடியாது. அன்பு நமக்கு நிறைய மாணவ மணிகளை நண்பர் போன்று உருவாக்கித் தருகிறது. மனம் விட்டு அவர்களைத் திறந்து பாராட்டினால் இழக்கப்போவது எதுவுமில்லை.

கற்றுத்தருபவர்கள்தான் 'குரு' என்கிற ஸ்தானத்தை அடைகிறார்கள். 'மாதா, பிதா, குரு, தெய்வம்' என்ற இடத்தில் தாய் தந்தைக்கு அடுத்து குருவுக்குத்தான் முதலிடம். ஆகவே கற்றுத்தருபவர்கள் தங்களை இரண்டாவது பெற்றோராக நினைத்துக் கொள்ளலாம். வீட்டில் பெற்றோர் இரண்டாவது குருவாக இருக்கிறார்கள். கற்றுத் தருபவர்கள் என்னும் ஆசிரியர்கள் நன்கு படித்து, தொழிற்கல்வி முடித்து பின்னர் கற்றுத்தர வருகிறார்கள். ஆனால் பிள்ளைகள் ஒன்றுமறியாதவர்கள். அவர்களுக்கு கல்வியறிவு மட்டுமல்லாது, சமூகத்தில் வாழக் கற்றுக்கொடுப்பது, வரும் பிரச்னைகளை எதிர்கொள்வது, எதிர்காலத்தில் ஒரு நல்ல 'குடிமகனாக' வாழச் செய்வது, பெரியவர்களை மதிப்பது போன்ற அனைத்தும் ஆசிரியரிடம் உள்ளது. மொத்தத்தில் 'நாளைய இந்தியக் குடிமக்கள்'தான் இன்று ஆசிரியரிடம் ஒப்படைக்கப்படுகிறார்கள். அவர்கள் சிறந்து விளங்கும்பொழுது அதன் பெருமை முழுவதும் ஆசிரிய சமூகத்தைத்தான் சேரும். அப்படிப்பட்ட தியாகத்தொழில் கற்பித்தல் என்பது. அதனால்தான், அதை 'கலை'யோடு ஒப்பிடுகிறேன். சுமார் நாற்பதாண்டுகள் உயர்நிலைக்கல்வி மேல்நிலை பயிலும் மாணவர்கள் வரை போதித்து, பழகி, நண்பர்களாக்கிக் கொண்டு, அவர்களுக்கு தனிப்பட்ட அறிவுரை, ஆலோசனைகளையும் வழங்கிவருவதன் மூலம், "நான் பெற்ற இன்பம் அனைவரும் பெறலாமே!" என்கிற எண்ணத்தில், சில

7

ருசிகரமான நிகழ்வுகளையும், ஞாபகங்களையும் இத்தொடர் மூலம் பகிர நினைக்கிறேன்.

அப்பொழுதெல்லாம் பிள்ளைகளுக்கும், ஆசிரியைகளுக்குமான தொடர்பில் இடைவெளி அதிகம். ஓரளவு பட்டப்படிப்பு முடித்து, தொழிற்கல்வி முடித்து வேலையில் இருபத்திரண்டு வயதில் குறைந்தபட்சமாகச் சேரமுடிந்தது. பதினோராம் வகுப்புதான் எஸ்.எஸ்.எல்.சி. என்று இருந்தது. பதினோராம் வகுப்பில் படிக்கும் மாணவ, மாணவிகளோடு புதிதாக சேர்ந்த ஆசிரியை அல்லது ஆசிரியரைப் பார்த்தால் வயதளவில், கிட்டத்தட்ட ஒரு மூத்த சகோதரி அல்லது சகோதரன்போல காணப்படுவார். அதனால்தான், இதைத் தவிர்க்க ஆசிரியர்களுக்கான உடையும் தனி. வீட்டிலும், வெளியிலும் எப்படிக் காணப்பட்டாலும் பள்ளிக்குச் செல்லும்பொழுது சிலவிதமான பள்ளி விதிகளுக்கும் உட்பட்டு நடப்பது அவசியம். படிப்பு மட்டும் கற்றுத்தராமல், பெரியவர்களிடையே நடந்துகொள்ளும் முறை, அவர்களை நேரம் தவறாமல் நடக்கச்செய்வது, உணவருந்தச்செய்வது, சுத்தமாக இருக்கச் செய்வது, விட்டுக்கொடுத்துப் பழகுவது ஆகிய அனைத்தும் இன்றும் கற்பிக்கப்படுகிறது. அப்பொழுது, சில பள்ளிகளில் இவற்றைச் செயல்படுத்துவதற்காகவே, மதியம் உணவு சமைத்து வழங்கப்பட்டது. பிள்ளைகள் பள்ளியில் சேரும்பொழுது, பெற்றோர்கள் உணவிற்கும் சேர்த்து பணம் செலுத்தி விடுவார்கள். அதற்கான ஒருதுறை, தினமும் பிள்ளைகளுக்கான பாரம்பரிய உணவு பதார்த்தங்களை தயார் செய்வர். ஆசிரியைகள் குழுக்களாகப் பிரிந்து, மாதத்தில் ஒரு வாரம் பிள்ளைகளுக்குப் பரிமாற வேண்டும். எந்த ஒரு பாரபட்சமுமின்றி, அனைவருக்கும் வாய்ப்பு வந்து சேரும். அந்தப் பரிமாறும் நேரம், இன்று நினைத்தாலும் மனதைத் தொடும். திருமணம் ஆகாவிட்டால்கூட, நாம் எத்தனை பிள்ளைகளுக்கு ஒரு தாய்போல் பாசத்தைத் தந்திருக்கிறோம். ஆக ஒரு ஆசிரியை தாயாக நடக்க வேண்டும் என்பதற்கு இதைவிட ஒரு நடைமுறைக் கல்வி இருக்குமா என்பது சந்தேகம்.

அப்பொழுது பிள்ளைகள் 'மிஸ் மிஸ்' என்று கூவி, நம் கையால் உணவு கேட்பது, அவர்கள் நம்மைத் தாய் போன்று நினைக்கிறார்கள் என்பதை நிரூபிக்கும். சமயங்களில், நேரத்திற்கு அவர்கள் சாப்பிட முடியாமல் போகும். அப்பொழுதெல்லாம் நாங்கள் அப்புறம் சாப்பிடலாம், என்று நினைத்து பிள்ளைகளுக்கு ஊட்டிவிட்டு, ஆசுவாசப்படுத்தி வகுப்பிற்கு அனுப்பி வைப்பதுண்டு. அவர்கள் உடல்நலம் பாதிக்கப்பட்டால், பெற்றோருடன் தொடர்புகொண்டு நிலைமையை விளக்குவோம். பொதுவாக, எளிதில் தரக்கூடிய மருந்துகளை கைவசம் வைத்திருப்போம். எவ்வளவு தூரம் நாங்கள் உதவ முடியுமோ அவ்வளவு உதவியும் செய்யக் காத்திருப்போம்.

படிப்பில் அவர்கள் மந்தமாக இருக்கலாம், ஆனாலும் எங்கள் நோக்கம் நல்ல மாணவர்களை எதிர்காலத்திற்காக உருவாக்குவதுதான்.

படிப்பில் குறைந்த மதிப்பெண் எடுத்தால், அது அவர்களின் குறையல்ல. குடும்பச் சூழல். விரல்கள் ஐந்தும் ஒன்றுபோல் இருப்பதில்லை. அதுபோல் மாணவர்கள் எல்லோரும் ஒன்றுபோல் இருக்கமுடியாது. அவர்களின் பின்னணி, குடும்பச் சூழல், வீட்டுச் சுற்றுப்புறம் இவற்றை அலசி ஆராய்ந்தால், அவர்களின் மனநிலை புரிந்து, ஆலோசனை தரலாம்.

முதலில் நாம் ஒன்றைக் கருத்தில் கொள்ள வேண்டும். ஒவ்வொருவரும் குழந்தைப் பருவம், பள்ளிப்பருவம், கல்லூரிப் படிவம் அனைத்தையும் கடந்துதான் ஒரு தொழிலுக்கு - வேலைக்கு வருகிறோம். அதிலும் மாணவர்கள் மனதில் அறிவை வித்திடும் ஒரு புனிதமான நோக்கத்தில் பயணிக்கிறோம் என்று நினைத்தால் எவ்வளவு ஒரு பாக்கியம்? 'பசுமரத்தாணி'போல் பதிய வேண்டுமென்றால், நம் புலமையை அதற்கேற்றபடி தீட்டிக்கொள்வதே நல்லது.

இதைக் குறிப்பிடும்பொழுது, நாம் மற்றொன்றையும் யோசிக்கலாம். சில குழந்தைகள் சொல்லி முடிப்பதற்குள் புரிந்துகொண்டுவிடுவார்கள். அவர்கள் கற்பூரம் என்று சொல்லலாம். சிலர் நன்கு விளக்கிய பின் புரிந்துகொள்வர். நன்கு திரித்து ஏற்றும் விளக்காகக் கொள்ளலாம். எவ்வளவு சொல்லியும் புரியவில்லையென்றால், 'திரிநூல்' ஈரமோ அல்லது எண்ணெயில் நீர் கலந்துவிட்டதோ எனக்கொள்ளலாம். அதை சிறிது பக்குவப்படுத்தினால் அதுவும் சுடர்விட்டு அழகுற எரியும். அத்தகைய பக்குவப்படுத்தும் வேலையை கற்றுத்தருபவர் மேற்கொள்ளலாம். சிறிது சிறிதாக அவரை கற்பூர நிலைக்குக் கொண்டுவரலாம். அத்தகைய 'மாஜிக் பவர்' கற்றுத் தருபவர் கையில்தான் உள்ளது. வேறு யாராலும் சாத்தியப்படாது. அதற்கு நாம் முதலில் பிள்ளைகள் அல்லது மாணவர்கள் மனநிலையைப் புரிந்துகொள்ளுதல் அவசியம். சிறு பிள்ளைகளாக இருக்கும்பொழுது அனைத்தும் குழந்தைகள்தான். குழந்தைகள் எது செய்தாலும் நமக்கு சந்தோஷம்தான். அத்தகைய குழந்தைப்பருவம் இனிமையான காலகட்டம். அவர்கள் வளர வளரத்தான் படிப்பின் முக்கியத்துவம் அவர்களுக்குத் தெரியவரும். எளிதில் மேலோட்டமாக எதையும் புரிந்துகொண்டுவிட்டால் விரும்பிப் படிக்க ஆரம்பித்துவிடுவார்கள். பாடம் சிறிது அழமாக சிந்திக்க வைக்கக் கூடியதாக இருந்தால், சிரமப்பட்டு அதை யோசித்துப் படிக்கவிரும்ப மாட்டார்கள். அப்படியாக ஒரு சிலரைக் கண்டதில் சில விஷயங்கள் புரிந்தன. அதாவது, சுலபமான கேள்வியிலும் ஒரு

வார்த்தை மட்டும் படித்து எழுதினால் போதும் என்றால் முதல் மதிப்பெண் எடுப்பர். அதே, புரிந்து விடையைத் தரவேண்டுமானால் மிகவும் சிரமப்பட்டனர். எங்கே, யார், எப்பொழுது போன்ற கேள்விகளுக்கு ஒரு வரி போதும். எப்படி, ஏன் போன்றவற்றிற்கு 'நிறைய எழுத வேண்டுமோ? என்ற அங்கலாய்ப்பு. அதனால்தான், கற்றுத்தருபவர் தன்னை முழுவதுமாகத் தயார்படுத்திக்கொண்டால், எதையுமே கதை வடிவில் அவர்களுக்கு எடுத்துச் சொல்லலாம். இடையிடையே மனதில் பதிய வைக்கும்பொருட்டு, அன்றாட நிகழ்வுகளை எடுத்துக்கூறி நம்முடன் நண்பர்களாக்கிக்கொண்டு கலந்துரையாடலாம்.

ஒருமுறை விடுமுறை நிகழ்வை, எழுதிவரச்சொல்லி பரிசளிப்பதாகக் கூறியிருந்தேன். 'நாளைக்குக் கொண்டு வருவேன்' என்று ஒரு மாணவன் தினமும் தள்ளிக்கொண்டே போனான். அவனைத் தனியே அழைத்துப் பேசி, தட்டிக்கொடுத்து காரணம் கேட்டேன். அவன் சொன்னான்-"மிஸ், எங்கப்பா வீட்டுக்குக் காசு தரமாட்டார். அவர் நடவடிக்கையால எங்க அம்மா நொந்து போயிட்டாங்க, அம்மா கட்டடம் கட்டும் வேலைக்கு 'சிமெண்ட்' தூக்கறாங்க! வாரா வாரம் சனிக்கிழமைதான் அவங்களுக்குச் சம்பளம் வரும். இந்த சனிக்கிழமை சம்பளம் வாங்கி, நோட்டு வாங்கித் தருவாங்க! நான் கண்டிப்பா எழுதிண்டு வந்துடுவேன் மிஸ்! ஒரு வாரம் கழிச்சு-ன்னு எப்படி உங்ககிட்ட சொல்றதுன்னுதான் 'நாளைக்கி' -'நாளைக்கி' அப்படின்னு சொன்னேன் மிஸ்! மன்னிச்சுடுங்க மிஸ்! ப்ளீஸ்! என்றான். என்னால் கண்ணீர்தான் வடிக்க முடிந்தது.

அனுகுமுறை

'கண்ணீர்' சிந்தவைத்த மாணவன், பார்ப்பதற்கு மிகவும் சுறுசுறுப்பாகவும், பெரிய இடத்துப் பையன் போலவும்தான் இருந்தான். சந்தர்ப்பங்கள்தான் ஒரு மனிதனை மாற்றுகிறது என்றுதான் சொல்ல வேண்டும். சிறுபிள்ளைகளாக இருந்தாலும், மற்றவர் எதிரில் தன்னைப் பிறர் குறை கூறவோ, யாரும் தன்னை அவமதிக்கவோ அவன் மனம் விரும்பவில்லை. எவ்வளவு பெரியவர்களாகயிருப்பினும், நமக்கு இது முக்கியமான பாடம். இதைத்தான் மாணவர்களிடமிருந்து நாம் கற்றுக்கொள்ள வேண்டும் என்றேன். அதனால்தான் அந்த மாணவனும் தன் நிலைமையை மறைத்திருக்கிறான். அன்றைய நிகழ்ச்சிக்குப்பிறகு அவன் தன் ஆசிரியர்களை நண்பர்களாக்கிக்கொண்டான். தினமும் இடைவேளை சமயங்களில் அவனிடம் தனியாகப் பேசி, அவன் தேவைகளை புரிந்துகொண்டோம். நேரிடையாக பொருட்கள் தராமல், அவன் முன்னேற்றத்தைப் பாராட்டி பரிசளிக்க ஆரம்பித்தோம். அவன் உயர்ந்து வந்ததைக் கண்டு, நாங்கள் பெருமைப்படாத நாட்களேயில்லை. இதேபோன்றுதான் ஒவ்வொரு மாணவ, மாணவியருக்குள்ளும் சில எண்ணங்கள், ரகசியங்கள், நிகழ்வுகள் குடிகொண்டிருக்கும். முதலில் அவற்றைத் தெரிந்துகொண்டுவிட்டால், அதற்கேற்ற ஆலோசனைகள் மூலம், நல்வழிப்படுத்த முடியும். முதலில் நாம் அவர்களைப் புரிந்து நடந்தால், அவர்களுக்கு நம்மிடம் மதிப்பும், மரியாதையும் கூடும். பின் கற்றுத்தருவது என்பது கடினமாகாது. உதாரணத்திற்கு, அவர்களிடம் சென்று 'வணக்கம்' மாணவர்களே! என்று நாமே ஆரம்பிக்கலாமே! நாம் ஒன்றும் இழக்கப்போவதில்லை. ஒருசில நாட்களில் அதையே அவர்கள் சொல்ல ஆரம்பிப்பார்கள்.

ஒவ்வொரு கடினமான சூழலிலும், நம் பிள்ளைகளாகக் கருதி, கையாள வேண்டும். என்ன குறை, எதனால் அவர்கள் ஈடுபாடு

கற்பித்தல் என்னும் கலை

குறைகிறது என்பதைத் தெரிந்துகொண்டு அதற்கேற்ற மருந்தாக, நம் இனிய சொற்களை பயன்படுத்த வேண்டும். நாளில் கிட்டத்தட்ட மூன்றில் ஒரு பகுதி அவர்கள் பள்ளிகளில் செலவிடுகிறார்கள். ஒரு பகுதி உறக்கத்தில் சென்றுவிடுகிறது. ஒரு பகுதிதான் பெற்றோர், உறவினருடன் செலவிட முடிகிறது. அதிலும் தினசரி காரியங்களில் பாதிநேரம் சென்றுவிடும். அப்படியிருக்கையில், பிள்ளைகளின் பெரும்பகுதியான செயல்கள் பள்ளிகளில்தான் தொடங்குகின்றன. எல்.கே.ஜி.முதல் பன்னிரண்டாம் வகுப்பு வரை கிட்டத்தட்ட பதினான்கு ஆண்டுகள் பிள்ளைகளின் முக்கியமான வளர்ச்சிப்பருவம் பள்ளிகளிலிருந்துதான் தொடங்குகின்றன. அறிவுமுதிர்ச்சி கிடைத்தவுடன்தான், தங்கள் எதிர்கால சிந்தனைகளைப்பற்றியான ஆக்கப்பூர்வமான முடிவெடுக்கத் தொடங்குகிறார்கள். அதுவரை, அவர்கள் உறவு பெற்றோருக்கு அடுத்து, ஆசிரியர்களுடன்தான். இதனாலேயே சில குழந்தைகள் அம்மா சொன்னால் கேட்காது. 'மிஸ்' சொன்னால் கேட்கும். நிறைய பெற்றோர்கள், ஆசிரியப் பெற்றோர் வட்டத்தில் இதுபற்றி அங்கலாய்ப்பதுண்டு. "மிஸ், இவன் காய், பழம் சாப்பிடுவதேயில்லை, ரொம்ப சாக்லேட் சாப்பிடுகிறான். அதனால் பல் கெடுகிறது. கொஞ்சம் சொல்லுங்களேன்" என்பார்கள். சிலர் "இவன் இரவு ரொம்ப நேரம் படிக்காமல் டி.வி. பார்க்கிறான், காலையில் 'லேட்'டாக எழுகிறான். கொஞ்சம் அறிவுரை சொல்லுங்களேன்" என்பார்கள். இதுபோக சிலர், "வீட்டில் நல்லாத்தான் படித்தான் இங்கு வந்ததும் மறந்துவிடுகிறான், என்ன செய்வது?" என்பார்கள். அனைத்தையும் பொறுமையாகக் கேட்டு, சில நேரங்களில் மனநல ஆலோசகராகவும், மருத்துவராகவும், தாய் போன்றும், ஆசிரியராக இருந்தால் தந்தை போன்றும் மேற்கொள்ள வேண்டும். அனைத்திற்கும் காரணம், பிள்ளைகளும், பெற்றோரும் ஆசிரியர் மேல் வைத்துள்ள முழுநம்பிக்கைதான். எப்படி குழந்தைகள் ஆசிரியர் சொன்னால் கேட்பார்களோ, அதேபோல், பெற்றோர்களும் ஆசிரியர்கள் பார்த்துக்கொள்வார்கள் என்று நம்புகிறார்கள். இதையெல்லாம் பூர்த்தி செய்வதன் மூலம் ஆசிரியர்கள் என்றும் போற்றப்படுகிறார்கள்.

நம்மிடம் கற்ற பிள்ளைகள் உலகமெங்கும் வியாபித்திருக்கிறார்கள். ஒரு பெரிய டாக்டராகவோ, பொறியாளராகவோ, ஒரு கலெக்டராகவோ ஆனபிறகு, தன் திருமணத்திற்கு நேரில் வந்து அழைக்கும்போது, நாம் அவர்களை மறந்திருக்கலாம். ஆனால் தன்னை அறிமுகப்படுத்திக்கொண்டு அவர்கள் அழைப்பதென்றால், எத்தனை பேர்களுக்கு அந்த வாய்ப்புக் கிடைக்கும்? அதுவும் இப்போதுள்ள முகநூல் மூலம், உலக மூலைகளிலிருந்து வரும் பிறந்தநாள் வாழ்த்துக்கள் அனைத்தும் அன்று கற்பித்ததன்,

பரிசல்லவா?

வீட்டுப் பிரச்னைகள், குடும்பச் சூழல், உழைத்த களைப்பு இவற்றிலிருந்து முழுவதும் விடுபட்டு, வேறு உலகத்திற்குச் செல்கிறோம். அதுதான் கல்விக்கூடம் என்பது. ஒரு நாளைக்கு ஆயிரக்கணக்கான பிள்ளைகளைப் பார்க்கும்பொழுதும், பிள்ளைகளோடு பழகி அவர்கள் குறைகளைக் கேட்கும்பொழுதும், நாம் கண்டிப்பாக முதுமையிலிருந்து விலக்குப் பெறுகிறோம் என்று சொல்லலாம். அல்லது நம் வயதை மறந்து, அவர்களுடன் நட்பாக மாறும்பொழுது இளமையை உணரலாம். பொதுவாகவே, குழந்தைகளுக்கு அவர்கள் பேசும் மழலை மொழியில் பேசினால் மிகவும் பிடிக்கும். சிறிது நேரம் எல். கே.ஜி. பிள்ளைகளிடம் பழகிப் பாருங்கள். நம்மையறியாமலேயே நாம் சிரித்து மகிழ்வோம். அதுபோல்தான் வளர்ந்த பிள்ளைகள். அவர்களின் வயதிற்கும், அறிவிற்கும் ஏற்றாற்போல் நம்மைச் சிறிதளவு மாற்றிக்கொள்ளலாம். நம் அறிவுத்திறன் அளவிற்கு அவர்களை எதிர்பார்ப்பது தவறு. அதாவது வயதிற்கு ஏற்றபடி நம் சொல்லித்தரும் விதத்தை அமைத்துக்கொள்ளலாம். “நான் ஆராய்ச்சிப் படிப்பு படித்தவள் எப்படி முதலாம் வகுப்பு தரத்திற்கு கற்றுத்தர முடியும்?'' என்று கேட்காமல், குழந்தைகளோடு குழந்தைகளாக மாறி, விளையட்டுப்போக்கில் கதைகள் மூலம், பாடி நடித்துச் சொல்லித்தருவது பிள்ளைகளுக்குப் பிடிக்கும். அவர்கள் வாயிலாக தெரிந்தவற்றைச் சொல்லச் செய்வதும், அவர்களை ஊக்கப்படுத்துவதாக அமையும். உதாரணமாக, பண்டிகைகள் பற்றி பாடம் நடத்துவதாகக்கொண்டால், பிள்ளைகளிடம் அவர்கள் விரும்பும் பண்டிகைகள், எப்படிக் கொண்டாடினார்கள் என்றெல்லாம் ஒவ்வொருவருடனும் கலந்து பேசலாம். பின் கற்பிக்க நினைத்தவற்றை மனதில் புகுத்த ஆரம்பிக்கலாம். மொத்தத்தில், கற்றுத்தருபவர்களும் தங்களை சமயங்களில் பிள்ளைகளாகவே மாற்றிக்கொள்ள வேண்டும். அதுவே அவர்கள் மனதில் இடம் பெறக் காரணமாக அமையும்.

ஒரு ஆறாம் வகுப்பு மாணவனுக்கும் எனக்குமான புரிதல் ஒரு உணர்ச்சி ரூபத்தில் வெளிப்பட்டது. அகண்ட முகம், துறுதுறுவென்ற பார்வை, பார்த்தாலே மிகவும் செல்வாக்கு நிறைந்த குடும்பத்திலிருந்துதான் வருகிறான் என்று தெரிந்தது. தினமும் அவன் தாத்தா ‘ஜீப்'பில் கொண்டுவிட்டு அழைத்துப் போவார். எல்லாப் பாடங்களும் நன்குதான் படிப்பான். ஆனால் ‘கணக்கு' என்பது அவனுக்கு வேப்பங்காய் போன்று இருந்தது. அப்படியே கணக்கைப் பார்த்து எழுதுவான். விடை பூஜ்யம் - பூஜ்யம் என்று போட்டு நோட்டை எடுத்துவந்துவிடுவான். முயற்சியே செய்ய மாட்டான். தேர்வுகளிலும் அப்படியே

செய்ய ஆரம்பித்தான். ஏன் முயற்சிக்கவில்லை என்று கேட்டால் அழகாகச் சிரிப்பான். அவன் சிரிப்பைப் பார்த்தால், கோபமே வராது. அப்படியொரு கள்ளங்கபமடற்ற, வெகுளித்தனமான சிரிப்பு. அவன் தாத்தா இதுபற்றித் தலைமையாசிரியர், தாளாளர் இவர்களிடம் பேச, தாளாளர் என்னைக் கூப்பிட்டு அனுப்பினார். அனைத்து விஷயங்களையும் கூறியபின், "இந்தப் பையனைக் கொஞ்சம் பார்த்துக் கொள்ளேன்" என்றார். நான் அந்தப் பையனுக்கு கற்பித்ததில்லை. தாளாளர் சொன்னதால், மறுநாள் முதல் பள்ளி முடிந்தபின், அவனுடன் பேச ஆரம்பித்தேன். தட்டிக்கொடுத்து, செல்லமாக அவனை ஊக்குவித்தேன். பின் தினமும், மாலையில் நான் எங்கிருந்தாலும் அவன் வந்து என்னைக் கூப்பிட ஆரம்பித்தான். ஒரே வாரம்தான். கணக்குகளை 'மளமள'வென்று போட ஆரம்பித்தான். அடுத்தடுத்த தேர்வில் நூற்றுக்கு நூறு மதிப்பெண். என்னவென்று சொல்வது? வீட்டில் மிகவும் பாசத்தோடு வளர்க்கப்பட்ட பிள்ளை, குடும்பத்திற்கு வெகுநாட்கள் கழித்து கிடைத்த ஆண்வாரிசு எல்லாம் அவனை அன்புக்கு மட்டும் அடிமையாக்கியிருந்தது. அவன் தாத்தா கண்ணீர் மல்க, என்னை வாழ்த்தியது எனக்குக் கிடைத்த பெரும்பாக்கியம். எல்லோரிடமும் நன்கு படித்த பையன் அவன், கணக்கு ஆசிரியையின் குரல் வளத்தால், விரும்பாமல் இருந்திருக்கிறான். வருடங்கள் பல உருண்டோடினாலும், அவன் என் மனதை விட்டு நீங்க மாட்டான். எந்த மூலையிலிருந்தாவது என்னைச் சந்திக்க மாட்டானா என்று எதிர்பார்த்துக்க காத்துக்கொண்டுதான் இருக்கிறேன்.

கற்பித்தல் மட்டுமின்றி, எழுத்துத்துறை, பேச்சுத்துறை, வேறு பல பொறுப்புகள் என நான் பல்வேறு வேலைகளைக் கையாண்டதால், சிறிது யோசித்தும் செயல்பட முடிந்தது. எழுத்தாளர் துரோணராகிய என் தந்தைக்கு, என்னைப் பலவற்றில் ஊக்குவித்ததற்காகக் கடமைப்பட்டுள்ளேன். அதிலிருந்து, நான் கற்றுக்கொண்ட பாடம்தான், எனக்கு என் மாணவர்களை உருவாக்கித் தருவதில், உற்சாகத்தைத் தந்துகொண்டிருக்கிறது.

மற்றொரு சம்பவமும் எனக்கு மறக்க முடியாதது. ஒரு மாணவன், மிகவும் புத்திசாலி. எப்பொழுதும் வகுப்பில் முதல் மதிப்பெண்தான். அவன் தந்தை மிகவும் செல்வாக்கு உடையவராகயிருந்தாலும், படிப்பில் கண்டிப்பாக இருந்தார். வீட்டில் அனைத்திற்கும் வேலையாட்கள் இருந்தபோதிலும், படிப்பு விஷயத்தில் அவன் சொந்தமாகப் படித்து முன்னேற வேண்டும் என்பதை மிகவும் வலியுறுத்திவந்தார். ஒருமுறை கடும் 'டைபாய்டு' வந்து மிகவும் அவதிப்பட்டுக்கொண்டிருந்தான். நானும் சில ஆசிரியர்களும் உடல்நலனைப்பற்றிக் கேட்டு,

சரஸ்வதி ஸ்ரீநிவாஸன்

அவனையும் பார்த்து வரலாம் என்று அவர்கள் வீட்டிற்குச் சென்றிருந்தோம். ஓடிக்கொண்டிருக்கும் அவனை அவ்வளவு மோசமான நிலையில் பார்க்கவே கஷ்டமாகயிருந்தது. பெற்றோர்கள் முகத்தைப் பார்க்கவே முடியவில்லை. அப்பொழுதும் அவன் தந்தை, "யாராவது அவ்வப்பொழுது அவன் பாடங்களில் உதவ முடியுமா," என்றார். என்னுடன் வந்த ஆசிரியர்களுக்குத் திருமணம் ஆனதால் அனைவரும் குடும்பப் பொறுப்பில் இருந்தனர். நான் மட்டும் திருமணமாகாதவள் என்பதால், அனைவரும் என்னைச் சிபாரிசு செய்து, உதவும்படி கேட்டுக்கொண்டனர். படுக்கையில் படுத்திருந்த பையனுக்கு, வாய்மொழியாகவே பாடங்களை சொல்லித்தந்தேன். சுமார் இரண்டு மாதங்கள் பள்ளிக்கு வராத பையன், அடுத்த தேர்வில் வழக்கம்போல் முதல் மதிப்பெண் எடுத்தான். அனைவருக்கும் அப்படியொரு ஆச்சரியம்! இன்ப அதிர்ச்சியில் அந்தப் பெற்றோர் அன்று என்னை வாழ்த்தியது இன்றும் கண்முன்னே தெரிகிறது. வளர்ந்து ஆளானான். அவன் திருமணத்திற்குச் சென்று வாழ்த்தியதில் அப்படி ஒரு சந்தோஷம் அவனுக்கு. ஆனால் விதியின் கொடுமை பலமானது. உடல்நலம் மிகவும் பாதிக்கப்பட்டு, இரண்டாண்டுகளுக்கு முன் இயற்கை எய்தினான். அதற்கும் சென்று அவன் முகத்தை கடைசியாகப் பார்த்தேன். மாணவர்களாயினும் நம் பிள்ளைகள்போல்தான் என்பதை அடுத்தடுத்த நிகழ்வுகள், நமக்கு வாழ்க்கைப் பாடத்தைக் கற்றுத்தந்தன. இவை ஆசிரியப்பணியில் மேலும் பல்வேறான அனுபவங்களைக் காட்டின. ஆக ஆசிரியர் பொறுப்பு என்பது பெற்றோர் போன்று மட்டுமல்லாது, நிறைய சேவை மனப்பான்மையைத் தூண்டச் செய்வதாகும். அந்தப் பையனின் பிறப்பு முதல் இறப்பு வரை பார்த்த எனக்கு, மேலும் மாணவ சமுதாயத்திற்கு உதவ வேண்டும் என்ற எண்ணத்தை ஊக்குவித்தது.

தினமும் பல்வேறு சம்பவங்கள் நடைபெற்றுவந்தாலும், ஒருசில சம்பவங்கள் பசுமரத்தாணி போன்று மூலையில் படிந்துதான் கிடக்கின்றன. ஒருசில நாட்கள் முன்பு, ஆசிரியருக்காக அழுது புலம்பிய மாணவர்களைக் கண்டோம். வெவ்வேறு சூழ்நிலையிலிருந்து வரும் மாணவர்களைப் பார்த்தால், அவர்கள் கதையைக் கேட்டால், உலக அனுபவம் நிறையவே கிடைத்துவிடும். ஒவ்வொரு ஆசிரியர் தினத்திற்கும் பிள்ளைகள் ஓடிவந்து வாழ்த்தும்போது, அவர்கள் ஏதோ பெரியவர்கள் போன்றும், நாம் சிறுபிள்ளைகள் போன்றும் மாறிவிடுவோம். அவர்கள் ஆசிரியர்கள் போன்று நடித்துக் காட்டுவதும், பாடம் நடத்துவதும் நம்மிடம் இருக்கும் குறைகளை திருத்திக்கொள்ளக்கூட உதவும். உதாரணத்திற்கு, நாம் சொல்லும் சில வார்த்தைகளை அவர்கள் பலமுறை கூறிக்கொண்டேயிருந்தால், அது அவர்கள்

விரும்பாததாக இருக்கலாம். அல்லது யார் மனதையாவது கஷ்டப்படுத்தியிருக்கலாம். அதை நாம் எளிதாக புரிந்துகொண்டு விடலாம். அதற்கேற்றபடி நம் பேச்சுவார்த்தைகளை மாற்றிக் கொள்ளலாம். யாரேனும் நம் சொற்களால் பாதிக்கப்பட்டிருந்தால், தட்டிக்கொடுத்து 'சாரி' சொல்வதில்தான் என்ன குறைந்துவிடப் போகிறது.

சரஸ்வதி ஸ்ரீநிவாசன்

மனநிலை புரிதல்

தினம் தினம் கிடைக்கும் அனுபவங்கள், நமக்கு நடைமுறை வாழ்க்கைக்குத் தேவையான பொறுமையையும், சகிப்புத்தன்மையும் நிறையவே கற்றுத்தரும். விடுமுறை நாட்கள் வந்தாலே, சில பெற்றோர்கள் ஏன்தான் லீவு விடுகிறார்களோ, என்று புலம்புகிறார்கள். இரண்டு பிள்ளைகள் வீட்டில் அடம் பிடித்தால், தொந்தரவு செய்தால் சிரமப்படுகிறோம். சுமார் 40 பிள்ளைகளை ஒவ்வொரு 45 நிமிடம் அல்லது ஒரு மணி நேரத்திற்கு அமைதிப்படுத்தி, ஒவ்வொரு விதமான பாட விஷயங்களை மனதிற்குள் புகுத்த வேண்டுமென்றால் கிட்டத்தட்ட இருபது அம்மாக்கள் செய்யும் சேவையை கற்பிப்பவர் செய்ய முனைகிறார். அதுதான் அவரின் பொறுப்பாகிறது. அதிலும் ஒவ்வொரு பிள்ளையும் வேறு வேறான சூழலிலிருந்து வருபவர். சிலருக்கு சப்தமாகப் பேசினால் பிடிக்காது. மிகவும் பொறுமையாகப் பேசினால், அதுவே சிலருக்கு எரிச்சலூட்டலாம். இவற்றையெல்லாம் நினைத்துப் பார்த்து செயல்பட்டு, அதன்மூலம் ஒரு மாணவரை ஆசிரியர் பிரகாசிக்க வைக்கிறார் என்றால் அது மிகவும் பெருமைக்குரிய விஷயம். பாடம் கற்பித்தல் மட்டுமின்றி, எத்தனையோ விஷயங்கள் கருத்து வேறுபாடுகள், ஏற்றத்தாழ்வுகள் இவற்றிலும் நிறைய ஆசிரியர்கள் எடுத்துச்சொல்லிப் புரிய வைப்பதையும் தன் கடமையாகத்தான் செய்கிறார்கள். அதனால் அவர்கள் பொறுமையின் சிகரமாகத் திகழ்கிறார்கள். பிரதிபலனை எதிர்பார்ப்பதில்லை.

மிகவும் புதுமையான, அதிசயமான, ஆச்சரியம் தரும் சில விஷயங்களில், நாம் நினைக்க முடியாத சம்பவங்களும் நடைபெறுவதுண்டு. பெற்றோரும் கண்டிப்பாக இருந்து, ஆசிரியர்களிடமும் பகிரமுடியாத சமயங்களில்தான் சில பிள்ளைகள் சங்கடப்படும். அப்படியொரு மாணவர் ஒரு சமயம் தர்மசங்கடப்படுவதைக் கண்டு விசாரித்ததில், சில

கற்பித்தல் என்னும் கலை

விஷயங்கள் தென்பட்டன. ஒரு சக ஆசிரியை அவனைக் கேள்வி கேட்க, அவனோ இருந்த இடத்திலிருந்து தப்புத் தப்பாக உளறியிருக்கிறான். ஆசிரியைக்கோ, மாணவன் எழுந்துகூட பதில் கூறவில்லையோ, விடை தப்பாக இருந்தால் பரவாயில்லை, எழுந்துகூட நிற்க முடியாதா என்ற ஆதங்கம் அவருக்கு. சக மாணவர்களோ, சில நாட்களில் அவன் அப்படித்தான் நடந்துகொள்வதாகக் கூறினார்கள். எப்படியானாலும், அவனைக் கூப்பிட்டு பேசிவிட வேண்டும் என்று முடிவெடுத்து மாலை மணி அடிக்கும் வரை காத்திருந்தோம். அவன் வகுப்பினருகில் சென்று பார்த்தபொழுதுதான் தெரிந்தது, அவன் வகுப்பு காலியான பிறகுதான் இடத்தைவிட்டு எழுந்தான். அவனைத் தனியே அழைத்துச்சென்று ஆறுதலாகப் பேசி, அவனிடம் உண்மை என்னவென்று கேட்டோம். அவன் சொன்ன பதில் எங்களை அழ வைத்தது. அவன் தாயார் மிகவும் மோசமான உடல்நிலையில் இருப்பதாகவும், காலையில் சமைக்க முடியவில்லை என்பதால் 'காசு' தந்து வெளியில் ஏதேனும் சாப்பிடு என்பார்களாம். பள்ளிக்கு வரும் அவசரத்தில், கிடைப்பதை வாங்கிச் சாப்பிடுவது அவன் பழக்கமாம். அதனால் ஒரு சில நாட்கள் வயிற்றுவலி வந்து விடுவதாகவும், திடீரென வயிற்றுப்போக்கு ஏற்பட்டு விடுவதாகவும் சொன்னான். அவன் உடை அழுக்காவதால், மற்ற பிள்ளைகள் பார்த்தால், சிரித்து கேலி செய்வார்களே என பயம். இதுபோன்று அவ்வப்பொழுது நடப்பதால், நோய்வாய்ப்பட்டிருக்கும் தன் தாயிடம் சொல்ல முடியாமல் வேதனைப்பட்டிருக்கிறான். நண்பர்களிடம் பகிர்ந்தால் கேலி செய்வார்கள் என்கிற பயம் அவனுக்கு. என்ன ஒரு தர்மசங்கட நிலை அந்தப் பிள்ளைக்கு. நாங்களும் அந்த உண்மையை அறியவில்லையென்றால், அவன் மனதிற்குள் எவ்வளவு சங்கடங்கள் குடிகொள்ளும். அன்று முதல் சரியான சாப்பாட்டிற்கு ஒரு வழி அமைத்துத் தந்தோம். அவனிடம் இந்த விஷயங்களைப் பேசியிருக்கவில்லையென்றால், அவனைப்பற்றி எங்கள் மனதிலும் நல்ல அபிப்ராயம் இல்லாமல் போயிருக்கும். அனைத்தும் புரிந்துவிட்டதால், எங்கள் மனதில் அவன் மேலும் உயர்ந்தவனாக கருதப்பட்டான். இதைத்தான், ஆசிரியர்கள் இரண்டாவது பெற்றோர் என நிச்சயமாகக் கூறலாம்.

இதுபோன்று நிறைய விஷயங்களைப் பார்த்தும், கேள்விப்பட்டும் பழகிய எங்களால் மாணவர் மனநிலையை நன்றாகவே புரிந்துகொள்ள முடியும். மற்றொரு தினம், ஒரு பெண் மாணவி மிகவும் நன்றாகவே படிப்பாள். முக்கியமான பாடங்களில், வகுப்பறைத் தேர்வு இருந்தது. குறிப்பிட்ட பாடப்பகுதி அனைவருக்குமே சிறிது சிரமமாகத்தான் இருந்தது. அன்றைய தினம் அம்மாணவி விடுமுறை எடுத்துக்கொண்டுவிட்டாள். அவள்

தோழிகள் அனைவரும், தேர்விலிருந்து தப்புவதற்காகவே அவள் 'லீவு' எடுத்ததாகப் பேசிக்கொண்டனர். ஒருசில பெண்கள் இதை ஆசிரியரிடம் நேரிடையாகவே வந்து புகார் செய்தனர். கொட்டும் மழையில், பஸ் பிடித்து வரமுடியாமல் இருக்கலாமென்று நினைத்தேன்.

மறுநாள், அவள் வகுப்பிற்கு வெகு சீக்கிரம் வந்துவிட்டாள். மற்ற மாணவர்கள் ஒன்றுசேர்ந்து அவளிடம், 'தேர்விலிருந்து தப்புவதற்குத்தானே நீ லீவு எடுத்தாய்' என்று கேட்டு சூழ்ந்து கொண்டனர். அவளோ, 'இல்லை-இல்லை' என்று உரக்கக் கத்திக் கொண்டிருந்தாள். அந்த சமயம் நான் வகுப்பிற்குள் நுழையவும் விக்கி விக்கி அழ ஆரம்பித்தாள். தனியே அழைத்து, ஆசிரியர் அறைக்குச் சென்று ஆறுதலாகப் பேசினோம். பின் எங்கள் கண்களில் தண்ணீர்! அவள் அம்மா வீடுகளில் வேலை செய்து 'பீஸ்' கட்டுகிறாராம். அப்பா வாடகை வண்டி ஓட்டுகிறாராம். தினமும் வருமானம் கிடைக்காதாம். ஒரே ஒரு 'யூனிபார்ஃம்'தான் அவளிடம் உள்ளதாம். முதல் நாள் நடந்து செல்லும்பொழுது 'சகதி' அடித்துவிட்டதால் ஊற வைத்து, பின் துவைத்துப் போட்டாளாம். ஆனாலும் மழை கொட்டியதால் முழுவதும் ஈரமாகயிருந்ததால், போட முடியவில்லையாம். எப்பொழுதும் சிறிது ஈரமாக இருந்தால்கூட, போட்டுக்கொள்வாளாம். உடலில் காய்ந்து விடுமாம். அன்று சொட்ட சொட்ட இருந்ததால் போட முடியவில்லையாம். மன்னிப்புக் கேட்டதுடன், எப்பொழுது வேண்டுமானாலும் தேர்வு எழுதத் தயாராக இருப்பதாகக் கூறினாள்.

'யூனிபார்ஃம்' என்பதே வேறுபாடு இல்லாமல், சரிசமமாக இருப்பதற்குத்தான். அந்த 'யூனிபார்ஃம்' வாங்குவதுகூட சிரமம் என்று நினைக்கும்பொழுது, என்ன ஆறுதல் சொல்வது? இது கிட்டத்தட்ட இருபத்தைந்து ஆண்டுகளுக்கு முன் என்று சொல்லலாம். இவற்றைப் போக்க இப்பொழுதுதான் அனைத்தும் இலவசமாகக்கிடைக்கிறதே! தினந்தோறும் நான்கைந்து சம்பவங்கள் இதுபோன்று நடப்பதுண்டு. இதைப்பார்த்து பழகிவிட்டதால், எல்லாவற்றிற்கும் பின்னால் ஏதேனும் காரணம் இருக்கும் என்று நம்பி அனைத்தையும் அலசி ஆராய முற்படுவோம். எவ்வளவு பிரச்னைகள் இதுபோன்று காணப்பட்டாலும், அவ்வப்பொழுது மகிழ்ச்சிக்கும் குறையிருக்காது. குழந்தைகள் தினமென்றால், பிள்ளைகளை மகிழ்ச்சிப்படுத்தி இனிப்புகள் வழங்குவதுண்டு. ஆசிரியர்களும் குழந்தைகள் போன்று நடித்துக் காட்டுவதுண்டு. மாறுவேடப் போட்டிகள் நடைபெறும். அப்பொழுது ஒரு பெண் இளவரசி வேடம்பூண்டு வந்தாள். ஆனால் என்ன பேசுவதென்று தெரியாததால், அவள் பெற்றோர் எங்களிடம்

19

உதவி கேட்டனர். ஆங்கிலத்தில் அரைப்பக்கம் எழுதித் தந்து படித்துவரச் சொன்னோம். ஆனால் அச்சிறுமிக்குக் கன்னத்தில் அறை கிடைத்தது. கன்னம் சிவக்க மறுநாள் அழுதுகொண்டே வந்தாள். அந்த அரைப்பக்க நடிப்பை சொல்லித்தராமல், அவளின் தாய் மனப்பாடம் செய்யும்படி வற்புறுத்தியிருக்கிறாள். சிறுமிக்கு மனப்பாடம் செய்வது பிடிக்கவில்லை. அதனால் கோபப்பட்டு அம்மா அடித்திருக்கிறாள். அவளைத் தனியே அழைத்துச்சென்று, அப்படியே நடித்துக் காட்டினோம். என்ன ஆச்சரியம்! சில நிமிடங்களில் அழகாக நடித்துக் காட்டினாள். குழந்தைகளைப் 'படிபடி' என்று அழுத்தம் கொடுக்காமல், படிக்கும் ஆர்வத்தை மட்டும் தூண்ட வேண்டும். அதனால்தான், சில சமயங்களில் நாமும் அவர்கள் வயதையொத்தவர்களாக மாற வேண்டியுள்ளது. நல்ல ஒரு அடித்தளம் இல்லாத கட்டடம், எவ்வளவுதான் அழகாக இருந்தாலும் ஒருநாள் ஆபத்தைத்தான் தேடித்தரும். அதுபோல், சிறு வயது ஆரம்பக்கல்வி பலமாக இருந்துவிட்டால் போதும்!

சில குழந்தைகள் பார்த்து படித்தவுடனேயே நன்கு புரிந்து பிழையில்லாமல் எழுதுமளவுக்கு தன்னைத் தயார் செய்துகொண்டு விடுவார்கள். சிலருக்கு ரொம்ப எழுத்துப்பிழை வருவதுண்டு. கடினச் சொற்களை தேர்ந்தெடுத்து, எழுதி பலமுறை அப்பியாசம் செய்தபின் மீண்டும் முழுச் சொற்றொடர்களாக எழுத வைக்கலாம். அப்பொழுது எழுத்துப் பிழைகள் குறையும். அதிலும் பிள்ளைகள் முழு மனதுடன் கவனம் செலுத்துவதும் முக்கியம். ஐயோ, எழுத வைத்துவிட்டார்களே என்று புலம்பினால், அது அவர்களுக்கே பின்னால் சிரமமாக முடியும். வளர்ந்து ஆளான பிறகு அவர்களுக்கே நன்கு புரிந்துவிடும். படிப்பில் கவனம் செலுத்தாமல், விளையாட்டுப் போக்கில் படிப்பவன் ஒரு மாணவன் - அவனை அழைத்து ஒருசில வார்த்தைகளை மனதில் பதியும் வரை எழுதிவா என்றோம். "மிகவும் சிரமமான உச்சரிப்புக்கள் கொண்டவை, அதனால் மனதில் சொல்லிக்கொண்டு எழுத்துக்களை கூட்டி எழுது. நாளை வீட்டுப்பாடமாக அதை செய்துகொண்டு வா, பார்க்கலாம்" என்றோம்.

மறுநாள், நிறைய பேப்பர்களை ஒன்றாக இணைத்து ஒரு நோட்டுப்புத்தகம்போல் கொண்டுவந்தான். ஒவ்வொரு தாளிலும், ஒரு பத்துத் தடவை ஒவ்வொரு வார்த்தையும் எழுதப்பட்டிருந்தன. எப்படி இவ்வளவு எழுத முடிந்தது என்று நினைத்து ஒவ்வொரு பக்கத்தையும் புரட்டிப் பார்த்தேன். இவ்வளவும் நீ எழுதினாயா? யாராவது உதவினார்களா என்று கேட்டேன். "ராத்திரி முழுக்க முழிச்சிண்டு எழுதினேன்" என்றான். அப்பொழுதுதான் பின்னால், பக்கங்கள் போகப்போக எழுத்துக்கள் 'இங்க்' இல்லாததுபோல், அங்கங்கே அழுக்குடன் பக்கங்கள் இருப்பதைப் பார்த்தேன். 'சரி

சரஸ்வதி ஸ்ரீநிவாஸன்

மாலையில் வீட்டிற்குச் செல்லுமுன் வந்து இதை வாங்கிப்போ' என்றேன். என் சந்தேகம் சரியாயிற்று. மாலையில் வந்தவுடன், இதமாகப் பேசி உண்மையை வரவழைத்தேன். அவன் மேலேயுள்ள ஒரு பேப்பரில் எழுதி, அதனடியில் வரிசையாக கார்பன் வைத்து நிறைய நகல்கள் எடுத்திருக்கிறான். அவனே அதை ஒப்புக்கொண்டான். கண்டிப்பாக மிகப்பெரிய தண்டனை கிடைக்கப்போகிறது என்று நினைத்துக்கொண்டிருந்தவனுக்கு, அன்பான வார்த்தைகள், மேலும் பயத்தை தந்தன போலும்! அவனின் கைகள் நடுங்கின. "நிறைய தடவை எழுத எனப் பிடிக்கவில்லை, எழுதாமல் இருந்தாலும் தப்பு. அதனால் இப்படிச்செய்தேன். மன்னித்து விடுங்கள், மிஸ்....... ப்ளீஸ்" என்று கதறி அழுதான். அதற்குள் மற்ற ஆசிரியர்களுக்கும் தெரிந்துவிடவே, குற்ற உணர்ச்சி அவனை வாட்டி எடுத்தது.

தன் தவறை உணர்ந்தபின், அவனுக்கு எதற்குத் தண்டனை? 'பரவாயில்லை, நீ உன் தவறை உணர்ந்துவிட்டாய், எந்தப் பிரச்னை வந்தாலும், நேரில் வந்து சொல். நாங்கள் உனக்கு உதவுகிறோம்' என்று தட்டிக்கொடுத்து, ஆறுதல் கூறி அனுப்பி வைத்தோம். ஒரு தாய்க்கு குழந்தைகள் செய்யும் தவறுகள், பெரிதாக இருந்தாலும் மன்னிக்கப்படத்தக்கதாகத்தான் இருக்கும். ஒரு நிமிடம் நம் குழந்தைப் பருவத்தையும் நினைத்துப் பார்த்தால், எதுவுமே பெரிதாகத் தெரியாது. நாமும் இப்படித்தானே, தெரிந்தோ, தெரியாமலோ தவறுகளை செய்திருப்போம்? இவற்றைக் கடந்துதானே வந்திருப்போம்?

கற்பித்தல் என்னும் கலை

பள்ளி இரண்டாம் வீடு

சிறுவயதில் அறிந்தோ, அறியாமலோ நாம் ஒவ்வொருவரும் அவசியம் தவறுகள் செய்திருப்போம். ஆனால் அவற்றையெல்லாம் பெரிதாக நினைப்பதில்லை. சிலர் மறக்காமல் அவற்றை நினைத்து, சில சமயங்களில் 'அப்படிச் செய்தேனா' என்று தனக்குத்தானே ஆதங்கப்படுவதுண்டு. சில பெரிய மனிதர்கள், வெளிப்படையாகவே பொதுக்கூட்டங்களில்கூட அவற்றைப்பற்றிப் பேசுவதுண்டு. இந்த வயதில் நான் இப்படியெல்லாம் செய்திருக்கிறேன் என்று உண்மையாகச் சொல்லி உருக்கமாகப் பேசுபவர்களும் உண்டு. எனக்குத் தெரிந்து ஒரு சிறுவன், 'மிக்ஸி'யை ஓட்டி தாய் முகத்தில் மிளகாய்ப்பொடியை வாரி இறைத்திருக்கிறான். அவன் அல்லது யாராக இருந்தாலும் அப்படி செய்திருக்க மாட்டார்கள். அவன் தாய் பொடி செய்ய, தயாராக வைத்திருந்திருக்கிறார். பையன் விளையாட்டாக 'சுவிட்ச்'-ஐத் தட்டியிருக்கான். அவ்வளவுதான். பிரித்த பிஸ்கட்டுகளை, மீண்டும் முழு பாக்கெட் வடிவில் பிரிக்காமல், அதே இடத்தில் தரவேண்டும் என்று அடம் பிடிக்கும் குழந்தைகளை பார்த்திருக்கிறோம். அழுது புரண்டு யானை கேட்டு, அந்த யானை பானைக்குள் நுழைய வேண்டும் என்று அடம் பிடித்த குழந்தையை தெனாலிராமனின் வாயால் கேட்டறிந்திருக்கிறோம். இதற்கெல்லாம் கோபப்பட்டு, டென்ஷனை வரவழைத்துக்கொள்வதென்பது, நம்மை நாமே வருத்திக்கொள்வதற்குச் சமம். குழந்தைப் பருவத்தின் சிறப்பே வினோத செயல்கள் புரிவதைக் கண்டு பூரிப்பதுதான். கேட்கும் கேள்விகளுக்கு அலுக்காமல் பதில் தந்து அரவணைத்துச் சென்றால்தான், அவர்களின் ஊக்க சக்தி அதிகரிக்கும். அனைத்தையும் அறிந்துகொள்ள வேண்டும் என்றும் அவர்களின் ஆர்வம் அதிகரிக்கும். இவற்றைப் புரிந்துகொண்டு நடந்தால், பிள்ளைகள் செய்யும் சிறு பிழைகள், நமக்குப் பெரிதாகத் தெரியாது.

ஏன் பிள்ளைகள் படிப்பில் பின்தங்குகிறார்கள், அவர்கள் மனம் படிப்பில் ஏன் கவனம் செலுத்துவதில்லை போன்றவற்றை அன்புடன் பழகி, நட்புடன் நடந்துகொண்டாலே அவர்கள் மனம் விட்டு நம்மிடம் பகிர்ந்துகொள்ள ஆரம்பிப்பார்கள். அப்பொழுது அவர்களுக்கு நம் ஆறுதல் வார்த்தைகளோடு, ஒத்துழைப்பையும் தந்துவிட்டால் போதும். மோசமான நிலையிலிருந்து சிறிது சிறிதாக முன்னேறி, ‘பெயில்’ ஆகக்கூடியவன் ‘பாஸ்’ செய்வான். நாற்பது மதிப்பெண் எடுப்பவன் அறுபது, அறுபது மதிப்பெண் எடுப்பான் என்பது என அவன் தரம் கண்டிப்பாக உயரும். மாணவனின் மனதை புரிந்துகொள்வதற்காக அவன் குடும்ப விஷயங்களை அலச வேண்டும் என்ற அவசியமேயில்லை.

நிறைய மாணவ நண்பர்கள் எங்களிடம் வந்து தனியே சில பிரச்னைகளைபகிரவருவார்கள். அந்தசமயம், நாம் ஒருகுருஎன்பதை நினைக்காமல், அவர்களுடன் கலந்து பேசி, எப்படியெல்லாம் செய்தால் பிரச்னைகளை சுலபமாகத் தீர்க்கலாம் என்பதற்காக நண்பர்களாகவே பழகி ஆறுதல் அளிப்பதுண்டு. அதுபோல் நிறைய மாணவ, மாணவிகள் என்னிடம் உடன்பிறந்தவர்கள்போல பழகி வந்தனர். வகுப்பறையில் நுழைந்துவிட்டால், ஒரு ஆசிரியைதான் வெளியிலோ, வகுப்பறை வேலை முடிந்தாலோ அவர்கள் எங்களை தாய் போன்றோ, சகோதர, சகோதரிகளாகவோ, நண்பர்களாகவோ நினைக்கும் விதத்தில், அவரவர் வயதைப் பொறுத்து உறவு முறை கொள்ளலாம். சில நெருக்கமான பிள்ளைகளைப் பெயரைக்கூட சுருக்கி அழைப்பதில் எனக்கு மிகவும் சந்தோஷம் கிடைக்கும்.

‘வீடு’ என்கிற அழகான சிறிய குடும்பத்திலிருந்து, தினமும் பள்ளி என்னும் ஒரு பெரிய குடும்பத்துக்கு வரும்பொழுது, அது ஒரு சுகம். பல்வேறு விதமான முகங்கள் பார்க்கலாம். பலவிதமான நிகழ்வுகள் நடைபெறும், நாமும் சுறுசுறுப்புடன் இயங்கிக்கொண்டே யிருக்க வேண்டும். ஆண்டு விழா வந்துவிட்டால் போதும். ஒரு மாதத்திற்கு முன்பாகவே நாட்டியம், நாடகம் போன்றவற்றிற்கு ஒத்திகை ஆரம்பித்துவிடுவோம். அப்பொழுது, எங்கள் பள்ளியில் சுமார் மூன்று மணி நேரம் விழா நடைபெறும். ஒரு சினிமாவுக்குச் சென்ற சந்தோஷம் என்று பலர் பேசிக்கொள்வார்கள். பல நாடகங்கள் எழுதி அரங்கேற்றுவேன். அப்பொழுது, விருந்தினர்களாக வந்து போகும் பல பெரிய மனிதர்கள் அறிமுகம் எனக்கு வாழ்க்கையில் மறக்க முடியாத அனுபவமாக இருந்து, இன்றும் மனதில் கண் முன்னே வந்து செல்கிறது.

அப்பொழுது எனக்கு திடீரென திருமணம் நிச்சயமாயிற்று. என் பிள்ளைகளுக்கு (மாணவர்) நான் வேலையை விட்டுச்சென்று விடுவேனோ என்கிற பயம். “ஏன் மிஸ், கல்யாணம் பண்ணிக்காமல் இருக்கக்கூடாதா?” என்னும் வெகுளித்தனமான அவர்களின்

கேள்விகளுக்கு இன்றுவரை நான் குழம்பிக்கொண்டுதான் இருக்கிறேன். திருமணம் ஞாயிற்றுக்கிழமை என்பதாலும், என் தந்தை ஊரின் பெரிய எழுத்தாளராகவும் இருந்ததால், பெரிய வகுப்பு மாணவர்கள் அனைவரும் பெற்றோருடன் வந்து குழுமி விட்டனர். என்னை ஒரு மணப்பெண்ணாகக்கூட நினைக்காமல், அவர்களுக்குத்தான் நான் சொந்தம் என்பதுபோல், பின்னாலும், பக்கத்திலும் வந்து அமர்ந்துகொண்டு 'போட்டோ'வுக்காக போட்டி போட்டனர். நானும் அவர்களுடன் பேசிக்கொண்டிருந்தேன். இதைக்கண்ட பலர், என்னிடம் சைகை காட்டினர். நானோ அனைவரையும் திருப்திப்படுத்த நினைத்தேன். அதனால் மாணவர்கள் ஒவ்வொருவரையும் சாப்பிட்டார்களா என்று விசாரித்துக்கொண்டிருந்தேன். 'ஏய், சீரினி நீ சாப்பிடாமல் போகக் கூடாது, புரிஞ்சுதா சீரினி' என்று உரக்கப் பேசிவிட்டேன் போலும்! அனைவரும் என்னைப் பார்த்து முறைத்துக்கொண்டிருந்தனர். அப்பொழுதுதான் எனக்கு தூக்கி வாரிப்போட்டது. காரணம் கணவர் பெயரும் 'சீனிவாசன்.' இதை யோசிக்காத நான், மாணவன் பெயரைச் சொல்லி அன்புக் கட்டளையிட்டுக்கொண்டிருந்தேன். மரியாதையில்லாமல், இவர் பெயரை நான் சுருக்கிக் கூப்பிடுவதாக அவர்கள் நினைத்திருக்கலாம். அதனால்தான் முறைத்திருக்கிறார்கள் என்று நினைத்துக்கொண்டேன். பிள்ளைகள் மூலம் நானும் சில பாடங்களைக் கற்றுக்கொண்டதாகவே கருதுகிறேன். இடம், பொருள் அறிந்து பேச வேண்டும் என்பதற்கு இது ஒரு அனுபவச் சான்றாக நினைக்கிறேன்.

நிறைய அனுபவங்கள் நமக்கு மலரும் நினைவுகளாக என்றும் கண்முன் தெரிந்துகொண்டுதான் இருக்கும். என்னிடம் படித்துக்கொண்டிருந்த அழகான ஒரு மாணவியின் தந்தையிடமிருந்து ஒரு கடிதம் வந்தது. அதுவும் 'துபாயி'லிருந்து, அவள் என் வீட்டிற்கு வந்து படித்துக்கொண்டிருந்தாள். வெகு வருடங்கள் கழித்துப் பிறந்த பெண் என்பதால் செல்லமாக வளர்ந்தவள். உயர்ந்த பதவியில் அவள் தந்தை இருந்தபோதிலும், ஒருசில நாட்களில் வேலையை 'ராஜினாமா' செய்துவிட்டு குடும்பத்துடன் துபாய் சென்றார். தட்டு நிறைய பழங்கள் தந்து, அவளுக்கு ஆசி வழங்கும்படி கூறினார். ஞாபகார்த்தமாக அவளின் ஒரு புகைப்படத்தையும் எனக்குக் கொடுத்துச் சென்றார். எனக்கும் அவளைப்பிரிய மனம் வரவில்லை. ஒரு குட்டி சகோதரி போன்று 'துருதுரு' வென்றிருப்பாள். என்ன செய்வது? காலங்கள் ஓடிக்கொண்டேதான் இருக்கும். அவளின் பழத்தட்டும், குண்டு மூஞ்சியும் என் கண்முன் அவளை ஞாபகப்படுத்திக்கொண்டேதான் இருக்கும். திடீரென இப்பொழுது அவள் தந்தை கடிதம் எதற்கு எழுதியிருக்கிறார் என்று நினைத்துக்கொண்டு கவரைப் பிரித்தேன்.

அது கடிதமல்ல. ஒரு பெரிய கட்டுரை எனப் புரிந்துகொண்டேன்.

அவர் பெண் அங்கு சென்றது முதல் படிக்க விரும்பவில்லையாம். பள்ளிக்குப் போகவே விரும்பவில்லையாம், இந்திய கலாச்சாரம், ஆசிரியர் அணுகுமுறை, நடை உடை இவையெல்லாம் மாறுபட்டதால், அவளால் ஏற்றுக்கொள்ள முடியவில்லையாம். தாய், தந்தை இருவரும் ரொம்ப கவலைப்படுவதாகவும், திரும்பவும் வந்து விடலாமாவென யோசிப்பதாகவும் உருக்கமாக எழுதியிருந்தார். இங்கு இருந்தபோது, இதன் மதிப்பு தெரியாமல் போய்விட்டதாகவும், அங்கு சென்று புதிய சூழலில் அனைத்தையும் தங்கள் குடும்பம் இழந்ததாகவும் வருத்தப்பட்டிருந்தார். தங்கள் பெண்ணிற்கு இவ்வளவு ஊக்கம் தந்து உதவிய அனைத்து ஆசிரிய, ஆசிரியைகளுக்கும் நன்றிக்கடன் பட்டிருப்பதாகவும் எழுதி முடித்திருந்தார். கடிதத்தைப் படித்த தாளாளர் முதல் ஒவ்வொரு ஆசிரியரும் கண்ணீர் வடித்தனர். எந்த ஒரு தொழிலுக்கும் கிடைக்க முடியாத பெருமை இக் 'கற்பித்தல்' என்னும் கலைக்கு உண்டு என்பதை யாராலும் மறுக்க முடியாது. நாளைய முதன் மந்திரியோ, கலெக்டரோ, முதல்வரோ இன்றைய ஆசிரியர்கள் கையில்.

நம் இந்தியக் கலாச்சாரத்தின் முக்கியமான அம்சம் பாசம், பந்தம் என்பது. எத்தகைய தொழிலுக்குச் சென்றாலும் அல்லது சொந்தத் தொழில் நடத்தினாலும் சரி, அது ஒரு குடும்பம்போல் அமைந்து, ஆலமரம்போல் தழைத்து ஓங்கும். நம்மோடு இணைந்து வேலை செய்பவர் நமக்கு நெருக்கமாகிவிடுவார். 'நட்பு' என்பது விரிந்து குடும்பங்கள், உறவு போன்று நட்பாகிவிடும். பெரியவர்களாகிய நமக்கே இப்படியென்றால், பிள்ளைகள் பள்ளியில் எவ்வளவு பேர்களுடன் பழகுகிறார்கள். சிறு சிறு சண்டைகள், பிரச்னைகள் ஏற்பட்டாலும் அவ்வப்பொழுது சரியாகிவிடும். எல்.கே.ஜி. முதல் பன்னிரண்டாம் வகுப்பு வரை ஒன்றாகப் படித்த மாணவர்கள் வாழ்நாள் முழுவதும் நல்ல நண்பர்களைப் பெற்றுவிடுகிறார்கள். கல்லூரிப் படிப்பு வெவ்வேறு துறைகளில் பயின்றாலும், பள்ளிப் படிப்புதான் இறுதிவரை அவர்களை நண்பர்களாக்கி வைக்கிறது. கல்லூரியிலிருந்து வேண்டுமானால், மேலும் புதிய நண்பர்களைப் பெறுவார்கள். அதுபோல்தான் பள்ளி ஆசிரிய, ஆசிரியைகளின் நட்பும்கூட.

மாணவர்களுக்கும் ஆசிரியர்களுக்குமான தொடர்பு என்பது ஒரு இனிமையான பந்தம். ஆசிரியர்கள் பல பேருக்குக் கற்பிப்பதால், சில சமயங்களில் சில பெயர்களை மறக்க வாய்ப்புண்டு. ஆனால், எத்தனை பெரியவர்களானாலும் கற்பித்த ஆசிரியர்களை மாணவர்கள் மறக்க மாட்டார்கள். அதிலும் அவர்கள் மனதிற்குப் பிடித்தவர்களென்றால் கேட்கவே வேண்டாம். படிக்கும்பொழுது கண்டிக்கும் ஆசிரியர்களைச் சில பிள்ளகளுக்குப் பிடிக்காமல்

இருக்கலாம். ஆனால், வளர்ந்து முதிர்ச்சி அடைந்தபிறகு ஏன் கண்டிப்பாக இருந்தார்கள் என்பது புரியவரும். பழைய மாணவர் கூட்டத்தில் நிறைய பேர் சொல்வது இதுதான் -"நீங்க அன்னிக்கி என்னை கண்டிச்சு, அழகாக எழுதச்சொல்லி வற்புறுத்தவில்லை என்றால் இன்று நான் இவ்வளவு பெரிய ஆளாக இருந்திருக்க மாட்டேன்" இதுபோல் பலவற்றைக் கேட்கும்பொழுதுதான் எத்தனை ஆனந்தம்! அந்த ஒரு நிறைவு, ஆத்ம திருப்தி இவைதான் கற்பித்தல் என்னும் கலை செய்யும் மாயம்! நம் பிள்ளைகளாக பாவித்து, தவறுகளை திருத்தும்பொழுதுதான், அவர்களை நல்வழிப்படுத்துகிறோம் என்ற திருப்தி மட்டும் போதுமானது. கிட்டத்தட்ட இருபத்தெட்டு ஆண்டுகளுக்கு முன் என நினைக்கிறேன். ஒரு ஆசிரியைக் குட்டையான கை வைத்த 'ஜாக்கெட்' அணிந்திருந்தார். அவரைப்பற்றி சொல்லும்பொழுது யாரோ ஒரு மாணவனை வகுப்பாசிரியர் யார் என்று கேட்டிருக்கிறார். அவன் சொன்ன பதில் "அந்த கையில்லாத டீச்சர்" என்பதுதான். இப்பொழுது அவனைத் திட்டவாமுடியும், அல்லது கோபப்பட முடியுமா? அனைவரும் விழுந்து விழுந்து சிரித்தனர். அவனுக்குத் தெரிந்த அடையாளத்தை அவர்கள் பெயர் தெரியாததால், கூறியிருக்கிறான். இத்தகைய சிறுபிள்ளைத்தனத்தை நாம் பெரிதுபடுத்தாமல், பதிலுக்கு ஆசிரியர் பெயர் அவனுக்குத் தெரியவில்லை என்பதை புரிந்து 'இனி இப்படிச் சொல்' என்றுதான் சொல்லித்தர வேண்டும்.

ஒருமுறை வெளியூரிலுள்ள பிரபலமான ஒரு கோயிலுக்குச் சென்றிருந்தோம். அன்று மிக முக்கியமான விசேஷ நாள் என்பதால் ரொம்ப கூட்டம். தெருவரை வரிசை நின்றிருந்தது. அதுவும் ஸ்பெஷல் தரிசனத்திற்கே அப்படி ஒரு கூட்டம். நாங்களும் சிறப்புத் தரிசனத்திற்கு டிக்கெட் எடுத்திருந்தோம். இருப்பினும், கூட்டம் நகர நகரத்தான் உள்ளே போகும் வாய்ப்பு கிடைக்கும். திடீரென 'மிஸ், மிஸ்' என்ற கூக்குரல். இங்குமங்கும் நோக்கினேன். கூட்டத்தின் (வரிசையின்) முன்னாலிருந்து ஒரு பையன் கையசைத்துக்கூப்பிட்டான். என் இடத்தில் மற்றவர்களை நிற்க வைத்துவிட்டு நான் சென்று அவனைச் சந்தித்தேன். சுமார் பத்து ஆண்டுகளுக்கு முன், என்னிடம் படித்தவன் தன்னை அறிமுகப்படுத்திக்கொண்டு, அவன் நின்ற இடத்தில் எங்களை நிற்க வைத்துவிட்டு, வரிசையின் கடைசியில் நாங்கள் நின்ற இடத்திற்கு அவன் சென்றான். தரிசனம் முடித்து நாங்கள் வெளியில் வந்தபிறகும் அவன் வரிசையில் நின்றிருந்தான். இதயப்பூர்வமாக அவனை வாழ்த்தினோம். என்றோ கற்பித்தாலும், அதன் பலன் என்றும் உண்டு. கற்பித்ததின் பரிசு - கலைக்குப் பரிசு!

சரஸ்வதி ஸ்ரீநிவாசன்

மனம் தொடும் உறவுகள்

'**ம**ண்வாசனை' என்பார்களே! அது நம் இந்தியமண்ணின் ஒவ்வொரு துகளிலும் ஒட்டியுள்ளது எனலாம். நம் கலாச்சாரத்திற்கு, பாரம்பரியத்திற்கு, பண்பாட்டிற்கு என ஒரு தனித்துவம் இயற்கையாகவே அமைந்துவிட்டது. அதுதான் நம் மாணவர்களிடமும் பார்க்கமுடிகிறது. படித்த பள்ளி, கற்றுக்கொடுத்த ஆசிரியர்கள், சக மாணவர்கள் என யாரையும் அவர்கள் மறப்பதில்லை. அதனால்தானோ என்னவோ, குழந்தைப் பிரியரான நேருஜி தன் மரணத்திற்குப்பின் அஸ்தியை, இந்திய மண்ணில் தூவ வேண்டும் என்று சுயசரிதையில் குறிப்பிட்டிருந்தார். அத்தகைய புண்ணிய பூமி இது. காலத்திற்கேற்ற பிரச்னைகள் ஒருபுறம் காணப்பட்டாலும், நன்றியுணர்வு என்பது நம் இரத்தத்துடன் கலந்துள்ளது. சிறிய விஷயங்களில் ஏற்படும் மாணவப் பிரச்னைகள், அந்தந்த வயதிற்கு ஏற்பட்டு இணைந்துவிடும். சில மேற்கத்தியக் கலாச்சாரம் கொண்ட இடங்களில், அங்குள்ள முறைகளோடு பார்த்தால் நமக்கு வியப்பாகவே இருக்கிறது.

பிறந்து சில மாதங்களில், சுதந்திரம் ஆரம்பித்து பிள்ளைகள் தனிமையாக்கப்படுகிறார்கள். குறிப்பிட்ட வயது வரைதான் தாய், தந்தை கண்காணிப்பு, மேற்பார்வை அனைத்தும் நடக்கும். அதுவரை, குழந்தைகளுக்காகவே பல்வேறு இடங்களுக்குச் சென்று பலவற்றையும் காட்டி நிறைய உற்சாகப்படுத்துவர். விடுமுறை கிடைத்தால், குழந்தைகளுடன் நேரம் முழுவதையும் செலவழிப்பர். கூடி மகிழ்வர்.

ஒரு நாலுமாதக் குழந்தை குடைமிளகாயை மென்று சாப்பிடுவதைப் பார்த்திருக்கிறோம். பள்ளி முடிப்பதற்குள், தான் மேலே என்ன செய்ய வேண்டும், எந்த மாதிரிப்படிப்பை தொடர வேண்டும் போன்றவற்றைத் தானே முடிவெடுத்துவிடுகிறார்கள். சிலர் குறைந்த கல்வி மட்டும் படித்துவிட்டு விளையாட்டுத்

கற்பித்தல் என்னும் கலை

துறைக்குப் போகிறார்கள். கல்லூரிப் படிப்புக்காக சிலர் பகுதிநேரம் வேலை செய்து தானேகூட பணம் சம்பாதித்துக் கொள்கிறார்கள். பிள்ளைகள் தனித்துச் செயல்படுவதகு வேண்டிய உபகரணங்கள் கிடைக்கின்றன. உதாரணமாக, ஒரு வயதுகூட நிரம்பாத குழந்தைகளுக்கென தனி மேசை நாற்காலிகள் அனைத்துக் குழந்தைகள் இருக்கும் வீடுகளில் காணப்படுகிறது. தனியே அமர்ந்து பெரியவர்கள்போல சாப்பிடுகிறார்கள். எதைச் செய்ய விரும்புகிறார்களோ, அதைத்தான் செய்கிறார்கள். படிப்பிலும் அவர்கள் விருப்பம்தான். எப்படிப்பட்ட படிப்பிற்கும் ஏற்ற வேலைகள் உண்டு. மேலும், இந்த வேலைதான் கௌரவம்- இது மரியாதைக் குறைவானது என்றெல்லாம் கிடையாது. அதனால்தானோ என்னவோ எவ்வித வேலையாக இருந்தாலும் கௌரவம் என்பது பார்ப்பதே இல்லை. குறிப்பிட்ட படிப்பு படிக்காவிட்டால், திணிக்க முயற்சி செய்யவே கூடாது. அவசியப்படுத்தவும் முடியாது. தனிப்பட்ட விருப்பத்திற்குத்தான் முதலிடம். அதனால் அவர்கள் தனிமனித சுதந்திரத்தை விரும்புகிறார்கள். அவர்கள் வாழ்க்கையைத் தீர்மானித்துக் கொள்கிறார்கள்.

நம் கலாச்சாரம் அனைத்திலும் ஊன்றி நிற்பதால், சிறு வயது முதலே, அவர்களுக்குள் நிலைத்து நிற்கிறது. கூலித்தொழிலாளியாக இருந்தாலும், பிள்ளைகள் படிப்பதில் அவர்களின் அக்கறை அதிகமாக உள்ளது. பெற்றோர் எதையெல்லாம் சாதிக்க முடியவில்லையோ, அதையெல்லாம் பிள்ளைகளிடம் எதிர்பார்க்கிறார்கள். ஒவ்வொரு வீட்டிலும் கல்லூரிக்குச் செல்லாத பிள்ளைகள் இருக்க முடியாது என்கிற நிலை வந்துவிட்டது. ஆனாலும், காலத்தின் கட்டாயமறிந்து, பிள்ளைகளே தனக்குப் பிடித்த விருப்பமான கல்வியை தற்காலத்தில் தேர்ந்தெடுக்க ஆரம்பித்துவிட்டார்கள். பன்னிரண்டாம் வகுப்பு வரை பள்ளிக்கல்வி அனைவருக்கும் தேவைப்படுகிறது. அதன்பின் பிடித்த துறையைத் தேர்ந்தெடுப்பது நல்லதுதான். அப்பொழுதுதான் அவர்கள் அத்துறையில் பளிச்சிட முடியும். ஒவ்வொன்றிலும் ஒரு கலை மறைந்துள்ளது. உதாரணத்திற்கு, நாம் சாதாரணமாக வாசற்படியில் போடும் கோலம் பெரிய ஒரு கலையாக வெளிநாட்டினரிடையே பேசப்படுகிறது. மிகப்பெரிய அமெரிக்கக் கம்பெனி ஒன்றில் கோலம்போட ஒரு விழா நடத்தப்பட்டது. கோல அச்சு கொண்டுகூட பலர் கோலம் போட முயற்சித்தனர். தெரியாதவர்கள் 'நெட்'டிலிருந்து நகல் எடுத்துக்கொண்டுபோய் குறிப்பிட்ட இடத்தில் ஒட்டி வண்ணமிட்டு அலங்கரித்தனர். ஆக கற்பித்தல் என்பது, பிறருக்குப் புகட்ட நினைப்பதைச் சரியான விதத்தில் அவர்களிடம் எடுத்துச்செல்லுதலும் நல்ல ஒரு கலை.

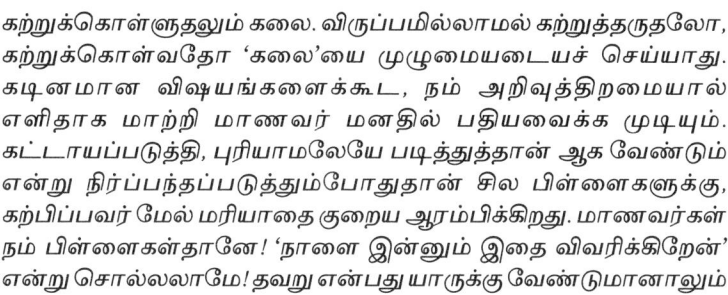

கற்றுக்கொள்ளுதலும் கலை. விருப்பமில்லாமல் கற்றுத்தருதலோ, கற்றுக்கொள்வதோ 'கலை'யை முழுமையடையச் செய்யாது. கடினமான விஷயங்களைக்கூட, நம் அறிவுத்திறமையால் எளிதாக மாற்றி மாணவர் மனதில் பதியவைக்க முடியும். கட்டாயப்படுத்தி, புரியாமலேயே படித்துத்தான் ஆக வேண்டும் என்று நிர்ப்பந்தப்படுத்தும்போதுதான் சில பிள்ளைகளுக்கு, கற்பிப்பவர் மேல் மரியாதை குறைய ஆரம்பிக்கிறது. மாணவர்கள் நம் பிள்ளைகள்தானே! 'நாளை இன்னும் இதை விவரிக்கிறேன்' என்று சொல்லலாமே! தவறு என்பது யாருக்கு வேண்டுமானாலும் நிகழும். அது நிகழ்வதற்கு முன் நாமே குறிப்பிட்டதை 'எளிய முறையில் விளக்க என்ன செய்யலாம் என்று யோசித்துச் செயல்படலாம்.

குறிப்பிட்ட பாடப்பகுதி பிடிக்காமல், அந்த நேரத்தில் தலைவலி, வயிற்றுவலி என்று சொல்லி வகுப்பிலிருந்து தப்பிச்சென்றாள் ஒரு பெண். சில நாட்கள் கழித்து அவளை வகுப்பின் பின்னால் படுத்துக்கொள்ளும்படி ஆசிரியர் கூறிவிட்டார். ஒருநாள் அனைவரும் குனிந்து எழுதிக்கொண்டிருந்தனர். படுத்துக்கொண்டிருந்த மாணவி, பேனாவிலிருந்து 'இங்க்' உதறி ஆசிரியர் மேலே தெறித்திருக்கிறார். ஆசிரியருக்கோ இது எப்படி நடந்தது என்று ஒரே ஆச்சரியம்! இதுபோல் வேறு சில நாட்கள் நடந்தன. குறிப்பிட்ட வகுப்பில்தான் நடந்திருக்கிறது என்று புரிந்துகொண்டார். அந்த மாணவி மற்றும் அவள் தோழிகளை அழைத்துச்சென்று தனியே விசாரித்தார். அந்தப்பெண் 'தான்' அப்படிச்செய்ததை ஒப்புக்கொண்டாள். குறிப்பிட்ட 'மொழி' அவளுக்கு மனதில் ஏறவில்லையாம். அதனால் அவள் 'ராங்க்' (Rank) கீழே போய்விட்டதாம். வீட்டிற்குப் போனால், அப்பா, அம்மா திட்டுகிறார்களாம். ஏன் 'மார்க்' குறைகிறது என்று கேட்பதால், அவளுக்குப் பதில் தரமுடியவில்லையாம், அந்தக் கோபத்தில் இப்படிச் செய்துவிட்டதாகக் கண்ணீர் மல்க சொன்னாள்.

இதில் நாம் முக்கியமாகப் பார்க்க வேண்டியது அப்பெண்ணின் மனநிலையைத்தான். அவள் குற்றம் எதுவுமில்லை. தெரியாத வயதில் என்ன செய்வதெனப் புரியாமல் இருந்திருக்கிறாள். மனம் விட்டு குழந்தைகள் சொல்வதை கேட்டுக்கொண்டால் அவர்களுக்கு ஆறுதலாக இருக்கும். அவர்களைச் சரிப்படுத்த யோசிக்க முடியும். பின்னால், அவர்கள் எதையுமே மறைக்காமல் பகிர்ந்துகொள்வார்கள். அதனால்தான் பெற்றோர், ஆசிரியர், பிள்ளைகள் உறவு என்பது அழகான முக்கோணம் என்று சொல்லலாம். பிறகு தனியாக அவளுக்குப் பயிற்சி அளித்ததில் நல்ல மதிப்பெண் எடுக்க ஆரம்பித்ததோடு, வெறுத்த மொழியை விருப்ப மொழியாக்கிக்கொண்டாள். கல்லூரிக்குச் சென்று விருப்பமான

துறையில் சாதித்துக்கொண்டிருக்கிறாள். அதனால்தான் இளம் வயதில்,வளரும்பருவத்தில் அவர்கள் மனம்திறந்து பிரச்னைகளைப் பகிர்ந்துகொள்ள வாய்ப்பளித்துவிட்டால், அவர்கள் மனம் லேசாகும். இல்லாவிடில், மனம் திறந்து பேச வாய்ப்பில்லாமல், அவர்களுக்கே புரியாமல், பிரச்னைகளிலிருந்து தப்புவதற்காகத் தவறுகள் செய்யலாம்.

இப்படியாக ஏற்படுவதுதான் தவறுகள். எந்தப் பிள்ளையும் வேண்டுமென்று தவறுகள் செய்வதில்லை. சில சமயங்களில் ஆசிரியர்கள் மாணவராகவே தன்னை நினைத்துப் பார்ப்பதுண்டு. அப்படியாகச், சில சமயங்களில் நடிக்கக்கூட நேருவதுண்டு.

ஒருமுறை பல்வேறு பள்ளிகளுக்கிடையே, கலை நிகழ்ச்சிகளுக்கான மிகப்பெரிய போட்டி அறிவித்திருந்தார்கள். ஒவ்வொரு பள்ளியும் ஒரு நாட்டியம், ஒரு நாடகம் என்ற விதத்தில் எங்கள் பள்ளி தகுதிச்சுற்று தாண்டி அரைச்சுற்றுவரை வந்து இறுதிக்கும் தகுதி பெற்றுவிட்டது. அன்றைய தினம், அனைவரும் வந்து எங்களுக்கு வெற்றிபெற வாழ்த்தியதோடு, வேண்டிய உதவிகளையெல்லாம் செய்தனர். மதியம் ஒரு மணிக்குக் கிளம்பி நாங்கள் நிகழ்ச்சி நடைபெறும் இடத்திற்குச் செல்ல வேண்டும். நிகழ்ச்சியில் பங்கு பெறும் பிள்ளைகளைச் சரிபார்த்துக்கொண்டிருந்தோம். உடைகள் தயாரா, ஒப்பனைப் பொருட்கள் வந்துவிட்டனவா என்று பார்க்கும்பொழுதுதான் தெரிந்தது, ஒரு முக்கியமான வேடம் ஏற்றபெண் வந்திருக்கவில்லை. ஒருநாள்கூட அவள் ‘ஒத்திகை’ தவறவிட்டதேயில்லை. ஏன் இன்று இப்படிச் செய்திருக்கிறாள் என்று அனைவருக்கும் அதிர்ச்சி. உடல்நலம் சரியில்லாவிட்டால்கூட தவறாமல் வந்துவிடுவாள், அப்படியானால் ஏதோ பெரிய விஷயம் நடந்திருக்க வேண்டும். உடன் மற்றொரு பெண்ணை அழைத்து, அதே பாத்திரத்தில் நடிக்கச்சொன்னோம். அன்று பார்த்து அவளுக்குக் குரல் ஒத்துழைக்கவில்லை. நாங்கள் எப்பொழுதுமே, நடிக்கும்பொழுது சில அதிகப்படியான மாணவர்களுக்கும் கற்றுத் தருவதுண்டு. எனவே மற்றொரு பெண்ணை நடிக்க வைத்துவிட்டோம். குரல் இல்லாமல் அவள் எப்படிப் பேசுவாள்? இருப்பினும் நடிக்க வேண்டிய பெண் ஏன் வரவில்லை என்று ஆள் அனுப்பி அவள் வீட்டில் சென்று பார்த்துவரச் சொன்னோம். அப்பெண்ணின் தாய் ‘நர்ஸ்’. தாய், தந்தை இருவரும் வேலைக்குச் சென்றபின், அந்தப் பெண் அம்மா சொன்னதை செய்வதற்காக அடுப்பில் சாம்பார் வைத்திருக்கிறாள். அடுப்பிலிருந்து இறக்கும்பொழுது அப்படியே கை முதல் வயிறு, கால் வரை கொட்டிக்கொண்டுவிட்டாள். திடீரென கத்தும் சப்தம் கேட்டு, பக்கத்திலிருந்தவர்கள் அவள் தாய்

சரஸ்வதி ஸ்ரீநிவாசன்

இருந்த ஆஸ்பத்திரிக்கே அழைத்துச் சென்றுள்ளனர். இதுதான் நடந்துள்ளது. எதிர்பாராத விபத்தை என்னவென்று சொல்வது?

அடுத்த பெண்ணை, அவள் பாத்திரத்தில் அலங்கரித்து, அவளை நடித்து 'வாயசை'த்தால் போதும், குரல் பின்னாலிருந்து தரப்படுவதாக தயார் செய்தோம். அந்த ஆங்கில நாடகம் (Hamlet) 'ஹாம்லெட்' என்பதாகும். அவள் பாத்திரம் அதில் வரும் (ghost) 'பேய்' தான். ஒரு வழியாக அவள் நடிக்க, நான் பின்புறம் நின்று குரல் கொடுக்க, பயங்கர சப்தம் ஹால் முழுவதும். அது 'பேய்' எனபதால் 'எக்கோ' (Echo) சப்தம் என பயங்கர அப்ளாஸ். பள்ளி பெயர் சொல்லாமல், முதல் பரிசு பெற்ற நாடகம் 'ஹாம்லெட்' என அறிவித்தார்கள். நாட்டியத்திலும் 'தேசபக்தி' சார்ந்ததாக அமைத்திருந்தோம். மிகப்பெரிய விருதுகளோடு பள்ளிக்குத் திரும்பியதும், அப்படி ஒரு வரவேற்பு. என்ன புண்ணியம் செய்தோம், இப்படியெல்லாம் ஒரு பெயர் கிடைக்க என்று எனக்குள் ஒரு பெருமை எட்டிப்பார்த்தது.

மொழியை விரும்பச்செய்தல்

“புத்தகங்கள்தான் நம் சிறந்த நண்பன்” என்று நாம் அனைவருமே அறிந்திருப்போம். புத்தக அறிவை ஆசிரியர் மூலம் பெறும் மாணவர்கள்தான் ஆசிரியர்களின் சிறந்த நண்பர்களாகவும், தோழிகளாகவும் முக்கியமான நேரங்களில் நம்மிடம் அக்கறை காட்டும் அன்புச்சகோதர சகோதரிகளாகவும் திகழ்கிறார்கள் என்பதற்குஎத்தனையோ சம்பவங்களைக்குறிப்பிடலாம்.கற்பிப்பவர் பாடம் கற்பித்தலோடு மட்டும் விட்டுவிடாமல், பிள்ளைகளிடம் மனம்திறந்து பாராட்டி, சிறிய சிறிய தவறுகளை திருத்தச்செய்யலாம். குறைகளையே சொல்லிக்கொண்டிருக்காமல், அவர்களின் நல்ல குணங்களைப்பற்றி அதிகம் பேசலாம். குறையைக்கூட நிறைவான வார்த்தைகளில் பேசுவது என்பதும் கலைதான். அதைத்தான் ஆங்கிலத்தில் ‘பாஸிடிவ் அப்ரோச்’ என்பார்கள். “இதை ஏன் இப்படிச் செய்தாய்?” என்பதற்குப் பதிலாக “இப்படிக்கூட இதைச் செய்திருக்கலாமே!” “பரவாயில்லை, இனி பார்த்துக்கொள்ளலாம்” என்றெல்லாம் சொல்லும்பொழுது கண்டிப்பாக மனம் ஆறுதல் அடையும். ஏனென்றால் முதல் மதிப்பெண் மட்டுமே ஒருவரை உயர்த்திவிட முடியாது. மதிப்பெண்ணிற்காகப் பிள்ளைகளைத் துன்புறுத்தத் தேவையில்லை. சுமாராகப் படித்தாலும், பல்வேறு திறமைகளைக்கொண்ட எத்தனையோ சிறுவர்களை நம்மால் கண்டுபிடிக்க முடியும். அவர்களிடம் ஒளிந்துகிடக்கும் ஞானத்தைக் கண்டுபிடித்தால் போதும்!

ஒரு சிறுவன் பார்ப்பதற்கு மிகவும் சாதுபோலவும், ஒன்றும் தெரியாத அப்பாவி போலவும் காணப்பட்டான். அகில இந்திய வானொலியில் ‘சிறுவர் பூங்கா’ நிகழ்ச்சிக்காக மாணவர்களைத்தயார் செய்துகொண்டிருந்தோம். மொழிபெயர்ப்பு நாடகம் ஒன்றிற்காக ஒரு அமைதியான பாத்திரம் தேவைப்பட்டது. சாதுப் பையனை அழைத்து ‘நடிக்க முடியுமா’ என்றோம். அவனும்

முயற்சிசெய்வதாகக் கூறி, அவன் பேச வேண்டியதெல்லாம் எழுதிக்கொண்டான். மறுநாள் வந்து நடித்துக் காட்டினான். உண்மையில் அவன் சாதுவாக இல்லை. வில்லன் போன்று நடிக்க ஆரம்பித்துவிட்டான். அவன் நடிப்பில் அசந்துபோய், அவனுக்கு முக்கியமான கதாபாத்திரத்தைத் தந்துவிட்டோம். அன்று முதல் நாங்களும் சிலவற்றைப் புரிந்துகொண்டோம். அமைதியாக, மற்றவர்களால் கண்டுகொள்ளப்படாத மாணவர்களை, அடையாளம் கண்டு அவர்களை அவர்கள் திறமைகளை வெளிக்கொண்டுவர நினைத்தேன். சிலர் நன்கு பேசி, படித்து தன் அறிவாற்றலைக் காட்டுவர். தங்கள் திறமை மூலம் பிரபலம் அடைந்துவிடுவர். ஆனால் பலர் வெளியே காட்டத் தெரியாமல் தன் திறமைகளை உள்ளடக்கியிருப்பர். அவர்களை யாரேனும் கண்டுபிடித்து அடையாளப்படுத்தினால், உற்சாகம் மேலிட, அவர்கள் நன்கு உழைத்துதான் பெருமையைத் தேடிக்கொள்வதோடு, கற்பிப்பவர்க்கும் பெருமை சேர்ப்பர். அதுபோல், கல்லூரி அளவில், 'பாண்ட்' *(Band)* மூலம், முதல் பரிசைப் பெற்று சிறந்த 'பாடகக்குரு'வாகத் திகழும் பிள்ளைகளால் பெருமைப்படுகிறோம்.

பள்ளி மட்டுமல்லாது, வெளியே பல்வேறு கலை நிகழ்ச்சிகளுக்குப் பிள்ளைகளைத் தயார் செய்யும்பொழுது, விதவிதமான அனுபவங்கள் நிறையவே கிடைத்துக்கொண்டிருக்கும். நாடகம், நாட்டியம், பாடல் மற்றும் மாறுவேடம் தரித்து நடித்துக் காட்டுதல் எனப் பல போட்டிகளுக்காக நிறைய மாணவர்களை பல்வேறு இடங்களுக்கு அழைத்துச்செல்லும்பொழுது அவர்களின் உண்மையான குணம் நமக்குத் தெரியவரும். வகுப்பறைகளில் அதிகபட்சமாக ஒருமணி நேரம் அவர்களுடன் இருப்போம். வெளியில் அழைத்துச்செல்லும்பொழுது, முழுநேரமும் அவர்களைக் கண்காணிக்க நேரிடும். அவர்கள் சாப்பிட்டார்களா, ஒருவருக்கொருவர் பகிர்ந்து சாப்பிடுகிறார்களா, சண்டை போடுகிறார்களா, விட்டுக்கொடுத்து சகஜமாகப் பழகுகிறார்களா என்றெல்லாம் நன்றாகவே புரிந்துகொள்ள முடியும். உண்மையில் இதுபோல், பிள்ளைகளுடன் சேர்ந்து பயணிப்பது ஒரு அற்புதமான அனுபவம். பொதுவாக, உல்லாச யாத்திரை, ஒருநாள் சுற்றுலா, பாட சம்பந்தப்பட்ட இடங்களைப் பார்வையிடச் சுற்றுலா என்றெல்லாம் நடப்பதுண்டு.

கலை நிகழ்ச்சிகளுக்காகவே, நிறைய இடங்களுக்கும், வானொலி நிலையம், தொலைக்காட்சி நிலையம் போன்ற இடங்களுக்கும் அடிக்கடி பயணித்ததுண்டு. பிள்ளைகளுக்கு ஒரு சந்தோஷமென்றால், பெற்றோருக்கும் அதில் அதிக பங்குண்டு. மறுநாள் பிள்ளைகள் ஒரு நிகழ்ச்சிக்குப் போகப்போகிறார்களென்றால், முதல் நாளே

என்னென்ன வாங்கித்தரலாம், எவ்வளவு பேருக்குத் தரலாம் என்றெல்லாம் யோசிக்க ஆரம்பிப்பார்கள். வகுப்பிலிருந்து தப்பி வெளியே போகிறோம் என்கிற சந்தோஷம், அத்துடன் நண்பர்களுடன் சேர்ந்து 'பிக்னிக்' போன்று மகிழப்போகிறோம் என்கிற குதூகலம் வேறு.

ஆறாம் வகுப்பு முதல் பன்னிரண்டாம் வகுப்பு வரை படிக்கும் மாணவர்கள் நான்கு குழுக்களாகப் பிரிக்கப்படுவார்கள். பள்ளியின் விருப்பத்தைப் பொறுத்து நான்கு பூக்களின் பெயர்கள், கற்களின் பெயர் அல்லது நிறங்களின் பெயர்கள் என அமைந்திருக்கும். ஒவ்வொரு பிரிவிற்கும் ஆசிரியர்களும் நியமிக்கப்படுவார்கள். கலை நிகழ்ச்சி சம்பந்தப்பட்ட போட்டிகள், விளையாட்டுப் போட்டிகள் போன்றவை இதன் அடிப்படையிலேயே நடைபெறும். வருடம் முழுவதும் நடைபெறும் போட்டி முடிவுகள் கணக்கெடுக்கப்பட்டு, இறுதியாக வெற்றிபெறும் அணி அறிவிக்கப்படும். அது முடிவதற்குள், அப்பாடா, பிள்ளைகளுக்குள் எத்தனை சர்ச்சைகள், ஆர்ப்பாட்டங்கள், போட்டிகள் என எண்ணிலடங்கா விவாதங்கள் நடைபெறுவதுண்டு. அது ஆசிரியைகள் வரை தொடரும். 'யார் முதலிடம்' என்பது இங்கேயே தொடங்கிவிடுகிறது. ஒரு தடவை நாடகப்போட்டிக்காக, தலைப்பு தேர்ந்தெடுப்பதில் சிக்கல் எழுந்தது. பள்ளித்தலைவர் முன்னிலையில் நான்கு அணியினரும் வரவழைக்கப்பட்டு குலுக்கல் முறையில் தலைப்பு வழங்கப்பட்டது. எங்களுக்குக் கிடைத்த தலைப்பு - "இயற்கை உணவும் ஆரோக்கியமும்" என்பதாகும். தயாரித்து வழங்குவதற்கு பத்துப்பதினைந்து நாட்கள் ஒதுக்குவார்கள். காலத்திற்கேற்ற தலைப்பு என்பதால், நிறைய ஆதாரங்களுடன் கருத்தையும், நகைச்சுவையுணர்வையும் புகுத்தினோம். ஒவ்வாத உணவைச் சாப்பிடுவதாலும், ஆரோக்கியமற்ற பொருட்களை உட்கொள்வதாலும் ஏற்படும் தீமைகளை நிறைய விளக்கிச் சொன்னோம். அப்பொழுது ஏற்படும் சில நோய்களின் பெயரைப் புதுமையாகச் சொன்னோம். அரங்கம் முழுவதும் சிரிப்பு!

உதாரணத்திற்கு, வெளிஉணவை அதிகம் உண்டதால் ஒருவனுக்கு 'பெப்ஸோ மேனியா' வந்ததாகச் சொன்னோம். அந்தப் பையன் அவ்வளவு அழகாக நடித்துக் காட்டினான். இறுதியில் அவனை அவ்வியாதி வெகுநாட்கள் படுக்கையில் போட்டதாக காட்டியிருந்தோம். அந்த ஆஸ்பத்திரி பெயர்கூட 'வாடா, போடா' என்று குறிப்பிட்டிருந்தோம். ஆஸ்பத்திரிக் காட்சியின் வாசலிலேயே அத்தகைய பெயரைப் பார்த்து சிரிக்காதவர்கள் இல்லை. எந்தவித வியாதியாக இருந்தாலும், 'இங்கு வாடா', நன்கு குணமாகி இங்கிருந்து 'போடா' என்னும் அர்த்தமும் நாடகத்திலேயே விளக்கப்பட்டது. வந்த நடுவர்களும்

மிகவும் பாராட்ட, நாடகம் முதற்பரிசைத் தட்டிச்சென்றது. இதுபோன்ற நிகழ்வுகள் என்றும் மனதை விட்டு நீங்காமல், மலரும் நினைவுகளாகவே இன்றும் மனதில் நிற்கிறது.

இதுபோன்று மாணவர்களுடன் சேர்ந்து பழகும்போது நம்மையறியாமலேயே வயதை மறந்து, அவர்கள் வயதையொத்தவர்களாக மாறிவிடுவோம். அன்பைக்காட்டி நம்மை திக்குமுக்காடச் செய்துவிடுவார்கள். பள்ளியிலிருந்து, நிகழ்ச்சி நடத்தும் இடம் சென்றடையும் வரை பஸ்சில் ஒவ்வொருத்தராக, சாப்பாட்டுப் பொருட்களை பங்கிட ஆரம்பித்துவிடுவார்கள். அந்தச் சமயம் அவர்கள் ஏதோ பெற்றோர்கள் போலவும், ஆசிரியைகள் அவர்கள் குழந்தைகள் போலவும் காட்டும் அக்கறை ரொம்பவும் அற்புதமானது. பிள்ளைகள் சாப்பிடும் பொருட்கள் அனைத்தையும் நம் வாயில் திணிக்காத குறைதான். அவர்களின் வெகுளித்தனமான அன்பிற்கு முன்னால், நாம் அவசியம் இறங்கித்தான் போக வேண்டும். உறவுகளிடம் என்னதான் மனம் விட்டுப் பேசினாலும், ஏதாவது பிரச்னைகள்தான் தலை தூக்கும். ஆனால் மாணவர்கள் நமக்கு ‘அரண்’ போன்று திகழ்வர்.

பயங்கர குடிநீர் பஞ்சம் தலைதூக்கியிருந்த சமயம். இதுபோன்ற ஒரு நாடக நிகழ்ச்சியில், நாங்கள் மையமாகக் கொண்ட பொருள் ‘கூவம் குடிநீர்’ என்பதாகும். அந்தப் பெயரில் எவ்வளவு நகைச்சுவை புகுத்த முடியுமோ, அவ்வளவையும் புகுத்தி நடித்தனர். கூவம்நீர் பாட்டில்களை, இரும்பு ‘பீரோ’வில் பூட்டி வைத்திருப்பவர்களையெல்லாம், தேடித்தேடி பிடித்தனர். ‘உயர்நீதி மன்றம்’ போன்று மேடை அமைத்தோம். மாணவர்கள் வக்கீல், நீதிபதி போன்ற வேடங்களில் கலக்கினார்கள். சிறப்பு விருந்தினரும், தனியான பாராட்டுக்களைப் பொழிந்தார். முக்கியமான விஷயம் என்னவென்றால், தமிழில் அழகாக நடித்தவர்கள், வேற்று மொழிக்காரர்கள் என்பது குறிப்பிடத்தக்கது.

ஏதோ பாடம் கற்பித்தோம் - முடிந்தது என்றில்லாமல், மாணவர்களோடு ஒன்றிணைந்து பல்வேறு துறைகளிலும் சேர்ந்து பயணிப்பது என்பது, நாம் நிறைய கற்றுக்கொள்ள உதவுகிறது. நம் எண்ணத்திற்குத் தோன்றாத பல புதிய விஷயங்கள், மாணவர்களிடமிருந்து நமக்குக் கிடைக்கலாம். நாம் சிறுபிள்ளைகளாக இருந்து கற்றுக்கொண்டதைவிட, இன்றைய பிள்ளைகள் மிக அதிகமாகக் கற்கிறார்கள். நாளைய உலகம் எப்படியிருக்கும் என்பது நம் பிள்ளைகளின் பிள்ளைகள் கையில்தான் உள்ளது. இருப்பினும், இளைஞர் இளைஞிகளுடன் அதிகமாகப் பொழுது செலவழித்து, என்றும் மனத்தளவில் இளமையாக இருப்பதில் ஆசிரியர்களுக்கு முதலிடம் என்றுதான் சொல்ல வேண்டும்.

வகுப்பில் பின்தங்கியவர்கள், வெளிக்குத் தெரியாத திறமைசாலிகள், இவர்களை ஊக்கப்படுத்தவே நம் முதல் கடமையாகக்கொள்ளலாம். அத்துடன், தமிழ் தெரியாத வேற்று மொழிக்காரர்களுக்கு நம் தமிழைப் புரியவைப்பதோடு அவர்களை நடிக்க வைத்தல் என்பது நல்ல ஒரு சாதனை எனச் சொல்லலாம். குழந்தைகள் பிறந்தது முதல் அதன் பரிமாண வளர்ச்சி என்பது எப்படி ஒரு அழகான - அலுக்காத சந்தோஷத்தைத் தருமோ, அதுபோல் ஒரு மாணவன் மாணவியின் சிறிய சிறிய முன்னேற்றங்களும் ஆசிரியை, ஆசிரியர்களுக்குச் சந்தோஷத்தைத் தரவல்லது.

மாணவர்களுடன் சேர்ந்து பயணிக்கும்பொழுது மற்றொரு சுவாரஸ்யமான விஷயம் உண்டு. புதிய உணவுப்பொருட்கள் சந்தைக்கு வரும்பொழுது, விளம்பரங்களைத் தொலைக்கட்சிகளில் நாம் பார்ப்பதுண்டு. பொருட்களை நேரே பார்க்கவேண்டுமானால் அது நம் பிள்ளைகள் கையில்தான். எப்படிப்பட்ட விலையுயர்ந்த ‘சாக்லேட்’, ‘பிஸ்கட்’ ஆக இருப்பினும் முதலில் பிள்ளைகள் அதை வாங்கி வந்துவிடுவார்கள். பெயர்கூடத் தெரியாத நாம், பிள்ளைகளிடமிருந்து புதியனவற்றையெல்லாம் கற்றுக்கொள்கிறோம். இவற்றையெல்லாம் வெறும் எழுத்திலோ, பேச்சிலோ சொல்லிவிட முடியாது. பிள்ளைகளோடு உறவாடி பயணித்தால்தான் முடியும். ஏனெனில் அது ஒரு சுகமான அனுபவம் நம் ‘கற்பித்தல்’ என்னும் கலையில்!

சந்தர்ப்பச் சூழல்கள்

பிள்ளைகளுக்குப்புத்தகத்தில்இருப்பதுமட்டுமல்லாது,புத்தகத்தில் இல்லாத, வாழ்க்கைக்கல்விக்குத் தேவையானவற்றை அறிய வைப்பதும், மனதில் பதிய வைப்பதும் ஒரு முக்கியமான அம்சமாக அமைகிறது. ''ஐந்தில் வளையாதது ஐம்பதில் வளையாது'' என்பது நாம் அறிந்ததே. வாழ்க்கைக் கல்வி என்பது அவர்கள் நடைமுறை வாழ்க்கைக்குத் தேவையான நல்ல குணங்களை, நல்ல செயல்களை கதைகள் மூலமும், தேசத்தலைவர்களின் வாழ்க்கைக் கட்டுரைகள் மூலமும் எடுத்துரைத்தலேயாகும். இதை ஒருமுறை கற்பிப்பதோடு நின்றுவிடாமல், நீதி தரும் விஷயங்களை எடுத்து விளக்கிக்கொண்டேயிருந்தால், பிற்காலத்தில் அவர்கள் நாட்டின் நல்ல குடிமகனாக வளருவதற்கு வழிவகுக்கும். ஒரு சில விஷயங்களை அதன் பொருள் விளங்காமலே பிள்ளைகள் செய்வதுண்டு. ஒரு பையன், ஏதாவது புதிய பேனாவோ, புதுவிதமான பென்சில் டப்பாவோ பிறரிடம் பார்த்தால் அதை தன்னுடையதாக்க முயற்சி செய்வான். அவன் வேண்டுமென்று அப்படியொரு செயலைச் செய்வதில்லை. பிறர் பொருளை எடுக்க நினைப்பது தவறு என்பதுகூட அவனுக்குப் புரிவதில்லை. அதன் அர்த்தமும் அவனுக்குத் தெரியாது. ஏதோ ஒரு சூழல், மனதில் ஏற்படும் ஒரு ஆர்வக்கோளாறு அவனை செய்யத் தூண்டுகிறது. அது 'ஏன்' என்பதை அலசினால், அவனை மாற்றமுடியும்.

மிகவும் ஏழ்மையில் காணப்பட்ட ஒரு சிறுவன், இதுபோன்ற ஒரு பழக்கத்தில் இருந்திருக்கிறான். வகுப்பில் யாருடைய எந்தப் பொருள் காணாவிட்டாலும், அனைத்துப் பிள்ளைகளும் ஒன்றுசேர்ந்து அவன் பெயரைக் கூறிவிடுவார்கள். அவன் எடுக்கவேயில்லை என்றுதான் சண்டையிடுவான். அவன் பெற்றோரை அழைத்து விசாரித்ததில் சில விஷயங்கள் புரியவந்தன. அப்பா இஸ்திரி செய்யும் தொழில் செய்கிறார். அம்மா வீட்டுவேலை செய்பவர்.

அவர்கள் இருப்பிடமும் ஒதுக்குப்புறமான பகுதியில் இருந்தது. அவன் விளையாடச்செல்லும் இடங்களிலெல்லாம், வசதியான குடும்பத்தைச்சேர்ந்த பிள்ளைகளைப் பார்த்திருக்கிறான். அவர்கள் பயன்படுத்தும் விலையுயர்ந்த பொருட்களைக் கண்டிருக்கிறான். தானும் அதுபோன்ற பொருட்களை உபயோகிக்க நினைத்ததன் பலன், மற்றவர் பொருட்களை எடுக்க முயற்சித்துள்ளான்.

இது தெரிந்தால், பெற்றோர்கள் கண்டிப்பார்கள் எனப் பயந்து, பரிசாகக் கிடைத்ததாக ஒவ்வொன்றையும் காட்டியிருக்கிறான். அவன் பெற்றோரும் மகிழ்ச்சியடைந்துள்ளனர். நேரில் பேசிய பிறகுதான் எங்களுக்கு அத்தனை விஷயங்களும் புரியவந்தன. ஒருவழியாக, அவன் பிறர்பொருளை எடுக்க நினைக்கும் விஷயத்தைக்கூறி புரியவைத்தோம். மிகவும் வருத்தப்பட்ட பெற்றோருக்கு ஆறுதல் சொல்லி அனுப்பி வைத்தோம். மறுநாள் அவனை அழைத்து, ஆலோசனைகள் வழங்கி, ஏதேனும் தேவைப்பட்டால் ஆசிரியர்களை அணுகச் சொன்னோம்.

அவன் வகுப்பில் இல்லாத சமயம் மற்ற மாணவர்களிடமும், ''யாரையும் பழிக்கக்கூடாது, கண்ணால் பார்க்காமல் பேசக்கூடாது, அந்தப் பையனையும் நண்பனாக ஏற்றுக்கொண்டு, பரிசுப்பொருட்களை பகிர்ந்துகொள்ளலாம்'' என்றெல்லாம் அறிவுரை வழங்கினோம். இத்தகைய சம்பவத்தில் மாணவனின் தவறு இருக்கவில்லை. அவன் முதிர்ச்சியடையா மனநிலையும், ஏழ்மையும், மற்ற மாணவர்களிடமிருந்து தனிமைப்படுத்தப்பட்டதும் காரணமாக இருந்தன. அன்று முதல் அவனை அதிகம் ஊக்கப்படுத்தியதில், மற்றவர்களுடன் சமமாக நடந்துகொள்ள ஆரம்பித்தான். பெற்றோரிடம் அவன் ஆசைப்பட்டதைக் கேட்க முடியாமலும், அதே சமயம் குடும்பநிலையை ஆசிரியர்களிடம் மனம் திறந்து சொல்லமுடியாமலும், ஆடம்பரமாகத் தன்னையும் காட்டிக்கொள்ள நினைத்தும் அப்படிப்பட்ட செயல்களை சிறுபிள்ளைத்தனமாகச் செய்திருக்கிறான். எப்பொழுது அவன் புரிந்துகொண்டானோ, அவன் திருந்திவிட்டான். பிள்ளைகள் நிலை 'இருதலைக்கொள்ளியாக இல்லாமல், அவர்கள் நிலையையும் நாம் புரிந்துகொள்ள வேண்டும். இருபக்கமும் கண்டிப்பு அதிகமானால், அவன் உண்மையை மறைக்க ஆரம்பித்து விடுகிறான். அதனால்தான் சிறுசிறு தவறுகள் கண்டுகொள்ளாமல் விடும்பொழுது, பிற்காலத்தில் பெரிய தவறுகளாக மாறிவிட சந்தர்ப்பங்கள் ஏற்பட்டுவிடுகின்றன.

அனைவருமே சிறுவயதில் தெரிந்தோ தெரியாமலோ, அறிந்தோ, அறியாமலோ தவறுகள் செய்திருப்போம். இதை நினைத்துப்பார்த்து, பிள்ளைகள் நிலைமையையும் உணர்ந்து, ரொம்பவும் திட்டாமல், தீர்வு சொல்வது முக்கியம். இதுபோல், ஒரு

✒ சரஸ்வதி ஸ்ரீநிவாஸன்

சிறுவன் அதிகம் பொய் பேசி, அதனால் வந்த பிரச்னைகளையும் நடைமுறையில் கண்டோம். அப்பா, அம்மா மிகவும் கண்டிப்பு.

கணிதத்தில் மிகக்குறைந்த மதிப்பெண் வாங்கியிருக்கிறான். தெரிந்தால், வீட்டில் திட்டுவார்கள் என்ற பயத்தில், தனக்கு மட்டும் இன்னும் விடைத்தாள் வரவில்லையென்றும், அது எங்கோ காணாமற்போனதாகவும் சொல்லியிருக்கிறான். உண்மையில், மிகக்குறைந்த மதிப்பெண் பெற்ற பிள்ளைகளின் விடைத்தாளை ஆசிரியர்கள் வைத்துக்கொண்டு, பின் நேரிடையாகப் பெற்றோரை அழைத்துப்பேசித் தருவார்கள். ஆனால் குறிப்பிட்ட மாணவனிடம் தந்துவிட்டு, பின்னர் பெற்றுக்கொள்வார்கள். அத்தகைய விதத்தில், பெற்றோர்-ஆசிரியர் கூட்டத்திற்கு அவன் பெற்றோரும் அழைக்கப்பட்டனர். தலைமை ஆசிரியை பெற்றோரிடம் விடைத்தாளைத் தந்து, அவன் மேலும் கடுமையாக உழைக்க வேண்டும் என்று கூறினார். பெற்றோரோ, 'விடைத்தாள் கிடைத்துவிட்டதா' என்று கேட்க, மாணவன் 'திருதிரு'வென முழித்துக்கொண்டிருக்க, பொய்க்கதை அம்பலமானது. வெட்கத்தால் கூனிக்குறுக, அவன் கை-கால்கள் உதற ஆரம்பித்தன. பாவம் என்ன செய்வான் அச்சிறுவன்? குறிப்பிட்ட வயதில் மற்றவர் எதிரே, தான் அவமானப்படுவதை அவனால் சகித்துக்கொள்ள முடியவில்லை. பின் என்னவெல்லாமோ நடந்துவிட்டன. நல்ல பிள்ளை, வீட்டில் உள்ள கண்டிப்பு அவனைப் பயத்தில் தள்ளி, ஒரு சிறிய பொய் சொல்ல வைத்தது. பொய்யை மறைக்க முடியாததால் அவனுக்கே அவமானம் ஏற்பட்டது. எனவே, மதிப்பெண்ணிற்காக கோபப்படாமல், முன்கூட்டியே 'இதுபற்றியெல்லாம் கவலைப்பட வேண்டாம்,' ஒரு தடவை குறைந்தால் போகட்டும், மறுமுறை நன்கு படிக்கலாம் என்ற ஆறுதல் வார்த்தைகள் கிடைத்திருந்தால், அவன் பொய் பேசியிருக்க மாட்டான்.

மிக மோசமான கண்டிப்புக்கூட, ஒருவிதமான பயத்தை ஏற்படுத்தி தவறு செய்யத் தூண்டலாம். இதற்குக் காரணம், நாம் எதையும் ஒப்பிட்டுப் பார்ப்பதேயாகும். பிறரோடு நம் அன்புச்செல்வங்களை ஒப்பிடாமல், சுயமாக சுதந்திரமாக அவனை இயங்க விட்டால் போதும். சமூகத்தில் எப்படியிருந்தால் நமக்கு மதிப்பு என்பதை எடுத்துச்சொல்லி, 'இதையெல்லாம் செய்தால் நீ முன்னேறுவாய்,' 'பிடித்த விஷயங்களில் சாதிக்கத் துடி' போன்ற கருத்துக்களை மனதில் பதியவைத்தாலே போதும். பத்து மதிப்பெண்ணிற்காக நிர்ப்பந்திப்பதைவிட, பல்வேறு விஷயங்களில் அவன் சாதிக்க விரும்புவதை உற்சாகப்படுத்திக் கொண்டேயிருக்கலாம். எத்தனையோ தலைவர்கள், ஆன்றோர்கள் இளம் வயதில் சாதிக்க முடியாதவற்றைக் குறிப்பிட்ட பருவத்தில் சாதித்திருக்கிறார்கள். சாதிக்க வயது ஒரு தடையே கிடையாது.

39

கற்பித்தல் என்னும் கலை

முன்னேறிய நாடுகளில் ஒரு பார்வை செலுத்தினால், நமக்குப் பல விஷயங்கள் புரியவரும். எப்படிப்பட்ட திறமைக்கும் வேலையுண்டு, சம்பளமுண்டு. எந்த வேலையும் கௌரவம் குறையாததுதான். அப்படியிருக்கையில், சில மதிப்பெண்களுக்காக, பிள்ளைகள் ஏன் பயப்பட வேண்டும்? உதாரணத்திற்குச் சொல்ல வேண்டுமானால், நாம் வெளியூர் செல்லும் நேரங்களில் நம் செல்லப்பிராணிகளைப் பார்த்துக்கொள்வதுகூட ஒரு வேலையாகக் கருதப்படுகிறது. அதற்கான சம்பளமும் நிர்ணயிக்கப்படுகிறது. தினசரி நாம் செய்யும் வேலைகளுக்குத்தான் அதிகப்படியான சம்பளம். வேலைக்கு ஆட்கள் வைத்துக்கொள்வது என்பது மிகவும் சிரமமான காரியம்.

இப்படியிருக்கையில், ஒருசில மதிப்பெண்களுக்காகப் பிள்ளைகள் துன்பப்பட வேண்டாம். ஒப்பிட்டுத் தங்களைத் துன்பப்படுத்திக் கொள்ளவும் வேண்டாம். அதனால், இப்பொழுதெல்லாம் மதிப்பெண் அட்டைகளில் பெரும்பாலும் 'கிரேடு' (Grade) என்று சொல்லக்கூடிய மதிப்பீடுதான் குறிப்பிடப்படுகிறது. பெற்றோராகட்டும், கற்பிப்பவர் ஆகட்டும் நிறைய பொறுமையை கடைபிடிக்க வேண்டும். சிந்தித்து அணுகுமுறைகளை மேற்கொள்ள வேண்டியுள்ளது. எந்தக் காரணத்தாலும், நம் சொற்களில் மிகவும் கவனத்துடன் பயன்படுத்த வேண்டும்.

ஒரு பையன், பள்ளியில் விட்ட சில நிமிடங்களில் திரும்பி வந்துவிடுவான். அந்த ஊரில், அவன் வீட்டினருகே இருந்த பள்ளி என்று கொள்ளலாம். சிரமப்பட்டு அவனுக்கு அனைத்து வசதிகளையும் செய்து தந்து, பிஸ்கட், பழம் போன்ற தின்பண்டங்கள் முதல் மாலை வீட்டிற்குத் திரும்பும் வரை சாப்பிடத் தேவையான அனைத்துப் பொருட்களையும் வகை வகையாகப் பிரித்து புத்தகங்கள் ஒரு பக்கம் போக, மற்றொருபையில் வைத்து, அழகுற அலங்கரித்து பள்ளிக்கு அனுப்பி வைத்தனர். அவனோ, அத்தனையும் சுமந்துகொண்டு பத்து நிமிடங்களில் வீட்டிற்குத் திரும்பிவிடுவான். இது பல நாட்களுக்கு நடந்தது. தந்தை வகுப்பாசிரியரிடம் சென்று வெளியில் அனுப்பாமல் வைத்துக்கொள்ளும்படி கேட்டுக்கொண்டார். வகுப்பாசிரியரும், 'கேட்' வெளியே நிற்கும் காவலாளியிடம் இதுபற்றி எச்சரித்து வைத்திருந்தார். ஓரிரண்டு நாட்கள் சிரமத்துடன் ஓடின. பின் திடீரென ஒருநாள் 'பாத்ரூம்' செல்வதாகக் கூறி, பின்பக்கச் சுவரில் ஏறி குதித்து வீட்டிற்கு ஓடிவிட்டான். செய்வதறியாது பெற்றோர் தலைமையாசிரியரிடம் கலந்து பேசினர். தலைமையாசிரியர் அவனை வேறு பள்ளியில் சேர்க்கும்படி கூறினார். வேறு பள்ளிக்கு போகப்போகிறோம் என்று தெரிந்தவுடன் அவனுக்கு அத்தனை உற்சாகம். காரணம், அவனுக்கு முன்பிருந்த இடத்தின் சூழல் பிடிக்காமல் இருந்திருக்கிறது. நண்பர்கள் அமையாமல்

தனித்துவிடப்பட்டிருக்கிறான். தனக்கென அக்கறை செலுத்த யாருமில்லையென்று நினைத்திருக்கிறான். எத்தனையோ பாசத்துடன், வேண்டியதெல்லாம் பெற்றோர் செய்து தந்தும், அவன் மனம் அதில் லயிக்காததால், அத்தகைய சூழலிலிருந்து தப்பிக்க நினைத்து திரும்பி வந்திருக்கிறான். சிறிது தூரத்தில் வேறு பள்ளியிருந்தாலும், அவன் போக விரும்ப ஆரம்பித்தான். தானே சைக்கிளில் செல்ல ஆயத்தமானான்.

நமக்கென்று சில ஆசைகள், விருப்பங்கள் இருந்தாலும், பிள்ளைகள் மனம் எதை நாடுகிறது, ஏன் என்பதை யோசித்து செயல்படுத்தும்போது அது முழுவதும் பூர்த்தியாகிறது. இச்சிறுவனின் செயல் ஆரம்பத்திலேயே, புரிந்துவிட்டதால் சுலபமாகச் சரி செய்ய முடிந்தது. இதுபோன்று பலப்பல நிகழ்வுகள் தினம் தினம் கற்பிப்பவர் வாழ்க்கையில் நிகழ்வதுண்டு. ஒவ்வொரு மாணவரையும் போக்கறிந்து நடைமுறைப்படுத்துவதில் பெற்றோருக்கு சரியான பங்கு வகிக்கிறார்கள். அவற்றையெல்லாம் வழிப்படுத்துவது என்பதும் அற்புதமான 'கலை.'

கற்பித்தல் என்னும் கலை

அன்பான கண்டிப்பு

'**மா**ணவர்கள்' அல்லது 'பிள்ளைகளிடம்' நட்பாகப் பழகுவது நமக்கு பலவிதத்திலும் சந்தோஷத்தை ஏற்படுத்தித் தருவதுடன், நம் கவலைகளையும் மறக்க முடியும். குடும்பத்தில் பலர் ஒன்றுகூடும்பொழுது பலவிதமான கருத்துக்களைப் பரிமாறிக்கொள்வோம். அப்பொழுது வாக்குவாதங்கள் எழலாம். ஒருவருக்கொருவர் மனஸ்தாபம்கூட வரலாம். ஆனால் நம் பிள்ளைகளிடம், நம்மிடம் கற்கும் மாணவச் செல்வங்களுடன் பழகும்போதும், பேசும்போதும் இருவருக்குமான இடைவெளி குறைந்து நட்பு மேலிடுகிறது. இன்னும் சொல்லப்போனால், அவர்களிடமிருந்து நாம் சிலவற்றை கற்றுக்கொள்ளக்கூட முடியும். உதாரணமாக, நாம் விளையாட்டுத்துறையில் அதிகம் அக்கறை காட்டாதவர்களாக இருக்கலாம். பிள்ளைகள் அதுபற்றி நிறையவே தெரிந்துவைத்திருப்பார்கள். சிலர் நிறைய கதைப்புத்தகங்கள் படிப்பதைப் பழக்கமாகக் கொண்டிருப்பார்கள். அவர்களுக்கு நிறைய தெரிந்திருக்கும். அவர்களுடன் உரையாடும்பொழுது, அவர்கள் திறமை நமக்கு நன்றாகவே தெரியவரும். அதன்மூலம் அவர்களின் விருப்பப்படிப்பை நம்மால் அறிய முடியும். அவர்கள் மனதில் எழும் சில அச்சங்கள் பெற்றோர்களிடம் சொன்னால் கவலைப்படுவார்கள் அல்லது பயப்படுவார்கள் என்று நினைக்கலாம். கற்பிப்பவர் அவர்களை ஊக்குவித்துப் பேசும்பொழுது, மாணவர்களும், தான் எதிர்கொள்ளும் பிரச்னைகளை மனம்விட்டுப்பேசி நம்மிடம் பகிர்ந்துகொள்வார்கள். நாமும் அவ்விஷயத்தில் உதவலாம்.

இப்படிப் பழகி, பல மாணவர்களின் திறமையையும், அவர்கள் எதை விரும்புகிறார்கள் என்பதுபற்றியும் நிறைய தெரிந்து வைத்திருந்தோம். அப்பொழுதுதான் மிகப்பெரிய அளவிலான, பள்ளிகளுக்கிடையே நடத்தப்படும் எழுச்சி மிகுந்த போட்டி

அறிவிப்பு வந்தது. திறமைசாலிகளான பிள்ளைகளை ஒன்றுகூட்டி, கலந்து பேசினோம். கிட்டத்தட்ட இருபது விதமான நிகழ்ச்சிகள். நாட்டியம், நாடகம் போன்றவை மட்டுமல்லாமல், வினாடி - வினா, சங்கீதக்கலை, நகைச்சுவை நிறைந்த அம்சங்கள் மற்றும் பட்டிமன்றம் உட்பட பலபல நிகழ்ச்சிகள், அதிலும் பிரபலமான தொலைக்காட்சியில் என்றால் கேட்கவா வேண்டும்? பிள்ளைகள் எனக்கு உற்சாகம் கொடுத்த பின் மேலிடத்திலிருந்து அனுமதியும் பெற்றுவிட்டோம். கிட்டத்தட்ட நாற்பது நாட்கள் நாங்கள் குடும்பமாகவே செயல்பட்டோம். அத்தகைய காலகட்டம் என் வாழ்க்கையில் மறக்க முடியாத சில நாட்கள் என்றுதான் சொல்ல வேண்டும். பள்ளி முடிந்து இரண்டு மணி நேரம் தினமும் ஒத்திகை. கட்டடத்தின் ஒவ்வொரு பகுதியிலும் ஒவ்வொரு விதமான நிகழ்ச்சிக்குப் பயிற்சி அளிக்கப்பட்டது. ‘ஓடி ஓடி உழைப்பது’ என்பார்களே! அதைத்தான் செய்துகொண்டிருந்தோம். உதவி செய்ய இரண்டு, மூன்று ஆசிரியர்கள் தானாகவே முன்வந்தார்கள். ஒவ்வொரு நிகழ்ச்சிக்கும் ஒரு மாணவத்தலைவி அல்லது தலைவனை நியமித்தோம். அவர்கள் நன்கு பயிற்சி அளித்துக்கொண்டிருந்தார்கள். நாங்கள் ஒவ்வொன்றையும், அலசி ஆராய்ந்து குறைகளைப் போக்கி, சரிப்படுத்த உதவினோம்.

இதில் ஆசிரியர்கள்-மாணவர்கள் மட்டுமல்லாது அவர்களின் பெற்றோரும் நிறைய உழைத்தார்கள். நிகழ்ச்சிக்குத் தேவையான உதவிகளைச் செய்ய முன்வந்தார்கள். ஒருசில வேலைக்குப் போகாத பெற்றோர்கள் தினமும் பயிற்சி நேரத்தில் வந்து, எங்களுக்கு உதவினார்கள். ஒவ்வொரு நிகழ்ச்சிக் குழுவிற்கும் தேவையான ஆடை, அணிகலன்கள், அலங்காரப் பொருட்கள் என அத்தனையும் சேர்ப்பதில் மிகவும் அக்கறை காட்டினார்கள். எங்களுக்குள் நிறைய நெருக்கம் ஏற்பட்டது. ‘ஆடிஷன்’ என்னும் முதல் ஒத்திகை பள்ளியில் நடந்தது. நிலையத்தார் நேரில் வந்து அனைத்தையும் படம் பிடித்தனர். அனைத்தும் நன்றாக இருப்பதாகக் கூறி, ஒருசில குறிப்புகள் தந்தனர். இரவு எட்டு மணி ஆகியும், பிள்ளைகள் சோர்ந்துவிடவில்லை. அவர்களின் பெற்றோர் ஒத்துழைப்பும், கை கொடுத்தது. ஒருவழியாக அனைத்தும் தயாரானது. போட்டி நடைபெறும் நாள் வந்தது. காலை ஏழு மணி முதல் இரவு பதினோரு மணி வரை படப்பிடிப்பு நடந்தது. கிட்டத்தட்ட ஒருவாரம் எங்களுக்கு உறக்கம் கிடையாது. உதவி ஆசிரியர்கள், பெற்றோர் இவர்களுடன் மாணவர்கள் சேர்த்து நாற்பதுக்கும் மேற்பட்டோர் இறுதிப் போட்டிக்கு ‘இன்பச் சுற்றுலா’ போன்று புறப்பட்டோம். வழி நெடுகிலும் பிள்ளைகள் விதவிதமான தின்பண்டங்களை பரிமாறிக்கொண்டனர். பாட்டும், கூத்துமாக நேரம்போவதே தெரியாமல் நாள் சென்றது. ஒரு

கற்பித்தல் என்னும் கலை

நிகழ்ச்சி படப்பிடிப்பில் இருக்கும்பொழுது, அடுத்த நிகழ்ச்சிக்கு மாணவர்களைத் தயார் செய்து நிறுத்த வேண்டும். அதிலும் படப்பிடிப்பு நடைபெறும்பொழுது, சப்தமில்லாமல் அமைதி காக்க வேண்டும். அதுதான் பிள்ளைகளிடம் சிரமமான காரியம். எதிரணியுடன் அவர்கள் வாக்குவாதம் செய்யாதவாறு பார்த்துக்கொள்ளுதலும் அவசியம். சாப்பாடு அனைத்தும் நிலையத்தாரே ஏற்பாடு செய்திருந்தனர். ஒரு வழியாக முதல் நாள் நிகழ்ச்சிகள் முடிந்தன. இருவரும் சமநிலை என்று முடிவாயிற்று. மிகவும் லேட்டானதால் பெற்றோர்கள் கவலையுடன், தொலைபேசியில் கேட்க ஆரம்பித்தனர். ஒவ்வொருவரையும் அவர்கள் பெற்றோரிடம் ஒப்படைத்து, நாங்கள் வீடு திரும்ப இரவு பன்னிரண்டு மணியாயிற்று. அப்படியொரு தூக்கநிலையிலும், மாணவர்கள் மறுநாள் தாங்கள்தான் ஜெயிக்க வேண்டும் என்று ஒருவருக்கொருவர் சபதம் பூண்டனர்.

மறுநாளும் காலை அனைவரும் புறப்பட்டோம். முதல்நாள் இருந்த உற்சாகம் சிறிது குறைவாக மாணவர்களிடம் காணப்பட்டது. கடினமான உழைப்பு, போதிய தூக்கமின்மைக் காரணமாக இருந்திருக்கலாம். இருப்பினும் நிகழ்ச்சிகளில் முழுத் திறனையும் வெளிப்படுத்தினர். மதியம் சாப்பாட்டு நேரம். திடீரென்று மூன்று மாணவர்களைக் காணவில்லை. 'எங்கே' என்று கேட்டால், அனைவரும் மௌனம். எங்களுக்கு இரத்தமே உறைந்துவிட்டது. எங்கேசென்று பார்ப்பது, யாரிடம் கேட்பது ஒன்றும் புரியவில்லை. அதே வகுப்பைச் சேர்ந்த அம்மாணவர்களின் நண்பர்களை தனியே அழைத்துச்சென்று 'உண்மையைச் சொல்லுங்கள்' என்று கேட்டோம். மெல்ல மெல்ல அவர்கள் உண்மையைக் கூற ஆரம்பித்தார்கள். இங்கேயுள்ள சாப்பாடு அவர்களுக்குப் பிடிக்கவில்லையாம். பத்து நிமிடங்களில் வெளியில் சென்று சாப்பிட்டு திரும்பி வந்துவிடுவதாகக் கூறியிருக்கிறார்கள். உணவு நேரம் என்பதால், நாங்கள் கண்டுபிடிக்க மாட்டோம் என்று நினைத்திருக்கிறார்கள். நாங்கள் உடன் வாசலில் சென்று அவர்கள் வருகைக்காக காத்திருந்தோம். சில நிமிடங்களில் மூவரும் திரும்பி வந்தனர். நாங்கள் வாசலில் நிற்பதைப் பார்த்ததும், அவர்களுக்கு வியர்க்க ஆரம்பித்தது. 'என்னப்பா ஆச்சு' என்று பரிவுடன் கேட்டவுடன், "என் அம்மா சாப்பாடு கொண்டுவந்தாங்க மிஸ்" என்றான் ஒரு மாணவன். நாங்கள் உடனே "ஏன் அம்மா உள்ளே வரவில்லை, தெருவோடு போனார்கள், போன் செய்கிறேன்" என்று போனை எடுத்தவுடனேயே அவன்தான் வெளியில் சாப்பிடப்போனதையும், மற்ற இருவரும்கூட வந்ததாகவும் ஒப்புக்கொண்டான்.

பின் நாங்கள் அவனைத் திட்டவில்லை. "நல்லவேளை

பத்திரமாக வந்துவிட்டீர்கள். ஏதேனும் ஒரு விபத்து நடந்திருந்தால் என்ன செய்வது? பெற்றோர் எங்களை நம்பியல்லவா அனுப்பியிருக்கிறார்கள். உண்மையைச் சொல்லியிருந்தால் வேறு ஏதேனும் நாங்களே சாப்பாடு ஏற்பாடு செய்திருப்போமே!" என்றோம். மூவரும் கண்ணீர் ததும்ப, காலில் விழாத குறையாக மன்னிப்புக் கேட்டனர். இது அவர்களின் வேண்டுமென்று செய்த தவறாகாது. அந்த வயதின் பக்குவமடையா முதிர்ச்சி என்றுதான் சொல்ல வேண்டும். குறிப்பிட்ட பருவம் அவர்கள் மனநிலை புரிந்து, அவர்களை அணுக வேண்டும். பின் ஒருவழியாக மீதமுள்ள படப்பிடிப்பு முடிந்து, அனைத்திலும் வெற்றியுடன் வீடு திரும்பினோம். பெற்றோர்களின் மகிழ்ச்சியும், வாழ்த்துக்களும் எங்கள் களைப்பைப் போக்கின.

பருவ மாற்றமடையும் அத்தகைய வயதில், குணாதிசயங்களும் சிலருக்கு மாற்றத்தை ஏற்படுத்தலாம். சிலர், பெற்றோரிடம் சொற்பேச்சு கேட்கவில்லை என்று சொல்லுவார்கள். சிலரின் படிப்பில், ஆர்வம் குறைய ஆரம்பிக்கும். சிலர் மிகவும் பொறுப்புணர்ச்சியுடன், நடக்க ஆரம்பிப்பார். அவற்றை புரிந்துகொண்டு, அவர்கள் போக்கிலேயே போய்தான் தவறைத் திருத்த முயற்சிக்கலாம். வெளியில் அவர்கள் சாப்பிடச் சென்றதில் தவறில்லை. சொல்லாமல் போனதுதான் மனதிற்குக் கவலை தந்தது. பொறுமையுடன் குறையை சுட்டிக்காட்டியதால், அவர்கள் தன் தவறை உணர்ந்துவிட்டார்கள். அடுத்த முறை இதுபோன்று நடக்க யோசிப்பார்கள்.

நிறைய விஷயங்களில், நாம் எதிர்பார்ப்பதுபோல் பிள்ளைகள் நடக்க மாட்டார்கள். நம் மனநிலை முதிர்ச்சியடைந்த பருவம். இடத்திற்கு-சந்தர்ப்பத்திற்கு ஏற்றவாறு நடந்துகொள்ள வேண்டும் என்று நாம் முழுவதும் எதிர்பார்க்க முடியாது. பள்ளிப்படிப்பு வரை அவர்கள் மனநிலை விளையாட்டுப்போக்கில்தான் இருக்கும். இதை நாம் புரிந்துகொண்டாலே போதும். அப்படியும் சில நேரங்களில் நம் பொறுமைக்கும் சோதனை ஏற்படுவதுண்டு. அதிலும் எங்கு அமைதி காக்கப்பட வேண்டுமோ, அங்குதான் நமக்கு தர்மசங்கடங்கள் ஏற்படுவதுண்டு. பொதுவாக, குரல் மற்றும் காட்சிகள் பதிவு செய்யும் இடம், (Recording Studio) எவ்வளவு பேர் இருந்தாலும் அமைதியாகவே காணப்படும். எப்படியெல்லாம் நடந்துகொள்ள வேண்டும், சப்தம் போட்டு பேசக்கூடாது. வேறு விதமான ஒலிகள் ஏற்படுத்தக்கூடாது என்றெல்லாம் வகுப்பெடுத்து விட்டு, பின் ஒரு நிகழ்ச்சிக்குச் சென்றோம்.

மிகவும் பொறுமையுடனும், வியப்புடனும் அனைத்தையும் கேட்டுக்கொண்டார்கள். கிட்டத்தட்ட இருபது பிள்ளைகள் என்று நினைக்கிறேன். பஸ்ஸிலும் பயணத்தின்போது அனைத்தையும்

கற்பித்தல் என்னும் கலை

கேட்டுக்கொண்டு அமைதியுடன் சைகை மூலம் பேசவே ஆரம்பித்து விட்டார்கள். ரேடியோ நிலையம் வந்து இறங்கியவுடன், இரண்டு, மூன்று பிள்ளைகள் வீதம் பிரித்துக்கொண்டு ஒவ்வொரு ஆசிரியரும் வரிசையில் அழைத்து வந்தனர். குறிப்பிட்ட அரங்கில் நுழைந்ததுதான் சமயம், குறுக்கும் நெடுக்கும் ஓட ஆரம்பித்து 'ஆஹா, ஓஹோ'வென்று சப்தமிட ஆரம்பித்துவிட்டார்கள். அனைவரும் அதிர்ச்சியடைந்து, சைகையில் அடக்கினோம். இவர்களின் கூக்குரல் கேட்டு, மறு அரங்கிலிருந்து ஓடிவந்து விட்டார்கள். அவர்களின் 'ரெக்கார்டிங்' பாதித்துவிட்டது. ஒரு வழியாக தயாரிப்பாளரிடம் மன்னிப்புக் கேட்டபின், எங்களின் நிகழ்ச்சி ஒவ்வொன்றாக பதிவானது. 'நிகழ்ச்சி அருமை', அனைவரும் மிக நன்றாகத் தன் பங்கை செய்ததாக நிலையத்தார் பாராட்டினார்கள். உண்மையிலேயே வெகுபுத்திசாலி, திறமை வாய்ந்த பிள்ளைகள் அவர்கள். திரும்பி வரும்பொழுது யாருமே எந்தக் குறும்பும் செய்யவில்லை. தவறை உணர்ந்துவிட்டார்கள். அந்த வயதிற்கான 'சுட்டித்தனம்' அவர்களிடம் காணப்பட்டது. இதுதான் நியதி. எப்பொழுதும் அமைதியாக இருந்தால் அது சுறுசுறுப்பல்ல. ஓடியாடினால்தான் குழந்தைகள் அதைப் புரிந்துகொண்டு விட்டால் நமக்குக் கோபம் வராது. அவர்களின் குறும்புத்தனம்தான் நம் மனதை மயக்க வல்லது.

சரஸ்வதி ஸ்ரீநிவாஸன்

மறைக்கத் தெரியாத மனங்கள்

நல்ல கல்வி கற்று சிலர் பண்பாளர்களாகத் திகழ்வர். பண்புகளால் மட்டுமே சிலர் சிறந்தவர்களாகத் திகழ்வர். தன் செயல்களாலேயே சிலர் நல்ல பெயரைத் தட்டிச் செல்வர். இது சிறியவர் முதல் அனைவருக்குமே பொருந்தும். முதல் மதிப்பெண் எப்பொழுதும் வாங்கியே, நல்ல பிள்ளைகளாகத் திகழ்பவர்கள் உண்டு. படிப்பில் சிறந்து விளங்காவிட்டாலும், பிறருக்கு உதவி செய்தல், மரியாதையோடு நடத்தல், சேவை மனப்பான்மையோடு எப்பொழுதும் செயல்படுதல் போன்றவற்றால்கூட நல்ல பெயரை அடைய முடியும். எவ்வளவு தான் படித்தாலும், முதல் மதிப்பெண் அல்லது முதலிடம் பெற்றாலும் அத்தகைய இடத்தைப் பிடிப்பது ஒருவராகத்தான் இருக்க முடியும். அதனால் மற்றவர் படிக்கவில்லையா என்று கேட்டால் அது அர்த்தமற்றதாகும். நம் அறிவுப்பசிக்காக, கல்வி என்னும் ஞானத்தை புத்தகங்கள் மூலம் அடைய விரும்புகிறோம். அது எந்த அளவில் நம் மனதில் பதிகிறதோ அந்த அளவுக்கு நம் திறமையும் வளர்ந்துகொண்டுதான் இருக்கும். குறைந்தபட்ச அடிப்படைக்கல்வி என்பது அனைவருக்கும் அவசியமாகிறது. பின் தன் எதிர்கால வாழ்க்கைக்குத் தேவையான துறையைத் தேர்ந்தெடுப்பது என்பது ஒவ்வொருவரின் தனிப்பட்ட விருப்பமாகிறது. தனக்குப் பிடித்ததை மற்றவர் மேல் திணிக்க முயற்சிப்பது என்பது நல்ல ஒரு நோக்கமாகாது. அதே சமயம், பிறரோடு சம்பந்தப்படுத்தி, ஒப்பிட்டுப் பேசுவதும் நல்லதல்ல. பிறருக்காக, பிடிக்காத ஒரு படிப்பைக் கட்டாயப்படுத்தி படிக்க வைப்பதால், எந்த ஒரு பிரயோஜனமும் ஏற்படாது.

தனக்குப் பிடித்த துறையைத் தேர்ந்தெடுத்தால் மட்டுமே தனிப்பட்ட ஒரு நபரால் பிரகாசிக்க முடியும். இதற்கு எத்தனையோ உதாரணங்களை நடைமுறை வாழ்க்கையில் கூறமுடியும். தன்னல மற்ற, ஒரு தியாகி மாணவனைக்கூட நாங்கள் என்றும் மறக்க முடி

யாத அளவில் நினைவில் வைத்துள்ளோம். சுமாரான அளவில் படித்த பெற்றோர் பிள்ளைக்காக எத்தனை வேண்டுமானாலும் தியாகம் செய்ய நினைத்தனர். ஆனால் அவனால் படிப்பில் சிறந்து விளங்க முடியவில்லை. காலையில் மணி அடிப்பதற்கு முன்பே வந்து, வகுப்பறைகளை அழகுபடுத்தி, சுத்தமாக வைப்பான். ஆசிரியர்களுக்கு வேண்டிய தினசரி குறிப்பேடுகள், கரும்பலகையில் எழுதத் தேவையான உபகரணங்கள், அழிப்பதற்குத் தேவையான துணிகள் ஆகிய அனைத்தும் தயாராக வைக்கப்பட்டிருக்கும். இது மட்டுமா, பாடம் கற்பித்தலை தவிர ஆசிரியர்களுக்கு வேலையே வைக்க மாட்டான். சொன்னாலும் கேட்க மாட்டான். மாணவர்கள் காலணிகள் சுத்தமாக உள்ளனவா, தங்கள் சாப்பாட்டுப்பை, புத்தகப்பைகளை வரிசையாக அடுக்குகிறார்களா ஆகிய அனைத்து கண்காணிப்புகளையும் தனக்குத்தானே வகுத்துக் கொண்டான். சிறிய வகுப்புப் பிள்ளைகளை பாசத்தோடு கைபிடித்து வகுப்பில் அவரவர் இடத்தில் உட்காரச் செய்வான். அவன் படிப்பை கவனித்துக்கொண்டால் போதும், மற்றவற்றை ஆசிரியர்கள் பார்த்துக் கொள்வார்கள் என்று எவ்வளவு சொன்னாலும் கேட்க மாட்டான். இத்தகைய செயல்கள் மூலம் ஆயிரக்கணக்கான பிள்ளைகளுக்கு “அண்ணா” உறவைத் தேடிக்கொண்டான். ஆசிரியர்களுக்கு “வளர்ப்புப் பிள்ளை”யானான். ‘பொய்’ என்பதே அவனுக்குத் தெரியாது.

இத்தகைய சேவை மனப்பான்மை, அவனுள்ளேயே குடிகொண்டுள்ளது. சொல்லித்தந்தால் மட்டும் வந்துவிடாது. படிப்பில் மட்டும் அவனால் கவனம் செலுத்த முடியாது. தன் இயலாமையை வெளிப் படையாகவே ஒப்புக்கொள்வான். எப்படியோ ஒவ்வொரு வகுப்பிலும், நாங்கள் தந்த ஊக்கத்தினால் தேர்ச்சி பெற்றுக் கொண்டிருந்தான். அவன் வளர வளர நாங்கள் ஒன்றைப் புரிந்து கொண்டோம். அவன் விளையாட்டுத்துறையில் பெரிய அளவில் சாதிப்பதற்குத்தான் பிறந்திருக்கிறானென்று. அவனுக்குள் நல்ல ஒழுக்கம், கட்டுப்பாடு, தன்னடக்கம் அனைத்தும் குடிகொண்டுள்ளது போலும். மேனிலைப்பள்ளிக் கல்வி வரை அவனை அடிக்க விளையாட்டுத்துறையில் யாராலும் முடியவில்லை. ஆனால் எந்த ஆசிரியர் ஆசிரியையாக இருந்தாலும், உடன் குனிந்து மண்டியிட்டு அவ்வளவு பணிவுடன் பேச ஆரம்பிப்பான். எவ்வளவு கடின உள்ளம் கொண்டவராகயிருப்பினும், அவன் நடத்தையைப் பார்த்தால் கோபம் வராது. மாறாக, அன்புடன் கண்ணீர்தான் வரும். படித்து ‘ஓஹோ’வென்று சாதித்தவர்கள் அனைவரிடமும் இத்தகைய பணிவு இருக்கிறதா, என்ன? எனவே ‘ஏட்டுப்படிப்பு’ மட்டும் ஒருவரை சிறந்த மனிதராக ஆக்காது. ‘வாழ்க்கைக்கல்வி’ என்னும் படிப்புதான் மனிதனை மேம்படுத்துகிறது. அப்படிப்

பட்டவன் ஜில்லா, தலைநகரம், தேசிய அளவில் மிகப்பெரிய குத்துச்சண்டை வீரராகத் திகழ்கிறான். 'குத்துச்சண்டை' வீரராக இருந்தாலும் அவன் அன்பானவன். அனைவர் மனதிலும் இடம் பிடித்தவன். இதுபோல் ஒவ்வொரு பிள்ளைகளிடமும் திறமை ஒளிந்துகொண்டிருக்கிறது. அவற்றையெல்லாம், வெளிக்கொண்டுவர, கற்பிப்பவர் முயற்சித்தால் போதும். வாழ்க்கை அழகானது. அன்புடன் நேசித்தால், அது நமக்கு திரும்பக் கிடைக்கும்.

எத்தனையோ மாணவர்கள் படிக்கும் பிராயத்தில், எவராலும் கண்டுகொள்ளப்படாதவர்கள் உண்டு. அவர்களெல்லோரும், தனக்கென ஒரு துறையை தேர்ந்தெடுத்துக்கொண்டு சாதித்துக்கொண்டுதான் இருக்கிறார்கள். அனைவரையுமே நம்மால் முடிந்த அளவுக்கு ஊக்கப்படுத்தி, அவர்களின் மனதைப் புரிந்து ஆலோசித்து வழிகாட்டினாலே போதும். அன்பு செலுத்த நாம் எதுவும் செலவு செய்யப்போவதில்லை. பிறருக்கு அன்பையும், ஆறுதலையும் தரும்பொழுது பிற்காலத்தில் அது நமக்கே வந்து சேரும். நெசவாளிகளுக்காகத்தன் மேலாடையைத் தியாகம் செய்த மகாத்மா வாழ்ந்த நாட்டில் நாம் வாழ்ந்துகொண்டிருக்கிறோம். உலக அரங்கில் எங்கு சென்று நோக்கினாலும், இந்திய மாணவர்களை அடையாளம் கண்டுகொள்ள முடிகிறது. நம் கட்டுப்பாடு, பாசப்பிணைப்பு, கலாச்சாரம் இவைதான் அனைத்திற்கும் ஆணிவேராக அமைந்துள்ளது.

சுமார் இருபத்தைந்து ஆண்டுகள் முன்பாக காணப்பட்ட சம்பவம். பிறவிக்கோளாறு என்று கேள்விப்பட்டோம். அழகான பெண் குழந்தை. கால்கள் செயலிழந்து பெற்றோர் தூக்கிக்கொண்டு வந்து பள்ளிக்கு விட்டுச்செல்வது வழக்கம். கே.ஜி.வகுப்பில் அவளருகில் உட்காரும் மாணவிதான் அவளுக்கு நெருங்கிய தோழி. கிட்டத்தட்ட முதல் வகுப்பிலிருந்து பன்னிரெண்டாம் வகுப்பு வரை இருவரும் இரட்டையர்கள் போலவே மாறிவிட்டனர். எங்கு செல்ல நினைத்தாலும் தோழிதான் அவளை அழைத்துச் செல்வாள். ஆசிரியர்களுக்கே அதைப்பார்த்தால், பெருமையாகவும் ஆச்சரியமாகவும் இருக்கும். ஒருநாள்கூட இருவரையும் பிரித்துப் பார்க்க முடியாது. தினமும் பள்ளி 'கேட்' அருகே தோழி அவளுக்காகக் காத்திருப்பாள்.

பெற்றோர்கள் இறக்கிவிட்டுச் சென்றவுடன், புத்தகப் பையை முதுகில் மாட்டிக்கொள்வாள். மறுகையால் அவளை அணைத்துக்கொண்டு நடக்கச்செய்வாள். வகுப்பு நடந்துகொண்டிருக்கும் பொழுது, தண்ணீர் வேண்டுமென்றால் எடுத்துத் தருவாள். ஏதேனும் அசௌகரியம் ஏற்பட்டால் அவளை ஓய்வு அறைக்கு அழைத்துச் செல்வதும் தோழியின் பழக்கம். அது மட்டுமல்லாமல், ஒவ்வொரு பாடப்பிரிவு சமயத்திலும், குனிந்து அவள் பையிலி

ருந்து புத்தகங்கள், நோட்டுகள் இவற்றையும் எடுத்து வைத்து, குறிப்பிட்ட பாடப்பகுதி முடிந்துவிட்டால், அடுத்த வகுப்பிற்கும் எடுத்து வைப்பாள். இவற்றைக் கேட்கவே கடினமாக உள்ள தென்றால், அம்மாணவிக்கு எவ்வளவு உடல் சிரமம் இருக்கும். பள்ளிக்கு அனுப்பிவிட்டால், பெற்றோருக்கு பதில் தோழி தன் தோளில் சுமக்க ஆரம்பித்தாள். பாதிக்கப்பட்ட பெண்ணைவிட, தோழியின் நிலை பரிதாபமாக காணப்படும். ஒரு வயதுவந்த பெண்ணை சுமப்பது என்பது சாதாரணக் காரியமில்லை. இதில் முக்கியமான விஷயம் என்னவென்றால், 'தோழி' ஒரு தாயில்லாப் பெண். எனவேதானோ, என்னவோ கடவுள் அவளையே ஒரு தாய்க்குச் சமமான சேவையைச் செய்ய வைத்துள்ளார் என்று நினைக்கத் தோன்றுகிறது. அச்சிறு வயதில் அப்படியொரு சேவை மனப்பான்மை. இதுபோன்ற பல நிகழ்வுகளை தினம் தினம் கண்ட எங்களுக்கு எத்தனையோ அனுபவங்கள் கிடைத்தன. ஒவ்வொரு பிஞ்சு உள்ளங்களுக்கும் எத்தனை கஷ்டங்கள் புதைந்துள்ளன. அவற்றை நாம் பகிரும்பொழுதும் அவர்கள் மனம் லேசாகிறது.

வாழ்க்கை என்னும் சக்கரம் உருண்டோடினாலும், ஒருசில நிகழ்வுகள் நம்மைக் 'கண்கலங்கவே செய்யும். நடக்க முடியாத தோழிக்காக தம் இளமைப்பருவத்தையே தியாகம் செய்த தாயில்லா மற்றொரு தோழி பெரியவர்களுக்குத் தொண்டு செய்ய வேண்டு மென்பதை, தன் சேவையால் நிரூபித்துவிட்டாள். அவள் மாண விதான் என்றாலும், அந்த இடத்தில் அவள்தான் ஆசிரியை என்று சொல்லலாம். மாணவர்களிடமிருந்து நாமும் சிலவற்றைக் கற்றறிய முடியும் என்பதற்கு இதுவே சான்று.

இறுதியாண்டு அரசுத்தேர்வு ஆரம்பித்தது. முதல் நான்கு நாட்கள் பொதுவாக மொழி ஒன்று இரண்டும், ஆங்கிலம் ஒன்று, இரண்டும் நடைபெறும். நல்ல திறமைசாலியான மாணவன். முதல் தேர்வு நாள் என்பதால், தாயும், தந்தையும் ஆசி தந்து, வழியனுப்பி பள்ளிவரை அழைத்து வந்தனர். அந்த நேரம்தான் அவனுக்கு மகிழ்ச்சியின் கடைசிக்கட்டம் என்பது தெரியவில்லை. தேர்வு அறைக்குள் நுழையும் வரை தாயும், தந்தையும் கையசைத் துக் கொண்டேயிருந்தனர். தேர்வு நெருங்கியவுடன் 'கேட்டு'கள் அனைத்தும் மூடப்பட்டுவிட்டன. தாயும், தந்தையும் மனதில்லா மல் புறப்பட்டனர். தந்தைதான் காரை ஓட்டிச்சென்றார். ஒரு பதினைந்து நிமிடம் ஓட்டியிருப்பார். தலையை சுற்றுவதுபோல் இருந்ததாம். வண்டியை ஓரமாக நிறுத்திவிட்டு, மனைவியிடம் டாக்டர் யாராவது இருந்தால் அழைத்து வரும்படி சைகை காட் டியிருக்கிறார். மாணவன் தாய் இங்குமங்குமாக ஓடி ஒரு இருபத் தினான்கு மணி நேர ஆஸ்பத்திரியிலிருந்து யாரையோ அழைத் துவர, அதற்குள் முழுவதும் மயக்கமடைந்து அப்படியே குப்புற

சாய்ந்திருந்தார். கைவண்டி ஓட்டும் நிலையிலேயே இருந்தது.

அன்றைய தினம் அச்சிறுவனின் வாழ்க்கையில், அப்படி யொரு சோகச் சம்பவம், அவன் வாழ்க்கையை உருட்டிப்போட வைத்தது. அவன் மனநிலை எப்படியிருந்திருக்கும்? ஒருவழியாக உறவினர்கள் அவனுக்கு ஆறுதல் தந்ததோடு, அவனுக்கு வேண்டிய உதவிகளை செய்து தந்தனர். ஒவ்வொருவரின் வாழ்க்கையிலும் ஒளிந்துகிடக்கும் பல சோகச் சம்பவங்கள் பார்த்தால் புரியாது. உடன் இருந்து பார்த்து, துன்பத்தை பகிர நினைத்தவர்களுக்குத் தான் புரியும். யாரையும் காரணம் இல்லாமல் சொல்லிவிடக் கூடாது. இதேபோல், பன்னிரண்டாம் வகுப்புத் தேர்வுக்குத் தன்னைத் தயார் செய்துகொண்டிருந்தாள் மற்றொரு மாணவி. ஒருநாள் விடியற்காலை எழுந்து படித்துக்கொண்டிருந்தாள். சிறு வயது முதலே அவளுக்கு மூச்சுத்திணறல் ஏற்படுவது வழக்கம். அன்று அவளுக்குப் பிடித்த தேர்வு என்பதால், பெற்றோரை எழுப்ப மனமில்லாமல், தண்ணீர் எடுத்து நிறைய குடித்திருக் கிறாள். தொண்டை அடைத்துத் திணறி, அப்படியே மயங்கி விழுந்திருக்கிறாள். சிறிது நேரத்தில், எழுந்த பெற்றோர் கதற அவளுக்குக் கேட்கவில்லை. புத்தகங்களுக்கு நடுவிலேயே தன்னை ஐக்கியமாக்கிக் கொண்டாள். அதே ஆண்டு அவள் 'சிவனா'க நடனமாடியது எங்கள் கண்கள் முன் பரவசப்படுத்தியது. படிக்கும் பிள்ளைகள் தன் எதிர்காலத்திட்டத்தை தீட்டுவதற்குள் என்ன ஒரு விதியின் கொடுமை?

'வாழ்க்கை வாழ்வதற்கே' என்றாலும், மாணவர்களின் வாழ்க் கையில் நடந்தவை பலபல. மனம் சிறியதாக இருந்தாலும், அவர்கள் மனதிலுள்ளதை மனம் திறந்து கேட்போம். புரிய வைப்போம். அவர்கள் புத்துலகம் படைக்கட்டும்.

அன்பும் அரவணைப்பும்

“அகத்தின் அழகு முகத்தில் தெரியும்’’ என்பார்கள். இது ஓரளவு சரிதான் என்றாலும், சில சமயங்களில் உள்ளத்திலிருப்பதை கண்டுபிடிக்க முடியாமல் கூட போகலாம். குறிப்பாகப், பிள்ளைகள் முகத்திலிருந்து அவர்கள் நினைப்பதை கண்டுபிடிக்க தனித்திறமை வேண்டும். சிறு வயதில் எப்பொழுதும் ‘துறுதுறு’வென்று மகிழ்ச்சியோடு காணப்படுவார்கள். வீட்டில் நடப்பதோ, வெளி உலகில் நடப்பதோ அவர்களுக்குப் புரிய வாய்ப்பில்லாமல் போகலாம். நடுத்தர வயது, குழந்தைப் பருவம் தாண்டி வாலிபப் பருவம் அடையும் சமயம் அவர்கள் அனைத்தையும் புரிந்துகொள்வார்கள். அப்பொழுதுதான் நாம் அனைவரையும் சரிசமமாகப் பார்க்க வேண்டிய தருணம். சிறிய ஏற்றத்தாழ்வுகள்கூட அவர்கள் மனதைப் பாதிக்கும். வீடும், வெளி உலகமும் நன்கு புரிய ஆரம்பிக்கும் நேரம். வசதி வாய்ந்த சிலருடன் பழகும்பொழுது, தங்கள் இல்லத்தில் கிடைக்காத சில மகிழ்ச்சித் தருணங்களை மற்றவர்களோடு பகிரமாட்டார்கள். மனதிற்குள் நினைக்க ஆரம்பிப்பார்கள். ‘ஐயோ, இவர்கள் எல்லாம் எவ்வளவு சந்தோஷமாக இருக்கிறார்கள், நம் வீட்டில் இப்படியில்லையே!” என்று மனதிற்குள் ஏங்குவார்கள். நண்பர்களுடன் பழகும்போது எதையும் வெளிக்காட்ட மாட்டார்கள். அதிலும் சிலர் ரொம்ப சந்தோஷமாக இருப்பதுபோல் காட்டிக்கொள்வார்கள். அதிகமாகப் பேசி சமயங்களில் தானே சில பிரச்னைகளில் மாட்டிக்கொள்வார்கள். வீட்டிலோ, சுற்றுப்புறத்திலோ நல்ல நட்பும், துணையும் கிடைக்கவில்லையென்றால், அவர்கள் கிடைக்கும் இடத்தில் தன்னை அடையாளப்படுத்திக்கொள்ள நினைப்பதுண்டு. அதன்பலன்தான், சமயங்களில் தெரியாமல் தவறுகள்புரிய வாய்ப்பாக அமைந்துவிடுகிறது. குறிப்பாக, ‘மேல்நிலைப்பள்ளி முடித்து கல்லூரியில் அடியெடுத்து வைக்கும்

நேரம், அவர்களுக்கு சுயகௌரவமும், தேவையான பாராட்டுகளும் நல்ல எதிர்காலத்திற்கு வித்திடும்.

சுறுசுறுப்பும், துடிப்பும், வசதி வாய்ப்பும் வாய்ந்த ஒரு பையன். அவனுக்குத் தோழர் கூட்டத்திற்குத் தன்னைத் தலைவன் போன்றே கருதி அனைத்திலும் முடிவெடுப்பான். அவன் சொல்லிவிட்டால், மற்றவர்களுக்கு ஆட்சேபனையே கிடையாது. குழந்தைகள் தினமோ, ஆசிரியர் தினமோ, ஆண்டுவிழாவோ எதுவாக இருந்தாலும், தலைமைப் பொறுப்பேற்று அனைத்தையும் திறம்படச் செய்வான். நல்ல பெயரையும் தட்டிச் செல்வான். அவனுடைய நடத்தையைப் பார்த்தால், அவனுக்குப் பின்னாலும் ஒரு சோகக்கதை உண்டு என்பதை யாரும் நம்ப மாட்டார்கள். பள்ளி இறுதியாண்டு படிப்பு முடியும் தருணம். அவனுடைய முன்னேற்றம் சிறிது சிறிதாகத் தடைப்பட்டது. குறிப்பிட்ட ஆசிரியர்கள் மிகவும் கவலைப்பட்டனர். மற்றவர் எதிரில் அவனை கண்டிக்கவும் முடியாது. அதுபோன்ற செயல்கள் அவர்களை மனத்தளவில் பாதிக்கும். எனவேதான், இறுதித்தேர்வு வரை பொதுவாக, ஆசிரியர்கள் பெற்றோர்களுடன் கலந்து பேசுவது ஒரு முறையாகும். அவர்கள் உடல்நலன் குறித்து, ஆரோக்கியமான உணவை சாப்பிடச் சொல்வது, மனஅமைதியுடன் படிப்பில் கவனம் செலுத்துவது, உடல்நலனில் முன்னேற்றம் அடைவது போன்ற குறிப்புகளை ஆசிரியர்கள் பெற்றோருடன் கலந்து பேசி மாணவர்களுக்கு எடுத்துரைப்பது வழக்கம். பன்னிரண்டாம் வகுப்பு வந்துவிட்டால், அதுவரை வராத பெற்றோர்களகூட, அவசியம் அவ்வப்பொழுது பெற்றோர் ஆசிரியர் கூட்டத்திற்கு வந்துவிடுவார்கள். அப்படியிருக்கையில், மேலே குறிப்பிட்ட பையன் ஒரு கூட்டத்திற்குக்கூட தன் வீட்டிலிருந்து யாரையும் அழைத்து வரவில்லை. கேட்கும்பொழுதெல்லாம் ஒரு காரணம் சொல்லிவிடுவான். கடைசியாக, இரண்டே மாதங்கள் தேர்வுக்கு இருந்தது. அவன் வகுப்பாசிரியர், அவன் காலில் விழாத குறையாகக் கெஞ்சி பெற்றோரை அழைத்துவரச் சொன்னார். அதுவும் பலனில்லாமல் போகவே, தலைமையாசிரியரிடம் அவனைப்பற்றிய கருத்துக்கள் கூறப்பட்டன. மேலும் இரண்டு நாட்கள் அவனுக்கு அவகாசம் தரப்பட்டது. குறைந்தபட்சம் மாதிரித் தேர்வுக்கு முன்னதாகப் பெற்றோரை அழைத்துவரச் சொன்னார்கள்.

அப்பொழுதுதான் எங்களுக்கு அதிர்ச்சியான தகவல் தெரிய வந்தது. மறுநாள், பள்ளிக்குச் சீக்கிரம் வந்து காத்திருந்தான். நாங்கள் அவனிடத்தில் நட்புடன் வழகி வந்ததால் வெகுளித்தனமாகக் கீழே மண்டியிட்டு அமர்ந்து சொல்ல ஆரம்பித்தான். அவன் தந்தை வீட்டிற்குச் சரியாகவரமாட்டாராம், வேறு வீட்டிற்குச் செல்வாராம்,

எப்பொழுதாவது ஒருநாள் அவர்கள் வீட்டிற்கு வந்து செல்வாராம். அம்மா வேலை செய்து தன்னைப் படிக்க வைப்பதாகவும், தான் அவரை பள்ளிக்கு வரக்கட்டாயப்படுத்தினால், வீட்டிற்கே வராமல் இருந்துவிட்டால் என்ன செய்வது என்று பயப்படுவதாகவும் கூறினான். கேட்ட எங்களால் அதிர்ச்சியிலிருந்து மீள முடியவில்லை. இவ்வளவு சிறிய வயதில் இப்படி ஒரு மனப்போராட்டமா என்று நினைத்து அவனுக்குப் பலரும் ஆலோசனைகள் வழங்கி, நல்ல மதிப்பெண்கள் பெற உதவினோம். அவன் பெற்ற மதிப்பெண்கள், அவன் குடும்பத்தை மேலும் வலுப்படுத்தி, செயல்பட்டிருந்தால், மாணவனின் நிலை என்னவாயிருக்கும்? நாளைய வளரும் பாரதத்தின் கண்மணிகளாயிற்றே இவர்கள்!

இளமை உள்ளம்கொண்டிருந்தாலும், அவன் இதயம் கனத்திருக்கிறது. அவ்வளவு சிறிய வயதில் எல்லோரும் தாய், தந்தையுடன் மகிழ்ச்சியாகக் காணப்படும்பொழுது அவன் மனம் எவ்வளவு வேதனைப்பட்டிருக்கும். அதனால்தான், விவரம் புரியாமல், மற்றவர் எதிரே யாரையும் புண்படுத்திப் பேசுதல் கூடாது என்பதை நிறையவே வாழ்க்கையில் கற்றோம். அந்தந்த வயதிற்கு அவர்கள் எதைத் தேடுகிறார்கள் என்று புரிந்துகொண்டோமானால், நம்மால் அதை அவர்களுக்குத் தரமுடியும். குறைந்தபட்சம் நம் ஆறுதல் வார்த்தைகள் அவர்கள் இதயத்திற்கு மருந்தாக அமையலாம். பாடப்புத்தகங்கள் மூலம், அவர்களுக்கு அறிவைப் புகட்டினாலும், வாழ்க்கையில் நடைபெறும் அனுபவங்கள் நமக்கும் பாடத்தையே புகட்டுகின்றன எத்தனையெத்தனை நிகழ்வுகள்!

சுமார் முப்பது வருடங்களுக்குமுன், கைபேசி வசதிகள் இல்லாத காலக்கட்டம். பெரும்பாலான வீடுகளில், அரசு தொலைபேசிகள்தான் இருந்தன. அதிலும் பிள்ளைகளின் தாய், தந்தை இருவரும் வெவ்வேறு அலுவலகங்களில் வேலைபுரிவர். திடீரென பள்ளியில், குழந்தைகளுக்கு உடல்நலம் சரியில்லாமல் போனால், தாயையோ, தந்தையையோ அலுவலகத்தில்தான் தொடர்புகொள்ள வேண்டியிருந்தது. அதுபோல் நிறைய பிரச்னைகளை சந்திக்கிறோம். இப்பொழுது, எல்லாவற்றிற்கும் குறுஞ்செய்தி அனுப்பும் வசதி வந்துவிட்டதால் இடைவெளி குறைந்து, கருத்துக்களை உடனுக்குடன் பரிமாறிக்கொள்ள முடிகிறது.

அத்தகைய காலக்கட்டத்தில், பிள்ளைகள் 'பஸ்' பிடித்து, 'ரயில்' மூலம் என்றெல்லாம் பள்ளிக்கு வருவதுண்டு. 'லெவல் கிராஸ்' தாண்டி வருவதற்குள் ஒவ்வொரு நாளும் காலை நேரம் அனைவருக்குமே 'டென்ஷன்'தான். ஒரு சனிக்கிழமை பள்ளிக்கு விடுமுறை. ஒரு பையன் நண்பர்கள் வீட்டிற்குச் செல்வதாக தாயிடம்

கூறிவிட்டு, பள்ளிக்குச் செல்லும் வழியாகவே வந்திருக்கிறான். வழக்கம்போல் 'லெவல் கிராஸ்' வரும்பொழுது, சற்றும் எதிர்பாராத விதத்தில் மின்சார வண்டி எதிரே வந்துள்ளது. அன்று அவன் விதி முடிவதற்காகவே அவனை வீட்டிலிருந்து விரட்டியதுபோலும்! அந்தப் பக்கம் சென்றுகொண்டிருந்த பள்ளி ஊழியர் ஒருவர், வீசி எறியப்பட்ட மாணவன் முகத்தைப் பார்த்திருக்கிறார். விஷயம் காற்றாகப் பறக்க, அனைவரும் அந்தக் கொடுமையைப் பார்க்க நேர்ந்தது. இவ்வளவு ஆண்டுகளுக்குப்பின், கண் முன்னே அந்தக் காட்சி ஓடுகிறதென்றால், அந்த சமயம் பெற்றோருக்கும், மற்றோருக்கும் எப்படியிருந்திருக்கும்? வாழ்க்கையில், நிரந்தரம் என்று சொல்லிக்கொள்ள எதுவுமில்லை என்றுதான் நினைக்கத் தோன்றுகிறது. நம்மிடம் இருக்கும் அன்பு, பாசம் இவற்றிற்கு எல்லையே இல்லை. அதுவும் அள்ள அள்ளக் குறையாததுதான். முடிந்தவரை பிறருக்கு வேண்டியதைத் தந்து மகிழ்விக்கலாமே! இதில் சிரமம் எதுவும் கிடையாதே!

நிறைய சோகக்கதைகள் இதுபோன்று தினம்தினம் கேள்விப்பட்டாலும், அவ்வப்பொழுது சிரித்து மகிழவும், இனிமையாகப் பிள்ளைகளுடன் பேசி மகிழவும் நிறைய சந்தர்ப்பங்கள் கிடைத்துக்கொண்டிருந்தன. சுமார் இருபத்தைந்து ஆண்டுகள் வந்திருக்கும் என்று நினைக்கிறேன். அப்பொழுதும் சில புரளிப்பேச்சுக்கள் நடந்ததுண்டு. ஒருமுறை பள்ளியில் வெடிகுண்டு இருப்பதாக ஒரு புரளிச்செய்தி வந்தது. காலை கடவுள் வாழ்த்துக்கு முன்பாகவே பள்ளியில் பரபரப்பு. நாங்கள் ஒவ்வொருவராகக் கையெழுத்திட்டு விட்டு, எங்கள் அறைகளுக்குச் செல்ல முற்பட்டோம். அங்கேயே நின்றுகொண்டிருந்த ஒரு போலீஸ், "யாரும் வகுப்பிற்குச் செல்ல வேண்டாம், அவரவர் பிள்ளைகளை வரிசையாக அழைத்து வந்து மைதானத்தில் அமர்ந்துவிடுங்கள்" என்று பணித்தார். சிறிது நேரத்தில் பள்ளி முழுவதும் மைதானத்தில் குழுமிவிட்டது. மூடிய வகுப்பறைக்குள் முப்பது, நாற்பது பிள்ளைகள் பேசுவதே எதிரொலிக்கும். ஆயிரக்கணக்கான பிள்ளைகள், திறந்தவெளி மைதானத்தில் ஒன்றாகக் குழுமிவிட்டால் எப்படியிருக்கும்? அதுவும் வகுப்பு நடக்காமல், மரத்தடியில் ஜாலியாக சப்தமிட்டு உரக்கப் பேசி சந்தோஷத்தின் உச்சக்கட்டத்தை அடைந்தார்கள் அவர்கள். போலீஸ்காரர்கள் மோப்பநாயுடன், ஒவ்வொரு வகுப்பிற்கும் சென்று சோதனையிட்டுக்கொண்டிருந்தனர். "அப்பாடா, 'இன்னிக்கு டெஸ்ட் கட்!'-'சாயங்காலம் வரை இப்படியே இருந்தால் ஜாலிடா' 'நான் இன்னி'க்கு மொழி மனப்பாடப் பகுதி படிக்காமலே வந்தேன், தப்பிச்சேன்டா, கடவுள் காப்பாத்திட்டார்!" போன்ற பலவிதமான வசனங்கள் காதில் விழுந்தாலும் புரியாததுபோல

கற்பித்தல் என்னும் கலை

இருக்கும் சூழ்நிலை.

அப்பொழுது பார்த்து, நிறைய பேருக்கு 'ரெஸ்ட் ரூம்' போக வேண்டியிருந்தது. ஒரு நடை நடந்து என்னதான் செய்கிறார்கள் என்று பார்த்துவர ஆசை. இதெல்லாம் குழந்தைப்பருவ மன ஓட்டங்கள் என்பது புரிந்திருந்ததால், நாங்கள் அனைத்தையும் ரசித்துக்கொண்டிருந்தோம். கிட்டத்தட்ட இரண்டு மணி நேரம் பள்ளி முழுவதும் சோதனை நடத்தியபின், அவர்கள் அனைவரும் வகுப்பிற்குச் செல்லலாம் என்று நம்பிக்கை தெரிவித்தார்கள். பின் ஒவ்வொரு வகுப்புவாரியாக மாணவர்களை உள்ளே அனுப்பி வைத்தோம். ஆனந்தத்தின் உச்சத்தில் இருந்த அவர்களுக்கு, ஏதோ துயர சம்பவம் இப்பொழுதான் நடந்து விட்டதாகநினைத்து நீண்ட பெருமூச்சுடன் நடக்க ஆரம்பித்தார்கள். பள்ளி எதிர்பார்க்காமல் மூடப்பட்டாலோ, திடீரென விடுமுறை அறிவித்தாலோ அதன் சந்தோஷம் அவர்களுக்கு இரட்டிப்பாகும்.

எவ்வளவு வேலைகள் நமக்கு இருந்தாலும், வீட்டில் எவ்வளவோ விதமான பிரச்னைகள் இருந்தாலும், பிள்ளைகள் முகத்தைப் பார்க்கும்பொழுது, நம் கவலைகள் பறந்துபோகும். ஒரு மாதம் கோடை விடுமுறை வரும்பொழுது, அவர்களை ரொம்பவும் 'மிஸ்' பண்ணுவோம். அப்பொழுதுதான் நம் வாழ்க்கை எவ்வளவு சுறுசுறுப்பாகப் போய்க்கொண்டிருப்பது என்பதை அறிய முடியும். ஆசிரியர் 'லீவு' எடுத்தால் சந்தோஷப்படும் பிள்ளைகள் உண்டு. அதே சமயம், ஆசிரியருக்கு 'சுகமில்லை'யென்றால், வருத்தப்பட்டு ஓடிவந்து பார்க்கும் மாணவர்களும் உண்டு. பள்ளி முடிந்தவுடன் அனைத்து மாணவர்களும் வீடு சென்றபின், கட்டடம் முழுவதையும் சுற்றிப் பார்த்துவிட்டுத்தான் தலைமை ஆசிரியர் வீடு செல்வது வழக்கம். ஒரு தடவை 'மெடிக்கல் லீவில்' நான் இருந்த சமயம். மாலை திடீரென பத்து மாணவர்கள் வீட்டில் வந்து நிற்கிறார்கள். ஒரே இன்ப அதிர்ச்சி எனக்கு. எப்படிப் பள்ளியிலிருந்து, யாரைக் கேட்டுக்கொண்டு வந்தீர்கள், என்றெல்லாம் கேட்க ஆரம்பித்தேன். அவர்கள் வகுப்பாசிரியர் தெரு தாண்டும் வரை வீட்டிற்கு நடந்திருக்கிறார்கள். கார் குறிப்பிட்ட 'ஏரியா'வைத் தாண்டியவுடன், 'ஜாலியாக பேசிக்கொண்டு எங்கள் வீட்டிற்கு வந்திருக்கிறார்கள்.' இது தப்பில்லையா?' என்று நான் கேட்க, 'நாங்கள் எங்கள் பெற்றோர் அனுமதி பெற்றுத்தான் உங்களைப் பார்க்க வந்தோம்' என்றார்கள். ஆம், சிறிது நேரத்தில் அவர்களின் பெற்றோர்களே எங்கள் வீட்டிற்கு வந்து பிள்ளைகளை அழைத்துச் சென்றார்கள்.

ஒரு மாதமாக என்னைப் பார்க்காமல் ஏங்குவதாகவும், "புதிய 'மிஸ்' சிரிச்சு பேச மாட்டேங்கறாங்க!" என்ற குறையையும் வைத்தார்கள். அவர்கள் புதிது, உங்களைப்பற்றி தெரியாது?

சரஸ்வதி ஸ்ரீநிவாஸன்

தெரிந்தால் அவர்களும் 'பிரண்ட்' ஆவார்கள் என்று சொல்லியனுப்பினேன். எத்தனை தொல்லை கொடுத்தாலும், அன்பான தொண்டுக்கே உரித்தான வேலை! வீட்டில் ஒன்றிரண்டு பிள்ளைகளின் பாசமே நம்மை திக்குமுக்காடச் செய்கிறது என்றால், ஆயிரக்கணக்கான பிள்ளைப்பாசம் கிடைக்குமிடமல்லவா, நம் பள்ளிகள்! உடல்நிலை பூரண குணமடைந்ததாகநான் பாவித்தேன். குறிப்பிட்ட விடுப்பு முடிவதற்குள்ளாகவே மீண்டும் வேலையில் சேர்ந்தேன். அங்குதான் எனக்கு அதிக மகிழ்ச்சி கிடைப்பதை உணர்ந்தேன்.

எத்துறையிலும் கலை

'பள்ளிக்கூடம்' - 'மாடம்' இவை இரண்டை மட்டுமே மனதில் கொண்டு, அதையே பிள்ளைகளிடமும் எதிர்பார்த்தல் என்பது நம்மில் பலரின் நோக்கமாகயிருக்கிறது. பிள்ளைகளிடம் இதுபற்றி கேட்டால், அவர்கள் வேறு சிலவற்றைத்தான் விரும்புவதாகக் கூறுவார்கள். பாடம் படித்தால் மட்டும் மாணவன் உயர்ந்துவிட முடியாது. அதனால்தான் கல்வி, கேள்விகளில் சிறந்து விளங்க வேண்டும் என்று கூறுவார்கள். சில பிள்ளைகள் நிறைய கைவேலைப்பாடுகள் செய்வதை விரும்புவார்கள். சிலருக்குப் படம் வரைவது மிகவும் பிடிக்கலாம். சிலர் ஆடல், பாடல்களை விரும்பிக் கற்பர். இளம் வயதிலிருந்தே இவற்றில் ஆர்வம் செலுத்துபவர்கள் பிற்காலத்தில் மிகச்சிறந்த ஓவியர்களாக, கலைநுட்பம் வாய்ந்த சிறந்த சிற்பிகளாக, பாடகர், ஆடவராகத் திகழ வாய்ப்பிருக்கலாம். கட்டட வல்லுநர்களாகத் தன்னை அமைத்துக்கொள்ளுபவர்களும் உண்டு. "விளையும் பயிர் முளையிலே தெரியும்" என்பதற்கேற்றவாறு, ஒருவன் படிப்பில் கவனம் முழுவதும் செல்லவில்லையென்றால், 'நீ மக்கு படிக்க மாட்டாய்! உனக்குப் படிப்பு வராது!' என்று சொல்வதெல்லாம் தப்பு. அதற்குப் பதிலாக, அவன் விருப்பம் எதை நாடிச்செல்கிறது என்பதை நாம் சரியாக ஆராய்ந்து, அத்தகைய வழியை அவன் தேர்ந்தெடுக்க உதவுவது என்பது நம் தலையாயக் கடமை. கண்டிப்பாக இது ஆசிரியர் மற்றும் பெற்றோரால் சாத்தியமாகும். சில பிள்ளைகள் விளையாட்டு வகுப்புகள் கிடைக்கவில்லையென்றால் பள்ளிக்குப் போகவே விரும்ப மாட்டார்கள்.

வாரத்திற்குக் கிடைக்கும் இரண்டு விளையாட்டு வகுப்புகளைத் தவறவிட விரும்ப மாட்டார்கள். உடல்நலம் சரியில்லாமல் பள்ளிக்கு விடுப்பு எடுத்திருக்கும் சில மாணவர்கள்கூட, அன்றைய தினம் விளையாட்டு இருக்கிறதென்றால், அவசியம் வந்துவிடுவார்கள்.

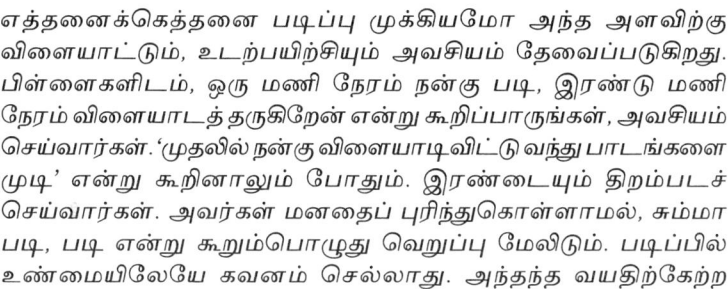

எத்தனைக்கெத்தனை படிப்பு முக்கியமோ அந்த அளவிற்கு விளையாட்டும், உடற்பயிற்சியும் அவசியம் தேவைப்படுகிறது. பிள்ளைகளிடம், ஒரு மணி நேரம் நன்கு படி, இரண்டு மணி நேரம் விளையாடத் தருகிறேன் என்று கூறிப்பாருங்கள், அவசியம் செய்வார்கள். 'முதலில் நன்கு விளையாடிவிட்டு வந்து பாடங்களை முடி' என்று கூறினாலும் போதும். இரண்டையும் திறம்படச் செய்வார்கள். அவர்கள் மனதைப் புரிந்துகொள்ளாமல், சும்மா படி, படி என்று கூறும்பொழுது வெறுப்பு மேலிடும். படிப்பில் உண்மையிலேயே கவனம் செல்லாது. அந்தந்த வயதிற்கேற்ற மனநிலையும், பக்குவமும் தானே வந்து சேரும். உதாரணத்திற்கு, நம் விதியின் நாதஸ்வரம் 'உலக சாதனை' செய்யவில்லையா? அவன் 'சாதனை' விருப்பப்படி இருந்தாலும், படிக்கவும் செய்கிறானே!

அதிகம் விளையாட்டில் கவனம் செலுத்தி வந்த ஒரு பையனை யாரோ திட்டியிருக்கிறார்கள். 'ஜில்லா'க்களுக்கிடையேயான போட்டிகள், நகரங்களுக்கிடையேயான போட்டிகள் என அனைத்திலும் பங்கு பெற்று, வெற்றியும் பெற்றிருந்தான். அடிக்கடி வகுப்புகள் தவறவிட்டதால், குறிப்பிட்ட பாடத்தில் மிகவும் பின்தங்கியிருக்கிறான். ஆனால் அவனுக்குள் ஒரு தன்னம்பிக்கை இருந்துகொண்டுதான் இருந்தது. இறுதித்தேர்வு வரும்முன், அவன் அம்மா வீட்டில் விசேஷ வகுப்பு ஏற்பாடு செய்து தருவதாகவும் கூறியிருந்தார். அதனால், இறுதித் தேர்வுக்கு முன் போட்டிகளை முடித்துக்கொள்ளலாம் என்றுதான் நினைத்தான். பொதுவாகவே, பத்தாம்-பன்னிரண்டாம் வகுப்புப் பிள்ளைகள் தேர்வில் நல்ல மதிப்பெண் பெறவேண்டுமென்பதற்காக, குறிப்பிட்ட சமயங்களில், தங்களை மற்றைய போட்டிகளிலிருந்து விலக்கிக்கொள்வர். அதற்குள்ளே, மேலே சொன்ன பையன் பாதிப்புக்குள்ளானான். அவனை யாரோ மட்டம் தட்டிப் பேசியிருந்தார்கள் போலும்! மனதில் நினைத்து மிகவும் வருத்தப்பட்டுக்கொண்டிருந்ததால், உடல்நலம் பாதித்தது. பெற்றோர்கள் கவலையடைந்து, வீட்டில் விசேஷமாக வகுப்புகள் நடத்தி அவனை தேர்வு எழுத வைத்தனர். தொண்ணூற்றைந்து மதிப்பெண்கள் சராசரி மதிப்பெண் பெற்று, உயர்ந்த கல்லூரியில் சேர்ந்தான். அன்று எந்த விளையாட்டால், திட்டு வாங்கி பாதிக்கப்பட்டானோ, அதே விளையாட்டுக்கு ஒரு தலைமைப் பொறுப்பையும் பெற்றான். எனவே ஆர்வம் உள்ளவற்றில், வளர வாய்ப்பு ஏற்படுத்தித் தருவதுடன், வாழ்க்கைக்குத் தேவையானவற்றை எடுத்துரைத்துத் திருத்த முயற்சி செய்யலாமே தவிர, மனதைப் பாதிக்கும் அளவிற்குத், துன்பம் தரும் வார்த்தைகளைப் பயன்படுத்தாமல் இருப்பது நல்லது.

இது ஒரு உதாரணத்திற்குத்தானே தவிர, இதுபோன்று எத்தனையோ சம்பவங்கள் சாதாரணமாய் நடக்கின்றன. ஒரு

மளிகைக்கடை சொந்தக்காரர் தன் மகனை, பின்னால் நீயும் இதே வியாபாரத்தைத்தான் பார்த்துக்கொள்ள வேண்டும் என்று எப்பொழும் சொல்லிக்கொண்டேவந்தால், அவன் மனம் அதிலேயே லயித்திருக்கும். அவன் மனதில் ஆயிரம் கனவுகள் சிறகடித்து பறந்துகொண்டிருக்கும். ஒருநாள் அவன் மனம் இப்படியும் நினைக்க ஆரம்பித்துவிடும். "நான் என்ன படித்து சாதிக்கப்போகிறேன்! கடைசியில் கடையைத்தானே பார்க்கப்போகிறேன்! ஓரளவு தெரிந்துகொண்டால் போதும்!" எனவே நம் கருத்தையும், நம் நோக்கத்தையும், நம் விருப்பத்தையும் திணிக்காமல், பிள்ளைகள் மனம் எதை நாடுகிறது என்பதைக் கண்டுபிடிப்பதுதான், நமது கடமையாகக் கொள்ளலாம். இதுபோன்ற சிலரை நாங்கள் கண்டிருக்கிறோம். ஏனெனில், எந்தச் சூழலிலிருந்து வரும் பிள்ளைகளாகயிருப்பினும், தங்களை ஐ.ஐ.டி. லெவலில் படிக்குமளவுக்கு தயார் செய்துகொள்கிறார்கள். நிறைய படித்த தொழில்நுட்பப் பட்டதாரிகள் எத்தனையோ பேர், விவசாயம் பக்கம் ஆர்வம் காட்ட ஆரம்பித்துவிட்டார்கள். அதுதான் அவர்களின் சொந்த விருப்பமாகிறது. படிப்பு ஒரு துறையாக இருக்கும். வேலையில் ஆர்வம் வேறு துறையைச் சார்ந்திருக்கும். எப்படியிருந்தாலும், மனம் விரும்பிச் செய்யும் துறையில் நம்மால் அவசியம் சாதிக்க முடியும். அதனால்தான், மேலைநாடுகளில் அவரவர் விருப்பத்திற்குத் துறையைத் தேர்ந்தெடுத்துக்கொள்கிறார்கள். விருப்பத்திற்கு மாறான எதுவுமே 'டென்ஷன்' தரக்கூடியதாகச் சொல்கிறார்கள். பிடித்ததைச் செய்வோம், தேவைக்குச் சம்பாதிப்போம், வாழ்க்கையை மகிழ்ச்சியுடன் கழிப்போம் போன்றவை அவர்களுக்கான மனதிருப்தியைத் தரும் என்கிறார்கள்.

எனக்குத் தெரிந்த பையன் ஒருவன் வகுப்பறையில் அமர்ந்துகொண்டு,வானவியல் ஆராய்ச்சி செய்துகொண்டிருப்பான். எல்லோரும் பாடத்தில் கவனம் செலுத்த அவன் மனம் வேறு எதையோ நாடிச்செல்லும். ஜன்னல் வழியே தெரியும் செடி, கொடி, மரங்களை ரசித்துப் பார்த்துக்கொண்டிருப்பான். எதையோ பார்த்து, சிறிதாகக் கிறுக்குவான். உன்னிப்பாகப் பார்த்தால், அதில் அழகான உருவம் தென்படும். அவன் செயல்கள் மட்டும் வினோதமல்ல. அவன் முகமும் 'தேஜஸ்' நிறைந்தது. அழகழகான சுருள்முடி. குண்டு குண்டான கண்கள். அழகான ரவுண்டு மூஞ்சி. எப்பொழுதும் சிரித்த முகம். எந்தப் பரீட்சையில் என்ன மதிப்பெண்கள் பெற்றாலும் அவனுக்குக் கவலையில்லை. அவனின் மனதில் அவனுக்கென ஒரு தனி உலகம் இருந்தது. அதில் அவன் ஆனந்தமாகப் பயணித்துக்கொண்டுதானிருந்தான். ஒருமுறை அவன் தாய் இதைப்பற்றி பேச ஆரம்பித்தார். பிள்ளையைப்பற்றி

குறைவாகப் பேச அவர் மனம் ஒப்பவில்லை என்று நினைத்தோம். பெற்ற தாயல்லவா? ‘காக்கைக்குத் தன்குஞ்சும் பொன்தானே!’ அவர் வேறு விதமாகப் பேச ஆரம்பித்தார். “அவன் மனம் இயற்கையை ரசிக்கிறது, நிறைய படம் வரைகிறான், ஏதேதோ, கற்பனையில் வண்ணம் தீட்டுகிறான். வீட்டு வேலைகளில் நிறைய உதவி செய்கிறான். எல்லோரிடமும் அன்பாகப் பழகுகிறான், பக்கம் பக்கத்து சிறுவர்களுக்கு விஞ்ஞானப் பாடத்தில் வரும் படங்கள் வரைந்துகொடுக்கிறான்” என்பன போன்றவற்றையெல்லாம் நிறைவாகப் பேசி, படிப்பில் சிறிது கவனம் செலுத்தினால் நன்றாக இருக்கும் என்று கூறி முடித்தார். படிக்கச்சொல்லி அவன் தந்தையும் எடுத்துச் சொல்லி ஓய்ந்துவிட்டதாகக் கூறினார். “இனி நீயாச்சு, உன் பிளையாயிற்று! என்று சொல்லிவிட்டார் மேடம்!” அவனைப் பார்த்தால் திட்டவும் மனம் வரவில்லை என்று கூறி, தன் உரையை முடித்தார். அம்மாவுக்கு நாங்கள் பார்த்துக்கொள்வதாக ஆறுதல் சொல்லி அனுப்பி வைத்தோம்.

மறுநாள் அவனைத் தனியே அழைத்துப் பேசிப்பார்த்தோம். அவனுக்கு புத்தகப்படிப்பில் கவனமில்லை என்பது புரிந்தது. இருப்பினும், பள்ளி இறுதிப்படிப்பு முக்கியம், அதை முடித்தால், வேண்டிய படிப்பை விருப்பப்படி தேர்ந்தெடுத்துக்கொள்ளலாம் என்பதைவிளக்கி, அதற்குத்தேவையான உதவிகளை நாங்கள் செய்து தருவதாக அவனை ஊக்குவித்தோம். முக்கிய பாடத்திட்டங்களை, எளிய முறையில் தயாரித்து விளக்கினோம். கதை போன்று கேட்டு, கொஞ்சம் கொஞ்சமாக எழுத ஆரம்பித்தான். ஒரு சில பிள்ளைகள் மிகவும் புத்திசாலியாக இருப்பார்கள். என்னவென்றால், புத்தகத்தை வைத்து படிக்க விரும்ப மாட்டார்கள். நாம் பலமுறை விளக்கினால், அதைக்கேட்டு அப்படியே புரிந்து சொல்வார்கள். இதைத்தான் ‘கேள்வி ஞானம்’ என்று கூறுவோம். இந்தப் பையனும் அந்த வரிசையில் இருந்தான். எல்.கே.ஜி., யு.கே.ஜி வகுப்புகளில் பிள்ளைகளுக்குப் படிக்கத் தெரியாது. ஆனால் நூற்றுக்கணக்கில் ‘ரைம்ஸ்’ *(Rhyms)* சொல்லுவார்கள். சினிமாப் பாட்டைக்கூட அப்படியே பாடுவார்கள். அதுபோன்ற ஒரு ஞானம்தான் சிலருக்கு தொடர்ந்து இருக்கிறதோ என்று நினைக்கத் தோன்றுகிறது. வேறு சில பிள்ளைகள் பாடம் நடக்கும்பொழுது, கவனிக்காமல், குறும்பு செய்வதுபோலத் தோன்றும். ஆனால், இடையிடையே கேள்வி கேட்டால், மிகச்சரியாக விடை சொல்வார்கள். அதாவது அவர்கள் மூளை அனைத்தையும் கிரகித்துக்கொண்டுதான் இருக்கிறது.

ஒரு வழியாக அந்தப் பையன் நல்ல மதிப்பெண்கள் எடுத்து தேர்வில் வெற்றிபெற்றான். அனைவருக்கும் மட்டற்ற மகிழ்ச்சி. கல்லூரிப்படிப்பாக, சமையல் கலையைத் தேர்ந்தெடுத்தான்.

கற்பித்தல் என்னும் கலை

மேலும், வீட்டு அலங்காரங்கள் குறித்தெல்லாம் பலவிதமான 'டிப்ளமா'க்களை தேர்ந்தெடுத்து அவற்றில் பிரகாசித்தான். அது மட்டுமா? அவன் கற்பனையில் தூக்கி எறியப்படும் பொருட்களிலெல்லாம், கலையம்சத்தைப் புகுத்தினான். தகர டப்பாவையெல்லாம், வண்ண ஓவியங்களாக்கி, கண்காட்சிப் பொருட்களாக்கினான். அவன் ஓவியங்கள் ஐந்து நட்சத்திர ஹோட்டல்களில் இடம் பிடிக்குமளவுக்கு அவனும் பிரபலமடைந்தான். புதிய சமையல்களை மணக்க மணக்க சமைத்தான். வருடா வருடம் கலைக்கண்காட்சி நடத்துமளவுக்கு அவன் கற்பனை வளம் மேம்பட்டது. அவன் மனம் இவற்றையெல்லாம் நாடியதால்தான், அவனால் புத்தகத்தில் கவனம் செலுத்த முடியவில்லை. அவன் விரும்பிய கலைகள் வாழ்க்கைக்கு மிகவும் தேவையானவை. நல்ல உணவும், தூய்மையான இருப்பிடமும் அவசியம் என்பது அவனுக்கு உள்மனதால் உணர்த்தப்பட்டிருக்கும் பாடங்களாகும். இதுபோன்று எத்தனை சாதனையாளர்கள் சிறுவயதில் வெவ்வேறு சூழலில் இருந்திருக்கிறார்கள் என்பது நமக்கெல்லாம் தெரியும். இருப்பினும் நம் கண்முன்னே வளரும் பிள்ளைகளின் முன்னேற்றம் நமக்கு எத்தகைய சந்தோஷத்தைத் தருகிறது என்பதை நினைக்கும்பொழுது, பெரும்பாக்கியமாகவே நினைக்கிறோம்.

பிறர் மனம் நோகாமல் பழகுதல்

சுமார் நாற்பதாண்டுகளுக்கு முன் வேலை சேரும்பொழுது, கற்பிப்பவர் என்று கூறும் ஆசிரியர்கள் சுமார் இருபதுகளில் இருந்திருக்கலாம். பன்னிரண்டாம் வகுப்பு படிப்பவர்கள் பதினோரு அல்லது பதினெட்டு வயதிற்குள் இருப்பார்கள். அப்படியானால் கிட்டத்தட்ட ஆசிரியர்- மாணவர் உறவு ஒரு சகோதர சகோதரி போன்று இருக்கலாம். அப்படியானால், கற்பிப்பவர் மிகவும் பொறுமையாகத் தவறுகளைச் சுட்டிக்காட்டி, நிதானமாகக் கையாள வேண்டும். ரொம்பவும் நட்பாகப் பழகும்பொழுது, சிலசமயங்களில், நம் வார்த்தைகளுக்கு மதிப்பு குறையலாம். எனவே, அதற்கு இடம் தராமல் நாம் கூறவேண்டியதை அழுத்தமாகக் கூறியும், எந்தவிதத்திலும் பிள்ளைகள் மனம் கோணாமலும், அவர்கள் தம் கடமையைச் செய்ய வலியுறுத்தலாம். அதிலும் கற்பிப்பவரின் தோற்றம், பிள்ளைகள் அவர் சொல்வதை எடுத்துக்கொள்ளும் விதத்தில் இருந்தால் சிறந்தது. தெரியாத வயதில் பிள்ளைகள் நம்மை அடையாளப்படுத்துவதற்காக, சில வார்த்தைகளைப் பயன்படுத்துவர். உதாரணத்திற்கு, நம் உருவத்தோற்றத்தை வைத்து, 'குள்ளமாக இருப்பாங்களே, அவங்கதான்! உயரமாக இருப்பாங்களே, அவங்கதான்! என்றெல்லாம் கூறுவதுண்டு. அப்படி ஒரு சந்தர்ப்பம் வரும் முன்பே, முதலில் பிள்ளைகளைச் சந்திக்கும்பொழுதே, நம் பெயர் மற்றும் நம்மைப்பற்றி சில வார்த்தைகள் கூறி அறிமுகப்படுத்திக்கொள்ளலாம். அதேபோல் மாணவர்கள் பெயரையும், எங்கிருந்து வருகிறார்கள் போன்றனவற்றையும் கேட்டுத் தெரிந்துகொள்வதின் மூலம் முதலிலேயே நல்ல ஒரு அபிப்ராயம் உருவாகிறது.

குறிப்பிட்ட ஒரு வகுப்பில், குறிப்பிட்ட மாணவன் எப்பொழுதும் வெளியே நின்றுகொண்டு போய் வருபவர்களை வேடிக்கை பார்த்துக்கொண்டிருப்பான். பல நாட்கள் அந்தக் காட்சியை

'நாங்கள் கண்டபின், அதே ஆசிரியரிடம் அவன் வெளியே எப்பொழுதும் நிற்பதற்கான காரணத்தைக் கேட்டோம். அவன் வகுப்பில் எப்பொழுதும் விளையாடிக்கொண்டிருப்பதாகவும், மற்ற பிள்ளைகளையும் எழுதப்படிக்க விடாமல் தொந்தரவு செய்துகொண்டிருப்பதாகவும், அதனால் வெளியே அனுப்பியதாகவும் கூறினார். ஒருநாள் தலைமை ஆசிரியர் அவன் வெளியே நிற்பதைப்பார்த்து எங்களிடம் சொன்னார். "இவன் முகத்தில் குறும்புத்தனம்தான் தெரிகிறது. அவனிடம் பேசி, அறிவுரை சொல்லிப்பாருங்கள்" என்றார்.

நாங்களும் அவனிடம் அன்பான பேச்சுவார்த்தை நடத்தினோம். வீட்டிலும் அவனுக்கு முழு 'டியூஷன்' வகுப்புகள் இருப்பதால், அங்கு படித்துக்கொள்ளலாம் என்ற எண்ணத்தில் இங்கு 'ஜாலியாக இருக்க நினைத்து, மற்றவர்களையும் தொந்தரவு செய்திருக்கிறான் என்பது புரிந்தது. வேறு விதமாக அவனுக்கு எடுத்துக் கூறினோம். "உன் தந்தை ஒரு வி.ஐ.பி. நீ நன்கு படித்து நல்ல மதிப்பெண் எடுத்தால், உன்னைப்பற்றி பெருமையாக அவரிடம் சொல்ல முடியும். அவரும் பள்ளிக்கு வர பெருமைப்படுவார். நீ இதுபோன்று அடிக்கடி வெளியே போக நேரிட்டால், நாங்கள் உன்னைப்பற்றி எப்படிப் பெருமையாகப்பேச முடியும்? தன் பையன் இப்படித்தான் என்று தெரிந்தால், அவர் மனம் எப்படி சந்தோஷப்படும்? நீ அப்பாவுக்கு பெருமையைத்தானே தர விரும்புவாய்?" என்றோம். உடன் 'சாரி' என்ற பதில் வந்தது. மறுநாள் முதல் அவன் நடவடிக்கையில் அப்படி ஒரு மாற்றம். பேசுபவர் வகுப்பில் யாராகயிருந்தாலும், அமைதியாக கவனிக்கும்படி மற்றவர்களை அவன் கேட்டுக்கொண்டான். அறியாத வயதில் அனைத்தும் ஒரு விளையாட்டுத்தனம் என்பது நன்கு புரிந்தது. எப்பொழுது தந்தைக்கு கௌரவம் பாதிக்குமென்று அவனுக்குப் புரிய ஆரம்பித்ததோ, அவன் தன்னை முழுவதும் மாற்றிக்கொண்டான். உண்மையில் நடந்தது அவன் பெற்றோருக்கும் தெரியாது. அவர்களும், ஆசிரியர் மாணவர்கள் பிரச்னைகளில் தலையிட்டதும் கிடையாது. அதுதானே பாரபட்சமற்ற ஒரு தன்மை என்பது. நாமும் பிள்ளைகள் மனதை அறிந்து, புரிந்து நடந்துகொண்டுவிட்டால், எதுவுமே சாத்தியம்தான்.

மாணவப்பருவம் என்பது பட்டாம்பூச்சிகள்போல் பறந்து மகிழ்ச்சியை வெளிப்படுத்தும் நேரம். அவர்களால் புரிந்துகொள்ள முடியாதபடி பேசி, மனதை நோகடிக்கக் கூடாது. நம் வயதையும், தகுதியையும் கருத்தில் கொள்ளாமல், அவர்கள் வயதிற்கு ஏற்றாற்போல், நம்மையும் சிறிதளவு மாற்றிக்கொண்டால் போதும்! அதுவே நம் பிள்ளையாக இருந்தால், என்ன செய்வோம் என்று ஒரு நிமிடம் சிந்தித்து செயல்படுவோம். அல்லது அதே வயதில் நாம் எப்படி இருந்திருப்போம் என்று யோசித்தால், பொறுமை

வந்துவிடும். அந்த வயதில் வேண்டுமென்று அவர்கள் தவறுகள் இழைப்பதில்லை. அப்படி நமக்குத் தவறாகப் படும் சில கருத்துக்கள் அவர்களுக்குத் தவறாகவும் தெரியாது. எவற்றையெல்லாம் செய்வதால் அவர்களுக்கு மனமகிழ்ச்சி கிடைக்கிறதோ அவற்றைச் செய்து தன்னை மகிழ்வித்துக்கொள்கிறார்கள். சொல்லும் விதத்தில் எடுத்துச்சொல்லி புரியவைக்கும்பொழுது, பலர் புரிந்து நடந்துகொள்கிறார்கள். சிலர் குடும்பச் சூழல் காரணமாக அப்படியே இருந்து விடுகிறார்கள். அப்படியும் ஒரு சில நிகழ்வுகள் உண்டு.

பிள்ளைகள் பொதுவாக மிக நட்புடன் பழகி விடுவார்கள். அவர்களின் நட்பு மிகவும் நெருக்கமாகும்பொழுது, ஒருவரைப்பற்றி ஒருவர் நன்கு புரிந்துகொள்கிறார்கள். ஏழ்மையில் வாடும் சிறுவன், பணக்கார வசதி படைத்த ஒருவனைப் பார்த்து மனதில் ஏங்குகிறான். அவன் பயன்படுத்தும் விலையுயர்ந்த பொருட்களைக் கண்டு, தனக்கு இதுபோல் எதுவும் கிடைக்கவில்லையே என்று நினைத்து, ஆதங்கப்படுகிறான். அதன் விளைவாக, மற்றவரிடமிருந்து பொருட்களை எடுக்க முற்படுகிறான். அதுவே அவன் பழக்கமாக மாறி, யார் 'பை' என்றுகூட பாராமல், பணம் எடுக்க ஆரம்பித்தான். அப்பொழுதெல்லாம் 'காமிரா' வசதி கிடையாது. ஒருநாள் ஆசிரியர் பையிலிருந்து எடுக்கும்பொழுது, ஆசிரியர் வந்துவிட்டார். ஆசிரியர் ஒன்றுமே கேட்கவில்லை. அவன் விசும்பி அழுதான். அதற்கும் அவர் ஒன்றும் கூறவில்லை. பின் முதுகில் தட்டிக்கொடுத்து அவனிடம், "காசு வேண்டுமென்றால் என்னிடம் கேட்டிருக்கலாமே! நான் உதவி செய்திருப்பேனே! அடுத்தமுறை என்னிடம் கேள், நான் தருகிறேன்" என்றார். கோபமாக திட்டியிருந்தால், அவன் வாக்குவாதம் செய்வானோ, என்னவோ, இந்த அன்பான வார்த்தைகள் அவனுக்கு ஈட்டிபோல் குத்தியது. உடன் சரண் அடைந்ததோடு, தான் இதுவரை செய்த குற்றங்கள் அனைத்தையும் ஒப்புக்கொண்டு, பள்ளியை விட்டு விலகுவதாகச் சொன்னான். நாங்கள் அறிவுரை வழங்க, இதுபற்றி இனி பேச வேண்டாம், வேண்டியதை நாங்கள் உதவி செய்து தருகிறோம், மற்றும் இங்கேயே படிப்பைத் தொடரலாம் என்று கூறி சம்மதிக்க வைத்தோம். தன் தவறை எப்பொழுது உணர்ந்துகொண்டானோ, அப்பொழுதே அவன் திருந்திவிட்டதாக உணர்த்தினோம்.

இதுபோன்ற சம்பவங்களுக்கு வறுமையும், ஏழ்மையும் அறியாமல் செய்யும் ஏதேனும் பெரியவர்கள் குறையும்கூட காரணமாக இருக்கலாம். சுமார் இருபத்தைந்து முப்பது வருடங்களுக்கு முன்பு நடைபெற்றதென்றாலும், கல்வி பெறாத சில குடும்பச் சூழல்களும் காரணமாக இருந்திருக்கலாம். போதிய விழிப்புணர்வு அவர்களுக்குக் கிடைக்காமல் இருந்திருக்கலாம். இப்பொழுது

போன்ற 'மீடியா' (Media) வசதிகள் நிறைய இல்லாமல் இருக்கலாம். எந்தக் காலத்திலும் பிள்ளைகள் நம் பிள்ளைகள்தான்.

மிகவும் சுட்டியாகக் காணப்படும் பெண் மாணவி. அழகாக எழுதுவாள். அன்றைய பாடங்களை அன்றைக்கேமுடித்துவிடுவாள். வகுப்பில் மற்றவருக்கும், உதவி செய்துகொண்டிருப்பாள். ஒரு குட்டி 'டீச்சர்' என்று சொல்லுமளவுக்கு தன்னையே மாற்றிக்கொண்டு நடித்துக்காட்டுவாள். பத்தாம் வகுப்பில் அவள்தான் முதல் மதிப்பெண் எடுப்பாள் என்று அனைவரும் கணித்தனர். ஆனால், அதற்கு சில மாதங்களுக்கு முன்பே அவள் மிகவும் மாறியிருந்தாள். எப்பொழுதும் எதையோ இழந்துவிட்டது போன்று முகத்தை சோகமாக வைத்துக்கொண்டாள். படிப்பில் கவனம் மிகவும் குறைந்துவிட்டது. உடல்நலம் ஏதேனும் சரியில்லையா, சரியாகச் சாப்பிடவில்லையா என்றெல்லாம் விசாரித்தோம். அவள் கதறிக் கதறி அழ ஆரம்பித்தாள். குடும்பத்தில் ஏதேனும் ஆபத்தோ என்று யோசிக்கத்தோன்றியது. அப்பொழுது அவள் அழுதுகொண்டே "என் அம்மாவிற்குக் குழந்தை பிறந்துள்ளது" என்றாள். "இது நல்ல விஷயம்தானே!" என்று நாங்கள் கேட்டு முடிக்கவும், ஒரு ஆசிரியை "போன வருடம் தம்பி பிறந்திருப்பதாக சாக்லேட் தந்தாயே!" என்றார். அவள் மேலும் வேகமாக அழ ஆரம்பித்தாள். அவளைத் தனியே அழைத்துச்சென்று சிறிது சாப்பிடக் கொடுத்து ஆசுவாசப்படுத்தினோம். அவள் முகம் சிறிது தெளிவுற்றது. 'கவலைப்படாதே! நீ முதல் மதிப்பெண் எடுப்பாய்!' என ஆறுதல் சொன்னோம். அவள் காதில் வாங்கவில்லை. பின் தானாகவே தொடர்ந்தாள், 'என் அம்மா, என் அம்மா' என்று ஏதோ சொல்ல முனைந்தாள். சரி, இது ஏதோ குடும்பப் பிரச்னை என்று நாங்கள் தலையிட விரும்பாமல், தம்பியைப்பற்றி விசாரிக்க ஆரம்பித்து விட்டோம். அவளும் சாதாரணமாகப் பேச ஆரம்பித்தாள். வீட்டுப் பிரச்னையில் அவள் மிகவும் வேதனையடைந்திருக்கிறாள் என்பதைப் புரிந்துகொண்டோம்.

ஆறுதலாகப் பேசி அவளைப் படிப்பின் பக்கம் திருப்ப முயற்சித்தோம். அவளுக்கு வேண்டிய மன ஆறுதல்கள் அளித்து, முதல் மதிப்பெண் எடுக்க வைத்தோம். வீட்டுச்சூழலை நம்மால் என்ன செய்ய முடியும்? இதுபோல் எங்கேயோ நடைபெறும் சில சூழல்கள், தெரிந்தோ தெரியாமலோ பிள்ளைகள் மனதைக்கூட பாதிக்கச்செய்கிறது. இவை நடைமுறை வாழ்க்கையில், நாம் பார்த்த அனுபவங்கள்தான். இவை நமக்குப் பாடப்புத்தகங்களில் கிடைப்பதல்ல. பிள்ளைகளுடன் ஒன்றிப்பழகி, நட்புடன் கலந்த பாசத்தையும் ஊட்டும்பொழுது, நமக்குக் கிடைக்கும் வாழ்க்கைத் தத்துவங்கள்! பார்த்த மாத்திரத்தில், இவர்கள் இப்படித்தான் என்று கணிப்பது எவ்வளவு பெரிய தவறு. எனவே ஒருவரின்

வாழ்க்கைச் சூழலும், வளரும் விதமும்கூட, அவர்களை நல்லவர்களாக-தீய பழக்கங்கள் உடையவராக மாற்ற ஏதுவாகிறது. இவற்றைப் புரிந்துகொண்ட எவரும், யாரைப்பற்றியும் புறம் பேச மாட்டார்கள்.

கற்பித்தல் என்னும் கலை

புயலும் தென்றலாகும்

நல்ல ஒரு குடும்பச் சூழலும், முழு ஒத்துழைப்புத் தந்து பிள்ளைகளின் மனதைப் புரிந்து நடந்துகொள்ளும் பெற்றோர்களும் அமைந்துவிட்டால் பிள்ளைகளின் கல்வி எந்த விதத்திலும் பாதிக்கப்படாது. அவர்களுக்கு வேண்டிய ஒத்துழைப்பு ஆசிரியர்களிடமிருந்தும் போதிய அளவில் கிடைத்துவிட்டால், அவர்கள் கல்விப்பயணம் வெற்றியாகத்தான் அமையும். சில நேரங்களில், பிள்ளைகள் புத்திசாலியாக இருப்பார்கள். பெற்றோரும் நல்ல சூழலைத் தர விரும்புவர். ஆனால், அவர்களின் வறுமை என்னும் கொடியநோய்த் தாக்கத்தால் பிள்ளைகளும் பாதிக்கப்படுவதுண்டு. அந்த நேரங்களில் அவர்களின் பின்னணி ஆசிரியர்களுக்கும் தெரியாமல்போனால், பிள்ளைகளைப்பற்றி பலவிதமான யோசனைகள் எழக்கூடும். இந்த உறவு என்பது ஒன்றுக்கொன்று பிணைந்து காணப்படுவது. பிள்ளைகளின் மனநிலையோ, அவர்கள் வளர்ந்துவரும் சூழலோ தெரியாமல், ஒன்றிரண்டு வார்த்தைகள் சாதாரணமாகக் கூறினால்கூட அது அவர்கள் மனதைப் பாதிக்கலாம். "இன்று வீட்டுப்பாடம் முடிக்காவிட்டால் சாப்பாடு கிடையாது" என்று அம்மா கூற, "முடிக்காமல் நுழையக்கூடாது" என்று கற்பிப்பவர் சொல்ல பிள்ளைகள் மனம் பாடுபடும். "இப்பொழுது தூங்கி, காலையில் எழுந்து செய்" என்று சொல்லி மறுபுறம் 'பரவாயில்லை, இவ்வளவு எழுதிவிட்டாயே! இன்னும் கொஞ்சம்தானே, 'நாளை முடிக்கலாம் விடு' என்று சொல்ல மனம் ஆறுதல் அடையும். அப்பொழுது முடிக்கவே தோன்றும். இதெல்லாம், வேண்டுமென்று நடப்பதே இல்லை. பாடத்தில் செய்ய வேண்டிய கட்டாயத்தை அம்மா வலியுறுத்துகிறார். இதை இவன் முடித்தால்தானே அடுத்ததைப் பார்க்க முடியும் என்று ஆசிரியர் நினைக்கிறார். ஆக இரண்டுமே தப்பில்லைதான். ஆனால் மாணவனுக்கோ, மாணவிக்கோ சூழல்

சரஸ்வதி ஸ்ரீநிவாஸன்

சரியில்லையென்றால்தான், பிரச்னைகள் ஆரம்பம். எல்லாமே சுமுகமாக நடந்துவிட்டால், அனைவருக்கும் சந்தோஷம்தான்.

ஒருவர் உடல்நிலை கவலைக்கிடமாக இருந்து, பிழைக்க மாட்டார் என்றும் நிலையில், ஒரு டாக்டர் அவரைப் பிழைக்க வைத்துவிட்டார் என்றால், அவர் நம் கண்களுக்குக் கடவுள் மாதிரிதான். அதேபோல்தான், மிகவும் பலவீனமான ஒரு பிள்ளையை முதல் வகுப்பில் தேர்ச்சி பெற வைக்கும்பொழுது கிடைக்கும் சந்தோஷம் என்பது. தன் பிள்ளைகள் எல்லோருமே முதல் வகுப்பில் தேர்ச்சி பெற்றுவிட்டார்களென்றால், அந்த ஆசிரியருக்கு அதைவிட சந்தோஷம் வேறு கிடையாது. நாங்கள் பொதுவாக, பல வருடங்கள் பிள்ளைகளுடன் ஒன்றி விடுவதால்தான், 'பிள்ளைகள்' என்றே சொல்வோம். மாணவர்கள் என்று பிறரிடம் மட்டும் கூறுவோம். 'சில்ரன்' *(Children)* என்றே அழைப்பது வழக்கமாகிவிட்டது. அதனால் தேர்வு சமயங்களில் பள்ளிக்கு வரவில்லையென்றால் மனது கஷ்டமாகிவிடும். உடல்நலம் குறித்து விசாரிப்போம். நிறைய நாட்கள் வராமல் போனால், பிள்ளைகள் வீட்டிற்கு நேரில் சென்று பார்ப்போம். அப்படியொரு தடவை, வெகு நாட்கள் பள்ளி வராத பெண்ணைப் பார்க்கச் சென்றோம். அவளின் தோழிகள் மூலம் வீட்டைக் கண்டுபிடித்து தேடிச்சென்றோம். அது உண்மையில் வீடு என்று சொல்ல முடியாது. பாதி ஓலை வேயப்பட்ட குடிசை. பாதி சூரிய வெளிச்சம் வீட்டின் தரையில் காணப்பட்டது.

நன்கு வாழ்ந்த குடும்பம்தானாம். தன் தாய் எப்பொழுது புற்றுநோயால் பாதிக்கப்பட்டாரோ, அதுமுதல் அனைத்தும் மாறிவிட்டதாக மாணவி கூறினாள். தந்தையும் ஒரு தொழிற்சாலையில் நல்ல வேலையில் இருந்திருக்கிறார். அம்மாவால் எழுந்திருக்கக்கூட முடியாததால், அப்பாதான் அனைத்தையும் பார்க்க வேண்டியிருந்தது. நேரத்தற்கு அவரால் வேலைக்குச் செல்ல முடியாததால், வேலையை விட வேண்டியதாயிற்று. இரண்டு பிள்ளைகளின் படிப்பு மற்றும் உடல்நலமற்ற மனைவியின் மருந்துச் செலவுகளை சமாளிப்பதற்காக வீட்டினருகில் ஒரு டீக்கடையைத் தொடங்கியிருந்தார் அவள் அப்பா. பிள்ளைகள் வீட்டில் இருக்கும் நேரம் அவர் கடையைக் கவனித்துவந்தார். பிள்ளைகள் தாய்க்கு வேண்டிய அனைத்தையும் கவனித்துக் கொண்டனர். பிள்ளைகள் பள்ளிக்குச் செல்லும் நேரத்தில், அவர் கடையை மூடிக்கொண்டு மனைவியைப் பார்க்க வந்துவிடுவாராம். இதுதான் அவர்கள் வீட்டின் நிலையாம். கடந்த ஒரு மாதமாக அம்மாவின் நிலை மோசமாக இருந்ததால், அவள் பள்ளிக்கு சரியாக வரமுடியவில்லையென்று காரணத்தைக் கூறி கண்ணீர் வடித்தாள். மேலும் தன் தங்கை சிறிய பெண்

என்பதால் அவள் கஷ்டப்படக்கூடாது என்று நினைத்து, அவளுக்கு வேண்டியதை செய்து தந்து, அம்மா படும் கஷ்டத்தால் அவள் பாதிக்கப்படக்கூடாது என்று கருதி அவளை தயார் செய்து பள்ளிக்கு அனுப்பிக்கொண்டிருந்தாள். தான் தாயின் அருகிலேயே இருந்து அனைத்தையும் கவனித்துக்கொள்வதாக எங்களிடம் சொன்னாள். அவளின் வார்த்தைகளுக்கு யார்தான் மறுப்பு சொல்லமுடியும்? நிலைமையைக் கண்ணால் பார்த்தபின், எங்களால் வாயைத்திறக்க முடியவில்லை. 'குருவித்தலையில் பனங்காய் வைப்பதுபோல' என்பார்களே! அது இதுதானோ? பதினாலு,-பதினைந்து வயதில் இவ்வளவு பொறுப்புக்களா? அனைவருக்கும் ஆறுதல் சொல்லிவிட்டுத் திரும்பினோம். அனைத்து விஷயங்களையும் தலைமையாசிரியர் மற்றும் தாளாளருடன் கலந்து பேசினோம். அந்த மாணவிக்குச் சிறப்பு வகுப்புகள் நடத்தி அடுத்த ஆண்டு வேண்டுமானால், அரசுத் தேர்வுக்கு அனுப்பலாமா என்று ஒருவருக்கொருவர் பேசிக்கொண்டிருந்தோம். இதற்கிடையில்தான் விநோதம் நடைபெற்றது.

தினமும் காலையில் கடவுள் வழிபாடு நடந்து முடிந்தவுடன், அன்றைய செய்திகள் சொல்லப்படும். பிள்ளைகள் யாருக்கேனும் பிறந்தநாளாக இருப்பின், வாழ்த்துக்கள் கூறப்படும். அதன்பின் பள்ளியில்இருக்கும்ஆசிரியரோ,பிள்ளைகளோ,பணிபுரிபவர்களோ யாருக்கு உடல்நலம் சரியில்லையென்றாலும், கூட்டுப்பிரார்த்தனை நடக்கும். இதுபோல், அன்று அந்த மாணவிக்காக, அவள் தாய் நலம் பெற வேண்டியும் பிரார்த்தனை நடத்தப்பட்டது. முதன முதலாக மாணவியின் சோகக்கதையைக் கேட்க சக வகுப்பு மாணவரர்கள் அதிர்ச்சியடைந்தனர். அனைவர் முகத்திலும் வருத்தம் தெரிந்தது. அனைவருமே உதவி செய்ய முன்வருவது போன்று தோன்றியது. ஆசிரியர்கள் ஒவ்வொருவரும் முடிந்த அளவில் பணம் போட்டு அந்த மாதச் செலவிற்கான தொகையை வழங்கினோம். நல்ல மாணவி என்பதால் அவளுக்கும், அவள் தங்கைக்கும் பணம் கட்டத் தேவையில்லையென்று பள்ளி மேலிடம் சலுகை தந்தது.

ஒரு எட்டாம் வகுப்பு மாணவன் மறுநாள் தன் தாயுடன் வந்து, தலைமையாசிரியரைப் பார்த்தான். அவன் தாய் ஒரு புற்றுநோய் மருத்துவராம். தாயும், தந்தையும் சேர்ந்து ஒரு ஆஸ்பத்திரி நடத்தி வருவதாகவும் சொன்னான். முதல் நாள் கூட்டுப்பிரார்த்தனை நடந்ததை அவன் வீட்டில் சென்று கூறியிருக்கிறான். அதன் பலன், தான் மாணவியின் தாய்க்கு உதவி செய்யலாமா என்று கேட்பதற்காகவே வந்திருக்கிறார் அவன் தாய். தலைமையாசிரியர், கடவுளே நேரில் வந்து உதவி செய்யக் காத்திருப்பதுபோல் உணர்ந்தார். ஒருசில ஆசிரியர்கள் மூலம் மாணவி வீட்டுக்கு அனைத்து விஷயங்களும் சொல்லப்பட்டன. 'ஆம்புலன்ஸ்' மூலம்

சரஸ்வதி ஸ்ரீநிவாசன்

மாணவியின் தாய் ஆஸ்பத்திரிக்கு அழைத்துச்செல்லப்பட்டு, சிகிச்சைகள் நல்லபடியாகத் தொடங்கின. அவர்கள் தாயை பார்த்துக்கொண்டதால், பிள்ளைகள் பள்ளிக்கு வர ஆரம்பித்தனர். மாணவியின் தந்தைக்கும் நல்ல நேரம் வந்துவிட்டதுபோல் தோன்றியது. இந்த ஆண்டுடன் பள்ளியின் பழைய 'காண்டீன்' ஒப்பந்தம் முடிவடைவதால், அடுத்த ஆண்டு அவர் 'காண்டீன்' நடத்தலாம் என்று கூறினார்கள். 'புயலாக' அடித்துக்கொண்டிருந்த ஒரு குடும்பத்தில் 'தென்றல்' வீச ஆரம்பித்தது என்று சொன்னால், அதற்குக் காரணம் அந்த எட்டாம் வகுப்பு மாணவன்தான். மாணவி பத்தாம் வகுப்பில் படித்தாலும், அந்த மாணவனின் கருணை உள்ளம் புரிந்த அவன் பெற்றோர் உதவ முன்வந்தது என்பது ஒரு மெய்சிலிர்க்க வைக்கும் சம்பவம்தான். பிறர் குறைகளையே பேசும் நாம், இத்தகைய சம்பவங்கள் மறக்கலாமா?

கற்பித்தல் மட்டுமின்றி, ஒரு குடும்பத்திற்கு நம்மால் முடிந்ததை செய்யத் துணிந்தோம் என்பது ஒரு ஆத்ம திருப்தி தரும் விஷயம். இதுபோன்று வெளிக்குத் தெரியாமல் தொண்டு செய்யும் பாக்கியம் எங்களுக்கு கிடைத்தது. ஆனாலும் எங்களின் பொறுமையான-நிதானமான யோசனைதான் அத்தகைய பாக்கியத்தை ஏற்படுத்தித் தந்தது.

நாங்கள் பொறுமையின்றி, அந்தப் பெண்ணிடம் கோபம் கொண்டு பள்ளிக்குச் சரியாக வராததால், தேர்வு எழுதக்கூடாது என்று சொல்லியிருந்தால், இவை எதுவுமே நடந்திருக்காது. அந்தப் பெண்ணைப் பார்த்து, பெற்றோரிடம் அதுபற்றி கலந்து பேசலாம் என முடிவெடுத்துச் சென்றதால், விஷயங்கள் தெரிய வந்தன. உண்மைநிலையில் தெரியவந்தது. அதனால்தான், குடும்பச்சூழல் தெரியாமல் எந்த ஒரு பிள்ளையையும் மனம் நோகப் பேசக்கூடாது என்பது ஆசிரியர்களின் கருத்தாகும். ஒரு வீட்டுச் சூழல் பிள்ளைகளுக்கு சந்தோஷமாக அமையாவிட்டால், அவன் நடவடிக்கைகள் வெளிஉலகில் மாறுபட்டிருக்கும். உதாரணத்திற்கு, ஒரு பையனுக்கு வீட்டில் போதிய சந்தோஷமும், கருத்துக்களைக் கூற சுதந்திரமும் கிடைக்கவில்லையென்றால், அவன் வெளியில் நண்பர்களுடன் நிறைய நேரம் செலவிட நினைப்பான். அப்பொழுது, அந்த நண்பர்களின் குணாதிசயங்கள் அவனிடமும் பிரதிபலிக்கும். இதுதான் வறுமையில் ஒரு மாதிரியும், பின்னணி சரியில்லாதபோது வேறுமாதிரியும் மாற்றங்களை ஏற்படுத்துகிறது எனலாம். எதுவும் பருவமாற்றக் காலங்களில், நம் அன்பும், பரிவும், ஊக்குவித்தலும் சிறந்த 'விட்டமின்கள்' போன்று அமையும்.

அந்தப் பெண்ணுக்குத் தன் படிப்பு பாதிக்கப்பட்டு, மீண்டும் கிடைத்ததுகூட அவ்வளவு மகிழ்ச்சி தரவில்லை எனலாம். தன் தாய்

இன்றோ, நாளையோ என்ற ஆபத்திலிருந்து காப்பாற்றப்பட்டது அவளுக்கு அப்படியொரு ஆனந்தத்தைத் தந்தது. சகோதரிகள் நன்கு படித்து, குடும்பத்தைப் பார்த்துக்கொண்டதுடன், தங்கள் எதிர்காலத்திற்கும் வழிவகுத்துக்கொண்டனர். ஒரு சில ஆண்டுகள் அவள் தாய் தெம்புடன் இருந்ததாகச் சொன்னாள். அன்று அவள் வீட்டிற்குப் போகாமலிருந்தால், இத்தகைய அனுபவங்கள் எங்களுக்குக் கிடைத்திருக்காது. அவளும், அம்மாவுக்கு உடல்நலம் சரியில்லை என்று மட்டும் சொல்லியிருந்தால் இவ்வளவு விஷயங்கள் எங்களுக்குப் புரிய வாய்ப்பில்லை. அவர்களின் நல்ல நேரத்திற்கோ, நாம் புதுமையான அனுபவத்தைப் பெறுவதற்கோதான் கடவுள் அந்தப் பெண்ணை நீண்ட விடுப்பு எடுக்க வைத்தாற்போல் தோன்றியது. ஒவ்வொன்றையும் அலசி ஆராயும்பொழுதுதான், அதன் உண்மைநிலை தெரிய வருகிறது. நாம் பாடப்புத்தகத்தைத்தான் கற்பிக்கிறோம். ஆனால் எத்தனை விதமான வாழ்க்கைக்கல்வியைப்பிள்ளைகளின்வாழ்க்கையிலிருந்து கற்றுக்கொள்கிறோம் என்பதுதான் ஆச்சரியமான விஷயம். இதுபோன்ற அனுபவங்கள், நம் தனிப்பட்ட வாழ்க்கைக்கும் அடித்தளம் அமைத்துத் தருகிறது என்பதுதான் நிதர்சனமான உண்மை. எதிலும் பொறுமை, நிதானம், யோசித்து செயல்பட வைப்பது, ஆராயாமல், உண்மை தெரியாமல் பிறர் மனதைத் புண்படாதிருக்கச்செய்தல். இவை போன்ற சிறந்த குணங்கள் நம்மை வந்தடைகிறது. கற்பித்துவிட்டுப் போகாமல், மாணவர் நலனில் அக்கறை காட்டுவதுதான் குருவின் கடமை என்பதையும் அனுபவத்தில் உணர்ந்தோம்.

✏️ சரஸ்வதி ஸ்ரீநிவாசன்

திறமையைக் கண்டறிதல்

மூன்று வயது முதல் பதினேழு வயது வரை ஒரே பள்ளியில், பார்த்த முகங்களையே பார்த்துக்கொண்டு, பழகிய நண்பர்களை உறவுகள் போன்று பாவித்துக்கொண்டு, அதுதான் சந்தோஷமான உலகம் என்று நினைப்பவர்கள் பள்ளி மாணவச்செல்வங்கள். கல்லூரிகளில் ஏற்படும் நட்பைவிட, பள்ளிகளில் ஏற்படும் நட்பு மிகவும் ஆழமானது. எல்.கே.ஜி. முதல் பன்னிரண்டாம் வகுப்பு வரை என்பது ஒரு நீண்ட வாழ்க்கை. நாம் நடைமுறையில் பார்த்தால், நிறைய பேர் 'பால்ய சிநேகம்' என்று அறிமுகப்படுத்துவார்கள். அது என்றும் நீடித்து தொடரக்கூடியது. அந்த வயதில் எந்த ஏற்றத்தாழ்வுகளும் தெரியாது. அனைவரையுமே நட்பாகப் பார்க்கக்கூடிய காலகட்டம். ஆனால் கல்லூரி நட்பு ஓரளவு வளர்ந்தவுடன் கிடைப்பது. மேலும் அவரவர்களே தங்கள் நட்பைத் தேர்ந்தெடுக்கும் காலகட்டம். வெவ்வேறு சூழல்களிலிருந்து, வெவ்வேறு ஊர்களிலிருந்து ஒவ்வொரு விதமான பழக்க வழக்கங்கள் கொண்டவர் அனைவரும் கலந்து காணப்படும் மாணவர் உலகம் என்றுகூட சொல்லலாம். ஆனால் பள்ளிப்பருவம் நல்லபடியாக இருந்துவிட்டால், எங்கு சென்றாலும் மாணவர் குணவான்களாகத்தான் இருப்பர்.

சிறுவயதில் கட்டுப்பாட்டுடன் வளரும் எந்தக் குழந்தைகளும் வழிமாறிச் செல்லுவதுமில்லை. பெற்றோர் பாதுகாப்பு, ஆசிரியர் கண்காணிப்பு அவர்களுக்கு எதிர்காலத்திற்கான ஒரு நல்ல அஸ்திவாரத்தை அமைத்துத் தருகிறது.

சில சமயங்களில் இடையிடையே மாணவர்கள் வேறு பள்ளிகளிலிருந்தோ, வேறு ஊர்களிலிருந்தோ, அவரவர் குடும்பச் சூழல் பொறுத்து வந்து சேருவர். அப்பொழுது புதிய இடத்தில் தனக்கென சில நண்பர்களை உருவாக்கிக்கொள்ளுவர். பெரும்பாலும் நல்ல சூழலில் வளர்ந்துவரும் பிள்ளைகள், தன்னை

எந்த அளவிலும் மாற்றிக்கொள்ள மாட்டார்கள். சிலர் வெளியில் விளையாட்டுப் பயிற்சிகளுக்கென வெவ்வேறு இடங்களுக்குச் செல்வதுண்டு. அங்கு பலவிதமான சூழலிலிருந்து வருபவர்களை சந்திக்கும்பொழுது, நட்பு ஏற்படலாம். எங்காவது ஒன்றிரண்டு தவறான போக்கில் செயல்படுவர். அப்பொழுதும் அரசுத் தேர்வு அருகில் வந்துவிட்டால், மிகவும் கடினமாக உழைக்க ஆரம்பித்துவிடுவார்கள். சிலருக்குத் தேர்வின் முக்கியத்துவமே தெரியாமல் போகும். அவர்கள் அதன் முக்கியத்துவம் உணரும்பொழுது, தன்னைத் தயார் செய்துகொள்ளப் போதிய கால அவகாசம் இல்லாமல் போய்விடும். அத்தகைய சமயங்கள் பெற்றோருக்கும், ஆசிரியர்களுக்கும் மனஅழுத்தத்தைத்தான் அதிகரிக்கும். கற்பிப்பவர் மிகவும் கண்டிப்பாக, எப்பொழுதும் கோபமாகப் பேசினால் பிள்ளைகளுக்கு அது பிடிக்காமல் போகலாம். ரொம்பவும் அன்புடன் மென்மையாகப் பழகி வந்தாலும் அதுவே அவர்களுக்குச் சலுகை அளிப்பது போன்ற உணர்வை ஏற்படுத்தித்தரும். எனவே அன்பாகப் பேசியும், தவறை சுட்டிக்காட்ட வேண்டிய இடங்களில் எடுத்துரைத்தும், அவர்கள் செய்யும் தவறைப் புரிந்துகொள்ளும்படியும், கருத்துக்களை பரிமாறலாம். பிள்ளைகள் தங்களுக்குள் நெருங்கிய நண்பர்கள் என்று சிலரைச் சொல்வார்கள். அவர்கள் எங்குச் சென்றாலும் சேர்ந்து செல்வார்கள். தவறு செய்தாலும், அந்த நட்புவட்டம் ஒன்றாக மாட்டிக்கொள்ளும்.

மிக நட்போடு பழகும் ஆசிரியரிடம், முக்கியமான விஷயங்களைக்கூட சில சமயங்களில் விளையாட்டாக எடுத்துக்கொள்வார்கள். அதுபோன்ற மாணவர்களைத் தேர்வுக்கு முன்பு, வீட்டிற்கு அழைத்து அதிகப்படியான பயிற்சி கொடுப்பது வழக்கம். ஒரு ஆங்கில ஆசிரியை அப்படி ஒரு சேவை செய்யப்போய், அது அவர்கள் வீட்டுப் பிரச்னையாகவே மாறிவிட்டது. பழக்க தோஷத்தால் பாதிக்கப்பட்ட, மூன்று நான்கு நண்பர்கள் மாதிரித்தேர்வில் மதிப்பெண் சரியாக எடுக்கவில்லை. ஆசிரியர் மிகவும் மனம் நொந்து மாணவர்களை அழைத்துப் பேசினார். “நடந்தது போகட்டும். இனி தேர்வுக்கு வேண்டிய பயிற்சிகளில் கவனம் செலுத்துங்கள். நான் உங்களுக்கு வேண்டிய உதவிகளைச் செய்கிறேன். கால அட்டவணை போட்டுத் தருகிறேன். அதன்படி ஒவ்வொரு நாளும் குறிப்பிட்ட பாடத்தை படித்து எழுதிக்காட்டுங்கள். நான் முடிந்தவரை உங்களுக்கு உதவி செய்கிறேன்” என்று சொல்லுவதுடன் மட்டுமல்லாது, எந்தெந்த நாட்களில் அவர்கள் தன் வீட்டிற்கு, எந்த நேரத்தில் வரவேண்டுமென்பதையும் எழுதித் தந்தார். அதன்படி அவர்களுக்கு எளிய முறையில் விளக்கித்தந்து, குறைந்தபட்ச

தேர்ச்சிக்கு மதிப்பெண் எடுக்குமளவிற்கு தயார் செய்தார். ஆனால் ஆசிரியைக்கும் சில பிரச்னைகளை எதிர்கொள்ள வேண்டியதாக இருந்ததாம். அவர் அமர்ந்து மாணவர்களுக்கு சொல்லித்தரும் நேரம், கணவர் அலுவலகத்திலிருந்து வந்து ஓய்வெடுக்கும் நேரமும்கூட. பிள்ளைகளுக்குச் சொல்லித் தருவதற்காக கணவரை வேறு இடத்திற்கு போகச் சொல்லி வற்புறுத்தியும் கூறியிருக்கிறார்.

எத்தனையோ வாக்குவாதங்கள் நடந்தாலும், எங்களின் நோக்கம் பிள்ளைகளைத் தேர்ச்சி பெறச் செய்வதுதான். குடும்பம் என்றால் பிரச்னைகள் வருவது சகஜம்தான். அது வந்துபோகும். ஆனால் படிக்காத பிள்ளைகளைத் தேர்ச்சி பெறச் செய்வதென்பது நம் மகத்தான பணியின் சாதனை என்பதை உணர்ந்தோம். அவர்கள் நல்ல மதிப்பெண் பெற்றதுடன், நல்ல பிள்ளைகளாகத் தன் பொறுப்பையும் உணர்ந்தார்கள். இன்றுவரை அவர்கள் கூறுவது "அன்று அவர் அத்தகைய வகுப்பெடுத்து, எங்களை தேர்ச்சி பெற வைக்காதிருந்தால், நாங்கள் பள்ளிப்படிப்பைக்கூட சரியாக முடித்திருக்க மாட்டோம். நாங்கள் செய்த தவறுகளிலிருந்து திருந்தியிருக்க மாட்டோம்" என்பதுதான்.

இத்தகைய சூழலில், வீட்டிற்கு அழைத்து தனியே பயிற்சி அளிக்க வேண்டுமானால், கற்பிப்பவர் மட்டும் நினைத்தால் முடியாது. அவர்கள் குடும்பத்தினரின் ஒத்துழைப்பும் தேவை. வீட்டில் சிறு குழந்தைகளோ, முதியோர்களோ இருந்தால் இவை சாத்தியப்படுமா என்றெல்லாம் பார்க்க வேண்டியுள்ளது. குறிப்பிட்ட நேரத்தில் வீட்டு வேலைகளைத் தியாகம் செய்ய வேண்டும். கணவர் ஆசிரியராக இருந்தால் மனைவி விட்டுத் தரவேண்டும். மனைவி ஆசிரியையாக இருந்தால் கணவர் விட்டுக்கொடுக்க வேண்டும். இதற்கிடையில் சில சமயங்களில் உறவினர்களும்கூட பாதிக்கப்படுவர். பெரும்பாலும், மாலை நேரங்களில் தொலைபேசி அழைப்பு வரும்போதெல்லாம் "நான் பிள்ளைகளுடன் இருக்கிறேன். அப்புறம் பேசுகிறேன்" என்றுதான் சொல்ல வேண்டி வரும். அதிலும் பிப்ரவரி முதல் ஏப்ரல் முடியும் வரை அவர்கள்தான் எங்கள் குடும்பம்.

பாவம் உறவினர், அவர்களுக்கு முடியும்பொழுது தொலைபேசியில் தொடர்புகொள்ள நினைப்பார்கள். சிலர் வீட்டிற்கு வரக்கூட நினைப்பார்கள். என்ன செய்வது? குறிப்பாக, அரசுத்தேர்வு எழுதும் மாணவர்களுக்கு உதவி விரும்பும்பொழுது, சிலவிதமான தியாகங்களைச் செய்யத்தான் வேண்டியுள்ளது. மறுநாள் 'போன்' பேசாமல் முதல்நாள் கூப்பிட்டவர்களை, நினைவில்லாமல் விட்டோமானால், அதுவே சில மனஸ்தாபங்களை ஏற்படுத்தலாம். சமீபத்தில் நடந்த சில சந்திப்புக்களைக்கூட ஏற்கமுடியாத சூழல். பலமுறை பிறந்தநாள், திருமண நாள்

போன்ற விசேஷங்களைக்கூட பிள்ளைகளுடனே கொண்டாடி, அவர்களுக்கு விருந்தளித்து குடும்ப அங்கத்தினர்கள் போன்று பாலித்தோம்.

பாடம் கற்றுத்தருவது மட்டுமல்ல, நாடகம் - நாட்டியம் போன்ற கலைத்துறையிலும் அவர்கள் மேடையேறத் துடிப்பார்கள். இப்பொழுது நிறைய 'சேனல்கள்', 'மீடியாக்கள்' திறமையை ஊக்குவிக்கின்றன. சுமார் முப்பது ஆண்டுகளுக்கு முன், மேடை ஏிறனால்தான் அவன் திறமைசாலியாக கருதப்பட்டான். அதனால் அதற்குப் போட்டி நிறையவேயிருந்தது. இப்பொழுது அனைத்துக் கலைகளுக்கும், வகுப்புகள் நிறைய அங்கங்கே நடத்தப்படுகின்றன. நிறைய தனிப்பட்ட பள்ளிகள் வந்துவிட்டன. அங்கு சென்று கற்றுக்கொண்டால், அவர்களே அனைத்திற்கும் தயார் செய்துவிடுகிறார்கள். மேலும் பெற்றோர் ஒத்துழைப்புடன் எங்கு வேண்டுமானாலும், போட்டிகளில் பங்கு கொண்டு வெற்றி பெறுகிறார்கள். வெற்றி பெற்றதைப் பள்ளியிலும் சொல்லி மேலும் பாராட்டைப் பெறுகிறார்கள். நிறைய வாய்ப்புகள்திறமையைத் தேடி வருகின்றன. ஆனால் அப்பொழுது திறமைகளை நாங்கள் தேடிக் கண்டுபிடித்தோம்.

ஒருசிலரைப் பார்த்தால், அவர்களின் திறமையே தெரியாது. பழகிப்பழகி பாடம் சொல்லித்தரும்பொழுது, அவர்கள் அதை எவ்வளவு தூரம் உள்வாங்கிக்கொள்கிறார்கள், அதன் பயனாக எவ்வளவு தூரம் புரிவுணர்வை வெளிப்படுத்துகிறார்கள் என்பதை வைத்து அவர்கள் திறமையைக் கணிக்கலாம். சில நாட்கள் பொறுமையுடன் அவர்கள் வகுப்பை விரும்பும்படி உற்சாகப் படுத்திக்கொண்டேயிருந்தால் போதும். வகுப்பை விரும்பினால், பாடத்தை அவசியம் விரும்புவார்கள். இடையிடையே அவர்களுக்கு ஏற்படும் ஐயங்களுக்கு நாம் தீர்வு தரத்தயாராக நம்மையும் தயார்படுத்திக்கொள்ள வேண்டும். அதனால்தான் பாடத்தைப் பற்றிய முழு விவரங்களும் தெரிந்துகொள்ள வேண்டும் என்பார்கள். ஆங்கிலத்தில் 'சப்ஜெக்ட் நாலெட்ஜ்' என்பார்கள். மாணவர்கள் என்று எடுத்துக்கொண்டால், சிலர் அத்தகைய புரிதலோடு ஒவ்வொன்றையும் கற்பார்கள். சிலர் ரொம்ப மனப்பாடம் செய்வார்கள். ஒருசிலர் மனப்பாடம் செய்வதில் 'புலி'யாக இருப்பார்கள். சொந்தமாக நடுவில் ஏதேனும் கேள்விகள் கேட்டால், அவர்களால் பதிலளிக்க இயலாது. இப்படியாக, முப்பது வருடங்களுக்கு முன் என்று நினைக்கிறேன். ஒரு பாடப்பகுதியைச் சுருக்கமாக வகுப்பில் மாணவனிடம் சொந்த வார்த்தைகளில் கூறச்சொன்னேன். அவன் அட்டையிலுள்ள பதிப்பகம் பேர் முதல் கடைசியில் உள்ள ஆசிரியர் பற்றிய செய்திகள் வரை ஒப்புவித்தான். இதைக் கேட்டு முழு வகுப்பும் சிரித்த ஒலி கேட்டு,

பக்கத்து வகுப்பிலிருந்த ஆசிரியர்கள் வந்துவிட்டனர். அப்பொழுது சிரித்தாலும், அவனின் மனப்பாடச் சக்தியைப் பாராட்டி, அவனுக்கு வேண்டிய சில குறிப்புகளைத்தந்து, புரிந்து பதில் சொல்லும் முறையைப் பின்பற்றச் சொன்னோம். அதுபோல், புத்தித்திறன் அதிகம் கொண்ட மாணவர்கள் நிறையவுண்டு. அதில் ஒருவனை 'அகராதி' என்றுகூடச் சொல்லலாம். அந்த அளவுக்கு அறிவு ஜாஸ்தி அவனுக்கு. ஆனால், அவனுக்கு நிறைய தெரியும் என்பதைக் காட்டும் விதமாக இடையிடையே பல கேள்விகள் கேட்டு பாடத்தை முடிக்க விடாமல்கூட செய்வது வழக்கம். இதனால், அவன் மேடைப்பேச்சிற்கோ, ஏதேனும் நாடகத்திற்கோ அழைக்கப்படமாட்டான். 'நாம் இவ்வளவு புத்திசாலியாக இருந்தும் நமக்கு மேடையேற வாய்ப்பே கிடைக்கவில்லையே!' என்று மிகவும் தனக்குள் வருத்தப்பட்டிருக்கிறான். ஒருமுறை என்னிடம் வெளிப்படையாகக் கூறி வேதனைப்பட்டான். "சந்தர்ப்பம் நேரும்பொழுது வாய்ப்பு உன்னைத்தேடி வரும்" என்று சொன்னேன். பின் ஆங்கில ஆசிரியையிடம் அவன் திறமையைச் சொல்லி சிபாரிசு செய்துவைத்தேன். "அவன் அதிகப்படியாக பேசிவிடுவானோ என்கிற பயம் எனக்கு. இருந்தாலும் நீங்கள் சொன்னதால் சேர்த்துக்கொள்கிறேன்" என்றார்.

நகரின் பல பள்ளிகளுக்கான நாடகப்போட்டி அது. "ஷேக்ஸ்பியர்" நாடகம் எங்கள் பள்ளி சார்பில் அரங்கேறியது. மேடை அலங்காரம் முதல் உடை வடிவமைப்பு வரை எங்கள் பள்ளி பாராட்டைப் பெற்றது. பல்வேறு நடுவர்களுக்கிடையே, பல விவாதங்களுக்குப் பின், வெற்றி பெற்றது எங்கள் நாடகமாக அறிவிக்கப்பட்டது. அதுவும் மேலே குறிப்பிட்ட பையன் மிகச் சிறந்த பேச்சாளராக அறிவிக்கப்பட்டான். நேரே அந்த ஆசிரியை ஓடிவந்து என்னைத் தழுவிக் கொண்டார். பையனுக்கு வார்த்தைகள் வரவில்லை. கண்ணீர்தான் வந்தது. "மிஸ் பெரிய தாங்க்ஸ்" என்றான் என்னிடம். இதுதான் மாணவருக்கும் கற்பிப்பவருக்குமான தொடர்பு என்பது. ஏணியில் ஏறச் சொல்லித்தந்தால் போதும். நடுவே ஊக்க வார்த்தைகள் போதும்! உச்சியை அடைந்துவிடுவார்கள்.

தாய்போன்ற அரவணைப்பு

'வாழ்க்கை வாழ்வதற்கே' என்றுதான் கூறுவோம். அத்தகைய வாழ்க்கையில் பிரச்னைகள் இல்லாமல் இருக்க முடியாது. ஒவ்வொரு நிலையிலும் ஒவ்வொரு விதமான பிரச்னைகள் ஏற்படத்தான் செய்யும். அவற்றையெல்லாம் கடந்து, நம்மை சந்தோஷப்படுத்திக்கொள்வதுதான் வாழ்க்கையின் நியதி. சுகமும், துக்கமும் ஒன்றன்பின் ஒன்றாக வந்துகொண்டிருக்கும், அவற்றில் ஒன்றில் மற்றொன்றை நினைத்துப் பார்த்து நம்மை சமாதானப்படுத்திக்கொள்ளலாம் என்று ஒரு வடமொழி கவிதை கூறுகிறது. அதாவது, சுகம் வரும்பொழுது துக்கத்தை மறப்பதும், துக்கமான சமயங்களில், சுகமான இனிய தருணங்களை நினைத்துப் பார்த்தால், துக்கங்கள் மனதை விட்டு நீங்கிவிடும் என்றும் கூறப்பட்டுள்ளது. ஆம் நம் பிள்ளைகளின் வாழ்க்கையும் அப்படித்தான். மாணவப் பருவம் மிகவும் 'ஜாலியான' பருவம். அதே சமயம் வாழ்க்கையின் அடித்தளத்தை நிர்ணயிக்கும் காலம், பொதுவாக, வேலைக்குச் செல்பவர்கள் தங்கள் வேலையைச் சரிவர செய்துவிட்டால் நிம்மதி அடைய முடியும். ஆனால் ஒரு கற்பிப்பவர் என்பவருக்கு எல்லா நாட்களும் ஒன்றுபோல் இருக்காது. கற்பித்துவிட்டால் மட்டும் நிம்மதியடைய முடியாது. பள்ளி விழாக்கள், அரசு விழாக்கள் போன்ற சமயங்களில் மாணவர்களின் ஈடுபாடு அளவில்லா சந்தோஷத்தைத் தரும். அதுபோல் எத்தனையோ நாட்கள், அவர்களுக்குள் சண்டை ஏற்பட்டு அடிபோட்டுக்கொள்ளுதல், மாடிப்படிகள் ஏறும்பொழுது ஒருவரையொருவர் முந்தியடித்தல், விளையாடும்பொழுது ஏற்படும் விபத்துக்கள் என எத்தனையோ விஷயங்கள் உள்ளன.

ஒவ்வொரு சமயம் நாங்கள் வாய்விட்டு அழும் அளவிற்கு பார்க்க முடியாத துயரச் சம்பவங்கள் நடந்ததுண்டு. ஒவ்வொரு இடைவேளையும் அவர்கள் சுதந்திரமாக ஓடக்கூடிய

சமயங்கள். அதுதான் எங்களுக்கு 'பக் -- பக்'கென்று பயம் தரும் தருணங்கள். எவ்வளவுதான் நம் கண்காணிப்பில் இருந்தாலும் திடீரென சம்பவங்கள் நிகழ்வதுண்டு. அதிலும் நெற்றியில் அடிபட்டுக்கொண்டு, தையல் போடாதவர்கள் ஒருசிலர்தான். அவர்கள் அடிபட்டுக்கொள்வதில், எங்களுக்கு இரத்தமே உறைந்துவிடும். நிறைய பிள்ளைகளை உடன் பள்ளி வண்டியில் தூக்கிப்போட்டுக்கொண்டு டாக்டரிடம் ஓடுவோம். முதலில் பெற்றோருக்குத் தெரியப்படுத்தினாலும், அவர்கள் வரும் வரை காத்திருக்காமல் முதல் உதவிக்கு ஓடிவிடுவோம். முதல் உதவி தந்தபின், பெற்றோர் அவரவர் குடும்ப டாக்டரிடம் அழைத்துச்செல்வர். மண்டையில் அடிபட்ட பிள்ளைகளை ஆபத்திலிருந்து காப்பாற்றியிருக்கிறோம். நிறைய பேர் ஓடும்பொழுது கை-கால் எலும்புகளை முறித்துக்கொள்வர். ஓடியாடும் சமயத்தில் இது சாதாரணமாக நடைபெறுவதுண்டு. பிள்ளைகள் விளையாட்டில் ஏற்படும் காயங்களையும், விபத்துக்களையும் பொருட்படுத்த மாட்டார்கள். நண்பர்களையும் காட்டிக்கொடுக்க மாட்டார்கள். ஆனால் ஆசிரியர்கள் நடந்தவற்றை முதலில் டாக்டரிடம் எடுத்துரைத்தால்தான் அவர் சரியான சிகிச்சை தரமுடியும். அதிர்ச்சி அடைந்து வரும் பெற்றோர்களையும் சமாதானம் செய்ய வேண்டும். அத்தனை பதற்றமும் ஆசிரியருக்கு இருக்கத்தான் செய்யும்.

அதனால்தான் கற்பிப்பவர் என்பவர் பொறுமையின் சிகரமாகத் திகழ வேண்டும். சேவை மனப்பான்மை உள்ளவராக இருக்க வேண்டும். சமயங்களில் தன் உணவையும் பகிர்ந்து, மாணவச் செல்வங்களுக்குத் தரவேண்டி வரலாம். நிறைய பிள்ளைகள் காலை உணவு சாப்பிடாமல் பள்ளிக்கு வருவதுண்டு. சிறப்பு வகுப்புக்களோ, வகுப்பறைத் தேர்வுகளோ இருந்தால், தூங்கி எழுந்து தயாராகி, சாப்பிட நேரமில்லாமல் வந்துவிடுவர். முதல் வகுப்பிலேயே களைத்துப்போய், சோர்ந்து காணப்படுவர். இதுபோன்ற பிள்ளைகளைக் கண்டுபிடித்து, சாப்பிட வைப்போம். கொஞ்சம் வசதியுள்ளவர்கள் காண்டீனில் வாங்கி சாப்பிடுமாறு காசு கொடுத்து அனுப்பி விடுவர். இடைவேளையில் 'காண்டீன்' செல்லும் வரை அவர்கள் 'டல்'லாகக் காணப்படுவார்கள். நிறைய மாணவர்கள் விதவிதமான உணவை 'காண்டீனில் வாங்கி ருசிப்பதைக் கண்ட ஒரு ஏழைப்பையன் ஏங்கியிருக்கிறான். தான் இஷ்டம்போல் எதுவும் வாங்கி சாப்பிட இயலவில்லையே என்று ஏங்கியதால், பிறரிடமிருந்து காசு எடுக்க முயற்சி செய்திருக்கிறான்.

ஒருநாள் பள்ளிப் பிரார்த்தனை நேரம். காகம் வந்து பிள்ளைகளின் உணவு டப்பாக்களைத் திறந்தன. சப்தம் கேட்டு ஓடிச்சென்று பார்த்திருக்கிறார் ஒரு ஆசிரியர். அந்த சமயம் பார்த்து,

குறிப்பிட்ட பையன் மட்டும் தனியே மாட்டிக்கொண்டான். யாருக்கும் தெரியாமல், அவனைத் தனியே அழைத்து, தவறை உணர்த்தினேன். அவன் உண்மையை ஒப்புக்கொண்டதுடன், காசு எடுத்த நோக்கத்தைக் கூறினான். கண்களில் வருத்தம் தெரிந்தது. எங்களுக்கும் வருத்தமாக இருந்தது. அவன் மனம் வருத்தப்படாதவாறு, "இனி என்ன சாப்பிட வேண்டுமானாலும் வந்து கேள், நாங்கள் வாங்கித் தருகிறோம், இதுவரை நடந்தது யாருக்கும் தெரியாது, நீயும் மறந்து விடு, நாங்கள் இதுபற்றி பேச மாட்டோம்" என்று முற்றுப்புள்ளி வைத்தோம். இதில் பையனின் குற்றம், அவன் வறுமையில் இருந்ததுதான். அதற்கு அவன் எப்படிப் பொறுப்பாவான்? அந்த வயதிற்கே உள்ள ருசியான சாப்பாட்டு ஆசை அவனை சிறிய தவறுக்குத் தூண்டியது. அதை நாங்கள் வழங்கினால், அது எங்களுக்கு ஆத்ம திருப்தி தருவதுடன் அவன் எவ்வளவு நல்லவனாகிறான். அதுவும் குறிப்பிட்ட சமயம்தான். அவன் புரிந்து நடக்கும் தருணம் வந்தால் யாரிடமும் வாங்கிச் சாப்பிட மாட்டான். சுயகௌரவம் அவனுக்கு வந்துவிடும். இதன்மூலம் நாம் நிறையவே கற்றுக்கொள்கிறோம். பிறக்கும்போதே யாரும் கெட்டவனாகவோ, நல்லவனாகவோ பிறப்பதில்லை. அவன் வாழ்க்கையில் ஏற்படும் சோதனைகள் அவனை மாற்றி விடுகின்றன. அதைத் திருத்துவது மட்டுமே கற்பிப்பவர் நோக்கம்.

ஒரு பிள்ளையின் தந்தை வெளிநாட்டில் வசித்து வந்தார். தாயின் அதிகப்படியான பாசம், அவனைச் சிறிது அடம் பிடிக்க வைத்தது. அவர்கள் செய்து தரும் ஆசையான தின்பண்டங்கள் அவனுக்குப் பிடிக்காமல் போனது. சரிவர சாப்பிடாமல் இருந்திருக்கிறான். தாயோ மனம் வருந்தி அவனுக்குக் கொஞ்சம் ஊட்டி விடக்கூட முயற்சித்திருக்கிறார். இருப்பினும் சரிவர வீட்டில் சாப்பிடுவதே கிடையாது என்று மனம் நொந்து வகுப்பாசிரியரிடம் புலம்பியிருக்கிறார். ஆசிரியர் சொன்னால் பிள்ளைகள் கேட்பார்கள் என்று சொன்னாராம். ஆசிரியர் வகுப்பில் சென்று பிள்ளைகளுக்கு அறிவுரை வழங்கினார். யாரும் சாப்பிடாமல் வரக்கூடாது. காலையில் அவசியம் ஏதாவது சாப்பிட்டுவிட்டுத்தான் பள்ளிக்கு வரவேண்டும் என்றெல்லாம் சொல்லிக்கொண்டிருந்தார். அப்பொழுதுதான் ஒருபையன் எழுந்து, "இம்மாணவன் தினமும் காசு தந்து வெளியில்தான் சாப்பிடுவான், நிறைய காசு வைத்திருக்கிறான்" என்கிற செய்தியைச் சொன்னான். ஆசிரியர் விசாரித்தறிந்தார். மேலும் சில மாணவர்கள் எழுந்து, அவன் தினமும் காலை முதல் மாலை வீட்டிற்குப் போகும் வரை 'காண்டீனில்' வாங்கி சாப்பிடுவதை பார்த்திருப்பதாகக் கூறினர். உடன் ஆசிரியர் இந்த விஷயங்களை அவன் தாயிடம் எடுத்துக்கூறி புரிய வைத்தார். அப்பொழுதுதான் அனைத்தும் புரிந்தன. தாய்

சரஸ்வதி ஸ்ரீநிவாசன்

சமையலறையில் டப்பாவில் காசு வைத்திருப்பாராம். அதிலிருந்து எடுத்துக்கொண்டு வந்து வெளியில் சாப்பிட்டு விடுகிறானாம். பின் அவன் வீட்டில் எப்படி சாப்பிடுவான்?

இனி அவன் விரும்புவதை அவனுக்குச் செய்து தரும்படியும், காசு எடுக்காமல் அவரே தேவைப்படும்பொழுது, பார்த்து அவனுக்குத் தரும்படியும் சொன்னோம். அவனும் ஒப்புக்கொண்டு, தாய்ப்பாசத்தை இனி புரிந்து நடப்பதாகவும் வாக்களித்தான். சிறிய விஷயம் -- வாய்க்கு ருசியான உணவு. அது கிடைத்துவிட்டால், அவன் ஏன் காசுக்கு ஆசைப்படப்போகிறான்? சமூகத்தில் நிறைய பேர் இந்த ஒரு சாண் வயிற்றுக்கு உணவு கிடைக்காமல், ஏதேனும் தவறு செய்யப்போய், வளர்ந்து அதுவே மிகப்பெரிய குற்றங்களுக்கு காரணமாக அமைந்துவிடுகிறது. விளையாட்டாகச் செய்யும் சிறிய விஷயங்கள் வளரவளர அவர்களை குற்றவாளியாக மாற்றி விடுகிறது. கற்பிப்பவர் என்பவர் புத்தக அறிவை மட்டும் ஊட்டி விடாமல், சமூகத்தில் நல்லவனாக வாழத் தேவையான அனைத்துக் குணங்களையும் பதிய வைத்து, சிறந்த இளைஞர்களை உருவாக்கித் தருகிறார்கள். பரிணாம வளர்ச்சி வந்தவுடன் அவர்கள் தன்னை செதுக்கிக் கொள்கிறார்கள். சிறு பிள்ளைகள் தெரியாமல் செய்யும் பிழைகளை திருத்துவதுடன் 'மறப்போம் மன்னிப்போம்' என்பதும் அவசியமாகிறது.

அவர்கள் குறைகளையே பேசிக்கொண்டிருக்காமல், அந்த சமயங்களில் நம் நினைவலைகளை ஓடவிட்டால், அத்தகைய தருணங்கள் எவ்வளவு மதிப்பானவை என்பது தெரியும். வீட்டில் பலவித சங்கடங்கள் நிகழ்ந்திருக்கலாம். அவற்றிலிருந்து சிறிது விடுபட்டு பிள்ளைகள் வாழும் பெரிய வீட்டிற்கு வந்தால், நம்மை சிரித்து வரவேற்க ஒரு கூட்டமே காத்திருக்கும். வெகுளித்தனமான வார்த்தைகள் நம் புண்ணுக்கு மருந்து போடுவதுபோல் ஆகும். பிள்ளைகளோடு பிள்ளைகளாக பழகும்போது, நாம் வயது, தகுதி, அந்தஸ்து அனைத்தையும் மறந்து அவர்களின் உடன்பிறப்பாகவோ, தாய் தந்தையாக மாறிவிடுவோம். நிறைய அனுபவங்கள் கிடைத்தாலும், மனத்தளவில் இளமையை வரவழைக்கும் உன்னதப் பணிதான் இது என்று சொல்லலாம்.

ஒவ்வொரு ஆண்டும் நவம்பர் பதினான்காம் தேதி நேருஜி பிறந்தநாளன்று, குழந்தைகள் மாறுவேடத்தில் கலக்குவது மறக்க முடியாத அனுபவம். ரொம்ப யோசித்து, நினைக்கமுடியாத அளவிற்கு அவர்களின் கற்பனை வளம் காணப்படும். பெற்றோர்கள் பிள்ளைகளை ஊக்குவிப்பதும், அன்றைய தினம் பாடம் படிக்க வற்புறுத்த மாட்டார்கள் என்கிற எண்ணத்துடன் மகிழ்ச்சியுடன் நடித்துக் காட்டுவதும், 'இவனா இப்படி நடிக்கிறான்' என்று ஆசிரியர்களே அசந்துபோகும் அளவுக்கு அசாத்திய திறமையைக்

கற்பித்தல் என்னும் கலை

காட்டி மகிழ்விப்பதும் நம்மை என்றும் மறக்க முடியாத அளவுக்கு செய்துவிடும். அறிவியல் சம்பந்தப்பட்ட கண்காட்சிக்காக மாணவர் இரவு, பகலாக உழைப்பதென்ன, மாறு வேடத்திற்காக மலையைக்கூட மேடையில் கொண்டுவர முயற்சி எடுப்பதென்ன, ஒருநாள் எங்களைச் சிறுபிள்ளைகளாகவே மாற்றிவிடும்.

ஒரு சிறுவன் நிறைமாதக் கர்ப்பிணியாக வேடம் புரிந்து, அனைவரையும் வியப்பில் ஆழ்த்தியது இன்றும் கண்முன்னே தெரிகிறது. வேடம் போட்டது மட்டுமில்லை. அவனுக்கு இரட்டைக்குழந்தையாம். இன்னும் இரண்டு மூன்று நாட்களில் பிரசவம் நடக்கப்போவதாகவும் வேறு மொழியில் கலக்கினான். அனைவரும் அசந்துபோயினர். எத்தனையோ தலைவர்கள் வேடத்தில் வந்துபோயினர். பலர் வேடமணிவதோடு, அந்த வேடத்திற்கேற்ற குரலில் நடிப்பர். சில ஆசிரியர்களைக்கூட கிண்டலடித்து, அவர்கள் வகுப்பறையில் நடந்துகொள்வதுபோன்றே, செய்துகாட்டுவர். அந்த சமயம் குறிப்பிட்ட ஆசிரியர்கள், தான் இப்படியா நடந்துகொள்கிறோம் என்று வருத்தப்பட்டு தன்னை மாற்றிக்கொள்ள நினைப்பவர்களும் உண்டு.

மேலும் மாணவர் சொல்வதை நாம் நல்ல விதத்தில் எடுத்துக்கொண்டால் எதுவும் தப்பில்லை. அவர்களை திருத்துகிறேன் என்கிற பெயரில், விளையாட்டாக அவர்கள் சொன்னதை, நாமே வினையாக்கிக்கொள்ளக்கூடாது. நம் தவறை நாம் உணருவதற்கு ஒரு நல்ல வாய்ப்பாக இருக்கலாம். உதாரணத்திற்கு, எப்பொழுதும் சிடுசிடுவென்று பேசினால் அது மற்றவர்கள் மனதைப் பாதிக்கலாம். இதுபோன்று பிள்ளைகள் நம் நடவடிக்கைகளை செய்து காட்டும்பொழுதுதான் நம் தவறு அல்லது பேசும் தன்மை புரியவரும். சிலர் மனத்தளவில் அன்பாகவும், பாசமானவர்களாகவும் இருப்பர். ஆனால் பேசும் தோரணை கடினமாகப் பேசுவதுபோல் தோன்றும். சில நாட்கள் பழகினால் போதும். அவர்கள் அன்பு நமக்குப் புரியவரும். நாம் பெறும் அனுபவம்போல், பிள்ளைகளும் நிறைய கற்கிறார்கள்.

சரஸ்வதி ஸ்ரீநிவாஸன்

ஆசிரியர் பொறுமையின் சிகரம்

'கற்பித்தல்' என்னும் புனிதமான சேவையில் நாம் சரிவர நம் கடமைகளைச் செய்கிறோமா, நம் சேவை கற்பவருக்கு உற்சாகம் அளிக்கிறதா, அவர்கள் ஊக்கத்துடன் கற்றுக்கொள்கிறார்களா போன்றனவற்றை அறிந்து அதற்கேற்றபடி நம்மையும் தயார் செய்துகொள்ளலாம். நம் இஷ்டப்படி பாடம் நடத்திவிட்டு கடமையை முடித்தோம் என்றிருக்கக்கூடாது. ஏனெனில் இது முடித்துவிட்டுப்போகும் தொழில் அல்ல. நடத்திக்கொண்டேயிருக்க வேண்டிய தொழிலாகும். எவ்வளவு நடத்தி முடித்தோம் என்பதைவிட எப்படி நடத்தினோம் என்பதுதான் முக்கியம். நாம் கற்பிக்கும் விதம், மாணவர்கள் மனதைத் தொட்டுவிட்டால் போதும், வேறு எதற்கும் கவலைப்பட வேண்டாம். நம் திறமையை கணித்து எடை போடுபவர்கள் நம் மாணவச் செல்வங்கள். யார் யாரையோ திருப்திப்படுத்த வேண்டிய அவசியமில்லை. நம்மிடம் நாற்பது மாணர்கள் இருக்கிறார்கள் என்று சொன்னால், அந்த நாற்பது பேரையும் நம் கற்பிக்கும் திறமையால் பாசத்துடன் கூடிய அரவணைப்பால், அன்பாகத் திருத்தும் அன்னையாக அவர்களைக் கட்டிப்போட வேண்டும். கடினமானவற்றைக்கூட எளிதாகப் புரியவைத்தல் என்பது நம் திறமையைப் பொறுத்தது. 'கைராசியான மருத்துவர்' என்று சிலரைக் குறிப்பிடுவதுண்டு. அதுபோல், தேர்வில் தோற்கும் நிலையிலுள்ள ஒரு மாணவனை, தன் முயற்சியால் தேர்ச்சி பெற வைப்பதும் அடிப்படித்தான். அதனால்தான் எத்தனை வயதானாலும், படித்த மாணவன் எவ்வளவு உயர்ந்த நிலைக்குச் சென்றாலும், அவன் ஆசிரியரைப் பார்த்தால் தலைகுனிந்து வணங்குகிறான். தாய், தந்தை பாசம் எவ்வளவு அளவிட முடியாததோ, அந்த அளவு ஆசிரியர்-மாணவர் பந்தம் ஆண்டுகள் கடந்தாலும் அளவிட முடியாத மரியாதையைத் தேடித்தருகிறது.

83

வெறும் புத்தகப் பாடங்களை சொல்லித்தந்தோம் என்றில்லாமல், அது சம்பந்தப்பட்ட பல்வேறு செய்திகளை எடுத்துக் கூறுவதன் மூலம் நல்ல பொதுஅறிவை வளர்க்கமுடியும். பிள்ளைகள், ‘எப்படா, வகுப்பு முடியும்’ என்று நினைக்காமல் ‘ஐயோ! சீக்கிரம் வகுப்பு முடிந்துவிட்டதே’ என்று அங்கலாய்க்கும்படி செய்திட வேண்டும். அதுதான் ஒரு விறுவிறுப்பான வகுப்பாக இருக்கும். உண்மையில் வகுப்பிற்குள் நுழைந்துவிட்டால் எப்படி நேரம் ஓடும் என்றே சொல்லமுடியாது. அப்படியொரு உற்சாகமாகத்தான் இருக்கும். ஒவ்வொருவரும் தன்னைச் சிறந்தவர்களாக நினைப்பது இயல்பு. ஆனால் நம்மிடம் இருக்கும் சிறிய குறைகளையும் யாராவது சுட்டிக்காட்டினால், அதைத் திருத்திக்கொள்வதுதான் பரந்த மனப்பான்மையாகும். வெளியே இருப்பவர்கள் சொல்வதைவிட நம் மாணவர்கள் நம் திறனை மதிப்பிடும் தன்மை உண்மையாக இருக்கும். வளர்ந்த பிள்ளைகள் சரியாகவே மதிப்பிடுவார்கள். இதை அறிவதற்காக ஒவ்வொரு வகுப்பிற்கும் சந்தர்ப்பம் அளிப்பதுண்டு. பத்துப்பதினைந்து நிமிடங்களில், குறிப்பிட்ட வகுப்பு மற்றும் அதன் ஆசிரியர் குறித்து உண்மையான விவரங்களை கட்டுரை வடிவில் எழுதச்சொல்வது பழக்கம். குறை-நிறை இரண்டையும் குறிப்பிட வேண்டும். வெறும் புகழ்ச்சிக்கு மதிப்பு கிடையாது. வகுப்பில் நடந்த கெட்ட நிகழ்வுகளையும் குறிப்பிடலாம். எந்த விதத்திலாவது ஆசிரியரால் பாதிக்கப்பட்டாலும் எழுதலாம் போன்ற கருத்துக்கள் அடிப்படையில் எழுத அனுமதி தரப்பட்டது.

பெரும்பாலும் மாணவர்கள், ஆசிரியர் நல்ல குணங்களையும், அழகாகயிருக்கிறார், புடவை நன்றாக இருந்தது, அணியும் ஆபரணங்கள் போன்றவை பற்றியெல்லாம் எழுதுவார்கள். அறியாத சில பிள்ளைகள், ஆசிரியரைப் புகழ்ந்தால் நல்ல மதிப்பெண் கிடைக்கும் என்றெல்லாம் நினைப்பார்கள். அதுபோன்ற கட்டுரைகளைத் தனியே வைத்துவிட்டு, குறைகள் உள்ளதை ஆர்வத்துடன் படிப்பேன். அப்பொழுதுதான், நமக்குத் தெரியாமலே நம்மிடம் இருக்கும் சிறிய குறைகளை போக்கிக்கொள்ள உதவியாக இருக்கும். ஒருநாள் தன்னை எதற்கோ ஆசிரியர் திட்டிவிட்டதாகவும், மனம் வருந்தியதாகவும்கூட எழுதியிருந்தான். அவனைத் தனியே அழைத்து சந்தர்ப்பத்தை விளக்கி தட்டிக்கொடுத்ததில் அவன் மனம் இலேசானது. பிஞ்சு மனங்கள் வேதனைப்படக்கூடாது என்பது எங்கள் எண்ணம். எல்லோரும் மனிதர்கள்தானே! சந்தர்ப்பங்கள் நம்மைச் சிரிக்கவும் செய்யும். கோபப்படவும் வைக்கும். நம்மை நாமே மாற்றிக்கொள்ள நல்ல ஒரு பரிசோதனை இது என்றுகூட சொல்லலாம். வகுப்பிற்கு ‘லேட்டாக’ வரும் ஆசிரியர்களை அவர்கள்தான் நன்கு புரிந்து வைத்திருப்பார்கள். “அவங்க கால் மணி நேரம் கழித்துதாண்டா

வருவாங்க! அதற்குள் நான் வீட்டுப்பாடம் எழுதி முடித்திடுவேன்" என்று பேசிக்கொள்கிறார்கள். ஆசிரியர்கள் பழக்கவழக்கங்களையும் அவர்கள்தான் சரியாக கணிக்கிறார்கள். ஆக ஒரு கற்பிப்பவர் இவற்றிற்கெல்லாம் பேச இடம் தராத வகையில் இருந்துவிட்டாலே போதும்!

வருடம் முழுவதும் சில பிள்ளைகள் ஆட்டம் போடுவார்கள், கரும்பலகையில் எழுதிப்போடும் பாடங்களை 'நோட்புக்'கில் முடிக்காமல் வைத்துக்கொள்வார்கள். வகுப்புத் தேர்வுகள் நடப்பதையும், அதன் மதிப்பெண் பற்றியும் வீட்டில் பேசியிருக்கவே மாட்டார்கள். திடீரென பெற்றோர்கள் ஆசிரியரைச் சந்திக்கும்பொழுது, ஒன்றுமே தெரியாமல், 'வகுப்புத் தேர்வுகள் எதுவும் கிடையாதா' என்று கேட்பார்கள். ஆசிரியர்கள் அனைத்தையும் 'பைலி'ல் வைத்திருப்பார்கள். அதைப்பார்த்து பெற்றோரிடம் கூறும்பொழுது, பிள்ளைகள் மாட்டிக்கொள்வார்கள். இவற்றிற்கெல்லாம் தீர்வாக இப்பொழுது குறுந்தகவல் அனுப்பும் முறை நடைமுறையில் வந்துவிட்டது. தினமும் படிக்க வேண்டிய பாடங்களும், வீட்டுப் பாடங்களும் பெற்றோருக்கே அனுப்பப்படுகிறது. முன்பிருந்த முறை மாறி இன்றைய காலக்கட்டத்திற்கு ஏற்றாற்போல நிறைய மாற்றங்கள் வந்துவிட்டன. தேர்வு சமயங்களில் நன்கு படிக்கும் மாணவர்களின் நோட்டுப்புத்தகங்கள் நிறைய காணாமல் போகும். சரிவர எழுதி முடிக்காதவர்கள், நல்ல பிள்ளைகளின் நோட்டுக்களிலிருந்து தேர்வுக்கு முன்னால் காப்பியடித்துக் கொள்வார்கள். முழுவதும் வேலை முடிந்ததும் காணாமல்போன நோட்டுகள்தானே வந்துவிடும். இதெல்லாம் சகஜமாக நடைபெறுவதுண்டு. ஆனால் இப்பொழுது கைபேசி வசதிகள் வந்துவிட்ட பிறகு, பெற்றோர்களே படம் எடுத்து ஒருவருக்கொருவர் அனுப்பிக்கொள்கிறார்கள்.

பிள்ளைகள்சமயங்களில்நம்மைவிட புத்திசாலிகள்.உதாரணமாக, கணக்குநோட்டு ஆசிரியர் திருத்திக்கொண்டிருக்கிறார் என்று கொள்வோம். முதல் வரிசையில் கடைசியாக அமர்ந்திருப்பவன் தன் பாடத்தை செய்திருக்க மாட்டான். ஒவ்வொருவரை அழைத்து பிழை திருத்தும் சமயம், மெள்ள எழுந்து கடைசி 'பெஞ்ச்'சில் சென்று அமர்ந்துவிடுவான். கடைசி 'பெஞ்ச்' முறை வரும் சமயம், மெள்ள எழுந்து முதல் பெஞ்சில் அமர்ந்து விடுவான். எப்படியாவது தப்பிப்பதில் அப்படியொரு சந்தோஷம் அவர்களுக்கு. ஆனால் ஆசிரியர்கள், முகத்தைப் பார்த்தே தவறைக் கண்டுபிடித்து விடுவார்கள். இருப்பினும் நாசூக்காக சொல்லி புரிய வைப்பார்கள். வீட்டுப்பாடம் முடிக்காதவர்கள், முதல் மதிப்பெண் எடுக்கும் பிள்ளைகளின் நோட்டை எடுத்துவந்து காட்டுவதும் வழக்கம். நல்ல மதிப்பெண் பெறும் பிள்ளைகளை ஆசிரியர்கள் ஒன்றும்

கற்பித்தல் என்னும் கலை

சொல்ல மாட்டார்கள் என்பது அவர்களின் கருத்து. அதனால்தான் எப்பொழுதும் பாடத்தை மட்டும் முன்னிறுத்தி அவர்களை இந்தப் பழக்கங்களிலிருந்து விடுபட வைக்க, சில அவர்கள் விரும்பும் மாறுதலான யுக்திகளை புகுத்த நினைப்பதுண்டு. உதாரணத்திற்கு, பொங்கல் பண்டிகை பற்றிய பாடம் எனக்கொள்வோம். யார் யார் எப்படிக் கொண்டாடுவீர்கள் என்று கேட்க ஆரம்பித்தால் போதும்! அனைவரும் எழுந்து அழகாகச் சொல்ல ஆரம்பித்துவிடுவார்கள். கூடவே யார் யார் அம்மாவுக்கு உதவி செய்வீர்கள், வீட்டைச் சுத்தப்படுத்த எப்படி உதவுவீர்கள் என்றால் கொஞ்சம் சப்தம் குறையும். அப்பொழுது வீட்டு வேலைகளில் உதவுவது குறித்தும், வீட்டைச் சுத்தம் சுகாதாரமாக வைத்துக்கொள்வது பற்றியும், தங்கள் பொருட்களைத் தூய்மையாக வைத்துக்கொள்வது பற்றியும் கொஞ்சம் எடுத்துரைக்கலாம். 'பொங்கல்' என்று கூறும்பொழுது கொஞ்சம் சாப்பாட்டு ருசியையும் புகுத்தலாமே! சர்க்கரைப் பொங்கல்பற்றிப் பேசலாம். இந்த அனுபவம் எனக்கு உண்டு. சொல்ல ஆரம்பித்த சமயம், எல்லோரும் அமைதியாகச் சமையல் குறிப்பை எழுதிக்கொண்டனர்.

பொங்கல் விடுமுறை முடிந்து பள்ளிக்கு வந்து முதல் நாள். நான் அறைக்குள் நுழைய இருந்தேன். பின்னால் பிள்ளைகள் கத்திக்கொண்டே ஓடி வந்தார்கள். மூன்று பிள்ளைகள் 'டிபன் பாக்ஸை' நீட்டிக்கொண்டே "இது நாங்களே செய்த சர்க்கரைப் பொங்கல் மிஸ்! டேஸ்ட் பண்ணிப் பாருங்க!" என்றனர். ஏன் பெற்றோரை பொருட்கள் வாங்கித்தர சிரமப்படுத்தினீர்கள் என்று கேட்டேன். "இல்லை மிஸ், எங்க அம்மாவுக்கு நான் செய்வேன் என்றதும் மகிழ்ச்சி. பாத்தியா, மிஸ் சொன்னாதான் நீங்கள் வீட்டுல வேலை செய்றீங்க என்று எனக்கு வேண்டியதெல்லாம் எடுத்துத் தந்தாங்க!" என்றான். அவர்கள் மனதை வேதனைப்படுத்தக் கூடாது என்பதற்காக, எல்லா ஆசிரியர்களும் ருசி பார்க்கச் சொன்னேன். கொஞ்சம் கொஞ்சமாக அனைத்து மாணவர்களும் பொங்கல் செய்ய ஆரம்பித்தனர். பின் அதையே ஒரு சிறப்பான நாளாகக் கொண்டாடி, பிள்ளைகளுக்கும் பொங்கல் பரிசுகள் வழங்கப்பட்டன. படிக்காத பிள்ளைகள் கூட இதுபோன்ற விஷயங்களில், ஊக்கமுடன் கலந்துகொண்டு தன்னையும் சுறுசுறுப்பாக மாற்றிக்கொண்டனர். இத்தகைய மகிழ்ச்சி எங்கு கிடைக்கும்?

ஆசிரியர்களுக்கு, பிள்ளைகள் புதுமையான பெயர்களை அவர்களுக்குள் சொல்லி வைத்திருப்பார்கள். அதில் அவர்களின் ஒற்றுமைதான் என்ன? விஷயம் வெளியில் போகாமல் நண்பர்களுக்குள் மட்டும் பகிர்வார்கள். எங்கள் காதுகளுக்கு எட்டினாலும், அவற்றிற்கெல்லாம் முக்கியத்துவம்

தரமாட்டோம். கண்டுகொள்ளாமல் விட்டால், ஒருநாள் ஓய்ந்து விடுவார்கள். சிறிய குழந்தைகள் வீடுகளில், அப்பா-அம்மா விளையாட்டுக்களை சுவாரசியமாக விளையாடுவார்கள். பெரியவர்கள் பார்த்துவிட்டால் வெட்கம் வந்துவிடும். அதுபோல் 'பாப் கட்டிங்' வைத்திருந்த ஒருவரை 'கிராப்புத் தலை' என்று சொல்லிக் கொண்டிருந்தது கேட்க நேர்ந்தது. எனக்கு சிரிப்புதான் வந்தது. அதற்குள் ஆயிரம் மன்னிப்புகள் கேட்கப்பட்டன. சிறு விஷயங்களை நம் பார்வையால்கூட திருத்திவிடலாம் என்பதற்கு இதுபோன்ற சான்றுகள் பல உள்ளன. 'படிபடி' என்று சொல்லுவதற்குப் பதில் அந்தப் பரிசோதனையைச் செய்து வா என்று கூறினால், அவர்கள் அதைப் படித்துப் பார்த்தால்தான் செய்ய முடியும். தானே சிரத்தையுடன் செய்துவிடுவார்கள். குறிப்பாக, உணவுப் பண்டங்கள் விஷயத்தில் போட்டி போட்டுக்கொண்டு செய்வார்கள்.

ஒருமுறை தென்னமரம் பற்றியும் அதன் பாகங்கள் பற்றியும் விளக்கி விட்டு, அவர்களால் அதன் பாகங்களிலிருந்து முடிந்த ஏதேனும் ஒன்றை செய்துவரச்சொன்னோம். 2, 3 நாட்கள் அவகாசமும் கொடுக்கப்பட்டது. குறிப்பிட்ட நாளில் ஒரு கண்காட்சி நடத்தும் அளவுக்கு பொருட்கள் வந்து குவிந்துவிட்டன. தேங்காய் ஓட்டில் ஆரம்பித்து செய்யப்பட்ட இசைக்கருவி முதல் தேங்காயின் 'பர்பி' வரை அடக்கம். புத்தகத்தை மனப்பாடம் செய்யச் சொல்லாமல், அவர்களின் விருப்பப்படி, சில ஆய்வுகள் மூலம் படிப்பை சொல்லித் தருவது அவர்களின் அறிவை மேலும் பெருக்கும். நாம் படித்தவர்கள்தானே, அவர்கள் சிறியவர்கள் என்று நினைத்து, வார்த்தைகளை அலட்சியமாகவும் பயன்படுத்தக்கூடாது. அதுவும் பலமொழி பேசும் பிள்ளைகளிடையே வார்த்தைகளைப் பார்த்து பயன்படுத்துவதும் நல்லது. ஒரு புது ஆசிரியை, ஒரு மாணவனிடம் நாளைக்கு நீ வரும்பொழுது 'ராவில் அம்மாவை அழைத்து வா' என்றார். மாணவர்கள் விழுந்து விழுந்து சிரித்தனர். அந்தப் பையன் மலையாளம் பேசுவதால், ஆசிரியை அப்படிச் சொல்லியிருக்கிறார். மலையாளத்தில் 'ராவில்' என்றால் காலை என்று அர்த்தமாம். ஆசிரியரும் சரியாகத்தான் மாணவனுக்கு புரிய வைக்க, அவன் மொழியில் சொல்லியிருக்கிறார். மாணவனும் புரிந்துகொண்டான். ஆனால் தமிழ் பேசும் பிள்ளைகள் 'ராவில்' என்பதை இரவில் என்று நினைத்து, அப்பொழுது 'யாரும் பள்ளிக்கு வரமாட்டோமே!' என்று கிண்டலடித்தனர். இன்றும் இதுபோன்ற சிரிப்பு நிகழ்வுகள் கண்முன் தெரிந்துகொண்டிருக்கின்றன. தமிழ் ஆசிரியை வந்து, "யாருப்பா, வகுப்பிலேயே முதல் மதிப்பெண்?" என்று கேட்டிருக்கிறார். "அதோ 'அவன்தான் அவுட்ஸ்டாண்டிங்' மாணவன்" என்று கூறி தினமும் பாடம் முடிக்காமல் வெளியில்

நிற்கும் ஒருவனைக் காட்டியிருக்கிறார்கள்.

இதுபோன்ற அனுபவங்கள் பிள்ளைகளுடன் பழகும்போது மட்டுமே சாத்தியம். அந்த வெகுளித்தனமான 'ஜோக்குகள்' சரியான நேரத்தில் நம்மையும் சிரிக்க வைத்து களைப்பைப் போக்கிவிடும். காலையில் வரும் 'குட்மார்னிங்' வார்த்தைகள் மட்டுமல்லாது மாலையில் வீடு திரும்பும்பொழுது 'குட்பை' வார்த்தைகளும் அன்றயை நாள் நல்லபடியாகச் சென்றதைக் குறிக்கும்.

நட்பின் தொடக்கம் மாணவப் பருவம்

நம் இந்தியக் கலாச்சாரம் உலகம் முழுவதும் போற்றப்படுவது, இந்திய மாணவன் உலகத்தின் எந்த மூலை முடுக்குகளில் வசித்தாலும், படித்த நாட்களையும், சூழலையும் மறக்க மாட்டார்கள். அங்கும் நட்பு என்னும் வட்டம் உருவாக்கி, படித்த நாட்களில் அடைந்த மகிழ்ச்சியை மீண்டும் பெறவே முயற்சிக்கிறான். அப்படியாக, சில இந்திய மாணவர் ஒன்று கூடி, ஏரியில் நடைபெற்ற பட்டாசு விடும் நிகழ்ச்சியில் பங்கு கொண்டதை அமெரிக்காவில் காண நேர்ந்தது. இதன்மூலம் அவர்களின் நட்பு அசாத்தியமானது என்பது புலப்படுகிறது. அது திடீரென ஏற்பட்ட நட்பு கிடையாது. பள்ளி நாட்களில் ஏற்பட்ட நட்பு என்பது மிகவும் கலங்கவைத்தது. திருவள்ளுவர் கூறியுள்ள நட்பு என்பது கண்கூடாகத் தெரிய வருகிறது. படிக்கும் காலத்தில் சிறுசிறு விஷயங்களில் அவர்களுக்கு ஏற்படும் பிரச்னைகளில், நாமும் தலையிட்டு அவற்றைத் தீர்ப்பதில் உதவியிருக்கிறோம் என்பதும் மகிழ்ச்சி அளிக்கிறது. ஒவ்வொரு முன்னேற்றப்பாதையிலும், உதவ முடியும் என்பதில் கற்பிப்பவர் பாக்கியசாலி என்றுதான் கூறவேண்டும். அதிலும் பள்ளி வாழ்க்கையில் ஒரு மாணவன் பதினான்கு ஆண்டுகள் ஒரே ஆசிரியரைப் பார்ப்பதும், ஆசிரியர் பதினான்கு ஆண்டுகளாக ஒரு மாணவனின் அடுத்தடுத்த பரிணாம வளர்ச்சியைப் பார்த்துக்கொண்டு வருவதும் ஒரு குடும்ப உறவைப் போன்று ஆகிவிடுகிறது. இடையிடையே எத்தனையோ நல்ல நிகழ்வுகள், துயரச் சம்பவங்கள், மனதை உருக்கும் காட்சிகள் என வந்துபோய்க்கொண்டுதான் இருக்கும். சில விஷயங்கள் பொதுவாக பார்க்கப்பட்டு விலகிவிடும். ஒரு சில நிகழ்வுகள் மறக்க முடியாமல் மனதில் இருந்துகொண்டேயிருக்கும். பல நிகழ்வுகள் நம்மை இளம் வயதிற்குக் கொண்டுசெல்லும். வினோதமான பழக்க வழக்கங்களைக்கொண்டவர்களையும், திருத்துவதற்கு

கற்பித்தல் என்னும் கலை

ஒரு ஆயுதமாக நாமும் இருந்திருக்கிறோம் என்பதுதான் உண்மை. சர்க்கஸ் போன்று வித்தை காட்டுபவர்கள் அல்லது அதிசய நிகழ்வுகளை நடத்துபவர்கள் இரும்புப்பொருட்கள், ஆணி போன்றவற்றை விழுங்குவதெல்லாம் பார்த்திருக்கிறோம். ஆனால், அமிர்தாஞ்சனம் சாப்பிட்டவனை முதலில் பார்த்தேன்.

பெற்றோருக்கு பல வருடங்கள் கழித்துப் பிறந்த ஒரே பிள்ளை. அதனால் மிகவும் செல்லமாக வளர்க்கப்பட்டான். அவன் பிறந்த சில வருடங்களில், அப்பா வட இந்திய மூலைக்கு வேலை நிமித்தம் சென்றுவிட்டார். அம்மாவால், மகிழ்ச்சியுடன் அவன் படிப்பிலோ, முன்னேற்றத்திலோ கவனம் செலுத்த இயலவில்லை. காரணம், அவர் மிகவும் இரத்த அழுத்தத்தினால் பாதிக்கப்பட்டிருந்தார். உடல் சோர்வினால் நடமாவடுவதுகூடக் கடினமாக இருந்தது. அவனுக்கென்று வீட்டில் யாரும் இல்லாததாகக் கருதியிருக்கிறான். படிப்பிலும் மிகவும் நிதானமாகக் காணப்பட்டான். சிரமப்பட்டு அவன் தாய் ஒருமுறை ஆசிரியர்களைச் சந்திக்க வந்தார். அவரால் நடக்கக்கூட முடியவில்லை. தனக்கு எப்பொழுதும் பள்ளிக்கு வந்து ஆசிரியர்களைச் சந்திப்பது சிரமம் என்றும் தன் மகனை நன்கு பார்த்துக்கொள்ளும்படியும் கூறினார். பழைய ஆசிரியர்கள் இருவரிடம் தனிப்பட்ட முறையில் குடும்பப் பிரச்னைகளை பகிர்ந்துகொண்டார். அப்பொழுதுதான் எங்களுக்குத் தெரியவந்தது அவன் அடிக்கடி அமிர்தாஞ்சனத்தை உட்கொள்கிறானென்று. ஐயோ, பாவம்! முடியாமல் தவிக்கும் தாயால் எப்படித்தான் இவனை வழிக்குக் கொண்டுவருவதென்று புரியவில்லை.

அன்று முதல் அவனை நண்பனாகப் பார்த்து அவன் குறைகளைக் கேட்க ஆரம்பித்தோம். அப்பொழுது அவன் 'பாண்ட்' பையில் பெரியதொரு பொருள் தெரிவதைக் கண்டு எடுத்துத்தரச் சொன்னோம். பார்த்தால், தலைவலி மருந்து. புது டப்பா. அவனுக்கு உதவுவதாக மனம் விட்டுப் பேசியதில் அவன் அம்மா சொன்னது அனைத்தும் உண்மை எனத் தெரிந்தது. அன்பாகப் பேசியதில், அவன் மனம் ஆறுதல் அடைந்து அவனும் நட்புடன் பேச ஆரம்பித்தான். சிறு வயதில் தெரியாமல் வாயில் சிறிது போட்டுக்கொண்டானாம். அந்த ருசி பிடித்துப்போகவே அடிக்கடி சாப்பிட வைத்துள்ளதாம். எப்பொழுதெல்லாம் சாப்பிட நினைக்கிறானோ, அப்பொழுதெல்லாம் சிறிய மிட்டாய்களையும், நாட்டு மருந்துப் பொருட்களான அந்த வாசனை கொண்ட கிராம்பு போன்ற பொருட்களை பயன்படுத்தி பழக்கத்தை மாற்றச் சொன்னோம். ரொம்ப நாட்கள் சிரமப்பட்டு அவனை முழுவதும் மாற்றினோம். இந்தப் பழக்கத்தை விட்டுவிட்டால், தேர்வில் வெற்றி பெற நிறைய சொல்லித்தந்து வெற்றியாளனாக மாற்றிடுவோம் என்றெல்லாம் உற்சாகப்படுத்தி கவனத்தை மாற்றினோம். அவன்

தாய் மிகவும் சந்தோஷப்பட்டார். கல்லூரி முடித்த பிறகு நேரில் வந்து வாழ்த்துப் பெற்றான். தான் நடந்துகொண்டதை நினைத்து மிகவும் வெட்கப்படுவதாகச் சொன்னான். எப்படியோ அவன் ஒரு நல்ல இளைஞனாக அவதாரம் எடுத்ததில், அவன் தாய் எப்படி பூரித்தாரோ அதே அளவு எங்களுக்கும் மகிழ்ச்சி.

விளையாடவோ, பேச்சிற்கோ ஆளில்லாமல் குழந்தைப் பருவத்தில் சிரமப்பட்டிருக்கிறான். தனக்கு எதில் மகிழ்ச்சி கிடைக்கிறதோ அதை செய்திருக்கிறான். காலம் கனிந்து, விவரம் புரிந்தவுடன் தன் வினோதப பழக்கத்தை நினைத்து தானே வெட்கிப் போகிறான். இதுதான் புரியாத பருவம் என்பது. செடி வைத்தால் போதாது. மண்ணைக் கிளறி விட்டு, உரம் போட்டு பூச்சிகளிலிருந்து காப்பாற்றினால்தான் அது தலை தூக்கி நிமிர்ந்து, பூவோ, காயோ பலன் தரும். அத்தகைய சேவையை வீட்டில் பெற்றோரும், வெளியில் மற்றோரும் தருதல் அவசியம். வேண்டியதை சாப்பிடத்தந்தால் போதாது. நல்ல பழக்கங்களைப் போதித்து, தீய அல்லது வேண்டாத பழக்கங்களிலிருந்து காப்பாற்றி, முன்னேற்றத்திற்கு உதவ முயற்சி செய்தல் நமது கடமையாகும். அவன் நல்லவனாகவே இருந்தால், வினோதமான செயல் செய்வதில் மட்டும் அவன் ஈடுபட்டிருந்திருக்கிறான். மற்றவர்களுக்கு எந்த தொல்லையும் தரவில்லை. வெளியில் யாருக்கும் இதுபற்றித் தெரியவுமில்லை.

வளரும் சூழல் ஏதேனும் பாதிப்பை ஏற்படுத்தினால், அவர்கள் பழகும் விதம் நடத்தையில் மாறுதல்கள் ஏற்படக் காரணமாகிறது. ஒருசில பிள்ளைகள் வாய் பேசுவார்கள். 'ஜோக்' அடிப்பதாக நினைத்து, புரியாமல் பேசி வம்புகளில் மாட்டிக்கொள்வதுமுண்டு. இத்தகைய சம்பவங்கள் நிறைய தமிழ் வகுப்புகளில் நடைபெறுவதுண்டு. தாய்மொழியில் பேசி கற்பிக்கும்பொழுது, சீக்கிரம் புரிந்துகொள்வதால் உடன் ஏதேனும் கேள்விகளும் கேட்பதுண்டு. கோவலன் மாதவிக்காக, சிலம்பைக்கூட விற்றான் என்று பாடலில் வருவதை விளக்கினால்கூட, ஒரு பெண்ணிற்காக ஏன் விற்கத்துணிந்தான் என்று கேள்வி கேட்டு துளைப்பார்கள். விடை நமக்குத் தெரிந்தும், தெரியாததுபோல் நடந்துகொள்ள வேண்டும் அல்லது ஏதாவது சொல்லி சமாளிக்க வேண்டும். பதில் கூறாமல் இருக்க முடியாது. வளர்ந்துவிட்ட பிள்ளைகள் எல்லா விஷயமும் புரியும். ஆனால் நாம் என்ன சொல்வோம் என்றுகூட எதிர்பார்ப்பார்கள். நன்கு படிக்கும் மாணவர்களிடம், படிக்காத பிள்ளைகளுக்கு சிறிது உதவுங்கள் என்று சொல்லிவிட்டால் போதும். அவர்கள் வேறு நிலைவரை வந்துவிடுவார்கள். "ஓ தேர்வில்தானே! அவன் என் அருகில் உட்காரமாட்டான் மிஸ், அவன் நம்பர் வேறு வரிசையில் வரும்"

என்றான் ஒரு சுட்டிப்பையன். ஓய்வு நேரங்களில் சிறிது படிப்பதற்கு உதவினால் போதும் என்று விளக்க வேண்டியிருந்தது.

ஒரு தமிழாசிரியை பாரதியார் பாடல் ஒன்றை வகுப்பில் விளக்கிக்கொண்டிருந்தார். பாரதியார் பாடல்கள் என்றாலே எழுச்சிமிக்கவை. ஆசிரியருக்கும் அப்பாடல் உற்சாகத்தை அதிகரித்தது. படிக்காதவர், கல்லாதவர் என்று யாருமே இருக்கக் கூடாது. கல்வி கேள்விகளில் அனைவரும் சிறந்து விளங்க வேண்டும். "தேமதுரத் தமிழ் ஓசை தெருவெல்லாம் முழங்க வேண்டும்" என்றெல்லாம் அவர் உணர்ச்சியோடு விளக்கி முடித்தார். பாடலையும் பலமுறை சொல்ல வைத்து மனப்பாடம் செய்வித்தார். ஒவ்வொருவருக்கும் படிக்கும் திறனில் பயிற்சி அளித்தார். பின் ஏக்கத்துடன், "இந்த காலக்கட்டத்தில் நீங்கள் அனைவரும் இவற்றைப் பின்பற்ற வேண்டும். அனைவரும் நூற்றுக்கு நூறு எடுத்து வெற்றி பெற வேண்டும். அப்படி எடுத்தால்தான் எங்களுக்கு மகிழ்ச்சி. பாரதி வார்த்தைகள் நனவாகட்டும். இதெல்லாம் உங்களால் சாத்திப்படுமா? எப்பொழுது நடக்கும்?" எனக் கேட்டார்.

ஒரு மாணவன் உடன் எழுந்து, "மிஸ் கூடிய சீக்கிரம் நடக்கும். பார்த்து ஆச்சரியப்படப்போறீங்க" என்றான். ஆசிரியருக்கு ஒரே ஆச்சரியம். இவ்வளவு பொறுப்புணர்ச்சி தந்து பதில் கூறுகிறானே, நாம் இன்று நடத்திய விதம் அவர்களுக்கு ரொம்ப மனதைத் தொட்டுவிட்டதோ, என்றெல்லாம் யோசித்து முடிப்பதற்குள் அவன் தொடர்ந்தான். 'மிஸ் பிப்ரவரி முப்பதாம் தேதி எல்லாம் நடக்கும்' என்றான். அவன் மூளை எவ்வளவு யோசித்து, நடக்கப் போகாத ஒன்றை, ஆசிரியருக்கு ஆறுதல் அளிப்பதுபோல் கூறியிருக்கிறான். எங்களால் அப்படி சாதிக்க முடியாது என்று கூற நினைத்தவன், மனதில் யோசித்து ஆசிரியருக்கு ஆறுதல் தரும் விதத்தில் வார்த்தையை மாற்றிப் பேசியிருக்கிறான். சரியான சமயத்தில் அவன் புத்திக் கூர்மை எப்படி சிந்திக்க வைத்துள்ளது பாருங்கள்! பிப்ரவரியில் முப்பதாம் தேதி என்கிற நடக்க முடியாத உண்மையைக் கூறி, தாங்கள் அன்று சாதிப்பதாகவும் கூறியிருக்கிறான். கள்ளங்கபடமற்ற இத்தகைய பதில்களுக்கு நாம் கோபப்படவா முடியும்? அந்தந்த வயதிற்கேற்ற குறும்புத்தனங்கள்தான்.

பாடங்களை வரிசையில் நின்று, திருத்திக்கொள்வது அவர்களின் வழக்கம். அனைவரும் கும்பலாக வந்துவிட்டால், கட்டுப்பாடின்றிப்போகும் என்பதற்காக ஒவ்வொரு பெஞ்சிலுள்ள மாணவர்களையும், வரிசை வாரியாக வரச்சொல்லி பிழைகளை திருத்துவது ஆசிரியரின் வழக்கம். அப்பொழுது ஆசிரியர் யாருக்கு என்ன பிழை சொல்கிறார்களோ, அதைப்

பின்னாலிருக்கும் மாணவர்கள் கூர்மையாக கவனித்து, தங்கள் நோட்டிலுள்ள பிழைகளை வெளிக்குத் தெரியாமல் அழித்துச் சரி செய்துகொள்வார்கள். ஏனெனில் எல்லா விடைகளும் சரியாக இருந்துவிட்டால் ஆசிரியர் 'குட்' போடுவார். 'ஸ்டார்' படம் ஒட்டுவார். அந்த நற்பெயரை எடுப்பதற்காக அப்படியெல்லாம் செய்வார்கள். அவர்கள் எப்படியெல்லாம் செய்வார்கள் என்பது ஆசிரியருக்கும் நன்கு தெரியும். இருப்பினும் சில விஷயங்களை அலச ஆரம்பித்தால், ஆசிரியருக்கும் பிள்ளைகளுக்குமான புனித உறவில் விரிசல்கள் ஏற்படக் காரணமாகிவிடும். எப்பொழுது, எந்த விதத்தில், என்ன சொல்லி திருத்தலாமோ அதன்படி திருத்துபவர்கள் ஆசிரியர்கள். அதனால்தான் அவர்களுக்குப் பிள்ளைகளின் மனநிலை குறித்தும் தெரிந்துகொள்ள வேண்டிய அவசியங்களை பயிற்சிகளில் இடம் பெற்றுள்ளன.

''கண்களுக்கு அழகு எனப்படுவது, பிற உயிர்களிடத்தில் அன்பு செலுத்தும் கருணைப்பார்வை, கைகளின் அழகு என்பது பிறரிடம் யாசிக்காமல் இருத்தல், ஈகையுடன் கொடுத்தல், கால்களுக்கு அழகு என்பது பிறரிடம் நடந்துசென்று உதவி கேட்காமலிருத்தல்'' என்றெல்லாம் ஆசிரியர் ஒரு பாடலின் கருத்தை மாணவர்களுக்கு விளக்கினார். பாடம் முடித்தபிறகு அவர்கள் எந்த அளவு புரிந்துகொண்டிருக்கிறார்கள் என்பதைப் பரிசோதித்துப் பார்ப்பதற்காக இடையிடையே கேள்விகள் கேட்டு அதன்மூலம் திறனை வளர்க்க முயற்சிப்போம். அப்பொழுது அந்த ஆசிரியரும், கண்கள், கை, கால் போன்ற ஒவ்வொரு உறுப்பின் அழகைப்பற்றி கேட்டுக்கொண்டிருந்தார். அப்பொழுது ஒரு மாணவன், 'கால்களால் நடந்துசென்று பிறர் உதவி கேட்கக் கூடாதென்றால், தொலைபேசி மூலம் உதவி கேட்கலாமா?' என்று நடுவில் ஒரு கேள்வியை வைத்தான். வகுப்பு முழுவதும் சிரிப்பொலி, உண்மையில் அவன் நன்கு புரிந்துகொண்டான் என்பது நமக்குப் புரிந்தது. பிறரின் கவனத்தை ஈர்ப்பதற்காக அவன் குறுக்குக் கேள்வி கேட்டான். இது ஆசிரியருக்கும் நன்கு புரியும். சில சமயங்களில் தன்னையும் புத்திசாலியாகக் காட்ட நினைத்து, பிள்ளைகள் சிரிக்க வைப்பார்கள். அதுதான் பெரிய குடும்பம் என்று சொன்னேன். சிறிய குடும்பத்தில் பேசப் பேச பிரச்னைகள், மனஸ்தாபங்கள் ஏற்பட வாய்ப்புண்டு. ஆனால் ஆயிரக்கணக்கான பிள்ளைகள், நூற்றுக்கணக்கான ஆசிரியர் மற்றும் தொழில் புரிவோர் மத்தியில் சமூகத்தில் அனுசரித்து நடக்கவும், சிரிக்கவும் கற்கிறோம்.

குதூகலமான பருவம்

கோடை விடுமுறைக்கு, இந்த முறை எங்கு செல்லலாம் என்று குடும்பத்துடன் ஆலோசனை நடத்துவதே ஒரு சுகம். எப்பொழுது வீட்டுத் தினசரி வேலைகளிலிருந்து சிறிது மாற்றம் கிடைக்கும் என்று அந்த சமயத்திற்காகக் காத்திருக்கும் அம்மாக்கள், நம் குடும்பம் சந்தோஷமாக விடுமுறையைக் கழிக்க வேண்டும் என்று ஆசைப்படும் அப்பாக்கள், தான் எங்கெல்லாம் செல்லப்போகிறோம், என்னவெல்லாம் பார்க்கப்போகிறோம் என்று நண்பர்களுடன் பெருமையாகப் பேசிக்கொள்பவர்கள் பிள்ளைகள். இதுதான் அழகான குடும்ப உறவு என்பது. இதேபோன்ற மற்றொரு உறவுதான் ஆசிரியரும், மாணவரும் பயணிப்பது என்பது. ஆம். பாட சம்பந்தப்பட்ட ஆய்வுகளுக்காக, பாடக்கருத்துக்களின் அடிப்படையில் சில இடங்களைப் பார்ப்பதற்கு ஒரு மாணவர்களுடன் பயணிப்பதுண்டு. அது பெரும்பாலும், ஒரு நாள் 'பிக்னிக்' என்றுகூட சொல்லலாம். பள்ளிப்படிப்பு முடிப்பதற்கு முன், ஞாபகார்த்தமாகச் சில நீண்ட பயணங்கள் மேற்கொள்வதுண்டு. பள்ளி, புத்தகம், வீட்டுப்பாடம், தேர்வு அனைத்தையும் மறக்கும் விதத்தில் சரித்திரப் புகழ் பெற்ற இடங்களுக்கும் செல்வதுண்டு. ஒருவார காலம்கூட ஆகலாம். ஒரு சில மாதங்களுக்கு முன்பாகவே ஏற்பாடுகள் ஆரம்பமாகிவிடும். 'டிராவல்ஸ்' மூலம் எல்லாம் தயாராகி விடும். அதிலிருந்து பிள்ளைகள் கற்பனையில் வாழ ஆரம்பித்து விடுவார்கள். படிப்பில் கவனம் குறைய ஆரம்பிக்கும். அந்த சமயம் பெற்றோர்கள், நீமதிப்பெண் எடுக்காவிடில், டூர் போக முடியாது என்று பயமுறுத்தியே படிக்க வைப்பதுண்டு. அப்படியாக ஒரு வாரம் முதல் பத்து நாட்கள் வரைகூட வடஇந்தியப் பயணம் மேற்கொள்வதுண்டு. அதுபோன்ற பயணங்களின்போதுதான், பிள்ளைகளின் விட்டுக்கொடுத்துப் பழகும் தன்மை, பிறருக்கு

உதவுதல், இரக்கம், அன்பு, பணிவு போன்ற அனைத்து குணங்களும் நன்கு வெளிப்படும். ஒருவரையொருவர் புரிந்து பழகவும் வாய்ப்பாக அமையும். இரு பாலர் படிக்கும் பள்ளிகளில் பெரும்பாலும் பெண் ஆசிரியைகள் மற்றும் ஆண் ஆசிரியர்கள் இருபாலரும் உடன் செல்வார்கள். சுமார் இருபது பிள்ளைகளை கண்காணிக்க ஒரு ஆசிரியர் அல்லது பதினைந்து பிள்ளைகளுக்கு ஒரு ஆசிரியர் என்ற கணக்கில்கூட ஏற்பாடு செய்வார்கள். பெரும்பாலும், அனுபவம் வாய்ந்த ஆசிரியர்கள்தான் உடன் செல்வதுண்டு. பதினாறு பதினேழு வயது பிள்ளைகள் ஓரளவு விவரம் தெரிந்தவர்கள், மற்றும் வயதுக்கு வந்த பெண்கள் என்பதால், ஓரளவு அனுபவம் பெற்றவர்கள் அவர்களை நன்கு வழிநடத்திச் செல்வர். ஒரு தாய், தந்தைபோல், தன் குழந்தைகளை வழிநடத்துவதுபோல் அவர்கள் நல்லது கெட்டதை எடுத்துச் சொல்லி புரிய வைப்பார்கள். அந்த விதத்தில் எங்களுக்கு நிறையவே அனுபவம் கிடைத்தது.

செப்டம்பர் மாதம் புறப்படுவதற்கு, ஜுன் மாதமே முன்னேற்பாடுகள் தொடங்கிவிடும். டிக்கெட்டுக்கு பணம் கொடுத்துவிட்டால் போதும், அதிலிருந்து மாணவர்கள் கற்பனையில் மிதக்க ஆரம்பிப்பார்கள். யார் யார் பக்கத்தில் அமருவது, அவர்களுடன் எந்தெந்த நண்பர்கள் உடன் இருப்பார்கள் போன்ற அனைத்தும் விவாதிக்கப்படும். மேலும் கூட யார் யார், எந்த ஆசிரியர்கள் வரப்போகிறார்கள் என்பதில் அவர்களுக்கு ஆர்வம் அதிகம். அவர்களுடன் சரிசமமாகப் பழகுபவர்கள் என்று தெரிந்தால், மிகவும் சந்தோஷப்படுவார்கள். சில ஆசிரியர்கள் ரொம்பவும் சரிக்குச் சமமாகப் பேச விரும்பாமலும் இருப்பதுண்டு. அந்த மாதிரி சந்தர்ப்பங்களில், பிள்ளைகளுடன் நெருங்கிப்பழகும் சந்தர்ப்பங்கள் நிறையவே அமைந்தன. அவர்கள் ஒருவருக்கொருவர் உடைகளை மாற்றிக்கொள்ளக்கூட தயங்கமாட்டார்கள். ஒரு மாணவன் நீண்ட தூரப் பயணத்திற்கு பணம் செலவழிக்க முடியாத நிலை. அவனுக்கே தெரியாமல், நண்பர்கள் ஆளுக்கு ஒரு தொகை போட்டு அவன் பெயரையும் கொடுத்திருந்தனர். பயணத்திற்குமுன், பயணம் பற்றியும், எங்கு தங்கப்போகிறோம், வெளியில் செல்லும்பொழுதெல்லாம் எப்படி நடந்துகொள்ள வேண்டும் என்பது பற்றியெல்லாம் அவர்களுக்கு குறிப்புகள் வழங்கப்படும்.

அதற்காக, ஆசிரியர் ஒலிபெருக்கியில் அந்த மாணவன் பெயரையும் அறிவித்தார். அவனோ, ‘நான் பணம் செலுத்தவுமில்லை, வருவதற்கும் சம்மதக்கடிதம் தரவேயில்லையே!’ என்றான். நண்பர்கள் கைதட்டி அவனுக்கு இன்ப அதிர்ச்சியைத் தந்தனர். நண்பர்கள் முன்பே ஆசிரியர்கள் மூலம் அவன் பெற்றோர் சம்மதத்தை வாங்கியிருந்தனர். அவர்களின் நட்பு எத்தனை ஆழமானது! இரயிலில் தனக்குப் பிடிக்காத விஷயங்கள்,

ஏன் பிடிக்காது என்பதுபற்றியெல்லாம் மனம் திறந்து தங்கள் கருத்துக்களை பகிர்ந்துகொண்டனர். ஒவ்வொருவர் பைகளிலும் இனிப்புக்கடைகளே காணப்பட்டன. 'சென்ட்ரல் ஸ்டேஷனில்' தொடங்கிய இனிப்பு விநியோகம் இரவு தூங்கும் வரை ஓயவில்லை. பார்க்காத, அதுவரை ருசித்திராத இனிப்புக்களைப் பார்த்தோம். ஆசிரியர்களும், பிள்ளைகளுக்குப் பிடிக்கும் தின்பண்டங்களை வீட்டில் செய்தும், சிலவற்றை வாங்கிக்கொண்டும் போனோம். எப்பொழுதுமே, ஒரு பள்ளி விழாவோ, போட்டியோ நடந்தால், அதன் பொறுப்பிலுள்ள ஆசிரியர்கள் பங்கேற்கும் அனைவருக்கும் இனிப்புகளும், பரிசுப் பொருட்களும் தந்து ஊக்கப்படுத்துவதுண்டு. இரவெல்லாம் குருக்களாக அமர்ந்துகொண்டு, எங்கள் வயதையும் ஆசிரியர் என்பதையும் மறந்து அரட்டை அடித்தோம். தினமும் அதிசய இடங்களைக் கண்டுகளித்தபின் சில மணி நேரம் 'ஷாப்பிங்' செல்வது வழக்கம். அப்பொழுது கண்காட்சி நேரம். விதவிதமான அரங்குகள். செருப்புகளுக்கான சிறப்புக் கடைகள் ஒருபக்கம். வரிசையாக பார்த்துக்கொண்டு வந்தோம்.

ஒரு பையன் திடீரென 'தொலைபேசி பூத்' அருகே சென்று திரும்பினான். பல வருடங்களுக்குமுன் நம்மிடம் கைபேசிகள் கிடையாது. நானும் சக ஆசிரியைகளும் அழகான காலணிகளைத் தேர்வு செய்துகொண்டிருந்தோம். அப்பொழுது 'போன் பேச'ச்சென்ற மாணவன் சொன்னான் 'மிஸ், நான் இந்தக் காலணியைத்தான் உங்களுக்கு அன்பாக வாங்கித்தர நினைத்தேன். ஆனால், என் அம்மா ஆசிரியருக்குக் காலணியை அன்பளிப்பாகத் தரக்கூடாது என்றார்கள். அதனால் சும்மா இருந்துவிட்டேன்" என்று முடித்தான். அவனின் அபரிமித அன்பு வெளிப்பட்டதுடன், நாம் எதையெல்லாம் விரும்பி அணிகிறோம் என்பதை எவ்வளவு அறிந்து வைத்திருக்கிறான் பாருங்கள். நாம் அவர்களைத் தெரிந்து வைத்திருப்பதுபோன்று, அவர்களும் நம், நடை, உடை, பாவனையைப் புரிந்து வைத்திருக்கிறார்கள் என்பது அன்று மிகவும் மனதைத் தொட்ட நிகழ்வாக அமைந்தது.

அதுபற்றிப் பேசத்தான் அவன் 'தொலைபேசி பூத்'திற்குச் சென்றிருந்தானாம். ஒரு ஆண்பிள்ளை, நம் பிள்ளை வயதில் இருப்பவன் நமக்குப் பிடித்தனவற்றையெல்லாம் தெரிந்து வைத்துள்ளான். அதை நினைத்துப் பார்க்கும்பொழுது, நம் அடுத்த பிள்ளையாகத்தான் பாவிக்கத் தோன்றுகிறது. ஒரு பெண் மாணவி கண்காட்சியில் நிறைய அலங்காரப் பொருட்கள் வாங்கினாள். கழுத்து மணி, வளையல்கள் மற்றும் பலவிதமான ஆடம்பரப் பொருட்களை அடுக்கிக்கொண்டிருந்தாள். திடீரென என்னிடம், "உங்களைப்போன்ற என் அத்தைக்கு இது சரியாக இருக்குமா, அழகாக இருக்குமா வைத்துப்பாருங்கள் மிஸ்"

என்றெல்லாம் கூறி என்னையே சில பொருட்களைத் தேர்ந்தெடுக்க வைத்தாள். முழுப் பயணமும் நிறைவடைந்து, ஊருக்கு ரயிலில் திரும்பிக்கொண்டிருந்தோம். என்னருகில் வந்து சிறிய பாக்கெட் ஒன்றைத் தந்து, 'என் சிறிய அன்புப்பரிசு' என்றாள் அவள் முகம், தயவு செய்து மறுக்காதீங்க என்று சொல்வதுபோல் தெரிந்தது. நான் அவள் அத்தைக்கென்று, எதை தேர்ந்தெடுத்துக்கொடுத்தேனோ அவைதான் அந்தப் பொருட்கள். 'நான்தான் அத்தையா' என்று கேட்டேன். 'அதற்கும் மேல்' என்றாள் அவள். கண்களில் கண்ணீரைத் துடைத்துக்கொண்டேன். பிள்ளைகள் எப்பொழுதும் ஒரு இடத்திற்குச் செல்லும்பொழுது அதிகப்படியான உற்சாகத்தில் திளைப்பார்கள். தூங்கக்கூட மாட்டார்கள். இரவெல்லாம் விளையாடிக்கொண்டும், பேசிக்கொண்டும் இருப்பார்கள். அவர்களைப் பொறுத்தவரை 'நட்பு'தான் உலகம். முழுமையாக மகிழ்ச்சியை அனுபவித்துவிட்டுத் திரும்பும்பொழுது களைத்து ஓய்ந்துவிடுவார்கள். அனைவரும் அமைதியாக ஓய்வெடுக்க ஆரம்பித்தனர். இப்படியெல்லாம் வாழ்க்கையில் சந்தர்ப்பங்கள் அமையுமென்றால், அது பிள்ளைகளுடன் செலவழிக்கும் சமயம் மட்டும்தான்.

நாங்கள் பொதுவாக பிள்ளைகளிடமிருந்து, எதையும் பெறுவதை விரும்புவதில்லை. பிள்ளைகள் மனதை காயப்படுத்தக்கூடாது என்கிற நோக்கில் பார்த்துத்தான் நடந்துகொள்வோம். பிறந்தநாள் போன்ற வேறு சந்தர்ப்பங்களில் எங்கள் நன்றியுணர்வைக் காட்டத் தவற மாட்டோம். ஆசிரியர் தினத்தன்றுகூட பெரும்பாலான பிள்ளைகள் அவர்களுக்கு இயன்ற சிறிய பொருட்களை அழகாக உறையிட்டுத் தருவார்கள் என்பதால், 'ஒரு பூ மூலம் அன்பு செலுத்தினால் போதும்!' என்று எடுத்துரைப்போம்.

பள்ளிகளில் நடைபெறும் 'கார்னிவெல்' திருவிழா மிகவும் அற்புதமாக இருக்கும். சில மாதங்களுக்கு முன்பே ஏற்பாடுகள் தொடங்கிவிடும். அரங்கம் முழுவதும் அறைகள் வடிவத்தில் மாறிவிடும். ஒவ்வொரு வகுப்பும் விதவிதமான தின்பண்டங்கள் விற்பனைக்கு வைப்பர். பெரிய வகுப்புப் பிள்ளைகள் பிட்சா, பெர்கர் போன்ற அயிட்டங்களுக்கான ஒரு பெரிய கடையை போடுவர். உடனுக்குடன் சூடுபடுத்தித் தருவர். பிள்ளைகள் அன்றைய தினம் வீட்டில் உணவு சாப்பிடமாட்டார்கள். மொத்தமாக குறிப்பிட்ட தொகைக்கு 'டோக்கன்' எடுத்து விடுவர். வேண்டிய பொழுது வேண்டியதை விரும்பிச் சாப்பிடுவர். 'பிரியாணி' முதல் 'மசாலா தோசை' வரை கடைகளில் உண்டு. சில பெற்றோர்கள் பெரிய அளவில் வீட்டில் சமைத்து அனுப்பி வைப்பர். ஆசிரியர்களும் அவரவர் முடிந்த பொருட்களை விற்பனைக்குத் தரலாம். குறைந்த விலையில் அல்லது மொத்த

கற்பித்தல் என்னும் கலை

விள்பனைக்கடைகளில் வாங்கி வந்து, சில்லரையில் விற்கலாம். இதன் நோக்கம், கிடைக்கும் லாபம் அல்லது அதிகப்படியான பணம். அனாதைக் குழந்தைகளுக்கும், முதியோர் இல்லங்களுக்கும் கொண்டு சேர்ப்பதுதான். பிள்ளைகளுக்கு அந்த வயதிலேயே உதவும் மனப்பான்மை வரவேண்டும் என்பதற்காக நடைமுறையில் நடத்திக்காட்டும் செயல் என்று சொல்லலாம். அதனால்தான், அவர்களை வைத்தே கணக்கிடப்படுதல் என்பது குறிப்பிடத்தக்கது. மேலும் அனைத்து கணக்கீடுகளையும் மறுநாளே பிரார்த்தனை நேரத்தில் அறிவிப்பார்க்ள. உடன் ஊரிலுள்ள ஆசிரமங்களுக்கு அதைப் பகிர்ந்து அளிக்கப்படும். உதவிக்கரம் நீட்டும் செயல் என்பதால் அனைவருமே எதாவது ஒரு விதத்தில் உதவி செய்ய விரும்புவர். கைவேலைப்பாடு பொருட்கள், ஊனமுற்றவர் செய்யும் கலைப்பொருட்கள் போன்றவையும் இடம்பெறும். மேனிலை படிக்கும் பிள்ளைகள், ஆசிரியர்கள், உயர்நிலை பயிலும் மாணவ-ஆசிரியர்கள் மற்றும் பிரைமரிப் பிள்ளைகள் ஆசிரியர்கள் என்று குழுக்களாகப் பிரிந்து குதூகலமாகச் செயல்படுத்துவர். ஆயிரம் பேர் சேர்ந்து நடத்தும் ஒரு திருமணம்போன்று, இதுவும் விழாக்கோலம்கொண்டு காட்சியளிக்கும். திருவிழாக்களில் காணப்படும் பலூன் கடைகள் போன்று, முகப்பிலேயே பலூன் கடைகள், ராட்டினம் சுற்றுதல் போன்ற விளையாட்டுக்களும் உண்டு. ஏதோ கற்பித்தோம்-முடித்தோம் என்றில்லாமல், அனைத்திலும் பயணிப்பதும் ஒரு ‘கலை’தான்.

மனதில் நிற்கும் பருவம்

'கொரோனா' காலம் வந்ததிலிருந்து, மாணவர்களுக்கும் ஆசிரியர்களுக்கும் மனதில் ஒரே கொந்தளிப்புதான். 'ஆன்லைன்' வகுப்பு நடந்தாலும், படித்த பாடங்களை மறக்காமலும், புதியனவற்றை ஓரளவு மனதிற்கு எடுத்துச் செல்லவும் உதவுகிறது. ஆனாலும் புரியாதவர்களும், வசதி வாய்ப்பு இல்லாதவர்களும் குழம்பித்தான் போயிருக்கிறார்கள். ஓரிரு நாட்கள் எதிர்பாராத விடுமுறை கிடைத்தால் மகிழ்ச்சிக்கு எல்லை இருக்காது. ஓரிரு நாட்களாவது பள்ளிக்குச் செல்லமாட்டோமா, நேரிடையாக கல்வி கற்க மாட்டோமா, எப்பொழுதுதான் இவையெல்லாம் ஓய்ந்து நாம் இயல்பு நிலை அடைவோம் போன்ற பலபல ஏக்கங்கள் மாணவர் மனதில் ஓடிக்கொண்டிருக்கும்பொழுது, ஆசிரியர்களுக்கும் நிறைய நினைவலைகள் ஓடத்தான் செய்யும். குறிப்பாக, இந்த 2020 ஆம் ஆண்டு நடந்து முடிந்திருக்க வேண்டிய விளையாட்டு தினம் தவற விட்டோம்.

'சுதந்திரதினக்' கொண்டாட்டங்கள் பெரிய அளவில் கொண்டாட முடியவில்லை. 'ஆசிரியர் தினம்' நடைபெறும் நாளில் பிள்ளைகள் ஆசிரியர்கள் போலவும், ஆசிரியர்கள் பிள்ளைகள் போலவும் நடித்துக்காட்டுவதுண்டு. எந்த ஒரு தொழிலுக்கும் கிடைக்கும் பாக்கியங்களைவிட 'கற்பிப்பவர்' என்பவருக்கு வாழ்நாள் முழுவதும் வாழ்த்துக்கள் வந்து சேரும். அப்படியாக உலக மூலை முடுக்குகளிலிருந்து, தொழில்நுட்பக் கருவிகளின் முன்னேற்றத்தால் வாழ்த்துக்கள் வந்து குவிந்தன. பொதுவாக, ஆசிரியர்கள் சில மாணவர்கள் பெயரை மறக்க வாய்ப்புண்டு. ஆயிரக்கணக்கான மாணவர்கள் முகத்தை பார்த்துக்கொண்டிருப்ப தால், அவ்வளவு பெயர்களும் சிலருக்கு மனதில் நிற்காது. ஆனால் படிக்கும் பிள்ளைகள் தனக்குப் பிடித்த ஆசிரியர், ஆசிரியை இவர்களை மறப்பதேயில்லை. எப்பொழுதும் நம் அனுபவங்களைச்

சொல்லும் தருணத்தில், ஒரு மாணவனில் நினைவலையை கேட்கலாமே என்று யோசித்தேன். வாழ்த்துத் தெரிவித்த மாணவன் தன் மருத்துவப்படிப்பை முடித்தவன். படிப்பில் மிகவும் சுட்டி. குறும்பிலும் சுட்டித்தனத்திலும் அனைவரையும் மயக்கிவிடுவான். தொலைக்காட்சி நிகழ்ச்சியில் பங்கேற்றபோது, அனைவரையும் தன் சிரிப்பால் மகிழ்வித்தான். குண்டு குண்டான கன்னங்களில் அழகிய குழி விழும் தோற்றம் வேறு. தான் பங்கேற்ற தொலைக்காட்சி நிகழ்ச்சிகள் மறக்க முடியாத நட்பைத் தேடித் தந்ததாகச் சொன்னான். பள்ளி மாணவத் தலைவனும் அவன்தான்.

ஒருமுறை ஆசிரியர்தின கொண்டாட்டங்கள், பள்ளி அரங்கில் நடைபெற்றபோது, வகுப்பறைகளில் சில மாணவர்கள் விளையாடிக் கொண்டிருப்பதாக அவனுக்குத் தெரிய வந்ததாம். அவனும் வேறு அணிகளைச் சேர்ந்த மற்ற இரு அணித்தலைவர்களும் அவர்களைத் தேடிச்சென்றனராம். விளையாடிக்கொண்டிருந்த மாணவர்கள் தண்ணீர் பாட்டிலை 'பந்'தாக வைத்து விளையாடிக் கொண்டார்களாம். வராண்டா முழுவதும் நீர் கொட்டி வழுக்கும் நிலை ஏற்பட்டதாம். பள்ளித் தலைவனையும், அணித்தலைவர்களையும் கண்டவுடன் அவர்கள் ஓடிப்போய் விழா நடைபெறும் இடத்தில் அமர்ந்துவிட்டார்களாம். மேலும் தலைமை ஆசிரியரிடம் சென்று, அணித்தலைவர்களே விளையாடிக்கொண்டிருப்பதாகப் புகார் செய்தார்களாம். அணித்தலைவர்கள் வழுக்கும் இடத்தை சுத்தப்படுத்திக்கொண் டிருக்கும்பொழுது, தலைமை ஆசிரியர் வந்து பார்த்திருக்கிறார். அவ்வளவுதான், போதாத நேரம் என்றுதான் சொல்ல வேண்டியிருந்ததாம். அணித்தலைவர்களாகயிருந்துகொண்டு இப்படியா தண்ணீரைக் கொட்டி விளையாடுவது என்று திட்டியதுடன், பெற்றோரிடம் புகார் செய்தாராம். அந்த நிகழ்வுதான் பள்ளியில் தான் பெற்ற தண்டனை என்பதையும் சிரித்துக்கொண்டே கூறினான். தப்பு செய்தவர்கள் ஓடி ஒளிய, தவறை திருத்தச் சென்றவர்கள் மாட்டிக்கொண்டார்களாம். இருப்பினும், தலைமை ஆசிரியரிடம் உண்மையைக்கூட சொல்ல முடியாமல் தவித்தார்களாம். தண்டனை பெற்ற பின்னும், அந்நிகழ்ச்சியின் நகைச்சுவையை அனுபவித்தார்களாம்.

கலைநிகழ்ச்சிகள் அனைத்திலும், ஒவ்வொரு அணியின் மதிப்பெண்ணும் மொத்தமாக கிடைத்தபின், எந்த அணி அந்த வருடத்தின் 'சாம்பியன்' என்று அறிவிக்கப்படும். அப்படியாக மேலே சொன்ன பள்ளித்தலைவனின் அணி பல வருடங்களாக முன்னணி பெற்று வந்ததாம். அவன் பள்ளியை முடிப்பதற்குமுன், அதே நிலைமையை தக்கவைக்க நினைத்தானாம். எதிர்பாராத விதமாகசிறிது சரிந்துவிட்டதாம். அதனால் மனமுடைந்து வெளியே

சிறிது நேரம் தனியாக இருந்திருக்கிறான். அப்பொழுதுதான் பெரிய அதிர்ச்சி உள்ளே சலசலப்புடன் நடந்துகொண்டிருந்ததாம். காரணம், இவன் அணிக்கு முந்திய அணி சில விதிகளை மீறியிருந்தார்களாம். ஆசிரியர்கள் மூலம் அது நிரூபிக்கப்பட்டதால், அந்த அணி தகுதி நீக்கம் செய்யப்படுவதாக தெரிவித்து விட்டார்களாம். பழையபடி தங்கள் அணிதான் வெற்றிக்கோப்பையை வெல்வதாக அறிவிப்பு வந்ததாம். தன்னுடைய தலைமையில் சிறிது சரிந்துவிட்டதே என்று ஏங்கியிருந்த அவனுக்கு உடல் புல்லரித்ததாம். இவன் அணி மாணவர்கள் உரக்கக் கத்திக்கொண்டே அவனிடம் கூறினார்களாம். அந்த நிமிடம் அப்படியொரு மகிழ்ச்சி தனக்குக் கிடைத்ததாகக் கூறினான். "பள்ளியில் கிடைத்த அப்படி ஒரு சந்தோஷம் என் வாழ்நாளில் ஏற்பட்ட அனுபவம் மேம்" என்று சிரித்துக்கொண்டே கூறினான். முதல் வகுப்பில் 'நேருஜி' உடையில் 'பட்ஸ் அண்டு ப்ளாசம்ஸ்' (*buds and blossoms*) என்ற நிகழ்ச்சி மூலம் தொலைக்காட்சியில் பங்கெடுத்தது முதல், பன்னிரண்டாம் வகுப்பில் அணிக்கு வெற்றி சேர்த்தது வரை அனைத்துமே பள்ளியின் வெற்றிப்பாதையில்தான் என்றான். அப்பொழுது "ஆசிரியர்களால் தரப்பட்ட ஊக்குவிப்பும் உற்சாகமுமே எங்களை சாதிக்க வைத்துள்ளது" என்று பெருமையுடன் கூறிக்கொண்டான்.

பத்தாம் வகுப்பில் அறிவியல் பாடத்தில் மிகச்சிறந்த மதிப்பெண் பெற்றவர்களை ஊக்குவிப்பதற்காக, சென்னை பல்கலைக்கழக அறிவியல் கண்காட்சிக்கு அழைத்திருந்தார்கள். மாணவர்களின் பங்கையும் அவர்களின் திறமையையும் கட்டுரையாக வடிவமைத்திருந்தார்கள். பள்ளியில் படிக்கும்போதே, தங்கள் பெயர் கல்லூரி இதழில் இடம் பெற்றது குறித்துப் பெருமையாகப் பேசினான். இவை போன்ற நிகழ்வுகள் என்றும் மறக்க முடியாதவை என்று ஆனந்தக்கண்ணீர் மல்க கூறினான். ஆசிரியர்கள் மட்டுமல்லாது, பிள்ளைகளுக்கும் பள்ளி வாழ்க்கை நிறையவே கற்றுக்கொடுக்கிறது என்றுதான் சொல்ல வேண்டும். அவர்களின் திறமை பள்ளிப்பருவத்தில்தான் கண்டறியப்படுகிறது. அந்தத் திறமை எவ்வளவு பட்டை தீட்டப்படுகிறதோ அவ்வளவுக்கு ஜொலிக்கிறது. அத்தகைய பட்டை தீட்டும் வேலையைத்தான் கற்பிப்பவர் என்னும் ஆசிரியர் செய்கிறார். ஒளிந்து கிடக்கும் திறமைகளைக் கண்டுபிடித்து பிரகாசிக்கச் செய்வதுதான் 'கற்பித்தல்' என்னும் கலை.

மற்றொரு மாணவன், அவன் மாணவன் என்று சொல்ல முடியாத அளவுக்கு பெரிய அனுபவஸ்தர்களைவிட மனப்பக்குவம் படைத்தவன். அவனின் ஆங்கில அறிவு ஒரு அகராதி போன்றது என்றுகூட சொல்லலாம். பத்து முதல் பன்னிரண்டாம் வகுப்பு வரை அவன் வென்று வராத போட்டிகளே கிடையாது என்று

கற்பித்தல் என்னும் கலை

சொல்லலாம். பல்வேறு வெளிநாட்டு நிகழ்வுகளிலெல்லாம் கோப்பையை பள்ளிக்கு பெற்றுத் தந்துள்ளான். நிறைய உயர்பதவிகளையெல்லாம் திறமையால் பெற்றுவிட்டாலும், ஆசிரியர் மனதில் சிறுபிள்ளையாகவே நிலைத்துவிட்டான். பெரிய சாதனைகளைப் புரிந்தபின்னும் அன்புடன் ஆசிரியர்களை தழுவிக் கண்ணீர் வடித்தான். பத்தாம் வகுப்பு முடிந்து, பதினொன்றாம் வகுப்பைத் தாண்டும்பொழுது சிறந்த நடத்தை, கல்வித்தரம், விளையாட்டு, அறிவுத்திறன் போன்றவற்றின் அடிப்படையில் சில மாணவர்களைத் தேர்வுசெய்து அவர்களுக்கென பதவி தரும் நிகழ்ச்சி நடைபெறுவதுண்டு. அவர்களுக்குள் அந்நிகழ்ச்சி மிகவும் நெகிழ்ச்சியை ஏற்படுத்தும். ஆங்கிலத்தில் அந்தப் பதவியை 'பிரெபெக்ட்' (Prefect) என்பார்கள். ஒரு நல்ல நாளில் கல்வியாளர்கள் முன்னிலையில், அவர்கள் கௌரவிக்கப்பட்டு அதற்கான 'பாட்ஜ்' (Badge) வழங்கப்படும். சாதனைபுரிந்த பழைய மாணவர்களில், யார் அன்றைக்கு வரமுடியுமோ அவர்கள் யாராவது வந்து தலைமை ஏற்பர். அப்படியாக மேலே குறிப்பிட்ட மாணவன் தலைமையேற்க வந்தான். புதிய தலைமையேற்கும் மாணவத் தலைவர்களுக்கு, ஊக்கப்படுத்தியும், அவர்கள் பள்ளிக்குச்செய்ய வேண்டிய கடமைகளையும் தங்கள் அனுபவங்கள் மூலம் பகிர்வர். அப்படியாக பழைய மாணவன்தான், பள்ளியின் மூலம் அனுபவம் பெற்ற சில கருத்துக்களை கூறினான்.

அவன் கூறினான். "பள்ளியில் நாம் எத்தகைய அடிப்படை விஷயங்களைக் கற்று வாழ்க்கையில் முன்னேற நினைக்கிறோமோ, அதிலிருந்து ஒருபொழுதும் கீழே சரியக்கூடாது. எத்தனையோ கோப்பைகளையும், விருதுகளையும் சாதித்த நான், மிகப்பெரும் பேச்சுப்போட்டிக்குத் தலைமை ஆசிரியரால் சிபாரிசு செய்யப்பட்டேன். மேடையில் ஏறிய நொடி, எதுவுமே எனக்குப் புலப்படவில்லை. படித்தது அனைத்தும் மனதிற்குத் தோன்றாமலே இருந்துவிட்டது. சுமார் நாற்பது நொடிகள் மௌனம் சாதித்த பிறகு, மேடையை விட்டு இறங்கி வந்தேன். நடந்ததைத் தலைமை ஆசிரியரிடம் சொன்னேன்; அவர் 'பரவாயில்லை, மீண்டும் அடுத்த வருடம் முயற்சி செய்' என்று மேலும் ஊக்கப்படுத்தினார். மறுவருடம் கடின உழைப்புடன் பல்வேறு புத்தகங்களைப்படித்து நிறைய விஷயங்களை அறிந்துகொண்டேன். ஒவ்வொரு சுற்றிலும் முதலாவதாக வந்து, இறுதிச்சுற்றில் எட்டு மாணவர்களுள் முதலாவதாக வெற்றி பெற்றேன். 'லண்டன் பயணம்' பரிசாக என் வாழ்க்கையில் மறக்க முடியாத நிகழ்வு என்றுதான் கூற வேண்டும். ஆக, பிடித்த விஷயங்களை ஒருமுறை தோற்றாலும், விடாமல் முயற்சிக்க வேண்டும். பிடிக்காத-நம்மால் சாதிக்க சிரமப்படும் விஷயங்களை எடுத்துச் சொல்லத் தயங்கக்கூடாது.

சில பிள்ளைகள் எல்லாம் தெரிந்தும் தன்னை காட்டிக்கொள்ள மாட்டார்கள். ஏதேனும் தவறாகக் கூறிவிட்டால், மற்றவர் ஏளனம் செய்வார்களோ என்றெல்லாம் யோசிப்பார்கள். எல்லோருமே அனைத்தும் தெரிந்தவர்கள் என்று கூறமுடியாது. நம் கருத்தை சபையில் கூற கூச்சப்படவே கூடாது. நம் வாழ்க்கையை, நாம் அனுபவிக்க மற்றவர்களுக்காகக் கருத்துச் சுதந்திரங்களை விட்டுக்கொடுக்க வேண்டும் என்பதில்லை. அதே சமயம் நம்மை நாமே சாதித்துவிட்டதாகப், பெருமைப்படுத்திக்கொள்வதுதான் அறியாமை."

ஒரு பெரிய 'ஞானி' போன்று பேசி முடித்தான். இத்தகைய மாணவர்கள் உலகம் முழுவதும் 'சிட்டுக்குருவிகள்' போன்று பறந்துகொண்டிருக்கிறார்கள். பள்ளி அவனுக்கு நிறைய அனுபவப் பாடங்களை சொல்லித் தந்திருக்கிறது. ஆம். ஆசிரியர்கள் பலவித அனுபவங்களைப் பெறுகிறார்களென்றால், மாணவர் மனதில் எத்தனையோ நிகழ்வுகள், மலரும் நினைவுகளாக வரத்தான் செய்கிறது. ஒரு விஷயம் மாணவர்கள் கருத்தில்கொண்டால் போதும். அவர்களின் விருப்பம் பெற்றோருக்குத் தெரியப்படுத்த வேண்டும். என்னவெல்லாம் செய்ய முடியுமோ அவற்றில் அதிகம் ஆர்வம் தந்து, அதை ஊக்கப்படுத்திக் கொண்டிருந்தாலே போதும். பிள்ளைகள் தங்கள் விருப்பத்தைச் சொல்ல ஆசிரியர்கள் உதவியையும் நாடலாம். ஆயிரக்கணக்கான துறைகள் உலகம் முழுவதும் பரந்து விரிந்து காணப்படுகின்றன. பிடித்த துறையைத் தேர்ந்தெடுத்து, அதில் நம் திறமையை மூலதனமாகச் செலுத்தினாலே நம்மால் நிறைய பலவிதமான விஷயங்களைச் சாதிக்கமுடியும்.

வாழ்க்கையில் தேவைப்படும் அனைத்து விஷயங்களுக்கும் எப்படி 'திருக்குறள்' உலகப் பொதுமறையாகக் கருதப்படுகிறதோ, அதுபோல் கற்கும் பிள்ளைகள் 'அப்துல்கலாமின்' அருமைச் சொற்களை தினம் ஒன்றாக படித்தால் போதும். அனைத்திற்கும் வழி உண்டு. வாழ்க்கை என்பது கற்கும் மாணவர்களுக்கு ஒரு கரடுமுரடான பாதை என்று சொல்ல வேண்டாம். அழகிய பூக்கள் நிறைந்த சோலையாகக் கொள்ளலாம். நிறைய முட்கள் நிறைந்த செடியில் காணப்படும் அழகிய ரோஜாக்கள் போன்று, சில கடினப் பாதைகளை கடக்க வேண்டியிருந்தாலும் அதன்பின் அழகான எதிர்காலம் ஒளிந்திருப்பதாகக் கொள்ளலாம். அழகிய புஷ்பங்களைப் பெற நம் முக்கோணம் என்னும் பெற்றோர், ஆசிரியர், பிள்ளைகள் ஒன்று சேர்ந்துதான் பயிரிட முடியும்.

கற்பித்தல் என்னும் கலை

மாற்றங்கள் மாறாது

சுமார் நாற்பது ஆண்டுகளுக்கு முன் இருந்த நிலை வேறு. இப்பொழுது இருக்கும் காலகட்டம் வேறு. விஞ்ஞான முன்னேற்றங்கள் மாறமாற நம் வசதிகளும், எதிர்பார்ப்புகளும் அதற்கேற்றாற்போல் மாறிகொண்டுதான் இருக்கின்றன. ராஜபரம்பரையில் குருகுலம் அனுப்பி படிக்க வைத்தார்கள். குருவுக்குச் சேவை செய்வதும், அவர் வீட்டிற்குத் தொண்டு செய்வதும் சிஷ்யர்கள் கடமையாக இருந்தது. 'குருஜி' என்றால் அப்படியொரு பக்தி. பின் பள்ளிகள் சென்று கல்வி பயிலும் காலம் ஏற்பட்டது. ஆசிரியர் என்றால் மாணவர்கள் ஒரு அடி தள்ளியே நின்றார்கள். அது பயம் என்று சொல்வதைவிட 'மரியாதை' என்றுதான் கூற முடிந்தது. பெற்றோரும் கண்டித்து சொல்லித்தரச் சொன்னார்கள். கொஞ்சம், கொஞ்சமாக மாறி கண்டிப்பு குறைந்து நட்பாக மாறியது. நட்பாகப் பழகி நல்லது, கெட்டது சொல்லித்தர முடிந்தது. இன்றைய காலம் சமூகச் சூழலுக்கு ஏற்றவாறு நம்மை மாற்றிக்கொள்ள வேண்டிய கட்டாயம். பிறக்கும்போதே குழந்தைகள் புத்திசாலித்தனத்துடன்தான் இருக்கிறார்கள். நாமேகூட அவர்களிடமிருந்து கற்றுக்கொள்ள வேண்டிய விஷயங்கள் நிறையவுள்ளன. 'கணிப்பொறி' யுகம் அவர்களை இயக்குகிறது. 'ஹாய் மிஸ்' 'ஹாய் சார்' என்றுதான் அழைப்பார்கள். அவர்கள் வளரும் சமுதாயம் அப்படித்தான். பிள்ளைகள் சமுதாயம் எப்படியோ, அதற்கேற்றவாறுதான் கற்பிப்பவரும் தன்னை மாற்றிக்கொள்கிறார். அவர்கள் மன நிலையைப் பொறுத்து, நாம் நடத்துதல் அவசியம்.

தெரியாமல் தவறு செய்வது என்பது எல்லோருக்குமே ஏற்படக்கூடிய சூழல்தான். தெரிந்தும், தெரியாமலும்கூட தவறு செய்யக்கூடாது என்பதற்காகவே ஒரு காலகட்டத்தில் "ஹானஸ்டி ஷாப்" (Honesty Shop) என்று ஒன்று இருந்தது. படிக்கும்

பிள்ளைகளுக்குத் தேவையான அனைத்துப் பொருட்களும் இருந்தன. பேனா, பென்சில், ரப்பர், பேப்பர், நோட்டுப்புத்தகங்கள், கலர் பென்சில்கள், உலக வரைபடங்கள், கார்பன் பேப்பர்கள் ஆகிய அனைத்தும் விற்கப்பட்டன. அப்பொழுதெல்லாம் 'பிரிண்ட்' எடுப்பதற்கான கம்ப்யூட்டர், பிரிண்டர் வசதிகள் கிடையாது. ஏதேனும் நகல் எடுக்க நினைத்தால், கார்பன் பேப்பரைத்தான் பயன்படுத்துவர். எனவே அதுவும் அத்தியாவசியத் தேவைப் பொருட்களில் ஒன்றாக இருந்தது. ஒரு முழு அறை 'ஸ்டோர்' போன்று இருந்தது. ஆனால் அதைப் பார்த்துக்கொள்ள யாரும் உறுப்பினர் கிடையாது. நிர்வாகி வந்து அழகுற அடுக்கி, கதவைத் திறந்து வைப்பார். பின் அவர் வேலையைப் பார்க்கச்சென்று விடுவார். 'ஹானஸ்டி ஷாப்' திறக்கும் நேரம், மூடப்படும் நேரம் வெளியில் எழுதிப் போடுவார்கள். அந்த நேரத்தில் நாம் சென்று, வேண்டிய பொருளை எடுத்துக்கொண்டு, அதற்கான விலையை அங்குள்ள பணப்பெட்டியில் போட்டுவிட வேண்டும். திடீரென வகுப்புத் தேர்வுக்கு எழுத, பேப்பர் எடுத்துவர மறந்திருந்தால், ஓடிப்போய் இரண்டு பேவருவர். அதற்கான காசைப் போட்டுவிட்டு வருவர். காசு கொண்டு வராதவர்கள்கூட நண்பர்களிடமோ, ஆசிரியரிடமோ வாங்கித் தவறாமல் காசைப்போட்டுவிட்டு, மறுநாள் வாங்கியவரிடம் திருப்பித் தருவர். இன்றைய நாட்கள்போல், அப்பொழுது 'காமிரா'கூட கிடையாது. இதுபோல், எங்கும் எதிலும் நடந்துவிட்டால், நேர்மையும் நம் ரத்தத்தில் ஊறிவிடும். பிள்ளைகள் சிறு வயதிலேயே பிறர் பொருளுக்கு ஆசைப்படாமலும், நேர்மையுடன் நடந்துகொள்ள வேண்டும் என்ற நோக்கிலும் தொடங்கப்பட்டது. அத்தகைய 'நேர்மையான கடை' என்பது. ஒவ்வொரு நாளும் மாலையில் கடையின் பொறுப்பாளர், குறைந்திருந்த பொருட்களின் விலையைக் கணக்கிட்டு சரிபார்த்துக் கொள்வார். இன்றுவரை இதுபோன்ற நிகழ்வுகளை, பிள்ளைகளுக்குச் சொல்லும்பொழுது, நமக்கு அதில் ஒரு பெருமிதம்.

எப்படி 'ஹிமேன்' *(Heman)* 'சக்திமான்' போன்றவற்றைப் பார்த்தால், தன்னையும் சக்தி படைத்தவனாக பிள்ளைகள் பாவித்து நடக்கிறார்களோ, அதுபோன்று உண்மை-நேர்மையைக் குறிக்கும் நிகழ்வுகளைக் கூறுவதன் மூலம் நேர்மை, நியாயம், உண்மை போன்ற குணங்கள் இயற்கையாகவே அமைந்துவிடும். இவற்றையெல்லாம் நினைக்கும்பொழுது நாமெல்லாம் எவ்வளவு மகிழ்ச்சியாக இளமையை கழித்திருக்கிறோம் என்றுதான் நினைக்கத் தோன்றுகிறது. மாலை வீட்டுக்குப் பள்ளியிலிருந்து திரும்பினால், காலகட்டத்தில் கிடைக்கும் பழங்களும், பாலும்தான் நமக்கு மாலை நேரச் சிற்றுண்டியாக இருந்தது. இப்பொழுது பெயர் தெரியாத

அயிட்டங்கள் அழகான பாக்கெட்டுகளில் காணப்படுகின்றன. புளித்துப்போன மாவைக்கூட காய்கறிகளால் அலங்கரித்து, உடலுக்கு ஒத்துக்கொள்ளும் விதத்தில் அம்மா தயார் செய்து தருவார். அதை சாப்பிட்டு விட்டு ஓடியாடி விளையாடச்செல்வது பழக்கம். ஆறு மணி ஆனால் குளித்துவிட்டு, வீட்டுப்பாடம் செய்ய வேண்டும். படிக்க வேண்டும். பாரதி சொன்ன "ஓடி விளையாடு பாப்பா" நடைமுறையில் காணப்பட்டது.

இப்பொழுது 'பிட்சா' சாப்பிட்டாலும், செரிமானம் ஆவதற்குக்கூட ஓடியாட முடியவில்லை. 'கம்ப்யூட்டரில்'தான் விளையாட முடிகிறது. மாணவர்களுக்கு இதனால் மனஅழுத்தம்தான் ஜாஸ்தியாகிறது. பலபல விளையாட்டுப் பயிற்சிகளுக்குப் பணம் செலவழித்து, விளையாட வேண்டிய நிர்ப்பந்தம். அனைத்திலும் வெற்றி பெற்று, கோப்பைகளும், மெடல்களும் குவித்தாலும், இயற்கை விளையாட்டுக்களை ஒப்பிட முடியாமல் ஆகிவிட்டது. ஆயிரத்துத் தொள்ளாயிரத்து அறுபத்தைந்து என்று நினைக்கிறேன். நாங்கள் படித்த பள்ளிக்கு மைசூர் மஹாராஜா வந்திருந்தார். ஊரே அலங்கரிக்கப்பட்டு விழாக்கோலம் பூண்டது. வெற்றி பெற்றவர்களுக்கு மஹாராஜா கையால் பரிசுகள் வழங்கப்பட்டன. நான் பெற்ற 'மெடலை' என் தந்தை எல்லோரிடமும் காட்டி 'மைசூர் மஹாராஜா' தந்தது என்று பெருமையுடன் சொல்லிக்கொண்டார். அப்படியெல்லாம் ஊக்கப்படுத்த பலபல உறவுகளும் உடனிருந்தனர். ஆனால் இன்று பிள்ளைகள் பாவமாகக் காணப்படுகிறார்கள். தாய், தந்தை இருவரும் வேலைக்குச் செல்வதால், முக்கியமான பள்ளி விழாக்களுக்குக்கூட வரமுடியாத நிலை. ஆனால் குழந்தைகள் என்னவோ திறமையில் முன்னேறிக்கொண்டுதான் இருக்கிறார்கள். மூன்று வயது எல்.கே.ஜி.படிக்கும் குழந்தைகூட மாறுவேடப் போட்டியில், பெரியவர்களை மிஞ்சும் வகையில் மழலையில் கலக்குகிறது. இன்றைய தொழில்நுட்பமும், மீடியாக்களும் அவர்களை வெளிஉலகிற்கு படம் பிடித்துக்காட்டுகின்றன. பிள்ளைகள் அதிபுத்திசாலியாக இருப்பதால், எவற்றையும் எளிதில் புரிந்துகொண்டுவிடுகிறார்கள். அவர்கள் மனதைப் புரிந்துகொண்டால் போதும்! அறிவுப்பசிக்கு நிறைய ஆகாரம் கேட்பார்கள். அதற்கு கற்பிப்பவர் தன்னைத் தயார் செய்து கொள்வதுதான் நம்முடைய நோக்கம். கேள்வி கேட்கக் கேட்க சரியான பதில் நம்மிடம் இருந்தால் போதும்.

இந்திய மண் புனிதமானது. நம் நற்பண்புகள் பெரிய நாடுகளில்கூட காணப்படுமா என்று பார்க்க வேண்டும். உதாரணத்திற்கு, பள்ளியில் படித்த மாணவன் ஒருவன் தன் தந்தையின் வேலை நிமித்தமாக திடீரென வெளிநாடு செல்ல

நேர்ந்தது. பள்ளிப்படிப்பு எப்படி அங்கு சமாளிக்கப்போகிறான் என்று நினைத்தோம். காரணம், முழுவதும் வேறு கலாச்சாரம், வேறு மொழி, வேறு முறைகள் இவற்றுடன் நம் தமிழ் மாணவன் ஒத்துப்போக வேண்டுமே என்றெல்லாம் மனதில் அச்சங்கள் எழுந்தன. அந்தப் பையன் அங்கு சென்று, நம் வளர்முறைப்படி பிறருக்கு உதவி செய்ய ஆரம்பித்திருக்கிறான். தெரியாதவர்களுக்கு பள்ளி முடிந்து, கணக்கில் உதவியிருக்கிறான். வகுப்பறையில் ஆசிரியருக்குத் தேவையான பொருட்களை மேசை மீது தயாராக வைத்திருக்கிறான். பாட சம்பந்தப்பட்ட ஆராய்ச்சிப் பரிசோதனைகளைப் படமாக்கி அதன்மூலம் செயல்படுவதைச் சக மாணவர்களுக்குச் சொல்லித் தந்திருக்கிறான். அனைவரும் வீட்டிற்குக் கிளம்பும் சமயம், விட்டுச்செல்லும் பொருட்களை பாதுகாப்பாக வைத்திருந்து, அவரவரிடம் ஒப்படைத்திருக்கிறான். வெகுவிரைவில் அவர்கள் அத்தனை பேரிடமும் நன்மதிப்பைப் பெற்றுவிட்டான். இதில் எதுவுமே அவன் புதிதாக முயற்சித்தோ, மற்றவர்களை ஈர்ப்பதற்காகவோ செய்யவில்லை. இத்தகைய கடமைகளை அவன் இங்கு தன் வகுப்பில் செய்திருக்கிறான். இங்குள்ள ஒவ்வொரு மாணவரும் இதுபோன்ற செயல்களில் பிறருக்கு உதவுவதைத்தன் கடமையாகக்கொண்டுள்ளனர். அதே பழக்கம், நாம் எங்கு சென்றாலும் கடைப்பிடிக்க ஆரம்பித்து விடுகிறோம். அதுபோல் அந்தப் பையன் அனைத்தையும் செய்ய, வகுப்பாசிரியர் வியப்படைந்திருக்கிறார். ஏனெனில் அங்குள்ள பழக்க வழக்கங்கள், மாணவர்களின் நடைமுறை நம் கலாச்சாரத்திலிருந்து மாறுபட்டிருக்கிறது.

திடீரென இப்படியொரு மாணவன் உதவிகரமாக இருந்தது ஆச்சரியத்தைத் தந்திருக்கிறது. அவர் எழுதியிருந்த கடிதத்தின் நகலை நானும் பார்க்க நேர்ந்தது. அதில், "உங்கள் பையனின் உதவி மனப்பான்மையும், புத்திசாலித்தனமும் எங்களைக் கவர்ந்தது. இதுபோன்ற மாணவனை எங்கள் பள்ளியில் சேர்த்ததற்காக நன்றி சொல்கிறோம், பெருமைப்படுகிறோம், அவனை இங்கு கொண்டுவந்து சேர்த்த கடவுளுக்கு நன்றி" என்று எழுதப்பட்டிருந்தது. இது மாணவனுக்கும் பெற்றோருக்கும் கிடைத்த பாராட்டு மட்டுமல்ல; அவன் படித்த பள்ளி, கற்றுக்கொடுத்த ஆசிரியர்கள் இவர்களையும் சாரும். எல்லாவற்றிற்கும் மேல் நம் இந்தியக்கல்வி முறையும் கலாச்சாரமும் நம்மை சரியான வழியில் நடத்திக்கொண்டு செல்கிறது என்றுதான் சொல்ல வேண்டும். இங்கு பயின்றுவிட்டு, கடல் கடந்து வேறு பள்ளியில் பெருமைப் படுத்தப்படுகிறானென்றால், அவன் அஸ்திவாரம் பலமாக அமைந்துவிட்டது என்றுதான் அர்த்தம். இதுபோன்று புலம் பெயர்ந்த பல மாணவர்கள், மிகப்பெரிய உலக அளவில் பேசப்படும்

கம்பெனிகளில், மிக உயர்ந்த பதவிகளில் ஜொலிக்கிறார்கள்.

நம் இந்தியக் கல்விமுறை படிப்புடன், ஒழுக்கத்தையும், கலாச்சாரத்தையும் கற்றுத்தருகிறது. அது நம் உடலில் ஊறி விடுகிறது. சில விஷயங்களில்தான் பிள்ளைகளுக்கு சுதந்திரம் தரப்படுகிறது. வேலைக்குச் சென்று சம்பாதிக்கும் வரை பெற்றோர்கள்தான் அனைத்தையும் பார்த்துக் கொள்கிறார்கள். ஆனால், மேலைநாடுகளில், ஒருசில இடங்களில் பிள்ளைகள்ச் படிக்கவிரும்பவில்லையென்றால், அவர்களை நிர்பந்திக்கக்கூடாது என்றுகூட சொல்வதுண்டு. ஒருசில ஆசிரியர்களை சந்திக்கும் வாய்ப்பு எனக்கு ஏற்பட்டது. அவர்கள் எந்தெந்த வகுப்பிற்குச் சொல்லித் தருகிறார்கள் என்று கேட்டதும், எனக்கு ஒரு நிமிஷம் அதிர்ச்சியான தகவலாகப்பட்டது. காரணம், ஒருவர் கே.ஜி. வகுப்பு கவுன்சிலர் என்றும், மற்றொரு ஆசிரியை 'கிரேட்' *(grade)* ஒன்று மற்றும் இரண்டிற்கு கவுன்சிலர் என்றும் சொன்னார்கள். ஆசிரியர் அளவுக்கு கவுன்சிலர்கள் தேவைப்பட்டால், பிள்ளைகளின் படிப்பில் பலவிதமான இடர்ப்பாடுகள் சரி செய்ய வேண்டியிருக்கும் என்பது புரிகிறது. அரசுப் பள்ளிகளில் நன்கு படித்து, எதிர்காலத்தைத் தானே தீர்மானித்துக்கொண்டு அதற்கான வழியையும் ஏற்படுத்திக்கொள்கிறார்கள். ஓரளவு படித்தால்கூட போதும், இசைகற்றல், நீச்சல், ஸ்கேட்டிங் போன்ற பலவற்றை முக்கியமாகக் கருதுகிறார்கள். நம் பிள்ளைகள் படிப்பிற்கு முக்கியத்துவம் தந்து, மற்ற கலைகளைப் பகுதி நேரங்களில் பயில விரும்புகிறார்கள். எதிலும் மிகச்சிறந்தனவற்றைச் செய்ய நினைக்கிறார்கள். எனவேதான் எங்கு சென்றாலும் தங்கள் துறைகளில் மேம்பட்டுத் திகழ்கிறார்கள். இது நம் மண்ணின் பெருமை.

மறக்க முடியாத நிகழ்வுகள்

'கற்பித்தல்' என்னும் கலையிலுள்ள நுட்பங்களை அனுபவித்தால்தான் தெரியும். மனம் நிறைய சந்தோஷமும், சேவை மனப்பான்மையும் இருந்தால் மட்டுமே நல்ல ஒரு குழுவாக நம்மை அமைத்துக் கொள்ள முடியும். பணம் சம்பாதிப்பதற்காக மட்டும் அதை தொழிலாக்கிக்கொண்டால், அது நமக்கு முழு வெற்றியைத் தராது. குறிப்பாகப் பள்ளிப்பருவம் என்பதுதான், அவர்களின் வாழ்க்கைக்குத் தேவையான அனைத்தையும் கற்றுத் தருகிறது. அந்தப்பள்ளியிலேயே மழைலைப்பருவம், குழந்தைப்பருவம், இளமை அனைத்தும் கடந்து வாலிப வயதிற்கு வந்துவிடுகிறார்கள். தன்னைத்தானே பார்த்துக்கொள்ளும் அளவிற்கு அவர்களைத் தயார்செய்வது பள்ளிப்பருவம்தான். அவர்களுக்கு நல்லது, கெட்டது எது தீய பழக்கம், நல்ல பழக்கம் என்னென்ன போன்ற அனைத்தையும் உலகத்தில் கற்றுக்கொடுத்து, ஒழுக்கம், பண்பு, நேர்மை, நாணயம் போன்றவற்றையும் ஊட்டி உணரவைப்பதும் பள்ளிப்பருவம்தான். இதையெல்லாம் பொறுமையுடன் போதிக்க வேண்டுமானால் கற்பிப்பவர் பொறுமையுடன் காணப்பட வேண்டும். தினம், தினம் சில பிரச்னை களை எதிர்கொள்ள வேண்டிய சூழல்கள் அமையலாம். பிள்ளைகள் மட்டுமல்லாது, அவர்களின் பெற்றோர் சூழலும் அதற்கேற்ற உளவியல் சம்பந்தப்பட்ட செய்கைகளுக்காக நாம் புரிந்து நடந்துகொள்ள வேண்டிய பலபல யுக்திகள் புரிந்து வைத்திருக்க வேண்டும். யாருக்கும் எந்தவித மனக்கஷ்டமும் வராதவாறு பேசும் திறமையும் வேண்டும்.

மூன்று வயது எல்.கே.ஜி. முதல் ஐந்தாம் வகுப்பு வரை பிள்ளைகளின் பருவம் என்பது தாய் சாப்பாட்டை ஊட்டி விடுவதுபோல எனக் கொள்ளலாம். ஆறாம் வகுப்பு முதல் பத்தாம் வகுப்பு வரையுள்ள பருவம் என்பது தட்டில் சாப்பாடு வைத்து,

பிள்ளைகளைச் சாப்பிட வைப்பதற்குச் சமம் எனலாம். பதினொன்று மற்றும் பன்னிரண்டு என்பது, பசிக்கும்-'நேரத்திற்கு சாப்பிடு' என்று சொல்வதுபோல் எனக்கொள்ளலாம். பள்ளியை விட்டு கல்லூரிக்குச் சென்றால், தங்களை அவர்களே கவனித்துக்கொள்ள வேண்டிய நிலை என்று சொல்லலாம். எனவே பள்ளி முடித்து, வெளியில் செல்லப்போகும் பிள்ளைகளுக்கு ஆசிரியர்கள் இதுபோன்ற நிறைய விஷயங்களை எடுத்துச் சொல்வார்கள். சமூகத்தில் தனக்கென படிப்பை தேர்ந்தெடுப்பது முதல், பழகும் இடங்களிலெல்லாம் தங்களைத் தாங்களே நல்வழிப்படுத்திக்கொள்வது வரை அவர்களே பாதுகாத்துக்கொள்ளுதல் அவசியம். படித்து முடித்து வேலை பார்க்கும் சில மாணவரிடம், பள்ளிப்பருவத்தின் மறக்க முடியாத அனுபவங்களைக் கேட்க நேர்ந்தது. சிலர் பள்ளி விழாக்களைப்பற்றி மறக்கமுடியாத அனுபவமாகப் பேசினர். பலர் பள்ளி முடிக்கும் சமயம், ஆசிரியர்கள் தந்த அறிவுரையைப்பற்றி நிறைய பேசினர். அறிவுரைகள் அப்பொழுது மாணவர்களுக்கு சாதாரணமாகப்பட்டதாம். அதன் முழு அர்த்தம் விளங்கவில்லையாம். ஆனால் கல்வி பயில பயில ஆசிரியர்களின் அறிவுரை அர்த்தம் விளங்கியதாம். ஊட்டி விடவோ, சாப்பிடச் சொல்லவோ தூண்டுகோல் இல்லாமல், தங்களைத்தாங்களே சமுதாயத்தில் நல்ல பிரஜையாக காட்டிக்கொள்ள வேண்டிய நிலை கவனத்திற்கு வந்ததாம். ஆம் எதுவுமே காலம் கடந்தபின்தான் நமக்கு நிறைய விஷயங்கள் புரிய ஆரம்பிக்கின்றன. பலருடன் பழக நேரும்பொழுது அனுபவங்கள் கைகொடுக்கின்றன. ஆசிரியர்கள் கடிந்துகொண்டால்கூட, அதில் எவ்வளவு நியாயம் உள்ளது என்பதை வயது வந்தவுடன் புரிந்து பேசுகிறார்கள். ஒருசிலர் ஆசிரியர்களுடன், அமெரிக்கப் பயணம் மேற்கொணடதையும் அந்த இனிமையான தருணங்களையும கண்ணீர் மல்க பகிர்ந்து கொண்டனர். அதுவும் 'நாசா'வில் நடத்தப்பட்ட ஆராய்ச்சிக்கான போட்டிகளில் வெற்றிபெற்றதையும், வாழ்க்கையில் மறக்க இயலாததாகவும், முதன்முதலில் தங்களின் கடல் கடந்த பயணம் எவ்வளவு வெற்றிகரமாக அமைந்தது என்பன போன்றவற்றையெல்லாம் நமக்கும் நினைவுபடுத்தினர்.

பெற்றோர்கள், பதினைந்து வயது முதல் பதினேழு வயதிற்குட்பட்ட பிள்ளைகளைக் கடல் கடந்து சென்றுவர ஆசிரியர்களை நம்பி அனுப்பினார்களென்றால் எவ்வளவு நம்பிக்கை வைத்தார்கள் என்பது நன்கு புலப்படுகிறது. அத்தகைய நாட்கள் எங்கள் வாழ்க்கையில் இனிமையான நினைவுகளைத் தந்து கசப்பான அனுபவங்களை மறக்கச் செய்யும். நம் வயதிற்கும், அனுபவத்திற்கும், தகுதிக்கும் அப்பாற்பட்டதுதான் மனநிலை. வயது என்பது ஒரு எண்ணிக்கை என்றுதான் கொள்ள வேண்டும்.

நம் மனம் இளமையாக இருந்தால் போதும். அந்த இளமை மாணவச் செல்வங்களுடன் இணைந்து வாழும்போதுதான் நம்மால் உணரமுடியும். பிள்ளைகளும் ஆசிரியர்கள் வயதையோ, உருவத்தையோ பார்த்து மட்டும் நம்மை மதிப்பதில்லை. எந்த அளவுக்கு அவர்கள் ஐயங்களைப் போக்கி, ஊக்குவித்து நம்பிக்கை என்னும் விதையை விதைக்கிறோமோ அந்த அளவுக்கு நன்மதிப்பு கிடைக்கும். அதுதான் 'கற்பித்தல்' என்னும் கலையின் வெற்றி ரகசியம்.

பிள்ளைகளுடன் தங்க நேரிடும் சமயங்களிலெல்லாம், நம்மைச்சுற்றி, நம்மைப் பாதுகாக்கப் போதிய கவசங்கள் அமைந்திருப்பதாகவே கருதலாம். எத்தனையோ வாய்ப்புகள், வெளிநாட்டுப் பயணங்கள் என்றிருந்தாலும், ஒருசில நிகழ்வுகள் நம் மனதை விட்டு நீங்காதவை. 1984-ம் வருடம்தான் என்று நினைக்கிறேன். பள்ளியில் இருந்த சமயம். திடீரென பிற்பகலில், பெற்றோர்கள் கூட்டம், கூட்டமாக பள்ளி மெயின் 'கேட்' அருகே குழுமினர். பிள்ளைகளை உடன் தங்களுடன் அனுப்பி வைக்கும்படி சப்தம் போட்டனர். சிலர் அழுது கூக்குரலிட்டனர். பள்ளி நிர்வாகமும் நாங்களும் பதைபதைத்துப் போனோம். அப்பொழுதெல்லாம் டி.வி.க்கள் ரொம்ப காணப்படாத சமயம். அங்கங்கே ஒருசிலர் வீடுகளில் தூர்தர்ஷன் மட்டுமே காணப்படும். இன்றைய நிலை போன்று தனியார் தொலைக்காட்சிகள் ரொம்ப கிடையாது. மேலும் கைப்பேசிகளும் இல்லாத சமயம். கடைகள், அலுவலகங்கள், பள்ளி-கல்லூரிகள் மற்றும் சில வீடுகளில்தான் தொலைபேசிகள் இருந்தன.

பாரதப் பிரதமர் இந்திராகாந்தியை சுட்டுவிட்டதாகவும், அதன் காரணமாக ஊர் முழுவதும் மிகவும் பதற்றம் காணப்படுவதாகவும் செய்திகள் வரத்தொடங்கின. அதனால்தான் பெற்றோர்கள் பீதியில், தங்கள் பிள்ளைகளை உடன் அழைத்துச் செல்ல வந்து குழுமியிருந்தனர். ஒவ்வொரு பிள்ளையும் உரிய பெற்றோரிடம் சேர்க்கப்பட்டனர். பள்ளியையும் மூடிவிட்டோம். இருப்பினும், தாய்-தந்தை இருவரும் வேலை செய்யும் பெற்றோர்களால் உடன் வர இயலவில்லை. அந்தப்பிள்ளைகள் பத்திரமாக ஹாஸ்டலில் தங்க வைக்கப்பட்டு, பெறறோர் வந்தால் மட்டும் அனுப்புமாறு சொல்லப்பட்டது. பஸ், ரெயில்கள் அங்கங்கே நின்றுவிட்டன. ஆட்டோ, ரிக்ஷாக்கள் ஓடவில்லை. ஆசிரியர்கள் தங்கள் வீட்டருகில் இருப்பவர்களுடன் சேர்ந்து சேர்ந்து ஒன்றாகக் கிளம்பிவிட்டார்கள். நான் எட்டுமாதக் கர்ப்பிணியாக இருந்ததால், பள்ளி நிர்வாகம் வீடுவரை அழைத்துச்செல்ல ஏற்பாடு செய்தார்கள். ஆனால் பாதி வழியில் ஆர்ப்பாட்டங்கள் நடைபெற்றதால், மீண்டும் திரும்பப் பள்ளியில் கொண்டுவிட்டு,

ஹாஸ்டலில் பத்திரமாக இருக்கும்படியும், என் கணவர் வந்தால் மட்டும் அனுப்பும்படியும் சொல்லியிருந்தார்கள். எத்தனையோ முறை தொலைபேசியில் தொடர்புகொள்ள முயற்சித்தும் என் கணவருடன் தொடர்புகொள்ள முடியவில்லை. அதே நிலையில் என் கணவரும் என்னைத் தொடர்புகொள்ள முயற்சித்து, மிகவும் சங்கடப்பட்டிருக்கிறார். அந்தக் கவலையிலும், மனம் பாரமாகி சங்கடப்பட்டது இன்றும் ஞாபகத்தில் உள்ளது. 'ஹாஸ்டலில்' அனைத்துப் பிள்ளைகளும் என்னைச்சுற்றி அமர்ந்துகொண்டு ஆறுதல் கூறினார்கள். 'வார்டன்' சுடச்சுட நெய் போட்டு சப்பாத்தியை சாப்பிடச் சொன்னார்கள். பிள்ளைகள் அனைவரும் தனக்குத் தெரிந்த கலைகளை செய்துகாட்டி என் மனக்குறையைப் போக்கிக் கொண்டிருந்தார்கள். பிள்ளைகளுடன், நானும் என்னை ஒரு மாணவியாகவே மாற்றிக்கொண்டேன். அவ்வளவு பிள்ளைகள் அன்று என்னுடன் அரணாகத் திகழ்ந்தார்கள். அவர்கள் அன்று என்னுடன் இல்லாதிருந்தால், என் நிலையே வேறு மாதிரி ஆகியிருக்கும். "நாங்கள் இருக்கிறோம் மிஸ், கவலைப்படாதீங்க" என்ன ஒரு 'டானிக்' வார்த்தை!

இரவு எட்டு மணிக்கு என் கணவர் பாரிஸ் கார்னலிருந்து, நடந்து வந்து என்னை சந்தித்து, வீட்டிற்கு அழைத்துச்செல்ல ஏற்பாடு செய்தார். நான் பிள்ளைகளுடன் மகிழ்ச்சியாக இருப்பதைக் கண்டபின்தான் அவருக்கு தெம்பு வந்தது. வசதிகள் இருந்தும் பயன்படுத்த முடியாத ஒரு சூழல். யார் யார் எங்கு இருக்கிறார்கள் என்றுகூடத் தெரியாத சூழலில் மாட்டிக்கொண்டதை நாங்கள் என்றுமே மறக்க இயலாது. அத்தகைய நிலையிலும் என்னை மகிழ்ச்சிப்படுத்திய மாணவர்கள் என்றும் எங்கள் ஆசிகளுக்கு பாத்திரமாவார்கள். அப்பொழுதுதான் ஒரு தத்துவம் போன்ற கருத்து என்னுள் எழுந்தது. பொருளோ, பணமோ எது பிறருக்குக் கொடுத்தாலும் அப்பொழுது நாம் வாழ்த்தப்படுவோம் என்பது உண்மைதான். ஆனால் கல்வியைத் தந்து, மற்றொரு பெற்றோராக நம்மை அமைத்துக்கொள்வது என்பது மிகவும் புனிதமான நோக்காகும். நம் கடமையை நன்கு செய்தால் போதும். பிறருக்கு உதாரணமாகத் திகழ்ந்தால்தான், நம்மைப் பார்த்து வளரும் சமுதாயம் பலவற்றைக் கற்க நேரும். கற்பிப்பவர் நடைமுறைகள், அவர்களுக்கே தெரியாமல், பலதரப்பான பிள்ளைகளால் தீர்மானிக்கப்படுகிறது. அவர்களின் நல்ல பழக்க வழக்கங்களுக்கும், முன்னேற்றத்திற்கும் நாம் ஒரு தூண்டுகோலாக இருந்திருக்கிறோமென்றால், அது எவ்வளவு பெருமைக்குரிய விஷயம்? பிள்ளைகள் மனதிற்கேற்றவாறு நம்மை மாற்றிக்கொண்டு, சிறிது நம் தகுதியிலிருந்து எளிய முறைக்கு இறங்கி வந்து கற்பிப்பதில் எந்த தவறுமில்லை. கொஞ்சம் மனநிலை பாதிக்கப்பட்ட

பிள்ளையிடம், சராசரி மாணவர்களிடம் எதிர்பார்க்கும் புரிதலை நாம் எதிர்பார்க்கக் கூடாது. அவர்கள் மொழியில் பேசி, அவர்கள் புரிந்துகொள்ளும்படியான வார்த்தைகளைப் பயன்படுத்துவது முக்கியம். நமக்கு இருக்கும் மன அழுத்தத்தையெல்லாம் பிறரிடம் காட்டக்கூடாது. வீட்டிற்கு வந்தால் நம் குடும்பம், பள்ளிக்குச் சென்றால் பிள்ளைகள் மட்டுமே நிறைந்த குடும்பம், அதற்காக நாம் என்னென்ன முயற்சிகள் எடுக்கிறோமோ, அதன் பலன் ஏராளம்.

பொதுத்தேர்வுகளுக்கு, கண்காணிக்கச் செல்லும்பொழு தெல்லாம் பலவிதமான மாணவச் செல்வங்களைக் காண்பதுண்டு. சிலர் வகுப்பிற்குள் நுழையும் வரை புத்தகத்துடன் ஒன்றிப்போய் தனக்குள் முணுமுணுப்பதுண்டு. சில பிள்ளைகள் தைரியமாக உலவிக்கொண்டிருப்பார்கள். அவர்களைப்பற்றி நாம் யோசிக்க வேண்டியதில்லை. தேர்வு அறைக்குள் நுழைந்ததுமே சில மாணவர்களுக்குக் கை, கால்கள் நடுங்க ஆரம்பித்துவிடும். பயம் முகத்திலேயே ஒட்டியிருக்கும். அப்படிப்பட்டவர்களை, தட்டிக்கொடுத்து, ஊக்குவித்து 'எழுது-எழுது' என்று சொன்னால் போதும். புதிய ஒரு சூழலில் பயம் போய், எழுத ஆரம்பித்து விடுவார்கள். நம்மிடம் ஒரு மரியாதை வருவதுடன், அவர்கள் தன்னம்பிக்கை மேலிடும்.

மொத்தத்தில், கற்பிப்பவர் பொறுமைசாலியாக இருந்தால் போதும். ஏனைய அனுபவங்கள், விதவிதமான பிள்ளைகளுடன் பழகும்போதும், வெவ்வேறு விதமான சூழல்களிலிருந்து வரும் பிள்ளைகள் மற்றும் பெற்றோர்களிடம் அணுகும்பொழுதும் நிறையவே கிடைத்துவிடும். அதனால்தான் கற்பித்தல் ஒரு தொழில் மட்டுமல்ல, அதில்தான் 'கலை' என்று பார்க்கலாம். உலகம் புரியாதவர்கள்கூட, பத்தாண்டு பள்ளியில் பணிபுரிந்தால் போதும். வாழ்க்கைக் கல்வி, கிடைப்பதுடன் கற்பிப்பதும் கலை என்று புரியும்.

கற்பித்தல் என்னும் கலை

குரும்பச் சூழலும் குழப்பமும்

கற்பிப்பவர்களுக்கும் பிள்ளைகளுக்குமான உறவு என்பது, மிகவும் ஆழமானது. சமயங்களில் அவர்களின் விருப்பு, வெறுப்பு பற்றி ஆசிரியர்களுக்கு நிறையவே தெரிந்திருக்கலாம். நன்கு படிக்கிறானா, நல்ல மதிப்பெண் எடுக்கிறானா போன்ற விஷயங்கள் பெற்றோருக்குத் தெரியும். அவனுக்கு எந்தப் பாடம் மிகவும் விருப்பம், எதில் அக்கறை காட்டுகிறான் போன்ற விஷயங்கள் வகுப்பறையில் நடைபெறும் நிகழ்வுகள் மூலம் எளிதாகக் கண்டுபிடித்துவிட முடியும். சிறிய வகுப்புகளில் பெரும்பாலும் அனைத்துப் பாடப்பிரிவுகளுக்கும் ஒரே ஆசிரியர்கூட இருக்கலாம். அதன்மூலம் பிள்ளைகளுடன் மிக அதிகமான நெருக்கம் ஏற்பட வாய்ப்புண்டு. வளர்ந்து பெரிய வகுப்புகளுக்குச் செல்லச் செல்ல பாடப்பிரிவுகளுக்கு ஏற்றவாறு தனித்தனி ஆசிரியர்கள் கற்பிக்க வருவார்கள். அப்பொழுதுதான் அவர்களுக்கு ஒவ்வொரு பாடப்பிரிவின் முக்கியத்துவம் தெரிய வரும். கற்பிப்பவரை மிகவும் பிள்ளைகளுக்குப் பிடித்துவிட்டால், அந்த குறிப்பிட்ட பாடத்தில் அவர்கள் கவனம் அதிகம் செலுத்தப்படும். அவர்கள் அனைவரும் குருவை விரும்ப வேண்டுமானால், கற்பிப்பவர் தன்பக்கம் காணப்படும் திறமைகள் மூலம் பிள்ளைகள் மனதில் இடம் பிடிக்க வேண்டும். எப்பொழுதும் கோபமாக பேசிக்கொண்டிருந்தால், பலருக்கும் பிடிக்காத வகையில் அமைந்துவிடும். கற்பிப்பவரின் நடை, உடை, பாவனை வைத்தே பிள்ளைகள், தங்கள் மனதில் ஆசிரியர்பால் மதிப்பும், மரியாதையும் காட்ட ஆரம்பித்து விடுவார்கள். நம்முடைய தகுதிக்குச் சரியாக பிள்ளைகளிடம் எதிர்பார்க்கக்கூடாது.

பொதுவாக, நாம் வேலைபார்க்கும் இடங்களில், நமக்குச் சரியாக-இணையாக இருப்பவர்களுடன் பழகும் வாய்ப்புதான் அதிகம். வயது வித்தியாசம் வேண்டுமானால் காணப்படலாம்.

தகுதிகள் ஓரளவு சமஅளவில் இருக்கும். ஆனால் 'கற்பித்தல்' என்னும் சேவையில் நாம் பெற்றோராக இருந்து, எதிர்கால இளைஞர்களை உருவாக்கச் செய்கிறோம். அடித்தளம் நன்கு அமைந்த 'கட்டடம்'தான் பல ஆண்டுகள் ஆனாலும், உறுதியுடன் காணப்படும். அதேதான் இத்தகைய சேவைத் தொழிலிலும். இளமையில் எப்படி வளர்க்கப்படுகிறார்களோ, அதைப் பொறுத்துத்தான் அவர்களின் எதிர்காலம் அமைகிறது. மேலும், இது மனநிலை நோகாதவாறு, புரிந்து செயல்படக்கூடிய சேவையுமாகும். உதாரணத்திற்கு, ஒரு மாணவன் கணிதத்தை, ஆசிரியர் சொல்லாத வேறு முறையில் கணக்கிட்டிருந்தான். விடை என்னவோ மிகவும் சரிதான். அவனும் புரிந்துதான் செய்திருந்தான். அவன் வீட்டில் படித்தவர் யாரோ வேறு முறையில் கற்றுத் தந்திருக்கிறார்கள். அது அவனுக்கு சுலபமாகப் பட்டதால், செய்திருக்கிறான். அதற்காக, தன் முறையை பின்பற்றவில்லையென்று, அவனைக் கோபிக்கத் தேவையில்லை; சரியான முறையை மட்டும் அவன் புரிந்துகொள்ளும்படி விளக்கினால் போதும். செய்யும் முறை சரியான விதத்தில் இருந்தால் போதும். ஒவ்வொன்றிலும், அணுகுமுறைதான் முக்கியம். யாருக்கும் மனது பாதிக்கக்கூடாது.

மிகவும் சுறுசுறுப்பான ஒரு மாணவன். யார் படித்தாலும் அவன் எளிதாகப் புரிந்துகொண்டுவிடுவான். அவனுடன் விசேஷ வகுப்பில் பயின்ற வேறு வகுப்பு பிள்ளைகளும் இருந்தனர். அனைத்தையும் மளமளவென முடித்துவிட்டு, மற்றவர்கள் என்ன செய்கிறார்கள் என்று பார்த்துக்கொண்டிருந்தான். ஆசிரியை ஒரு ஒன்பதாம் வகுப்புப் மாணவனுக்குப் பாடம் சொல்லிக் கொடுத்தார். பின்னர் சில கேள்விகள் கேட்டார். அவன் பதிலளிக்கவில்லை. மேலே குறிப்பிட்ட சிறுவன் ஆறாம் வகுப்புதான். அவன் ஒன்பதாம் வகுப்பு மாணவனிடம் கேட்ட கேள்விக்கு பதில் சொன்னான். ஒரு நிமிடம் அனைவருமே ஆச்சரியப்பட்டோம். பிறருக்கு சொல்லித்தரும்பொழுது அவன் மனதில் ஆழமாகப் பதிந்துள்ளது என்றால், அவன் எவ்வளவு திறமை பெற்றிருப்பான் என்று யோசிக்க வேண்டியுள்ளது. அதே சமயம் 'வாய்ப்பாடுகள் படி' என்றால் அதில் அவன் மனம் லயிக்காது. தப்புத்தப்பாகச் சொல்லுவான். சிறுவயதில் படிக்கும் பெருக்கல் வாய்ப்பாடுகள் நன்கு தெரிந்தால்தான், பெரிய வகுப்பில் கணக்குகள் நன்கு செய்ய முடியும் என்று நிறைய வலியுறுத்தியும், அவன் கண்டுகொள்ளவில்லை. இவ்வளவு புத்திசாலியாக இருந்தும், ஏன் அதைப் படிக்க மறுக்கிறான் என்று யோசிக்க ஆரம்பித்தோம். ஒருசில நாட்களிலேயே அவன் அதை வெறுக்கும் காரணம் தெரிய ஆரம்பித்தது. அவன் அனைத்தையும் விளையாட்டுப் போக்கில் செய்யவே விரும்பினான். மனம் வைத்து

கற்பித்தல் என்னும் கலை

படிப்பதிலோ, எழுதுவதிலோ கவனம் வைக்கவில்லை. கொஞ்சமும் சிரமப்படாமல் எதையும் செய்ய நினைக்கிறான் என்பது புரிந்தது. ரொம்பவும் விளையாட்டுப்புத்தி. பல வருடங்கள் கழித்துப் பிறந்த பிள்ளை என்பதால், வீட்டில் அனைவருக்கும் செல்லம். பாடங்களை தன் காதால் கேட்ட மாத்திரத்தில் புரிந்துகொள்ளும் புத்திசாலித்தனம் நிறைய இருந்தது. அதை ஞாபகத்திலும் எளிதாக வைத்துக்கொண்டு வெகு சீக்கிரத்தில் விடைகள் தந்து முடித்து விடுவான். 'கணக்கு' பாடத்தில் முழு கவனம் செலுத்த வேண்டும் என்பதால், அவன் மனம் விரும்பவில்லை. மற்றபடி அவன் நினைத்தால், அதையும் சாதிக்க முடியும். ஆனால் இதெல்லாம் சிறுவயதில்தான், இந்த விளையாட்டுத்தனம் என்பது. எப்பொழுது அவன் திறமை தெரிந்துவிட்டதோ, அவனைப்பற்றிய கவலை வேண்டாம் என்று முடிவுக்கு வந்தோம். அவன் வளர வளர மனம் வைத்து செய்ய ஆரம்பித்துவிட்டால் அனைத்தும் சாத்தியம்.

இதற்கு மாறாக, சில பிள்ளைகளைப் பார்த்தால் கணக்கு அற்புதமாகச் செய்வார்கள். குறிப்பிட்ட நேரத்தில் மனம் லயித்து, தீர்வுகளைக் கண்டுபிடிப்பதில் உற்சாகமாகக் காணப்படுவார்கள். இதர பாடங்கள், நிறைய படிக்க வேண்டுமென்பதால் அவர்கள் அதை பாரமாகக்கூட நினைக்கக்கூடும். கணக்கில், செய்முறை தெரிந்துவிட்டால் சொந்தமாக ஆசையுடன் பயிற்சி செய்வார்கள். இவர்களுக்கும் கணக்கில் விருப்பம் இருப்பதால், அனைத்துப் பாடங்களையும் நல்லமுறையில் படிக்கும் ஆற்றலும், திறனும் அவசியம் இருக்கும். அவர்கள் மனதை கற்பிப்பவர் புரிந்துகொண்டால் போதும். காலம் அனைத்தையும் உணர்த்தி விடும். சில சமயங்களில், சில பிள்ளைகளின் திறமை வெளிப்பட, சில காலங்கள்கூட ஆகலாம். பெற்றோரும் அதைப் புரிந்துகொண்டால் போதும். பிறருடன் ஒப்பிடாமல், நேரம் வரும்பொழுது, சந்தர்ப்பம் கிடைக்கும்பொழுதெல்லாம், உற்சாகப்படுத்தியும், ஆர்வத்தை வளர்த்தாலும் போதும். கையில் விரல்களே வெவ்வேறு உருவங்களில் இருக்கும்பொழுது, பிள்ளைகள் அனைவரும் எப்படி ஒன்றுபோல் இருப்பர்?

எனக்குத் தெரிந்த ஒரு குடும்பத்தில், பெண் பெரியவள் - பையன் இரண்டு வயது சிறியவன். அந்தப் பெண் 'துறுதுறு'வென்று அனைத்திலும் சுட்டியாகத் திகழ்ந்தாள். சிறு வயதிலிருந்து அனைத்துப் போட்டிகளிலும் பங்கெடுத்து முதல் பரிசை பெற்றுக்கொண்டு வெற்றியுடன் திரும்புவாள். பையன் மிகவும் பாவம். சாது. எந்த வம்புக்கும் போக மாட்டான். சிறிது யாரேனும் மிரட்டினால்கூட பயந்து ஓடுவான். படிப்பிலும் சுமார்தான். அப்பா எப்பொழுதும் இருபிள்ளைகளையும் ஒப்பிட்டுப் பார்த்து அங்கலாய்ப்பார். "என் பெண்ணைப் பார் அனைத்திலும்

ஜெயிக்கிறாள். வகுப்பிலும் முதல் மதிப்பெண்தான். நீயோ, ஆண்பிள்ளை இப்படி மந்தமாக இருக்கிறாயே! என்னதான் சாதிக்கப்போறீயோ? என்பது மதிப்பெண்கூட உன்னால் எடுக்க முடியவில்லையே!" என்பார்.

முதலில் ஒப்பிட்டுப்பார்ப்பதே நல்லதல்ல; அதிலும் பத்துப் பன்னிரண்டு வயது என்பது பருவமடையா மனப்பக்குவம்தான். அப்பா தன்னை மட்டமாகப் பேசுகிறார் என்பது மட்டுமே புரியும். மேலும் நினைத்து மனதிற்குள் ஏங்கத் தெரியும். ஆனால் யார் செய்த மாயமோ, இல்லை கடவுள் அருளோ, நல்ல காலம்தான் அவனுக்குத் தொடங்கியதோ தெரியவில்லை. புத்தருக்கு 'ஞானம்' வந்ததுபோல ஏழாம் வகுப்பு வந்தது. முதல் அவன் வகுப்பில் முதல் மாணவனாகத் திகழ ஆரம்பித்தான். அனைத்திலும் நூற்றுக்கு நூறு. ஒரு கணக்கை ஆசிரியர் நடத்தி முடிப்பதற்குள், அடுத்த கணக்கை போட்டு முடித்து, சரியான விடையைச் சொல்லி முடித்தானாம். அவனைப்பற்றி ஆசிரியர் ரொம்பப் பெருமை பேசுவதாகவும் கேள்விப்பட்டோம். வகுப்புத் தலைவனாக்கி, பல பொறுப்புக்களும் அவனுக்குத் தரப்பட்டன. ஒவ்வொரு வகுப்பிலும் மிகச்சிறந்த மாணவருக்கான 'விருது'ம் கிடைத்துக் கொண்டிருந்தது. எல்லாவற்றிற்கும் மேலாக, பதினோராம் வகுப்பில் பள்ளி முதல் மதிப்பெண் எடுத்து அனைவரையும் அசத்தினான். அப்பொழுதெல்லாம் பத்தாம் வகுப்புக்கு அரசுத்தேர்வு கிடையாது. பதினொன்றாம் வகுப்புதான் பள்ளி இறுதியாண்டாக இருந்தது.

பெண்ணுடன் ஒப்பிட்டுப் பார்த்த அப்பாவின் மனநிலை அப்பொழுது எவ்வளவு சங்கடப்பட்டிருக்கும்? மேலும் அவர் எதிர்பார்த்தபடி பெண் அவ்வளவாக சாதிக்க முடியவில்லை. எட்டு, ஒன்பதாம் வகுப்பு என்று செல்லச் செல்ல அவள் அதிகமாக வீட்டு வேலைகளில் தலைகாட்ட ஆரம்பித்தாள். வீட்டுப் பராமரிப்பு, தோட்டம் வளர்த்தல் போன்றவற்றில் அவளுக்கு நாட்டம் அதிகரிக்க ஆரம்பித்தது. நன்கு படித்தாள். ஆனால் தம்பியை ஜெயிக்க முடியவில்லை. அப்பாவின் எதிர்பார்ப்பு மாறியது. இதுதான் நிறைய இடங்களில் நடைபெறும் யதார்த்தம் என்பது. அப்பாவுக்கு வாழ்க்கையின் யதார்த்தம் நன்றாகத் தெரிந்தது. ஆனாலும் எந்த வெளிப்படையான கருத்துக்களையும் பரிமாறிக்கொள்ள அவர் விரும்பவில்லை. அதனால் இரு பிள்ளைகளையும் தட்டிக்கொடுத்து உற்சாகப்படுத்திக் கொண்டேயிருந்தார்.

இதில் நாம் கவனிக்க வேண்டிய முக்கியமான விஷயம் தந்தை தன்னை அக்காவுடன் ஒப்பிட்டுப் பேசியதால் பையன் எந்த விதத்திலும் பாதிக்கப்படவில்லை. காரணம் அந்தச் சிறுவயதில்

கற்பித்தல் என்னும் கலை

அத்தகைய மனோபாவம் அவனுக்குப் புரியவில்லை. இதே அவன் வாலிப வயதில் ஏற்பட்டிருந்தால், அவன் வேறு மன அழுத்தத்தில் பாதிக்கப்பட்டிருப்பான். தந்தையின் நல்ல நேரமும், அவரை விளையாட்டுத்தனம் போலவே பேச வைத்தது. ஆனாலும் அவரின் உள்மனம், தான் மகளுடன் மகனை ஒப்பிட்டது தவறு என்றுதான் சொல்லிக்கொண்டிருந்தது. பிராயச்சித்தமாக, இருவரிடமும் அதிகமான பரிவைக் காட்ட ஆரம்பித்தார்.

எனவேதான் சிறுவயதில், அவர்களின் கல்வித்தரத்தை வைத்து எடை போடக்கூடாது. நூற்றுக்கு நூறு மதிப்பெண் எடுக்கும் பிள்ளைகள் தொழிற்கல்வியில், பல பேப்பர்களை முடிக்க முடியாமல் திணறுவதுண்டு. பள்ளி வரை விளையாட்டுத்தனமாக இருந்த எத்தனையோ பிள்ளைகள் இன்று சாதனைகளைப் படைத்து, தலைவர்கள் பட்டியலில் இடம்பிடிப்பதுமுண்டு.

சரஸ்வதி ஸ்ரீநிவாசன்

நெகிழவைக்கும் உணர்வுகள்

'க ற்பித்தல்' என்பது தொழிலாக மட்டும் இருக்காது. ஒரு 'கலை'யும்கூட என்று சொன்னால், அதற்குப் பல காரணங்கள் உண்டு. பிள்ளைகள் மனதில், தன் ஆற்றல் மூலம் இடம் பிடிப்பது என்பதே ஒரு கலைதான். பாடப்புத்தகத்தை படித்து விளக்கி விட்டால் மட்டும் பிள்ளைகள் நம்மை விரும்பி விடுவார்கள் என்று சொல்லிவிட முடியாது. நாம் விளக்குவது அவர்கள் மனதில் எவ்வளவு புரிதலை ஏற்படுத்துகிறது என்பதும் முக்கியம். வெறும் கருத்துக்களை மட்டும் திணிக்காமல், சுவையோடு கலந்த காலத்திற்கேற்ற சம்பவங்களையும் கலந்து தருவதுதான் நல்ல ஒரு கலையாகும். தினசரி நடைபெறும் நிகழ்வுகள், பாடப்பகுதி சம்பந்தப்பட்ட பல்வேறான சரித்திர நிகழ்வுகள், நம் பாரம்பரிய கலாச்சாரங்கள், தேசத்தலைவர்கள் பற்றிய ருசிகரமான சம்பவங்கள் இவற்றையெல்லாம் தேவைக்கேற்ப எடுத்துரைக்கும்பொழுது, அவர்கள் பாடப்பகுதி மட்டுமில்லாமல், பல்வேறு கருத்துக்களை கற்றுக்கொள்கிறார்கள்.

சில வகுப்புகளில் பின்பக்க பெஞ்சில் அமர்ந்துகொண்டு தூங்கும் பாவனையில்கூட பிள்ளைகள் காணப்படுவார்கள். நம் அணுகுமுறை உற்சாகம் தருமானால், தூங்குபவர்களைக்கூட எழுப்பிவிடலாம். நடுவில் நின்று நாற்பது பிள்ளைகளையும் நம் ஒருவரால் கண்காணிக்க முடியும். 'கற்பிப்பவர்' சுறுசுறுப்பாகத் தன் வேலைகளை கவனிக்கும்பொழுது, பிள்ளைகள் சந்தோஷத்தில் துள்ளிக்குதிப்பார்கள். சுலபமாகமனதில் பதியும்வண்ணம்சொல்லி விளக்கும்பொழுது அன்றையபாடம் அன்றேபடித்து முடிப்பார்கள். சில கேள்விகள் கேட்பதன் மூலமே, அவர்கள் புரிந்துகொண்ட விதம் நமக்கும் புரிந்துவிடும். அப்படி வெற்றிகரமாக நம் சேவையை ஒவ்வொரு நாளும் செய்து வரும் 'குருவிற்கு நாளும் மாணவ

சமுதாயத்தின் நட்பும், மரியாதையும் கூடிக்கொண்டே தான் வரும். இன்று உலகம் பரந்து விரிந்து ஒரு கைப்பேசியிலேயேகூட அடங்கிவிட்டதால், ஆசிரியர் -மாணவர் பந்தமும் உலகம் முழுவதும் விரிந்து கிடக்கிறது. சில தினங்களுக்கு முன் முகநூல் மூலம் ஒரு மாணவன் என்னிடம் தொடர்புகொண்டான். அவன் திருமணத்திற்கு என்னை அழைக்க வந்ததாகவும், நான் ஊரிலில்லை என கேள்விப்பட்டதாகவும் சொன்னான். பின் தன் மனைவி குழந்தை புகைப்படங்களை அனுப்பிவைத்து ஆசி வழங்கவும் வேண்டினான். மிகவும் பெருமைக்குரிய விஷயம்தான். அதே சமயம், அவன் நினைவுபடுத்திய மற்றொரு விஷயம் எனக்கும் சங்கடத்தை ஏற்படுத்தியது. அவன் சொன்னான், "மிஸ் உங்களிடமெல்லாம் இப்பொழுது பேசமுடிகிறது. ஆனால் என்னைத் திட்டித் திட்டித் படிக்கவைத்த பௌதிக ஆசிரியை என் வளர்ச்சியைப் பார்க்கவேயில்லையே! அவர்களை என்னால் மறக்கவே முடியாது" என்று ஆதங்கப்பட்டான். ஆம்! அவன் குறிப்பிட்ட அந்த ஆசிரியை இறந்துவிட்டார். கிறிஸ்துமஸ் விடுமுறைக்கு ஊருக்குச் சென்றவர் திரும்பி வரவில்லை. திடீரென நோய்வாய்ப்பட்டு ஓரிரு தினங்களில் இறந்துவிட்டார். கற்பிப்பவருக்கு, பிள்ளைகளிடம் இருக்கும் பந்தமும், இழந்த சிலருக்காக நாங்கள் பட்ட துயரமும் முன்பே விளக்கியிருந்தேன். ஆசிரியரை இழந்த வேதனை பிள்ளைகளுக்கும் எவ்வளவு துயரத்தைத் தருகிறது என்பதை, இவ்வளவு வருடங்கள் கழித்து இம்மாணவன் கூற்றின் மூலம் உணரமுடிகிறது. அதுதான் பள்ளியின் பதினான்கு ஆண்டுக்கால பந்தம்!

நாம் விளையாட்டுக்காக சில சமயங்களில் பேசுவோம். ஆசிரியர் ஒருநாள் வராவிடில், பிள்ளைகளுக்குச் சந்தோஷம்-உற்சாகம் என்றெல்லாம். ஆனால் பல வருடங்கள் கழித்து, அவனுக்கென்று குடும்பம் வந்த பின்னும் அந்தப் பையன் ஆசிரியரை நினைத்து வருத்தப்படுகிறான் என்று நினைத்தால், அவன் மனதில் ஆசிரியர் எவ்வளவு தூரம் இடம் பிடித்துள்ளார் என்பது புலப்படுகிறது. 'திட்டித்திட்டி என்னை படிக்க வைத்தார்கள்' என்று சொல்லும்பொழுது, சிறுவயதில் அவர்கள் திட்டியது மட்டும் ஞாபகம் இருக்கலாம். வளர்ந்தவுடன் அவனுக்கே புரிந்துவிட்டது, தன்னைப் படிக்க வைப்பதற்காகத்தான் திட்டியிருக்கிறார்கள் என்று. மற்றொரு ஆசிரியை இளம்வயதில் இறந்துபோனதைக் கண்டோம். அவர்கள் இரண்டாம், மூன்றாம் வகுப்பைக் கையாண்டார்கள். குழந்தைகள் பிறந்தநாளுக்கு, பரிசுப்பொருளோடு, கன்னம் இரண்டிலும் முத்தம் கொடுப்பது அவர்கள் பழக்கம். இறந்த அன்று ஒரு பெண் குழந்தை 'முத்தா மிஸ் செத்துட்டாங்க' என்று சொல்லி அழுவதைக் கேட்டோம். மறக்க முடியாத சம்பவங்கள் இவை. வகுப்பில் எவ்வளவுதான்

ஆட்டம் போட்டாலும், நம்மை படுத்தியெடுத்தாலும் அவை அந்த நேரத்திற்கு மட்டும் பிரதிபலிக்கும் எண்ணங்கள். ஒருநாள் மழை பெய்தோ, அசம்பாவிதத்தாலோ திடீரென விடுமுறை அறிவித்து விட்டால், அப்படியொரு சந்தோஷம். அதே பல நாட்கள் விடுமுறை வந்துவிட்டால், மீண்டும் எப்பொழுது நண்பர்களைச் சந்திப்போம், ஆசிரியர் விடுமுறை பற்றி கேட்கும்பொழுது, பார்வையிட்ட இடங்களைப்பற்றி வாய் நிறைய சொல்ல வேண்டும் இவைதான் ஆசை.

இன்றைய 'கொரோனா' காலகட்டத்தில் இவற்றைக் கண்கூடாக பார்க்கமுடிகிறது. எவ்வளவு பிள்ளைகள் 'பள்ளிக்கு எப்படா போகப் போகிறோம்' என்று காத்துக்கொண்டிருக்கிறார்கள். அவர்கள் சிறகடித்துப் பறக்குமிடம் பள்ளிக்கூடம் தான். ஓடியாடி விளையாடுமிடம் பள்ளிக்கூடம்தான். வீட்டுப் பாடங்களில் பிள்ளைகளுக்கு உதவிக்கொண்டிருந்த பெற்றோர்களுக்குக்கூட ஏதோ, வேலையே இல்லாது போன்ற உணர்வுகள்தான் மேலிடும். என்னதான் பல்வேறு விஷயங்களை 'ஆன்-லைன்' முறையில் கற்றாலும், நேருக்கு நேர் உரையாடல் என்பது தனி அனுபவம். ஒருவன் சந்தேகம் கேட்க, மற்றவன் அதைக் கேலி செய்ய ஆசிரியர் சொல்லி முடிப்பதற்குள், அவர்களுக்குள் ஒரு வகுப்பறையே நடத்தி முடித்து விடுவார்கள். வெகுளித்தனமான அவர்களின் கேலிப்பேச்சு பெரியவர்களையும் சிரிக்க வைத்துவிடும். அதனால்தான் சிறிய வகுப்பு எடுப்பவர்கள் தன்னையும் இளமையாகவே உணருவார்கள். ஒரு குழந்தை, சிறுவயதில் ஆசிரியர் தோற்றத்தைப் பார்த்து வகுப்பிற்குச் செல்லவே அடம் பிடித்தது. காரணம், அவர்கள் ஒரு ஆங்கிலோ இந்தியன். அவர்கள் முறைப்படி ஆடை அணிந்திருந்தார்கள். மிகவும் அன்பானவர்தான். பிள்ளைகளிடம் அளவற்ற ஆசை வைப்பவர். இருப்பினும் அச்சிறுவயதில் குழந்தைக்கு, தன் தாயைப்போலவும், வீட்டு மனிதர்களைப் போலவும், புடவை கட்டியிருந்தவர்களையே பிடித்ததாம். சில நாட்கள் வேறு பிரிவில் போடப்பட்டு, ஆசிரியரிடம் சில நாட்கள் பழகியபின் அவர் வகுப்பிற்கு மீண்டும் சென்றான். இதெல்லாம் சுமார் முப்பது ஆண்டுகளுக்கு முன் நிகழ்ந்தவை.

இப்பொழுதுள்ள பிள்ளைகள் பிறக்கும்பொழுதே புத்திசாலியாக இருக்கிறார்கள். நிறங்களையும், சுற்றுப்புறங்களையும் ஆராய்கிறார்கள். மூன்று வயதில் கே.ஜி. வகுப்பு படிக்கும்போதே நிறைய கற்றுக்கொள்கிறார்கள். 'கணினியுகம்' என்பதற்கேற்றவாறு 'கைப்பேசி'தான் அவர்கள் விளையாட்டுப் பொருளாக அமைகிறது. கற்பிப்பவர்கள் 'மாடர்ன்' உடை போட்டிருந்தால் போதும். வயது நிறைய இருந்தாலும் பிள்ளைகள் பார்வையில் அவர்கள் இளைஞர்கள்தான். சிலரைப் பார்த்தால் நாம், நம்மையறியாமலேயே

கற்பித்தல் என்னும் கலை

'அக்கா', 'அண்ணா' என்றுதான் அழைப்போம். அதுபோல் பிள்ளைகளுக்கும் சில எண்ணங்கள் ஏற்படலாம். 'ஆன்ட்டி', 'அங்கிள்' என்று அழைப்பார்கள். இதெல்லாம் சாதாரணம்தான். ஆனால், மேலைநாடுகளில் வயதைக் குறைத்தோ, அதிகரித்தோ அடைமொழி தரக்கூடாது என்பதற்காகவே உயர்பதவியில் இருப்பவர்களைக்கூட பெயர் சொல்லியே அழைப்பார்கள்.

மழலைச் செல்வங்கள் என்ன சொல்லி அழைத்தாலும், அதில் ஒரு சந்தோஷம் இருக்கத்தான் செய்கிறது. அவர்கள் மனம் எந்த விதத்திலும் பாதிக்காமல் பார்த்துக்கொள்வதுதான் நம் பணி. சிறுவயதில் அவர்கள் மனநிலை பாதித்தால் அதிலிருந்து மீண்டுவர பல நாட்களாகும். ஆனால் நம் நாட்டில் அத்தகைய நிலை கிடையாது. பிள்ளைகள் சந்தோஷமாகத்தான் வளர்க்கப்படுகிறார்கள். ஒருமுறை மேலை நாட்டில் ஒருவரை சந்தித்தபொழுது, பள்ளியில் பணிபுரிவதாகச் சொன்னார்கள். "என்ன பாடம் கற்பிக்கிறீர்கள்?" என்று கேட்டேன். அவர்தான் கே.ஜி. வகுப்புகளுக்கும் முதலாம் வகுப்பிற்கும் 'கவுன்சிலர்' என்று சொன்னார். இவ்வளவு சிறிய வகுப்புப் பிள்ளைகளுக்கு 'கவுன்சிலிங்' தேவைப்படுகிறது என்றால் மற்றவற்றை நாம்தான் யூகித்துக்கொள்ள வேண்டும்.

பிள்ளைகளின் மனநிலையைப்பற்றி சொல்லும்பொழுது மற்றொரு நிகழ்வும் கண்முன் தோன்றுகிறது. சுமார் முப்பத்தைந்து ஆண்டுகளுக்கு முன் நடந்த ஒரு சம்பவம். எங்களிடம் படித்த ஒரு அருமையான மாணவன், பட்டப்படிப்பில் கணிதம் எடுத்திருந்தான். கடின உழைப்பும், நேர்மையும் அவனிடம் அதிகமாகவே காணப்பட்டது. இயற்கையிலேயே, கடவுள் அவனுக்குப் புத்திசாலித்தனத்தையும், பிறருக்கு உதவும் மனப்பான்மையையும் வரம் தந்திருந்தார் என்றுதான் சொல்ல வேண்டும். எப்பொழுதும் அவனிடம் கற்றுக்கொள்வதற்காக மாணவர் கூட்டம் வந்துபோகும். பள்ளிபோலவே, கல்லூரியிலும் பல தேர்வுகளிலும், போட்டிகளிலும் வெற்றிகளைக் குவித்துக்கொண்டிருந்தான் என்.சி.சி., ஸ்கவுட் போன்ற அனைத்திலும் தொண்டுசெய்வதில் முதன்மையாக இருப்பான். கல்லூரி இறுதித் தேர்வும் முடிந்து, 'ரிசல்ட்' அன்றைய மாலை வெளியாவதாக தகவல் தெரிந்தது. இப்பொழுது போன்று அப்பொழுது சமூக வலைத்தளங்கள் அதிகமில்லாத காலகட்டம். தினசரி செய்தித்தாள்கள்தான் பிரதானம். அன்றைய மாலைச் செய்தித்தாளில் வரவிருந்ததால், மதியம் முதல் அவனுடன் ஒரு மாணவர் கூட்டம் சேர்ந்தது. அடுத்து எந்தத் துறைக்குச் செல்வது, வேலைக்கு எப்படியெல்லாம் விண்ணப்பிக்கலாம் போன்ற விஷயங்களை விவாதித்துக்கொண்டிருந்தனர். மாலை செய்தித்தாள் வருவதற்கு முன்பே அனைவரும் பேப்பர் வாங்க கடைக்குச் சென்றனர். பையனின் பெற்றோரும் நல்ல

சரஸ்வதி ஸ்ரீநிவாசன்

'ரிசல்ட்'டுடன் வா. நாங்கள் காத்துக்கொண்டிருப்போம் என்று வாழ்த்தி அனுப்பினர்.

மாலை நான்கு மணிக்கு வெளியில் சென்ற பையன் இரவு ஒன்பது மணி ஆகியும் திரும்பாததால், அம்மா அழ ஆரம்பிக்க, அப்பா ஆறுதல் கூற, பக்கத்தில் இருந்தவர் பேப்பர் கடைகளில் சென்று தேட ஆரம்பித்தார். பையனும் தென்பட வில்லை, அவன் நண்பர்களையும் காணவில்லை. ஒரு சொட்டு தண்ணீர்கூட அருந்தாமல், அனைவரும் தெரு வாசலில் வந்து நின்றனர். ஒன்பது மணிக்குமேல், சில நண்பர்களுடன் அவன் சோர்ந்து நடை தளர்ந்து வந்துகொண்டிருந்தான். அம்மாவுக்கோ, பிள்ளையைப் பார்த்தால் போதும் என்றாகிவிட்டது. நண்பர்கள் சொல்ல ஆரம்பித்தார்கள். மாலையே 'ரிசல்ட்' வந்து, நண்பர்கள் அனைவரும் முதல் வகுப்பில் தேர்ச்சி பெற்றுவிட்டதாக தெரிந்துவிட்டதாம். ஆனால், நாம் குறிப்பிட்ட புத்திசாலியின் தேர்வு எண் பேப்பரில் வரவில்லையாம். விட்டுப்போயிருந்தது அவன் மனம் நொந்து 'ஷாக்' ஆகி, வீட்டிற்கு வர விரும்பாமல் எங்கோ நடக்க ஆரம்பித்தானாம். பின் நண்பர்கள் அவனுக்கு ஆறுதல் கூறி, வகுப்பாசிரியரிடம் இதுபற்றிக் கூறலாம் என்று அழைத்துச் சென்றனராம். அப்பொழுதெல்லாம் பேப்பரில் 'ரிசல்ட்' வந்தவுடன் கல்லூரிக்கும் 'தந்தி'யில் வந்துவிடும். இவர்கள் தேடிச்சென்ற ஆசிரியர் கல்லூரியில் இருப்பதாகக் கேள்விப்பட்டு, அனைவரும் கல்லூரிக்குச் சென்றனராம். அங்குதான் அவனுக்கு சந்தோஷம் தரும் அதிர்ச்சித் தகவல் இருந்ததாம். நம் பையனைப் பார்த்ததும் பேராசிரியர் கட்டித்தழுவி, கல்லூரியில் முதல் மதிப்பெண் பெற்றதற்கு வாழ்த்துக்களை தெரிவித்தாராம். அவர்களுக்கு தேர்ச்சி பெற்ற மாணவர்கள் விவரம், மதிப்பெண் பட்டியல் அனைத்தும் 'தந்தி' மூலம் வந்திருந்ததாம். பின் நடந்த சோகத்தைக் கேட்டு அவர்களும் அனுதாபப்பட்டனராம். முதல் மதிப்பெண் பெறும் மாணவன் எண் விடுபட்டதென்றால், என்ன ஒரு சோகம்! அவன் உதவிய மற்ற மாணவர்கள் சமயத்தில் அவனுக்குத் துணையாக இருந்திருக்காவிட்டால், அவன் நிலை என்னவாயிருக்கும்? பெற்றோர்களுக்கு எப்படியிருக்கும்? நல்ல நட்பு அவனுக்குத் தக்க சமயத்தில் கைகொடுத்தது. இல்லையெனில் அந்த ஒரு நிமிடம் 'பேப்பரில்' அவன் 'நம்பர்' இல்லாதபொழுது மனநிலை அவனை எப்படியெல்லாம் மாற்றியிருக்குமோ? இப்படியும் நம் வாழ்க்கையில் சில சம்பவங்கள் நடக்கத்தான் செய்கின்றன.

மத ஒற்றுமைக்குப் பாலம்

புத்தகம், பாடம், எழுதுதல், படித்தல் போன்ற வார்த்தைகளை கேட்டுக்கொண்டிருந்தாலே, பிள்ளைகளில் பலருக்கு கோபம்தான் வரும். இவற்றிலிருந்து விடுபட்டு மனதிற்கும், உள்ளத்திற்கும் உற்சாகத்தைத் தரக்கூடியவைதான் உல்லாச யாத்திரைகள். புத்துணர்ச்சி தரக்கூடியவை, பலவிதமான கலை நிகழ்ச்சிகள், விளையாட்டுத்துறை சார்ந்த போட்டிகள் என்பன. இவை அனைத்திற்கும் பாலம் போன்று விளங்குவன நம் பாரத நாட்டில் கொண்டாடப்படும் பண்டிகைகள். இவை நமக்குப் பிறரிடம் அன்பு செலுத்தலும், கொடுத்து உதவுதலும், பிறரை மதித்தலும் போன்ற நற்குணங்களை ஊக்குவிக்கின்றன. பொதுவாக, அவரவர் வீட்டில் குடும்ப உறுப்பினர்களுடன் நம் பாரம்பரியச் சடங்குகளைச் செய்து சந்தோஷப்படுவோம். குறிப்பாக அவரவர் கொண்டாடும் பண்டிகைகள் குடும்பத்திற்குக் குடும்பம் மாறுபடலாம். எத்தனை மாற்றங்கள் காணப்பட்டாலும் நாங்கள் பிள்ளைகளுடன் அனைத்துப் பண்டிகைகளையும் ஒன்றாகக் கொண்டாடுவோம். சிறிய குடும்பத்தில் கொண்டாடுவதே சந்தோஷம் தருகிறதென்றால், ஆயிரக்கணக்கான மாணவர்களுடன் கொண்டாடுவதென்றால் எவ்வளவு சுவாரஸ்யம் என்பதை யூகித்துக்கொள்ளுங்கள். எந்தவிதப் பாகுபாடின்றி, இனம், மொழி இவற்றைக் கடந்து பாசவெள்ளத்திலும், அன்புப்பாலத்திலும் நம்மைக் கட்டிப்போடுவது பண்டிகைதான்.

பிள்ளைகளைப் பொறுத்தவரை, பள்ளிக்கு விடுமுறை விடுவதால் கிடைக்கும் சந்தோஷம் ஒருபுறம், விடுமுறைக்கு முன்னால் பண்டிகையைப்பற்றிப் பேசிப்பேசி நாளை ஓட்டுவதில் மற்றொரு சந்தோஷம். குறிப்பிட்ட பண்டிகை அவர்களால் கொண்டாடப்படாது என்றாலும் போகும்பொழுதும், வரும்பொழுதும் பார்க்கும் ஆசிரியர்கள், மாணவர்கள் என

அனைவருக்கும் வாழ்த்துச் சொல்வதிலேயே நாளை கழித்து விடுவார்கள். தீபாவளிப் பண்டிகை நேரம். ஒருநாள், ஒரு வகுப்பறையில் 'டமார்' என்று சப்தம் கேட்டது. அனைவரும் அலறியடித்துக்கொண்டு ஓட ஆரம்பித்தனர். சிறிது நேரத்தில் ஒரே பரபரப்பு. பிள்ளைகள் ஒருவரையொருவர் சாடிக் கொண்டனர். ஒருவன் சொல்ல ஆரம்பித்தான் ''மிஸ், நேற்றுகூட அவன் பாத்ரூமில் ஊசி வெடி வெடித்தான்' மற்றொருவன், 'ஏய் உன்னை சுடப் போறேன்' என்றான் மிஸ்'' இப்படி பலப்பல குரல்கள் ஒலித்தன. எதை நம்புவது? எது பொய் என்று ஒரே குழப்பம். அனைவரையும் வரிசையாக அழைத்துச்சென்று விளையாட்டு மைதானத்தில் அமரச் செய்தோம். இரண்டு, மூன்று ஆசிரியர்கள் ஒவ்வொரு புத்தகப் பையையும் ஆராய்ந்தோம். ஒரு பையிலிருந்து எங்களுக்கு வெடிச்சரம், கேப், கேப் வெடிக்கும் சிறுவர் துப்பாக்கி போன்றவை கிடைத்தன. அவற்றை எடுத்தபின், ஒன்றுமே கூறாமல் அனைவரையும் வகுப்பிற்கு அனுப்பி விட்டோம். யாருடைய பையிலிருந்து அவற்றை எடுத்தோமோ, குறிப்பிட்ட மாணவனை தனியே மற்றவர்களுக்குத் தெரியாமல் மாலையில் அழைத்தோம். அவன் வரும்பொழுதே, உடலில் இருந்த நடுக்கமும், பயமும் எங்களுக்குப் புரிந்துவிட்டது.

"நீ கொண்டு வந்ததை எங்களிடம் தந்துவிட்டு வீட்டிற்குப் போகும்பொழுது திரும்பப் பெற்றிருக்கலாமே? ஏன் வகுப்பறையில் வைத்துக்கொண்டாய்?" என்றோம். அவன் சொன்னான், "மிஸ் என் வீட்டில் இதெல்லாம் வாங்கித்தருவதில்லை; மற்றவர்கள் வெடிப்பதை ஆசையாகப் பார்ப்பேன். அதைக்கண்ட என் பக்கத்து வீட்டு நண்பன், நான் பள்ளிக்கு வரும் சமயம் இவற்றை எனக்குப் பரிசாகக் கொடுத்தான். ஆர்வக் கோளாறில், என் பையிலேயே வைத்துக்கொண்டேன். அதை எப்படிப் பயன்படுத்த வேண்டும் என்று பார்ப்பதற்கு முயற்சித்தேன். அதன் பலன் இவ்வளவு விபரீதமாகி விட்டது மிஸ்! தயவு செய்து என்னை மன்னித்து விடுங்கள், ப்ளீஸ்!'' என்றான். அவர்கள் வீட்டில் இத்தகைய பண்டிகைகள் கொண்டாட மாட்டார்களாம். அதனால்தான் வெடி, மத்தாப்பூ போன்றவை வாங்கித் தரமாட்டார்களாம். இப்பொழுது இவன் செய்த காரியம் தெரிய வந்தால், நல்ல அடி-உதை கிடைக்குமாம். இவ்றறைத் திரும்பத் திரும்ப சொல்லி அழுது கொண்டிருந்தான். "சரி நாங்கள் சொல்ல மாட்டோம், பத்திரமாக வீட்டுக்குப் போ'' என்று சொல்லியனுப்பினோம். பாவம், அந்தப்பிள்ளை மனதில் எவ்வளவு ஆதங்கம் நிறைந்திருக்கிறது. மற்றவர்கள் சந்தோஷமாக வெடிப்பதைப் பார்த்தவுடன் அவனுக்குள் ஆசை வந்திருக்கிறது. அவ்வளவுதான்! பிள்ளைகள் ஒருவிஷயம் செய்யக்கூடாது என்று சொன்னால், அதில் என்னவோ

கற்பித்தல் என்னும் கலை

'திரில்' இருக்கிறது. அவசியம் அதை செய்து பார்க்க வேண்டும் என்று நினைப்பார்கள். வீட்டில் மற்றவர்களோடு சேர்ந்து வெடித்து மகிழச் சந்தர்ப்பம் கிடைத்திருந்தால், இவனும் இப்படிச் செய்திருக்க மாட்டான் என்று புரிந்துகொண்டோம். இரண்டு, மூன்று நாட்கள் கழித்து அவனுக்குப் பிறந்தநாள் வந்தது. நாங்கள் அவனுக்கு வேண்டிய பட்டாசு, இனிப்புகள், விளையாட்டுப் பொருட்களுடன் சென்று வாழ்த்திவிட்டு வந்தோம். அவன் முகத்தில் அதுவரை கண்டிராத மகிழ்ச்சியைக் கண்டோம். மறுநாள் வந்து சந்தோஷமாகச் சொன்னான். "மிஸ், அம்மா தங்கைக்கும் கொஞ்சம் மத்தாப்பு தந்தாங்க, ரெண்டு பேரும் கொளுத்தினோம்!"

மனதிற்கு நிம்மதி கிடைத்தது. ஒரு அப்பாவிச் சிறுவன் ஆசையை நிறைவேற்றினோமென்று! அம்மாவும், பிள்ளை பட்டாசு வெடிப்பதால் எந்தப் பாரம்பரியமும் கெடாது என்பதை புரிந்துகொண்டிருப்பார். யாருக்கும் மனக்கஷ்டம் தராமல் பையனைவும் வழிகாட்டினோம். இதுதான் நம் நடைமுறையில் நடைபெறுவது. பிரச்னையின் தொடக்கம் எங்கேயென்று ஆராய்ந்து, அதனால் பிள்ளைகளுக்கும் எவ்வித பாதிப்பும் ஏற்படாமல், அவரவர் கொள்கைகளில் தலையிடாமல், மனம் புண்படாமல், சுமூகமான வகையில் கையாள்வது என்பதுதான் அனைத்திற்கும் ஏற்றதீர்வு என்பதை மேற்கொண்டோம்.

கிறிஸ்துமஸ் பண்டிகைக்காலங்களுக்கு, பிள்ளைகள் அனைவரும் அவரவர் விருப்பப்படி ஏதேனும் நன்கொடை தர முன்வருவர். பிறருக்கு அதாவது ஏழைகளுக்கு உதவ, கற்கவேண்டும் என்பதற்காக ஒரு ஏற்பாடு என்றுகூட சொல்லலாம். ஒரு குறிப்பிட்ட தேதி, நாள் நன்கொடை தரலாம் என்று சொல்லுவார்கள். காலையில் வழிபாடு முடிந்தவுடன், பெரிய வகுப்பைச் சேர்ந்த மாணவர்கள் சிலர் வரிசையில் வந்து வண்டியில் வாங்கிச் செல்வார்கள். எல்லோரிடமும் வசூலித்த பிறகு, வசூலான தொகையை பெரிய வகுப்பு மாணவர்களே ஒன்று சேர்த்து எண்ணி முடிப்பார்கள். எவ்வளவு தொகை கிடைத்தது என்பதை உடன் 'மைக்' மூலம் தெரிவித்து விடுவார்கள். பின் சுற்றியுள்ள முதியோர் இல்லங்கள், குழந்தைகள் ஆசிரமம், உடல் ஊனமுற்றவர் வசிக்கும் இடம் போன்ற இல்லங்களை கணக்கெடுத்து, அங்குள்ள எண்ணிக்கையின் அடிப்படையில், பணத்தைப் பகிர்ந்து அளிக்கப்படும். ஒவ்வொரு நாளும் இரண்டிரண்டு வகுப்புகள் அந்த இடங்களுக்குச் சென்று வருவார்கள். முதியோர் இல்லமென்றால் பழவகைகள், சிறுபிள்ளைகளென்றால் பிஸ்கெட்டுகள், விளையாட்டுப் பொருட்கள் என நிறைய சேகரித்து எடுத்துச் செல்வதும் பழக்கம். குறிப்பாக 'கான்சர்' நோயாளிகளை பார்க்கச் செல்லும்பொழுது,

சரஸ்வதி ஸ்ரீநிவாசன்

அவர்களுக்குத் தேவையான நிறைய காட்டன் துணிமணிகள் சேகரித்து எடுத்துச் செல்வர். நிறைய பெற்றோர்கள் தாங்களே முன்வந்து, பொருட்களைத் தருவர்.

இவற்றைக் குறிப்பிட்ட இனத்தவர்கள் சேர்ந்து செய்கிறார்கள் என்று சொல்லவே முடியாது. காரணம், பள்ளி என்பது மதம், ஜாதி, மொழி அனைத்துக்கும் அப்பாற்பட்டது. அனைவரும் இங்கு சரிசமம்தான். அதேபோல், இந்தியமொழிகளில் பல மொழி பேசும் பிள்ளைகளும் உள்ளனர். மொழி தெரியாமல் வரும் மாநிலத்தவரைக்கூட, இனிய தமிழில் உரையாடச் செய்வது என்பது எங்களுக்கு கைவந்த கலை. எப்பொழுதுமே 'இதைச் செய்யாதே', 'அதைச் செய்யாதே' என்று சொல்லுவதைவிட செய்ய வேண்டியதை நாம் பின்பற்றி முன் உதாரணமாகத் திகழ்ந்தால் போதும்! அதுவே நடைமுறைக் கல்வி என்பதாகும். கலை நிகழ்ச்சிகளில் 'ரங்கோலி' ஒரு முக்கிய இடத்தைப் பிடிக்கும். 'ரங்கோலி' நடத்த எல்லா வராண்டாக்களையும் பயன்படுத்துவர். சிறிய மழலைப்பிள்ளைகளுக்கு வகுப்பு இல்லாத நேரத்தில் நடைபாதை முழுவதும் ரங்கோலிகள் இடம்பெறும். காலகட்டத்திற்கேற்ற தலைப்புகள் தேர்ந்தெடுத்து தரப்படும். இப்பொழுது எப்படி அனைத்திலும் 'கொரோனா' தலைப்பாக இருக்கிறதோ அதுபோன்று காலகட்டத்தில் நடைபெறும் நிகழ்வுகளை மையமாகக் கொண்டிருக்கும். அமெரிக்காவில்கூட 'ரங்கோலி'யை ரசிப்பவர்கள் ஏராளம். அது ஒரு கலையாக அவர்களால் ரசிக்கப்படுகிறது. சமீபத்தில் வந்திருந்த அமெரிக்கர்கள் நம் மார்கழி மாதக் கோலங்களையெல்லாம்கூட படம் பிடித்துச் சென்றனர். ஒவ்வொரு 'ரங்கோலி' வரைய இரண்டு மூன்று மாணவ-மாணவியர் வீதம் மைதானம் களைகட்டும்.

ஒருமுறை சில மாணவர்கள் ஓணம் விருந்திற்குச் சென்றனராம். 'ஓணம் சத்யா' என்று விருந்தைச் சொல்வார்கள். பெரிய தலைவாழை போட்டு அயிட்டங்கள் பரிமாறப்படும். இலை நிறைந்து காணப்பட்டதால், எதை முதலில் சாப்பிடுவது என்றே புரியவில்லையாம். ஒரு பையன் பாயசத்தை பருப்பு என்று நினைத்து சாதத்தில் கலந்துகொண்டானாம். பருப்பை கூட்டென்று நினைத்து தொட்டுக்கொண்டானாம். சாப்பிடும்பொழுது அவன் முகம் சுளித்ததை, அவன் நண்பர்கள் திரும்பச் சொல்லி பேசும்பொழுதெல்லாம் அவன் அழுதேவிடுவானாம். ஆனால் அதற்குப் பிறகு 'ஓணம் சத்யா' சாப்பிடுவதற்காகவே ஒவ்வொரு ஓணத்திற்கும் அவர்கள் வீட்டிற்குச் சென்றானாம். அதேபோல், 'ரம்ஜான்' வருமுன்பே, நண்பர்கள் 'பிரியாணி' பற்றி பேசிக்கொள்வார்களாம். நிறைய எடுத்து வந்து ஏழைகளுக்குக் கொடுத்து மகிழ்வார்கள். ஆக வருடம் முழுவதும் ஏதேனும்

பண்டிகைகள் வரும். பிள்ளைகளுக்கு நிறைய உற்சாகமும் கிடைக்கும். வேறு உத்தியோகங்களில் இவற்றையெல்லாம் பார்த்து ரசிக்க முடியுமா என்பது சந்தேகம்தான். பலதரப்பட்ட பிள்ளைகளோடு செலவிடும் நாட்கள் நமக்கும் போதிய அனுபவங்களைக் கற்றுத்தந்தன. ஒரு பக்கம் பள்ளி விழாக்கள், மறுபக்கம் நம் பாரம்பரிய விழாக்கள், இடையிடையே தேசிய திருவிழாக்கள் என வாழ்க்கையே விழாக்களில்தான் செலவிடப்பட்டது என்றால் அதுதான் உண்மை.

ஒப்பிடுதல் கூடாமை

கற்பித்தல்' என்னும் உன்னதமான பணி நமக்குக் கற்றுத்தருவது ஏராளம். புத்தகக் கல்வியைப் படித்துத் தேர்ந்து, நாம் அவற்றை பிள்ளைகள் மனதில் விதைத்து, 'அறிவு' என்னும் செடியை வளர்க்கச் செய்வதுதான் நம் நோக்கம். அத்தகைய பணியில் ஈடுபடும்பொழுதுதான், நம் நடைமுறைக்குத் தேவையான வாழ்க்கைக் கல்வியை கற்க ஒரு ஆரம்பமாக அது அமைந்துவிடுகிறது. எத்தனையெத்தனை விதவிதமான சோகக் கதைகள்! துயரங்கள்! பணம் மட்டுமே வாழ்க்கையாகாது என சில அனுபவங்களைக் கண்டோம். பணத்தினாலேயே பிரச்னைகள் ஏற்பட்டு, குடும்பங்கள் பாதிக்கப்பட்டு, அதன்மூலம் அக்குடும்பத்தில் பாதிக்கப்பட்ட பிள்ளைகளையும் கண்டோம். பணமில்லாமல் வறுமையில் பாதிக்கப்பட்ட பிள்ளைகளின் மனநிலையையும் கண்டோம். அனைத்துத்தர பிள்ளைகளின் வாழ்விலும், அன்பு, சரியான அணுகுமுறை, மனம் புரிந்து நடத்தல், மிகச்சிறிய நல்ல விஷயங்களைக்கூட, சுட்டிக்காட்டி ஊக்கப்படுத்துதல் போன்றவையே சிறந்த 'டானிக்' போன்று அமைகின்றன. ஒவ்வொரு சந்தர்ப்பத்திலும் பாதிக்கபபடும் பிள்ளைகளை நம் பிள்ளைகளாகவும், அவர்கள் பெற்றோரை தன்னைப்போன்றும் நிறுத்திப்பார்த்தால்தான், நிலைமை புரிந்து நம்மால் கையாள முடியும். நிறைய பெற்றோர்கள், 'ஆசிரியர் பெற்றோர்' கூட்டத்திற்கு வரவே அச்சப்படுவார்கள். "எங்கே நிறைய குறைகளைச் சொல்லி விடுவார்களோ, மற்றவர் எதிரே நமக்குச் சங்கடம் ஏற்படுமோ?" போன்ற அச்சங்கள் எழும். ஆனால் அனைத்தையும் தாண்டி நம் அணுகுமுறை நியாயமாக இருந்துவிட்டால், என்றும் அவர்கள் மனதில் நாம் இடம்பிடிப்போம்.

குடும்ப 'பந்தம்' போன்று, பள்ளிக்கூட 'பந்தம்' என்பதும் செய்யும் சேவைப் பணியுடன் சம்பந்தப்பட்டது என்றுதான்

சொல்ல வேண்டும். ஒரு ஆசிரியை ஏதோ உடல்நலக்குறைவால் பாதிக்கப்பட்டாராம். அறுவை சிகிச்சை தருவதற்காக அவருக்கு மயக்க மருந்து தரப்பட்டதாம். அரைகுறை மயக்கத்தில் அவர் பிள்ளைகள் பெயரையெல்லாம் சொல்லிக்கொண்டிருந்தாராம். மேலும் 'ஏய் வகுப்பில் விளையாடாதே! சரியாக பாடத்தை கவனி!' என்றெல்லாம் புலம்பித் தீர்த்துவிட்டாராம். சிகிச்சை முடிந்தபின் மருத்துவர்கள் அவரிடம், 'நீங்கள் ஆசிரியரா' என்று கேட்க அவருக்கு ஒன்றும் புரியவில்லையாம். பின் நடந்தவற்றை மருத்துவர் கூற, ஆசிரியருக்கு அப்படியொரு வியப்பு ஏற்பட்டதாம். அப்படியானால், பிள்ளைகளின் நினைவு ஆசிரியர் மனதில் எவ்வளவு ஆழத்தில் பதிந்திருந்தால், இவ்வளவு தூரம் பாதிக்கப்பட்டிருக்கும்!

இத்தகைய நிகழ்வை ஆசிரியர் சக நண்பர்களிடம் பகிர்ந்துகொண்டிருந்தார். அப்பொழுது மற்றொருவர் சொன்னார், "அடகடவுளே! போன வருடம் நான் 'டைபாய்டு' ஜுரத்தில் 'ரைம்ஸ்'களை உளறிக்கொண்டிருந்ததாக என் அம்மா சொன்னார். வெளியில் இந்த விஷயத்தைச் சொல்லவே எனக்குக் கூச்சமாக இருந்தது. இப்பொழுது நன்றாகப் புரிகிறது. இதற்குக் காரணம் நாம் பிள்ளைகள் மேல் வைத்துள்ள நெருக்கமான பந்தம்தான் என்பது. "இதுபோன்ற அனுபவ ஆராய்ச்சிகள் அவ்வப்பொழுது நடந்துகெண்டுதான் இருக்கும். உண்மையில், இரவுநேரம் போக அதிகப்படியான பகல் நேரம் பிள்ளைகளுடன் ஒன்றி விடுவதால்தான், அவர்கள் அடிமனதில் வாழ்ந்துகொண்டேயிருக்கிறார்கள் என்று கூறலாம்.

பொதுவாகப் பெற்றோர் தங்கள் முதல் பிள்ளையை எங்கு சேர்த்துவிடுகிறார்களோ, அங்கேயே இரண்டாவது பிள்ளையையும் சேர்க்க விரும்புவார்கள். ஒரே இடத்தில் இருவரும் படித்தால், நடைபெறும் விஷயங்களைத் தெரிந்துகொள்ள வசதியாக இருக்கும். போக்குவரத்துச் செலவு குறையும் அல்லது ஒரே சமயம் கொண்டுவிட்டு அழைத்துவர வசதியாக இருக்கும். சில இடங்களில் கட்டணச் சலுகைகள்கூட கிடைக்க வாய்ப்புண்டு. இதுபோல் நிறைய சகோதர, சகோதரிகளைக் காணமுடியும். இப்படியாக, ஒரே குடும்பத்தைச் சேர்ந்த ஆறுபிள்ளைகளுக்குக்கூட கற்பித்த வாய்ப்புகள் ஏராளம். புதிதாக ஒரு வகுப்பிற்குள் நுழைந்தால், சில மாணவர்கள் முகத்தைப் பார்த்தாலே, அவர்கள் யாருடைய சகோதரன் அல்லது சகோதரி என்று சுலபமாகக் கண்டுபிடித்து விடலாம். ஒரு குறிப்பிட்ட மாணவன் அல்லது மாணவி பெயரைக் குறிப்பிட்டு, 'நீ அவர்கள் உடன்பிறப்பா' என்றால் ஆமாம் என்பார்கள். சில நேரங்களில் பள்ளிப்படிப்பு முடித்து, வெளியே சென்றுவிட்ட மாணவர்களின் தம்பி, தங்கைகள்கூட சிறிய வகுப்புகளில் படித்துக்கொண்டிருப்பார்கள். ஆனால்

அண்ணன் மாதிரி தங்கையோ, அக்கா மாதிரி தம்பியோ படிப்பில் இருப்பார்கள் என்று சொல்லவே முடியாது. மூத்த சகோதர, சகோதரிகளின் தரத்துடன் இளையவர்களை ஒப்பிடவே முடியாது. அது கூடவும் கூடாது. பல சமயங்களில் இருதுருவங்கள்போலக்கூட அவர்களின் படிப்பு முறை மாறுபடலாம்.

அண்ணன் 'மக்காக' இருப்பவனுக்குத் தம்பி புத்திசாலியாக இருப்பான். புத்திசாலியான அண்ணன் அல்லது அக்காவிற்கு சரியாகப் படிக்காத தங்கையோ, தம்பியோகூட அமைவதுண்டு. இவற்றையெல்லாம் நாம் எளிதாகக் கண்டுபிடித்துவிடலாம். ஆனால் ஒரே உருவ அமைப்பு கொண்ட இரட்டையர்களில், அவர்களை நாம் அடையாளப்படுத்திக் கொள்ளவே பல நாட்கள் ஆகும். 'நிறைய இரட்டையர்களை ஒரே இடத்தில் கண்டோம்' என்று சொன்னால் அத்தகைய இடம் பள்ளிக்கூடம்தான் என்று சொல்ல முடியும். மூன்று வயது எல்.கே.ஜி. வகுப்பு முதல் பன்னிரண்டாம் வகுப்பு வரையிலான பல்வேறு இரட்டைக் குழந்தைகளைக் கண்டது ஒரு அற்புதமான நிகழ்வுதான். ஒருவர் பள்ளிக்கு வர இயலாவிடில், மற்றொருவர் வருவதும் கேள்விக்குறிதான்.

இதில் தண்டனை பெறும்பொழுதுதான் மிக சங்கடமான நிலை ஏற்படும். 'பழி ஓரிடம், பாவம் ஓரிடம்' என்பார்களே, அது இத்தகைய சூழல்தான் என்று சொல்லலாம். நிறைய இரட்டையர்கள் நடனம், பாடல் போன்றவற்றை சேர்ந்தே கற்றுக்கொள்வார்கள். சில இரட்டையர்களை ஒருசில அடையாளங்களை வைத்து கண்டுபிடித்துவிடலாம். 'பையன்-பெண்' இரட்டையர்களாக இருந்துவிட்டால், அது சுலபமான ஒன்று. இரண்டும் ஆண்பிள்ளைகள் அல்லது இரண்டும் பெண்பிள்ளைகள் என்று இருக்கும்பொழுதுதான், அடையாளப்படுத்துவதில் நமக்குச் சிரமமாக இருக்கலாம். உயர வித்தியாசமோ, பார்க்க எடை வித்தியாசமோ இருக்குமானால் எளிதில் அடையாளப்படுத்திவிடலாம். ஒரே முகவாடை, ஒரே உருவ அமைப்பு என்று இருந்துவிட்டால், மற்றவர்களுக்கு அடையாளம் காண, சில நாட்கள் ஆகும். அப்படியாக, ஒரு யூ.கே.ஜி. வகுப்பு சகோதரிகள் அழகு தேவதை களாகவே காணப்பட்டனர். இருவரும் ஒரே 'பெஞ்சில்'தான் அமர்வார்கள். புதிதாக வந்த ஒரு ஆசிரியை ஒரு சகோதரியை திட்டியிருந்தாறபோல் தெரிந்தது. வகுப்பின் நடுவே ஓடிக்கொண்டேயிருந்ததால், மற்றவர்கள் கவனம் பாதிக்கப்பட்டதாம். அதனால் தன் இடத்திலேயே உட்காரும்படி கூறியிருக்கிறார். அந்தக் குட்டிப்பெண் அதைப்பற்றி கண்டுகொள்ளவே இல்லையாம். ஆனால் அவளின் இரட்டை சகோதரி ஏதோ ஆசிரியர் கோபிப்பதாக நினைத்து அழுதிருக்கிறாள். அத்துடனில்லாமல் வீட்டில் சென்று

தாயிடம் புலம்பியிருக்கிறாள். ஒரு சில நாட்கள் கழித்து, 'தான் பள்ளிக்குப் போகப்போவதில்லை' என்று அழுதானாம், தாய் மிகவும் வேதனைப்பட்டு ஒருநாள் இவ்விஷயத்தை நேரே வந்து விளக்கினார். இதில் எந்தப்பெண் ஓடிக்கொண்டிருந்தாளோ, அவளுக்கு எதுவும் புரியவில்லை. அமைதியாக இருந்த குழந்தை அழுதுகொண்டிருந்ததாம். அப்புறம், அவளிடம் மெல்லப்பேசி, சாக்லேட் தந்து, அவர்களை எதுவும் கோபிக்கவில்லை என்று புரிய வைத்து, வேறு இடத்தில் அமர்த்தியிருந்தார்கள். ஆசிரியரும் ஒன்றும் கோபிக்கவில்லை. "எழுந்து ஓடிக்கொண்டே இருக்காதே" என்றுதான் சிறிது சப்தமாகப் பேசியிருக்கிறார். அவ்வளவுதான். உண்மையில் ஆசிரியரும் அன்பானவர். பிள்ளைகளை மிகவும் நேசிப்பவர்தான். கட்டுக்கோப்புடன் பிள்ளைகளை பாதுகாக்க வேண்டும் என்பதுதான் அனைவரின் நோக்கமும்கூட. மேலும் இத்தகைய பிள்ளைகளைப் பார்க்கும்பொழுது யாருக்குமே கோபம் வராது. மாறாக அணைத்துக் கொள்ளத்தான், முத்தம் தரத்தான் அனைவருக்குமே ஆசை. இந்நிகழ்வில் இரண்டாவது குழந்தை தானே வருத்தப்பட்டு அழுததுதான் சிறப்பு.

பெரிய வகுப்பில் படிக்கும் இருபிள்ளைகள். இருவரும் ஒரே மாதிரிதான் காணப்படுவார்கள். அவர்கள் பள்ளி முடித்துச் செல்லும்வரை என்னாலும் அடையாளம் காண முடியவில்லை. பெயரைக் கூப்பிட்டு, அருகில் வந்தவுடன் விஷயத்தைச் சொல்வது வழக்கம். இருவரின் கையெழுத்துக்கூட ஒரே மாதிரி அழகாகயிருக்கும். படிப்பிலும் இருவரும் சுட்டிகள்தான். வகுப்பிலுள்ள மற்ற மாணவர்கள் அவர்களை எளிதில் அடையாளம் கண்டுகொள்வார்கள். ஒருமுறை ஒருவன் ரொம்ப நாட்களுக்கு உடல்நலம் பாதிக்கப்பட்டு விடுமுறை எடுத்தான். மற்றொரு சகோதரனும் இடையிடையே விடுமுறை எடுத்துவிடுவான். பின் முதல்வனுக்கு பூரண குணமானவுடன், இருவரும் சரியாக வந்துகொண்டிருந்தனர்.

ஒரு கணிதத் தேர்வு முடிந்தவுடன் ஆசிரியர், தேர்வு மதிப்பெண்களை கொடுத்தார். இருவரில் யார் தப்புத்தப்பாக வாய்ப்பாடுகளை செய்திருந்தான் என்று புரியாமல், இரட்டையரில் ஒருவனை கையசைத்துக் கூப்பிட்டார். பின் தேர்வுத்தாளை அவனிடம் காட்டி பிழைகளைச் சுட்டிக்காட்டினார். அவனும் வாய் திறக்காமல் தன் இடத்தில் போய் அமர்ந்துவிட்டான். சிறிது நேரத்தில் வகுப்பறை முழுவதும் சிரிப்பொலி கேட்டது. திடீரென சிரிப்பு வெடித்ததால், ஆசிரியர் ஒன்றும் புரியாமல் திகைத்தனர். பின் ஒரு மாணவன் எழுந்து வந்து சிரித்ததற்கான காரணத்தை விளக்கினான். தப்பு செய்துள்ளதாக ஆசிரியர் கூறிய பையன் நூற்றுக்கு நூறு மதிப்பெண்ணாம். இரட்டையரில் மற்றொரு

பையன்தான் தப்புத் தப்பாக வாய்ப்பாடு எழுதியிருந்தானாம். இது தெரிந்தவுடன் மாணவர்கள் சிரித்திருக்கிறார்கள். பொதுவாகப் பதிவேட்டு எண்ணைக் கண்டு அனைத்தையும் சரியாகத்தான் செய்வோம். முகஜாடை புரியாமல் போவதால் சமயங்களில் இவனை-அவனாகவும், அவனை-இவனாகவும் நினைப்பதால் ஏற்படும் உற்சாக சந்தர்ப்பங்கள் இவை. இதுபோன்று நிறைய சந்தர்ப்பங்கள் எங்களைச் சிரிப்பில் திக்கு முக்காடச்செய்துள்ளன. பதினைந்து ஜோடி இரட்டையர்களை வைத்து பலவிதமான போட்டிகள் நடத்தியுள்ளோம். அவர்கள்கூட, அதை உற்சாகமாக அனுபவித்ததுண்டு. ஒரே இடத்தில் பார்த்து ரசிப்பது என்பது பள்ளியாகத்தான் இருக்கமுடியும்.

இத்தகைய மலரும் நினைவுகளை அசைபோடும்பொழுது எனக்கு மற்றொரு நிகழ்வு ஞாபகத்திற்கு வந்தது. சிறிய வகுப்பாசிரியர் ஒருவர், வயதிலும் சிறியவர்தான். இரண்டு குழந்தைகள். திடீரெனக் காய்ச்சல் அதிகமாகி, எதிர்பாராத நிலையில் உயிரிழந்தார். அனைவரின் அன்பைப் பெற்றவர். படித்த பிள்ளைகள், பெற்றோர், ஆசிரியர் என அனைவரும் உடலைப் பார்க்கச் சென்றனர். என்ன அழகான தோற்றம், மனதை விட்டு நீங்காதவர். எல்லோரும் புரண்டு அழுதுகொண்டிருக்க, அவர் உடல் அருகில் நின்றுகொண்டு அழுதுகொண்டிருந்தவரைப் பார்த்தால் எங்களுக்கு தூக்கி வாரிப்போட்டது. இறந்த உருவம் எப்படி அருகில் நின்றுகொண்டும் இருக்கிறது என்று யோசித்தேன். அப்பொழுதுதான் தெரிந்தது. இறந்தவரும், நின்றுகொண்டிருந்தவரும் இரட்டைச் சகோதரிகளாம். என்ன ஆச்சரியம்! ஒரு வயது வரை ஒன்றுபோல் காணப்பட்டாலும், திருணமாகி அவருக்கும் இரண்டு பிள்ளைகள் இருக்க உருவ அமைப்பு மாறாமல் இருந்திருக்கிறார்கள் என்றால், என்ன ஒரு கடவுள் படைப்பு. இதுவும் ஒரு புதுமையான அனுபவம் என்றுதான் கூறவேண்டும். பிரச்னைகளை எதிர்கொண்டாலும் சரி, இதுபோன்ற விஷயங்களை அறிய வாய்ப்பு கிடைத்தாலும் சரி, நாம் நிறைய விஷயங்களை வாழ்க்கையில் தெரிந்துகொள்கிறோம் என்பதுதான் நிஜம். கற்பிக்கப்போனாலும் கற்றுக்கொள்ள வயது கிடையாது.

நல்ல எண்ணங்கள் வித்திடுதல்

பிள்ளைகள் என்னும் குழந்தைகள் அந்தந்த வயதில் குறும்புகளைச் செய்வதுதான் இயல்பு. சொல்லும் செயல்களை மட்டும் செய்துவிட்டு, வாய் திறக்காமல் சென்றுவிட்டால், அது ரசிக்கும்படி இருக்காது. சிறுசிறு விஷமங்கள்கூட நாம் ரசிக்கும் வண்ணம் இருப்பதே குழந்தைகளுக்கான சிறப்பம்சமாகும். பகவான் கிருஷ்ணரே சிறுவயதில் எத்தனை லீலைகளை நடத்தியிருக்கிறார். அப்படியிருக்கையில், மனிதப்பிறவியாகிய நாம் குழந்தைகளின் விஷமங்களையும், குறும்புகளையும் ரசிக்க வேண்டாமா? மழலைச் சொல்லை எப்படியெல்லாம் கேட்டு ரசிக்கிறோமோ, அதேபோல் விஷமங்களையும், குறும்புகளையும் ரசிப்பதுடன் மட்டுமல்லாது, ஏன் அத்தகைய குறிப்பான செயல்களைச் செயல்படுத்துகிறார்கள் என்று யோசிக்கலாம். உதாரணமாக, ஒன்றைச் சொல்லலாம். ஒரு சிறுவனுக்கு 'சாக்லேட்' மீது அப்படியொரு மோகம். அவன் பெற்றோர், அவனை தினமும் 'சாக்லேட்' சாப்பிடுவது உடல்நலத்திற்கு நல்லதல்லவென்றும், பல் கெட்டுவிடுமெனவும் கூறி எப்பொழுதாவது வாங்கித் தந்தார்கள். அவனும் சமத்தாக இருந்துள்ளான். கல்லூரியில் சேருவதற்காக ஒரு உறவுக்காரப்பையன் சில நாட்கள் அவர்கள் வீட்டில் தங்கியிருந்தான். அந்த உறவுக்காரப் பையன் தினமும் பெரிய 'சாக்லேட்' வாங்கி சாப்பிடுவதை சிறுவன் பார்த்திருக்கிறான். சிறுவன் மனம் ஏங்க ஆரம்பித்தது. இதில் அவன் தப்பு எதுவும் கிடையாது. குழந்தை மனம் பிடித்த பொருளுக்கு ஆசைப்பட்டது. தெரு மூலையில் இருக்கும் கடையில் சென்று ஒருநாள் 'சாக்லேட்' எடுத்துள்ளான். கடைக்காரருக்கு கோபம் வந்து, சிறுவன் என்றதால் எதுவும் சொல்லாமல் பெற்றோரைக் கூப்பிட்டு விஷயத்தைச் சொல்லியிருக்கிறார்.

பெற்றோர் மனம் வருந்தி, அவனுக்கு எடுத்துச்சொல்லி

புரியவைத்தனர். அடிக்கடி அவனுக்கு வாங்கித்தந்து, அறிவுரையும் வழங்கினர். பிஞ்சு மனம், பிள்ளைகளுக்கே உரித்தான மிட்டாய் ஆசை என்றுதான் சொல்ல வேண்டும். கல்லூரி சேரக்கூடிய முதிர்ச்சியடைந்த பையன், சிறுவன் எதிரே காட்டாமல் இருந்திருக்கலாம் அல்லது அவனுக்கும் கொஞ்சம் கொடுத்திருக்கலாம். இரண்டும் நடக்காததால், சிறுவனின் மனம் ஆசையைத் தூண்டியிருக்கிறது. முதலிலேயே கண்காணிக்கப்பட்டதால், அவன் ரொம்ப நாணயமானவனாக வளர்கிறான். இல்லாவிடில், இச்சிறு பழக்கம் அவன் எண்ண அலைகளையே மாற்றியிருக்கலாம். பெரும்பாலும் பிள்ளைகளின் குறும்பு விஷயங்கள் சாப்பாடு தொடர்பானவைகளாகவேயிருக்கும். காரணம், அச்சிறுவயதில் அவர்களுக்குக் குடும்பக்கவலைகளோ, வேறுவிதமான யோசனைகளோ கிடையாது. சிறிய வகுப்புகளாயின், படிப்புச் சுமைகளும் தெரியாது. நன்கு விளையாட வேண்டும், பிடித்ததைச் சாப்பிட வேண்டும், சந்தோஷமாக இருக்க வேண்டும் போன்றவைதான் அவர்கள் வாழ்க்கை.

இவற்றையெல்லாம் முழுமையாக ஆலோசித்துப் பார்த்தால், அவர்கள் செய்யும் தவறுகள் நமக்குப் பெரிதாகத் தெரியாது. அவர்கள் போக்கிலேயே போய், அன்போடு பேசித் திருத்துவதுதான் பெரியவர்களின் நோக்கமாக அமைகிறது. ரசிப்பதை மகிழ்ச்சி தருவதாகக் கொண்டால், குறும்புத்தனத்தையும் குறை கூறாமல் திருத்துவதும் ஒவ்வொருவரின் விருப்பமாக இருத்தல் அவசியம். இதைத்தான் கற்பிப்பவரும் பெற்றோரும் சேர்ந்து செதுக்குகிறார்கள். அப்பொழுதுதான் பள்ளி முடிக்கும் சமயம், அவன் மிளிரும் இளைஞன் அல்லது 'இளைஞி'யாக மிளிர்கிறார்கள்.

அதிலும் எப்போதும் பிள்ளைகளுக்குத் தன் சாப்பாட்டைவிட பிறர் உணவை ரசிப்பதில் ஆர்வம் அதிகம். திடீரென புதிதாக ஒரு பொருளைக் கேட்கிறார்களென்றால் யாரோ அந்த உணவை சாப்பிடுவதை பார்த்திருக்கிறார்கள் என்று அர்த்தம். நானும் ஒரு தாயாக இருந்ததால், ஒருசமயம் டப்பாவில் புதிய அயிட்டங்கள் செய்து சாப்பிடச்சொல்லி அனுப்பி வைத்தேன். எப்பொழுதுமே ஒருவருக்கு மட்டும் தராமல், நண்பர்களுக்கும் சேர்த்து நிறைய அனுப்பி வைப்பதுதான் பழக்கம். அன்றைய தினம் அந்த சாப்பாடு அயிட்டம் கொண்ட டப்பா வேறு ஒரு சிறுவன் கையில் இருந்ததைப் பார்த்தேன். மகனிடம், 'நீ ஏன் இன்று சாப்பிடவில்லை,' 'டப்பாவை வேறு சிறுவன் கையில் பார்த்தேனே?' என்றேன். மகன் சொன்ன பதில், "அம்மா, அவன் எனக்கும் கொஞ்சம் தந்தான்" என்பதுதான். ஆக, பிள்ளைகளுக்குள் எந்தவித பாகுபாடோ என்னுடைய பொருள், உன் பொருள் என்றோ வேறுபாடு கிடையாது. பிடித்த பொருளைச் சாப்பிடுவதில் தான் இஷ்டம்.

புதிய புதிய பொருட்களை ருசிப்பதில் அப்படியொரு ஆசை. அது ‘சாக்லேட்’ ஆகவும் இருக்கலாம். ‘பிரியாணி’யாகவும் இருக்கலாம். ‘பிரியாணி’ பற்றி நிறைய அனுபவங்கள் கேள்விப்படுவோம். அதுவும் ‘ரம்ஜான்’ முடிந்தவுடன் பிள்ளைகள் சிலர் பிரியாணிக்காகவே காத்திருப்பார்களாம். ஒரு சிறுவன் தன் நண்பரிடம் ‘ரம்ஜான் பிரியாணி’ கேட்டிருக்கிறான். இரண்டு, மூன்று நண்பர்கள் கேட்டதால், அவன் தனக்கும் சேர்த்து மூன்று டப்பாக்களில் கொண்டு வந்தானாம். அன்று பிள்ளைகளுக்குச் சாப்பாட்டு நேரத்திற்கு முன்பாக, விளையாட்டுப் பாடத் திட்டத்தில் இருந்திருக்கிறது. “விளையாட்டிற்குக்கை கழுவி வருவதற்குள் நேரமாகிவிடுமே, அதற்குள் வேறு யாரேனும் பிரியாணியை காலி செய்துவிட்டால் என்ன செய்வது? விளையாட போகாவிட்டாலும் ஆசிரியர் தலைமை ஆசிரியரிடம் அனுப்பி விடுவார்” இவையெல்லாம் பிரியாணி கேட்ட பையனின் மனதில் ஓடிக் கொண்டிருந்ததாம். எப்படி இதையெல்லாம் தவிர்த்து பிரியாணியை ருசிக்கப்போகிறோம் என்று அவன் மனம் ஏங்க ஆரம்பித்ததாம்.

சட்டென்று உடற்பயிற்சி ஆசிரியரிடம் போனானாம். தனக்கு முதல் நாளே ஜுரம் இருந்ததாகவும், இப்பொழுதும் ஜுரம் வருவதுபோல் இருப்பதாகவும், ரொம்பவும் தலைவலி இருப்பதாகவும் சொன்னானாம். ஆசிரியர் மிகுந்த அனுதாபத்துடன் வகுப்பிலேயே போய் ஓய்வெடுத்துக்கொள்ளும்படி சொல்லியிருக்கிறார். ‘அப்பாடா!’ என்று நிம்மதி மூச்சுடன் வகுப்பிற்கு வந்த நண்பன் எடுத்து வந்த முதல் ‘பிரியாணி’ டப்பாவை ருசிக்க ஆரம்பித்திருக்கிறான். அவனின் மற்றொரு நண்பன் ‘பிரியாணி ப்ரியன்’ விளையாட்டில் மாட்டிக் கொண்டானாம். முதல் சிறுவன் வகுப்பில் அமர்ந்து விடவே அவனுக்கு விளையாட்டில்கூட ‘மூடு’ இல்லையாம். சிறிது நேரம் ஓடிவிட்டு கால் ‘சறுக்கி’ விட்டதாக நொண்டிக்கொண்டே சென்றானாம். பார்த்த ஆசிரியர், போய் ஓய்வெடுக்கச் சொன்னாராம். ஒரே ஓட்டமாக ஓடி வந்து பார்த்தால், முதல் சிறுவன் இரண்டாவது ‘டப்பா’விலிருந்தும் சாப்பிட்டுக் கொண்டிருந்தானாம். எனவே இரண்டாம் ‘பிரியாணி ப்ரியன்’ மூன்றாவது டப்பாவையும் முழுக்க காலி செய்துவிட்டானாம். கொண்டுவந்த பையனுக்கு காண்டீன் ‘சான்ட்விச்’தான் கிடைத்ததாம். என்ன ஒரு பிரியாணி ஆசை! எப்படியெல்லாம் அவர்களை நடிக்க வைத்துள்ளது! அவர்கள் வாயிலிருந்தே இந்த நிகழ்வைக் கேட்கும்பொழுது, அவர்களின் சிறுபிள்ளைத்தனமும், கள்ளங்கபடில்லா உண்மை மனமும் வெளிப்படுகிறது. இதையெல்லாம் திட்டித் திருத்த முடியுமா? நன்கு படித்துத் தேர்ச்சியடைந்தால் பிரியாணி வாங்கித் தருவதாகத்தான்

சொல்ல வேண்டும். இதுதான் பிள்ளைகள் வாழ்க்கை.

அவர்களைத் திட்டவும் கூடாது; அதே சமயம் இதுபோன்ற விஷயங்களைச் செய்யக்கூடாது, பொய் பேசவே கூடாது என்கிற கருத்துக்களை அன்போடு பேசி புரியவைத்தல் அவசியம். அதற்கான பொறுமையும், மனப்பக்குவமும் நமக்கு அவசியம் தேவை. புரிய வைப்பதற்கு பல யுக்திகளையும் கையாள வேண்டும்.

இதுபோன்ற நிகழ்வுகள், நம் ஒவ்வொருவரின் வாழ்விலும் சிறுவயதில் நிறைய நடந்திருக்கும். வளர்ந்தபின் நாம் அவற்றை நினைத்துப் பார்த்தால் கேவலமாகத் தோன்றும். விஷயங்கள் வேண்டுமானால் மாறுபட்டிருக்கலாம். ஆனால் குறும்புத்தனங்கள் நிறைந்ததுதான் பள்ளிப்பருவம் என்பது. அதுவும் குறிப்பிட்ட காலகட்டத்தில்தான் இத்தகைய நிகழ்வுகள் நம்மை உற்சாகப்படுத்தும். அதே பிள்ளைகள், வளர்ந்து ஆளானவுடன் அதே உணவை விரும்பாமல்கூட இருந்துவிடுவார்கள். எத்தகைய சாப்பாட்டுப் பொருளும் அவர்களை ஈர்க்காது. வேலையில் சேர்ந்து பெரிய பிள்ளைகளாக வளர்ந்துவிட்டால், வாழ்க்கையில் தன்னைத்தானே பார்த்துக்கொள்வார்கள். எதுவுமே அவர்களுக்கு இயலாத தால்தான் பிறரிடம் எடுத்துச் சாப்பிட்டார்கள் என்று சொல்லவே முடியாது. அந்த மாதிரி விஷயங்களில் பிள்ளைகளுக்கே உரித்தான குறும்புத்தனமும், விளையாட்டுத்தனமும்தான் இயற்கை.

'பிரியாணி' விஷயம் ஒரு எடுத்துக்காட்டுக்குச் சொன்னதாக இருந்தாலும், நிறைய விஷயங்கள் பலபல கோணங்களில் நடைபெற்றுக்கொண்டுதான் இருக்கும். சில பிள்ளைகள் விளையாட்டுப் பொருட்களில் ஆர்வம் காட்டுவார்கள். புதிதாக எதையேனும் பார்த்தால், தன்னுடையதாக்க வேண்டும் என்று நினைப்பார்கள். இதெல்லாம் பிள்ளைப் பருவத்தில் சகஜம்தான். இவற்றையெல்லாம் தப்பாகப் புரிந்துகொண்டு பிள்ளைகளை மட்டம் தட்டுவதோ? மற்றவர் எதிரே அவமதிப்பதோ மிகவும் வருத்தப்படக்கூடிய விஷயம்.

பிள்ளைகளுடன் பழகுபவர்களுக்கு இவையெல்லாம் நன்றாகவே புரியும். அதனால் மீண்டும் மீண்டும் நடந்ததை சுட்டிக்காட்டாமல், இனிமேல் குறிப்பிட்ட விஷயங்கள் நடக்காமலிருக்க, நீதி தரும் கருத்துக்களை ருசியுடன் அவர்கள் மனதிற்கு எடுத்துச்செல்ல வேண்டும். நம் தாத்தா - பாட்டிகள் எப்படி கதைகள் சொல்லி, நம்மை வளர்த்தார்களோ, அதுபோல் நாமும் நீதிக்கதைகள் சொல்லியும், இதிகாச புராணங்களில் வரும் ரசிக்கும்படியான சம்பவங்களையும் எடுத்துக்காட்டாகச் சொல்லிப்புரிய வைக்கலாம்.

நேருஜி, தன் சுயசரிதையில் இளமைப்பருவத்தில் தன் பாட்டி சொல்லிய கதைகள் பற்றியெல்லாம் விளக்கியிருப்பார். கங்கை

நதி மீது தனக்கிருந்த மதிப்பு வளரக்கூட அத்தகைய கதைகள்தான் காரணம் என்று சொல்லியிருப்பார். எந்த விஷயத்தை நாம் பிள்ளைகள் மனதில் நன்கு விதைக்கிறோமோ, அதன் பிரதிபலன் கண்டிப்பாக நமக்குத் தெரியவரும். எப்பொழுதுமே, 'நீ அதை செய்யாதே' என்று அறிவுறுத்தும்பொழுது 'செய்துதான் பார்ப்போமே!' என்று நினைக்கத் தோன்றும்.

சிறுவயதில் பிள்ளைகளுக்குள் நடக்கும் விஷயங்களில் பெரியவர்கள் தலையிடாமல் இருந்தாலே போதும். ஒருநாள் அடித்துக்கொள்வார்கள், மறுநாள் சேர்ந்துவிடுவார்கள். ஆசிரியர் தலையிட்டு, பிரச்னைகளை தீர்க்க நினைத்தால்கூட, பிள்ளைகள் தன் நண்பர்களைக் காட்டிக்கொடுக்க மாட்டார்கள். ஒரு மாணவனின் புதிய பேனாவை மற்றொருவன் எடுத்துக்கொண்டான். இது குறித்து மூன்றாமவன் வந்து புகார் செய்தான். தீர்த்துவைக்க நினைத்தபொழுது, பேனாவின் உரிமையாளரான முதல் பையன் சொன்னான் - "மிஸ் என்னிடம் இதுபோல் நிறைய பேனாக்கள் உள்ளன. ஆசைப்பட்டு அவன் இந்தப் பேனாவை எடுத்துக்கொண்டான், பரவாயில்லை. பேனாவுடன் என்னையும் நினைவில் கொள்வான்!" என்ன ஒரு பெருந்தன்மையான பதில்! தாராள மனம் கொண்ட பிள்ளைகளிடையே நாம் ஏன் விவாதம் நடத்த வேண்டும்?

பிள்ளைகள் மனம் எதை நாடுகிறது, எதற்கு ஆசைப்படுகிறது என்பதைப் புரிந்துகொண்டு செயல்படும்பொழுது, அந்தந்த வயதிற்கேற்ற ஆனந்தத்தை அனுபவிக்கிறார்கள். இதை செய்யக்கூடாது, அதை செய்யக்கூடாது என்றெல்லாம் ஆணையிடுவதைவிட, இப்படியெல்லாமும் செய்யலாம் என்கிற 'பாஸிடிவ்' எண்ணத்தை விதைத்தாலே போதும்! நமக்கும் அழுத்தம் ஏறாது. நீதியும் கற்பித்ததாகி விடும். அவர்கள் மனதில் நமக்கும் ஒரு உயர்ந்த இடம் உண்டு. இப்பொழுது யோசித்துப் பாருங்கள். கற்பிப்பதும், புரிய வைப்பதும் அருமையான கலைதானே! 'அன்பைவிட அருமையான ஆயுதம் வேறொன்றுமில்லை!'

சரஸ்வதி ஸ்ரீநிவாஸன்

நன்றல்லது மறப்பது நன்று

பிராணிகள் வளர்ப்பவருக்கு அதன் மொழி நன்கு புரியும் என்பார்கள். உதாரணத்திற்கு, யானைப்பாகர் சொல்லுவதையெல்லாம் யானை நன்கு புரிந்துகொண்டு செய்துகாட்டும். குரங்கு வைத்துக்கொண்டு விளையாட்டு சொல்லித்தந்து, அதன்மூலம் வித்தைகள் காட்டி அசத்துபவர்களும் உண்டு. பிராணிகள் மொழியோடு கற்றுத்தருவது அந்தந்த 'பிராணி வளர்ப்பு' பற்றி அறிந்தவர்களுக்குத்தான் புரியும். அதுபோல், பிள்ளைகளின் குறும்புத்தனமும், செய்யும் விஷமத்தனங்களும் குறிப்பிட்ட வயதில் அவர்களைச் சார்ந்துள்ள குழந்தைகள் கூட்டத்திற்குத்தான் நன்கு புரியும். முகத்தைப் பார்த்து அவர்கள் செய்யும் குறும்புத்தனத்தை எடை போட முடியாது. சுறுசுறுப்புடன் காணப்படும் சிலர், மனத்தளவில் மென்மையாக இருக்கலாம். சாது-வெகுளி என்றெல்லாம் நினைத்துக்கொண்டிருப்போம். சப்தமில்லாமல் பெரிய காரியங்களை நடத்துவதுகூட, அவர்களாக இருக்கலாம். பள்ளி வயதில், அதே வயதையொத்த பிள்ளைகளைத் தவிர, யாராலும் இவற்றையெல்லாம் கண்டுகொள்ள முடியாது. அவர்களுக்குள் நடைபெறும் சைகை பாஷைகளைப் பெற்றோரும் காண இயலாது. கற்பிப்பவரும் அவ்வளவு எளிதாகக் கண்டுபிடிக்க இயலாது. ஒருசில விஷயங்களைப் பிடிக்காமல், அதிலிருந்து தப்பிக்க நினைத்து சிலவிதமான செயல்களைச் செய்வர். அப்பொழுது அப்படியெல்லாம் செய்து, சில விஷயங்களிலிருந்து என்பது அவர்களுக்கு ஒரு 'த்ரில்' தரும் விஷயமாகும். படிக்கும் காலத்தில் தனக்கேற்பட்ட சில நிகழ்வுகளை மாணவர்கள், வாழ்க்கையில் பெரிய ஆளாகும்பொழுது, நினைத்து வெட்கப்படுவார்கள். சிலர் வேதனைப்படுவார்கள். தனக்கும் ஒரு குடும்பம் அமையும்பொழுது, தன் பிள்ளைகளிடம் பெருமையானவற்றை சொல்லிக்கொள் வார்களே தவிர, தன் குறும்புகளை வெளிக்கொணர மாட்டார்கள்.

139

கற்பித்தல் என்னும் கலை

கற்பிப்பவர் தன் அனுபவங்களை, பிள்ளைகளிடம் உளவியல் ரீதியாகக் கண்டு அனுபவித்தாலும், அவர்களையே தான் செய்துள்ள திருவிளையாடல்களை கூறச் சொல்லும்பொழுது, அதன் நம்பகத்தன்மை அதிகமாகிறது. சில ஆசிரியர்கள், காலை உணவு சாப்பிடாமல், பிள்ளைகளுக்கும் சேர்த்து எடுத்து வந்து பகிர்ந்து சாப்பிடுவதில் மகிழ்ச்சி கொண்டிருக்கிறார்கள். அத்தகைய உணவளித்த பெருந்தன்மையோரை, அவர்கள் மறப்பதில்லை. எப்பொழுதும் 'கறி' உணவு சாப்பிடும் சில பிள்ளைகள் 'பூரி மசாலா'வையும், கேசரியையும் செய்து தரச் சொல்லி விருப்பத்தோடு என்னிடம் சாப்பிட்டது இன்றும் நினைவில் உள்ளது. 'பழைய மாணவர் கூட்டம்' நடைபெறும்பொழுதெல்லாம் அவர்கள் கூறாமல் இருப்பதில்லை. இந்த இடத்தில் இரண்டாவது பெற்றோர் நாம்தான் என்று நினைக்கையில் பெருமிதம் மேலிடுகிறது. தாய், தந்தைக்கு அடுத்து, அவர்கள் மனம் திறந்து கேட்கிறார்களென்றால், 'குரு' என்ற 'பக்தி'வைவிட 'பெற்றோர் போல்' என்கிற பாசம் மேலிடுகிறது.

முழு ஆண்டுத் தேர்வுக்கு முன் மாதிரித் தேர்வு நடைபெறுவதுண்டு. தேர்வு ஜுரம் என்பது அனைத்துப் பிள்ளைகளுக்குமே வருவது என்பது சகஜம்தான். குறிப்பிட்டுச் சொல்வதானால் பதினொன்று, பன்னிரெண்டாம் வகுப்புகளுக்கு மூன்று மாதிரித் தேர்வுகள் கூட நடக்கும். அதுவரை சாதாரணமாக நினைத்துக் கொண்டிருந்த பெற்றோர்களும் நிறைய ஆர்வம் காட்டி சிரத்தையுடன் செயல்பட ஆரம்பித்து விடுவார்கள். சில வீடுகளில் பெற்றோர் சில மாதங்கள் கூட விடுப்பு எடுத்து கவனிப்பதும் நடைபெறுவதுண்டு. அதைப் பார்க்கும்பொழுது, சில பிள்ளைகள் அவர்களுக்காவது, நன்கு எழுதி மதிப்பெண் எடுக்க நினைப்பர். எல்லா அழுத்தங்களும் ஒன்று சேர, சில சமயங்களில் பிள்ளைகள் ஏதாவது தவறு இழைத்து விடுவர். எதையும் வேண்டுமென்று செய்ய நினைப்பதில்லை. சந்தர்ப்பங்கள் அவர்கள் மீது அதிக எதிர்பார்ப்பை எதிர்கொள்ளும் சமயம் சிறு சிறு குறைகள் ஏற்பட வாய்ப்புண்டாகும். அது பெரிய பிழை, தவறு என்றெல்லாம் சொல்வதைவிட, அந்த சமயத்தில் அவர்களைத் தூண்டும் சிறிய குறை எனலாம். மாதிரித் தேர்வில், சைகை மூலம் பேசிய இரு பிள்ளைகளை ஒரு வகுப்பாசிரியர் கண்டித்திருக்கிறார். தனியே கூப்பிட்டுத்தான். மற்றவர் எதிரில் கிடையாது. இருப்பினும் இருபிள்ளைகளும் தன்னை ஒரு குற்றவாளி போன்று நினைத்துக்கொண்டு, மறுநாள் முதல் யாருடனும் பேசாமல் அமைதி பூண்டனர். குறிப்பாக, குறிப்பிட்ட ஆசிரியை ஒரு பக்கம் வந்தால், இவர்கள் மறுபக்கம் வேகமாக நடந்துவிடுவர். ஒருசில நாட்கள் கழித்து, ஒருசமயம் அந்த ஆசிரியரும் அதே பிள்ளைகளும் ஒரு பேருந்தில் நேருக்கு நேர் பார்த்துக் கொண்டனர்.

ஆசிரியர் சாதாரணமாக, பிள்ளைகளிடம் இறுதித்தேர்வுக்கு எப்படியெல்லாம் தயார் செய்கிறார்கள் என்று கேட்க, அவர்கள்

கண்களிலிருந்து நீர் வழிந்ததாம். ஆசிரியர் தட்டிக்கொடுத்து ஆசுவாசப்படுத்த, பிள்ளைகள் தன் பழைய நிகழ்வை நினைவூட்டி, மன்னிப்புக் கேட்டிருக்கிறார்கள். அப்பொழுது அந்நிகழ்வு ஆசிரியருக்கு ஆச்சரியம் தந்ததாம். காரணம், அவர் அந்நிகழ்வை அன்றே மறந்துவிட்டாராம். ஒருதாய் பிள்ளைகளை நல்வழிப்படுத்த, அவ்வப்பொழுது குறைகளைச் சுட்டிக்காட்டி திருத்துவதுண்டு. அதைத்தான், தானும் செய்ததாகவும், அதன்பின் அதை முழுவதும் மனதிலிருந்து அகற்றிவிட்டதாகவும் கூறியிருக்கிறார். அப்படியிருக்கையில், பிள்ளைகள் ஏன் இவ்வளவு நாட்கள் மனதில் வைத்துக்கொண்டு, தன்னையே வருத்திக் கொண்டிருக்கிறார்கள் என்று புரிய வைத்திருக்கிறார். இதுதான் கற்பிப்பவருக்கும் கற்கும் பிள்ளைகளுக்குமான 'பந்தம்' என்பது. பிள்ளைகள் இறுதியில் நல்ல மதிப்பெண்கள் பெற்றதுடன், தேர்வு எழுதும் முக்கியத்துவத்தை விளக்கிய ஆசிரியருக்கும் மனமார நன்றிகளைக் கூறியுள்ளனர். அவர்கள் மனதில் அந்த ஆசிரியர் உயர்ந்த இடத்தையும், நல்மதிப்பையும் பெற்றார்.

இவையெல்லாம் குறைகள் என்று சொல்லவே கூடாது. இவையனைத்தும் நிறைந்திருப்பதுதான் பிள்ளைகளின் பள்ளி வாழ்க்கையின் முக்கிய அம்சமாகும். அனைத்தையும் யோசித்து ஒரு தப்புகூட ஏற்படாமல் செயல்களைச் செய்ய வேண்டுமென்றால், அவர்கள் பள்ளிச்சிறுவர்களாக இருக்க முடியாது. அவர்களின் சிறுபிள்ளைத்தனமும், குறும்புமிக்க சுவாரசியமான விஷயங்களும்தான் நம்மைச் சிரிப்புலகிற்கு எடுத்துச்செல்லும்.

இரண்டு நபர்கள் ஒருவருக்கொருவர் தேர்வு சமயத்தில் உதவிக் கொள்வதாக பேச்சு நடந்ததாம். முதல் பையன் இரண்டாவது சிறுவனுக்கு சைகை முயற்சி செய்ய, ஆசிரியர் மிகவும் கவனத்துடன், கண்டிப்பாகவும் செயல்பட்டிருக்கிறார். பின்னர், முதல் சிறுவன் வயிறு வலியால் துடித்திருக்கிறான். ஆசிரியர் ஓய்வுக்காக அவனை ஓய்வு அறைக்கு அனுப்பியிருக்கிறார். சிறிது நேரம் ஓய்வெடுத்தபின், அவன் தேர்வு எழுத மீண்டும் வந்துவிட்டானாம். மீண்டும் சிறிது நேரம் சென்றபின் இரண்டாவது சிறுவன் 'ரெஸ்ட்' ரூம் போக வேண்டுமெனக் கேட்டிருக்கிறான். கேட்ட தோரணையில் ஆசிரியர் பாவப்பட்டு அனுப்பியிருந்தாராம். சிறிது நேரத்தில் அவன் உற்சாகத்தோடு திரும்பி வந்திருக்கிறான். தேர்வு முடிந்தவுடன் ஆசிரியர் அவர்களை தனித்தனியே அழைத்துப் பேசினார். முதல் மாணவனிடம், இனி தேர்வு நேரத்தில் உடல்நலம் பாதிக்கும்படி வைத்துக்கொள்ளக்கூடாது, சரியான நேரத்துக்கு உணவருந்த வேண்டும், உடலுக்கு ஒப்பாதவற்றைச் சாப்பிடக்கூடாது, மிகவும் அக்கறையோடு இருக்க வேண்டும் என்கிற அறிவுரைகளை சொல்லியிருக்கிறார். இரண்டாம் மாணவனிடம், இனி தேர்வு அறைக்கு வரும் முன்பே 'ரெஸ்ட் ரூம்' சென்றுவிட்டு வரவேண்டும்.

இல்லையெனில் முழு ஆண்டு அரசுத்தேர்வுக்கு இன்னல்களாக அமையும் என்றெல்லாம் அறிவுரை வழங்கியிருக்கிறார்.

பிள்ளைகள் என்ன செய்ய நினைத்தார்கள் என்றெல்லாம் ஆசிரியர் ஆராய விரும்பவில்லை. இனி எப்படி நடந்துகொள்ள வேண்டும் என்பதை மட்டும் சொல்லியிருக்கிறார். இதுதான் பக்குவமான அணுகுமுறை என்பது அவரின் கடமையைத் திறம்படச் செய்துள்ளார். எந்தவித கண்டிப்பும், குரலில் கோபமும் இல்லாமல் பிள்ளைகளுக்குத் தவறைச் சுட்டிக்காட்டியுள்ளார்.

அவர் வகுப்பில் எல்லோருக்கும் முன்பாக, இதுபற்றி ஆராய்ச்சிக் கேள்விகளைக் கேட்டிருந்தாலோ, கண்டித்திருந்தாலோ, நிலைமை வேறு மாதிரியாக மாறியிருக்கலாம். அதனால்தான், கற்பிப்பவர் ஒரு சில விஷயங்களைத் தெரிந்தும் தெரியாமல் காட்டிக்கொள்ள வேண்டியுள்ளது. அறிந்தும் அறியாததுபோல் இருக்க வேண்டி வரலாம். ஒருசில நேரிடையான வாக்குவாதங்கள், விசாரணைகள் இளம்பிள்ளைகளின் மனதை உளவியல்ரீதியாக மாற்றலாம். அதனால்தான் அவர்களை நம் பிள்ளைகள் என்று கூறுகிறோம். நம் பிள்ளைகளையே பிறர் எதிரில் மனம் நோக பேசாதிருத்தல்தான் நல்லது. பேசுவது சுலபம். ஆனால் அது பிள்ளைகள் மனதை எவ்வளவு தூரம் பாதிக்கும் என யோசித்துப் பார்த்து செய்வதுதான் நன்மை தரும். அதனால்தான் பயிற்சிப் படிப்பில், மனநிலை பற்றியும் பாடங்கள் தரப்படுகின்றன.

ஒரு சிறுவன் பள்ளிப்படிப்பை முடித்துவிட்டான். கல்லூரியில் பல்வேறு மாநிலத்திலிருந்து வரும் பிள்ளைகளுடன் அவன் நட்புத் தொடர்கிறது. நண்பர்கள் கூட்டம் தங்களுக்குள் சிலவிதமான பழக்க வழக்கங்களை ஏற்படுத்திக்கொள்ளுகிறார்கள். கெடுதல் தரும் விஷயங்கள் எதுவுமில்லை. கொஞ்சம் தலைமுடி வெட்டுதலை ஆடம்பரமாக வைத்துக்கொள்ள நினைக்கிறார்கள். ஒரேபோல் நண்பர் கூட்டம், ஒரே மாதிரி சிகையலங்காரம் செய்துகொள்கிறார்கள். பலருக்கும் அது பிடித்துப்போகிறது. சிலருக்கு அது பிடிக்கவில்லை. இருந்தாலும், இது அவரவர் கருத்து என்று நினைப்பதுதான் நாகரிகம். அப்படியிருக்கையில், ஒருவன் மனத்தளவில் வருத்தப்பட்டு நொந்துவிடுகிறான். காரணம், அவனின் குடும்பத்தினர் ஆள்ஆளுக்கு அவனை வெறுப்பேற்றினர். அதுவும் அப்பா, அம்மாகூட எதுவும் கூறவில்லை. உறவினர்கள் ஒவ்வொருவரும்தான் அறிவுரை கூறுவதாக நினைத்து, அவன் மனதை கஷ்டப்படுத்தியுள்ளனர். உண்மையில் சொல்லப்போனால், அவனுக்கே அது பிடிக்கவில்லைபோல் தோன்றியது. நண்பர்களின் கட்டாயப்படுத்தலால், தான் இப்படி தோற்றம் அளிப்பதாகவும், சில நாட்களில் மாற்றிவிடுவதாகவும், தன் தாயிடம் கூறியிருக்கிறான். தாய் தன் மகனைப் புரிந்துகொண்டுவிட்டதால், ஆட்சேபனை தெரிவிக்கவில்லை. மேலும் சிறிய விஷயங்களில் கட்டுப்பாடுகள் விதித்தால் பிள்ளைகளுக்கு மனக்கசப்புதான் ஏற்படும். இத்தகைய

சரஸ்வதி ஸ்ரீநிவாஸன்

சிறிய விஷயங்கள் அவர்களை எந்தவிதத்திலும் தீயவர்களாக மாற்ற முடியாது. தீய பழக்கங்கள் என்பது வேறு. சில ஆடம்பர மாற்றங்கள் என்பது வேறு. தோற்றத்தை வைத்து யாரையும் எடை போடுவது சரியல்ல. சிறிய விஷயங்களை வெளிப்படையாக விட்டுக்கொடுக்கும்பொழுது, அவர்களும் உண்மையில் நேர்மையுடன்தான் நடந்துகொள்வர்.

அநாவசியமாகப் பலர் கூடியிருக்கும் சபையில், பிள்ளைகளை அறிவுரை கூறுவதாக நினைத்து, கேலி-கிண்டல் செய்தால் அவர்களுக்கு அது சுயகௌரவத்தை பாதிக்கலாம். மேலே சொன்ன பையன் உறவுகளை மதித்து விளையாட்டாக எடுத்துக்கொண்டுள்ளான். அதுவே ரொம்ப ஆழமாக சிந்திப்பவன், பல இடங்களில்தான் அவமானப்படுத்தப்படுவதாக நினைப்பவன் வேறு மாதிரி யோசிக்க நினைப்பான். எனவே கட்டுப்பாடுகள் என்பது அவசியம்தான். அது அன்புடன் பிணைந்த கோரிக்கையாக இருக்கலாம். உண்மையைச் சொல்லும்பொழுது, ஆறுதலுடன் கலந்த மன்னிப்பு வழங்குதலும் அவசியம். எதையுமே ஆமோதிக்க ஆரம்பித்தால், நாளடைவில் உண்மை மறைய வாய்ப்பு ஏற்படும். மற்றொருவர் மன ஓட்டத்திற்கு நாம் தரும் வார்த்தைகள், புண்ணிற்கு மருந்து போடுவதாகத்தான் இருத்தல் அவசியம். பெரும்பாலும் பிள்ளைகளுடன் ஒன்றிப்பழகும் கற்பிப்பவர்களும், பெற்றோர்களும் இவற்றையெல்லாம் புரிந்துதான் நடப்பார்கள். தவறு என்பது சிறிய விஷயம். அதற்கு மருந்து அன்புதான். தவறு குற்றமாக மாறும்பொழுது அதன் பின்னணியை ஆராய்ந்தால் போதும்! அப்படி வழிநடத்துபவர்கள் போற்றப்பட வேண்டியவர்கள். அப்படிப்பட்டவர்களைப் பிள்ளைகள் 'பைலட்' ஆனால் என்ன? அமைச்சரானால் என்ன? மறக்க மாட்டார்கள்.

கற்பித்தல் என்னும் கலை

தண்டனையிலும் சுகம்

பிள்ளைகள் அதிகபட்சம் சேர்ந்து பழகுவதும், அடித்தளம் அமைத்துக்கொள்ளுதலும் பள்ளிப்பருவத்தில்தான். மூன்று வயது மழலைப் பருவத்திலிருந்து வாலிபநிலை வரை கல்வி கற்குமிடம் பள்ளிதான். பள்ளியைக் கடந்து, அவ்வளவு நீண்ட பயணம் அமைவது மிகக் கடினம். எனவேதான் பள்ளி நண்பர்கள் என சொல்லப்படுபவர்கள் உறவுகள் போன்று அமைந்து விடுவர். பிள்ளைகளுக்குள் ஏற்படும் நட்பு அவர்களுக்குள் மட்டும் அமைந்து விடுவதில்லை. நண்பர்களின் பெற்றோர், அவர்களின் உறவுகள் என அனைவரையுமே உறவுமுறை சொல்லியே அழைப்பார்கள். அந்த சமயம் விளையாட்டாக ஒருவரை ஒருவர் ஏமாற்றிக்கொள்வது, பொய் சொல்வது, பொருட்களை ஒளித்து வைப்பது, தீனிப்பண்டங்களை எடுத்துச் சாப்பிடுவது, விளையாட்டிற்காக ஒருவர் மற்றொருவர் மேல் பழி சுமத்துவது இவை அனைத்துமே அவர்களைப் பொறுத்தவரை மிகவும் சுவாரஸ்யமான விஷயங்களாக அமையும். ஒருவிதமான விளையாட்டு என்றுகூட சொல்லலாம். பெரும்பாலும் கற்பிப்பவர் இவற்றை அறிந்தும், புரிந்தும் வைத்திருப்பார்கள். சிறு விஷயங்களில் கண்டுகொள்ள மாட்டார்கள். சமயங்களில் யாருக்காவது பாதிப்பு ஏற்படும் பட்சத்தில், தலையீடுகள் அவசியம் தேவைப்படும்.

பிள்ளைகள் அடித்துக்கொள்வதும், பின்னர் சேர்ந்துகொள் வதும் நியதி. சிறிய விஷயங்களில் தலையிடுவதும், பிறரைப்பற்றி அவர்கள் மனதில் தப்பான அபிப்ராயத்தை விதைப்பதும் நல்லதொரு செயல் என்று கருதமுடியாது. இதை அறிந்த பெற்றோரும் இவற்றையெல்லாம் கண்டுகொள்ள மாட்டார்கள். ஆனாலும் வளரும் பருவத்தில் அவர்கள் நடவடிக்கைகள் கவனிக்கப்படக்கூடியதும்தான். 'ஐந்தில் அமையாதது ஐம்பதில் வளையாது' என்பார்களே! ஆனாலும் எப்படி

சரஸ்வதி ஸ்ரீநிவாஸன்

கையாளப்படவேண்டுமோ அப்படித்தான் அணுக வேண்டும். நண்பர்களாயிருந்து அடிதடி ரகளையில் முடிந்து, விபரீதமான எத்தனையோ நிகழ்வுகளைப் பார்த்திருக்கிறோம். எல்லாமே சுமுகமாக முடிவதில்லை. பள்ளியை விட்டு நீக்கும் அளவுக்குக்கூட பிரச்னைகள் தலை தூக்குவதும் உண்டு.

ஒருமுறை இரு மாணவர்கள் ஏதோ ஒரு விஷயத்திற்காக, பேச்சுவார்த்தை தொடங்கியிருக்கிறார்கள். இருவரும் தன்னுடைய கருத்துதான் சரி என்ற அளவில் வாக்குவாதம் நடத்த, பேச்சுவார்த்தை முற்றி பின் கைகலப்பாகிவிட்டதாம். ஒருமுறையுடன் முடியாமல், இடைவேளையின் போதும் தொடர்ந்திருக்கிறார்கள். மைதானத்திற்குப் பின்னால், மரத்தடியில் சண்டை போட்டுக்கொண்டிருந்த இவர்களை வேறு வகுப்பு மாணவன் ஒருவன் பார்த்திருக்கிறான். நேரே சென்று உடற்பயிற்சி ஆசிரியரை அழைத்துவர, அவரும் வியப்படைந்து இருவரையும் தலைமையாசிரியரிடம் அழைத்துச்சென்று நடந்ததைக் கூறியுள்ளார். கை, கால்களில் இருவருக்கும் கீறல்கள் இருப்பதைப் பார்த்த தலைமையாசிரியை இருவரையும் தன் அறையில் உட்கார வைத்துள்ளார். பின் இருவர் பெற்றோருக்கும், தொலைபேசி மூலம் விஷயத்தைக் கூறியதுடன் நேரில் வரச்சொல்லியிருக்கிறார். தலைமையாசிரியர், கண்டிப்புடன் பேசி பள்ளியிலிருந்து விலக்கி விடுவதாகக் கூறியிருக்கிறார். பின் பிள்ளைகள் மன்னிப்பு கேட்க, பெற்றோர் வருத்தம் தெரிவிக்க விஷயம் முடிவுக்கு வந்தது. விளையாட்டாக அவர்கள் ஆரம்பித்த விளையாட்டு விஷயம்தான் வினையில் முடிந்ததாம். ஒரு சில நாட்களில், இந்த சம்பவமே நடந்ததாக காட்டிக்கொள்ளாமல் அவர்கள் மீண்டும் நட்பாகப் பழகத் தொடங்கிவிட்டனராம்.

இன்று அவர்கள் வேலையில் இருந்தபோதும், இந்நிகழ்ச்சி மனதில் அழியாமல் இருப்பதாக அவர்களில் ஒருவன் சொன்னான். மற்றொரு விஷயம், சண்டையிட்ட இருவரும் இன்றும் உயிர் சிநேகிதர்களாகவும், அவர்கள் பெற்றோர்கள் குடும்ப நண்பர்களாகவும் இருக்கின்றனராம். வெவ்வேறு இடத்தில் வசித்தாலும், தினமும் ஒருவருக்கொருவர் பேசிக்கொள்வார்களாம். அறியாத வயதில் சண்டையிட்டுக் கொண்டதையும், அர்த்தமில்லாத கோபத்தையும் இப்பொழுது நினைத்து தனக்குத்தானே திருத்திக்கொள்கிறான். தெரியாமல் செய்யும் இத்தகைய செயல்கள் காணாமல் விடப்பட்டிருந்தால், இன்று அவர்கள் நெருங்கிய தோழர்களாக ஆகியிருப்பது கடினம்.

பிள்ளைகளுக்குப் பாட விஷயங்கள் சரிவரப் புரியவில்லை யென்றாலோ, பிடிக்காத பாடப்பகுதி என்றாலோ எப்படி வகுப்பைத் தவிர்க்கலாம், ஏதாவது வழியில் வகுப்பை விட்டுச் சென்றுவிடலாமா என்றெல்லாம் யோசிக்க ஆரம்பித்து விடுவார்கள். அப்பொழுதுதான் திடீர் தலைவலியும், வயிற்று வலியும் தோன்ற ஆரம்பிக்கும். ஆண்டு விழா, விளையாட்டு விழா

145

போன்ற சமயங்களில் நிறைய ஒத்திகைகள் நடைபெறுவதுண்டு. அவற்றில் ஈடுபாடு இல்லாவிட்டால்கூட பரவாயில்லை, ஒத்திகை காரணத்தில் வகுப்பைத் தவிர்க்கலாம் என்பதற்காகவே சிலர் பங்கு பெறுவதுண்டு. அனைத்து ஒத்திகைகளும் ஒரே நேரத்தில் நடைபெற்றால் வகுப்புகள் பாதிக்கப்படுமென்பதால் ஒவ்வொன்றாக நடைபெறுவதுமுண்டு. அதிலும் விளையாட்டுத் திருவிழா வந்துவிட்டால் போதும். நிறைய மாணவர் ஒன்று சேர்ந்தால்தான் உருவ அமைப்பில் யோகாப்யாசங்களை வடிவமைக்க முடியும். சிறிது நேரம் செய்தவுடன் சிலர் தண்ணீர் குடிக்கச் செல்வதுண்டு. சிலர் 'பாத்ரூம்' செல்வதாக ஓடுவதும் உண்டு. 'மார்ச் பாஸ்ட்' *(March Fast)* போன்றவற்றிற்குச் செய்யும் விதத்தை வைத்து ஆட்களை தேர்ந்தெடுப்பர். பின் அணிகளாகப் பயிற்சிகள் தரமுடியும். முக்கியமான பாட விஷயங்கள் முடிந்தபின், ஒவ்வொரு அணியாகச் சென்று மைதானத்தில் பயிற்சி எடுத்துக்கொள்ளலாம்.

நம் மாணவி ஒருவருக்குப் பௌதிக வகுப்பு என்றாலே பிடிக்காதாம். தூக்கம் வரும்போல தோன்றுமாம். ஒருநாள் அந்த சமயம் பார்த்து, வேறு அணியைச் சேர்ந்த மாணவர்களை பயிற்சிக்காக, அத்தலைவன் வந்து அழைத்தானாம். மாணவி அவர்கள் அணியில் கிடையாதாம். உண்மையில், அவள் அணியிலேயே அவள் தேர்ந்தெடுக்கப்படவில்லையாம். இது தெரிந்தும் வகுப்பைப் புறக்கணிப்பதற்காக மற்ற நண்பர்களுடன் அவளும் சென்று விட்டாளாம். அங்கே மற்றவர்கள் பயிற்சி செய்ய, நம் மாணவி சந்தோஷமாக ஓய்வெடுத்துக்கொண்டு விட்டு, வகுப்பு முடிந்தவுடன் களைப்பாக வருவதாகக் காட்டிக் கொண்டாளாம். இப்பொழுது, முனைவர் பட்டம் பெற்றபின் தன் மலரும் நினைவுகளை பகிர்ந்துகொண்டாள். பள்ளிப்பிராயத்தில் தான் செய்த ஒரே பிழை பொய் என்று கூறி இன்றும் அதை நினைத்தால் வெட்கமாகவும், கேவலமாகவும் தெரிவதாக வருத்தப்பட்டாள். இதுதான் பள்ளி வாழ்க்கை. தெரியாமல் நிறைய விஷயங்களில் ஈடுபடுவோம். தவறு என்பது நமக்கே புரியும் காலம் வரும்பொழுது நினைத்து வெட்கப்படுவோம். இந்த விஷயத்தில் காலம்தான் நம்மைப் புரிதலில் ஈடுபடுத்துகிறது. கல்லூரி செல்லும்பொழுது எது தவறு-எது சரி என்பதைப் புரிந்துகொள்ளும் பக்குவம் கிடைத்து விடுகிறது. படிப்பில் சுட்டியாகத் திகழும் ஒருசிலரும் வீட்டுப்பாடம் செய்யாமல், ஆசிரியரால் வெளியே அனுப்பி வைக்கப்படுவதுண்டு. பாரபட்சம் வகுப்பில் காட்டக்கூடாது என்பதற்காக, என்றோ பாடம் எழுதாமல் வருபவரையும் மற்ற பிள்ளைகளுடன் சேர்த்து வகுப்பிற்கு வெளியே அனுப்பி வைப்பர். அங்கு அமர்ந்து முடிக்காத பாடத்தை முடித்துவிட்டு உள்ளே வந்துவிடலாம். ஒருமுறை, முதல் மதிப்பெண் எடுக்கும் ஒரு மாணவியும் வெளியே சென்றிருக்கிறாள். அவள் தோழிகள் ஒருவர்கூட வகுப்பில் காணப்பட வில்லையாம். தனக்கு மட்டும் 'போர்' அடித்ததால், வீட்டுப்பாடம் செய்யவில்லை

என்று சொல்லிவிட்டாளாம். வெளியே சென்றவுடன்தான் அவளுக்குப் புரிந்ததாம், அவர்கள் எவ்வளவு சந்தோஷமாக இருக்கிறார்கள் என்பது. எல்லோரும் இயற்கையை ரசித்துக் கொண்டிருந்தார்களாம். சந்தோஷமாக ஊமை பாஷையில் விளையாடிக்கொண்டிருந்தார்களாம். யாரேனும் ஆசிரியர் அந்தப் பக்கம் வந்தால், அனைவரும் தலைகுனிந்து எழுத ஆரம்பிப்பார்களாம். தண்டனை பெறுவதிலும் ஒரு 'சுகம்' என்பதோடு, அந்த மாதிரி குறும்புத்தனமான சந்தோஷங்கள் பள்ளி வாழ்க்கைக்குப் பின் தனக்கு அமையவேயில்லை என்று பள்ளி முடித்து பத்தாண்டுகள் கழித்து குறிப்பிடுகிறாள்.

பள்ளியில் படிக்கும்பொழுது, கல்லூரி வாழ்க்கையைக் கற்பனை செய்துகொண்டிருந்தாளாம். கல்லூரிக்குச் சென்றபின் படிப்பிலும், வெளியுலகத் தொடர்பிலும் அதிக அக்கறை தேவைப்பட்டதாகவும், பள்ளியில் அனுபவித்த ருசிகரமான சம்பவங்களை அரங்கேற்ற சந்தர்ப்பங்களைத் தேடினாலும் அமையவில்லை எனவும் ஆதங்கப்பட்டாள். பதினான்கு ஆண்டுகள் ஒரே குடும்பத்தில், உடன்பிறவா சகோதர சகோதரிகளையும் பெற்று மகிழ்ச்சியான உலகத்தில் சிறகடித்துப் பறந்ததாகக் கூறிக்கொண்டாள்.

பள்ளிப் பருவத்தில் நண்பர்கள்தான் அவர்கள் உலகம். சில நாட்கள் பெற்றோர்கள் வெளியூர் சென்றால்கூட, சமாளித்துக் கொள்வார்கள். ஆனால் நண்பர்களை அவர்களால் பிரிய முடியாது. விடுதியில் தங்கும் பிள்ளைகள் தங்களுக்குள் உடைகளை மாற்றிக்கொள்வதுண்டு. இயலாதவர்கள் பிறந்த நாட்களை குறையில்லாமல், வசதியுள்ள நண்பர்களே நடத்தி வைத்து, செலவையும் பங்கிட்டுக்கொள்வார்கள். அவர்கள் தேவையைப் புரிந்து வைத்துக்கொண்டு, அதற்கான பரிசையும் தந்து இன்ப அதிர்ச்சிக்குள்ளாக்குவார்கள். இதுபோன்ற சுவையான சம்பவங்களை ரசிக்கும் தருணங்கள் நிறையவே கிடைத்தன. அதுவும், இந்த காலகட்டத்தில் நட்புகளே உறவுகள் ஆகிவிடுகின்றன. நாமெல்லாம் பள்ளிப்பருவத்தை இவ்வளவு சுகமானதாக கழிக்கவில்லையோ என்றுகூட தோன்றும். காரணம், அப்பொழுது நம் வீடுகளில் பிள்ளைகள் அதிகம். வீட்டிலும் தாத்தா-பாட்டி போன்ற உறவுகள் அதிகம் இருந்ததால், நம் கவனம் நிறைய உறவுகள் பக்கமும் இருந்தன. ஆனால் இப்பொழுது வீடுகளில் ஒன்றிரண்டு பிள்ளைகள்தான். பெற்றோரும் வேலைக்குச்சென்றுவிடுவதால், நட்பு வட்டம் அவசியமாகிறது. பள்ளித் திருவிழாக்களுக்குக்கூட அவர்கள் ஒன்றுபோல் புத்தாடை வாங்கி அணிவார்கள். அதிலும் பள்ளி முடித்துச் செல்லும்பொழுது பிரிவுபசாரம் நடைபெறும். அப்பொழுது பெண்கள் மணப்பெண் போலவும், ஆண்கள் 'சூட்'டிலும் கலக்குவதும் பார்க்கவே ஆசையாகயிருக்கும். அதுவரை என்றும் சீருடையில் பார்த்த நமக்கு பிள்ளைகளின் வளர்ச்சியும், தோற்றமும் கண்களுக்கு விருந்தாகும்.

தண்டனையிலும் சுகத்தை அனுபவிப்பது மாணவர்களால் மட்டுமே முடியும். மாணவி ஒருத்தி 'காண்டீன்'-ல் கணக்கு வைத்துக்கொண்டிருந்தாளாம். வீட்டில் அம்மா, அப்பா இருவரும் ரொம்ப 'பிஸி' வேலையாம். அதனால் அவள் என்றுமே பள்ளிக்குச் சாப்பாடு எடுத்துவர மாட்டாளாம். தினமும் 'காண்டீன்' சாப்பாடுதானாம். என்றாவது 'காண்டீன்' விடுமுறை என்றால்கூட, அவளுக்கு மட்டும் சாப்பாடு அனுப்புவார்களாம்.

வினோதமான முறையில் குறும்புகள் ஆரம்பித்ததாம். திடீரென நிறைய பேர் குறிப்பிட்ட மாணவிக்கு நண்பர்களாக நெருங்கி விட்டார்களாம். 'காண்டீன் ஆன்ட்டி'க்கும் மாணவிக்கும் ரொம்ப நெருக்கமாம். எப்பொழுது என்ன தேவையோ 'ஆன்ட்டி'யிடம் கேட்டு சாப்பிடுவது பழக்கமாம். 'ஆன்ட்டி'யுடன் அவளின் நெருக்கத்தை புரிந்துகொண்ட நண்பர்கள், அவள் பெயரைச் சொல்லி 'காண்டீனில்' அவள் கணக்கில் வாங்கிச் சாப்பிட ஆரம்பித்தார்களாம். அடுத்த மாதம் அவள் கணக்கில் இரண்டு மடங்கு செலவு ஏற்பட்டதாம். மாணவியின் அம்மா 'இவ்வளவு ரூபாய்க்கு சாப்பிட்டாயா?' என்று கோபிக்க, பதில் தெரியாமல் மகள் முழிக்க, அம்மா வந்து 'காண்டீனில்' 'ஆன்ட்டி'யிடம் பேசியிருக்கிறார். 'ஆன்ட்டி' கணக்கு நோட்டை நீட்டியிருக்கிறார். தேதி வாரியாக, யார் யார் மாணவி பெயரில் என்னென்ன வாங்கினார்கள் என்று தெரிய வந்தது. இப்பொழுது மாணவியின் தாய் கோபிக்கவில்லை. மாறாக, தன் பெண்ணிற்கு இவ்வளவு நண்பர்களா? என்று யோசித்தாராம். மேலும், சாப்பிடத்தானே கேட்டிருக்கிறார்கள் என்கிற மகிழ்ச்சியுடன் பணம் கட்டிவிட்டுச் சென்றாராம்.

இதுபோல் வகுப்பறைக்கு அப்பாற்பட்ட நிறைய விஷயங்களில், பிள்ளைகள் மகிழ்ச்சியை அனுபவித்திருக்கிறார்கள். அவர்கள் கூறும் காரணங்கள் இதுதான். "கே.ஜி. முதல் பன்னிரண்டாம் வகுப்பு வரை ஒன்றாகப் பயணிக்கிறோம். கல்வி சம்பந்தப்பட்ட 'பிக்னிக்' பயணங்களில் அளவு கடந்த மகிழ்ச்சி அடைகிறோம். இரண்டாவது பெற்றோராக இருந்து ஆசிரியர்கள் எங்களை செதுக்கி நல்லதொரு நாட்டின் 'பிரஜை'யாக மாற்றுகிறார்கள். கண்டிப்புகள் கசப்பு மருந்தாக அவ்வப்பொழுது ஏற்பட்டாலும், நாளை நம்மை நேர்மையான, ஒழுக்கமாக வாழக் கற்றுத்தரும் தேன் கலந்த மருந்துதான். எவ்வளவோ பொறுமையுடன், நிதானத்துடன், அன்போடு பேசி அரவணைத்துக்கொள்ளும் மற்றொரு பெற்றோர்தான் அவர்கள்." பள்ளிகள் மூடப்பட்டுள்ள இத்தகைய சூழ்நிலையில், எப்பொழுதுதான் பள்ளி திறக்குமோ என்று காத்திருக்கும் மாணவச் செல்வங்கள் இவற்றையெல்லாம் 'ஆம்' என்றுதான் ஒப்புக்கொள்வார்கள்.

சரஸ்வதி ஸ்ரீநிவாஸன்

வார்த்தைகளில் கவனம்

எவ்வளவு அனுபவங்கள் பெற்றிருந்தாலும், நிறைய படித்திருந்தாலும், வயதில் பெரியவராக இருந்தாலும், வார்த்தைகளால் பிறரைக் காயப்படுத்துவது என்பது வேதனைக்குரிய விஷயம்தான். அதிலும் மாணவப்பருவம் என்பது வளைந்து கொடுக்கக்கூடியது. கடினமான விஷயங்களைக்கூட அன்பு கலந்த பாவனையில் கூறி தவறை சுட்டிக்காட்ட முடியும். இதைத்தான் வள்ளுவர், "கனியிருப்ப காய் கவர்ந்தற்று" என்றார் போலும்! 'நாவினால் சுட்ட வடு' என்பது காலங்கள் கடந்தாலும் மறக்க முடியாதது. இனிமையான சம்பவங்களை நினைத்து அசைபோடுவதன் மூலம் நிகழ்கால பிரச்னைகளை சிறிது நேரத்துக்காவது மறக்கலாம். ஆனால் மனதைப் பாதித்த சம்பவங்களை, நினைத்துப் பார்த்தாலே உள்ளக் குமுறல்தான் அதிகமாகும். விதையிட்ட பயிர், முளைத்து இலை விடுவதற்குள், நிறைய உரத்தைப் போட்டு, தண்ணீரை நிறையக்கொட்டி சீக்கிரம் வளர்ந்துவிடும் என்று நம்பினால் அது எப்படி அறியாமையாகுமோ, அதுபோல்தான் அதிகப்படியான அறிவுரைகளும். அறிவுரை என்கிறபெயரில், சிறிய சிறிய விஷயங்களில் தலையிடுவதும், மட்டம் தட்டிப் பிறரைப் பேசுவதும், நம்மை நாமே தாழ்த்திக்கொள்ளும் செயல்போல் ஆகும். எப்பொழுதும் பிறருக்கு அறிவுரை கூறிக்கொண்டேயிருந்துவிட்டால் நமக்கு மரியாதை கிடைத்து விடாது. நம் சொல்லும் செயலும்தான் முன் உதாரணமாகயிருந்து, நமக்கு மரியாதையைத் தேடித்தரும். சொல்வதற்குக்கூட கூச்சமாக இருக்கும் சில விஷயங்கள், அதிலும் மிகச்சிறிய விஷயங்கள் பிறர் மனதைப் புண்படுத்தக்கூடியவை என்றால், அதை நாம் சிறிது யோசித்துப் பேசியிருக்கலாமே என்று பின்னால் நினைக்கலாம். அதன்பின் விளைவுகளை நாம் பேசும்போது யோசிப்பதில்லை. அப்படியாக, ஒரு சாக்லேட் மிட்டாய் விஷயத்திற்காக

புத்திசாலிப்பெண் ஒருத்தி மனமுடைந்தாள்.

அந்த சுட்டிப்பெண், விளையாட்டு வீராங்கனையும்கூட. துடுக்காகப் பேசுவாள். மிகவும் உதவிபுரிபவள். துடுக்காகப் பேசுவதால், சிலருக்கு அவளைப் பிடிக்கவில்லை போலும்! ஆனால் கள்ளங்கபடமற்ற அவள் பேச்சை புரிந்துகொள்பவர்கள், அவளின் வெகுளித்தனத்தையும் வெகுவாக பாராட்டுவர். அவள் மாநிலப் போட்டிகளிலும் நிறைய பங்கெடுத்து, சாதனைகளை படைத்தாள். ஒரு பிறந்தநாளையொட்டி, வெளியூர் சென்று விளையாடிவிட்டுத் திரும்பியிருந்தாள். பிறந்தநாளுக்காக நேரமின்மை காரணமாக, வரும் வழியில் சிறிய சாக்லேட் மிட்டாய்களை வாங்கி வந்திருக்கிறாள். தேர்வு நேரமாக இருந்ததால் நண்பர்கள் வெவ்வேறு அறையில் அமர்ந்து தேர்வு எழுத நேர்ந்தது. தேர்வுக்கு முன்னால் சந்தித்த நண்பர்களுக்கு மிட்டாய் கொடுத்திருக்கிறாள். தேர்வு முடிந்து வெளிவரும் சமயம் அவளிடம்யாரோ இனிப்புகேட்டிருக்கிறார்கள். அவளோ 'இல்லை' என்று கையசைத்திருக்கிறாள். 'ஒரு சாக்லேட் மிட்டாய்கூட வாங்கித்தர முடியாதா?' என்று கேவலமான தோரணையில் கேட்கவும் அவள் மனம் மிகவும் வேதனை கொண்டிருந்ததாம். அதுவும் பல பிள்ளைகள் எதிரே கேவலமாகக் கேட்டதால், மனம் நொந்து அமைதியாக ஓரிடத்தில் சென்று அமர்ந்தாளாம். அவளை அப்படிக் கேட்டதுகூட வருத்தம் இல்லையாம். பிள்ளைகள் எதிரில், பெற்றோரின் தரத்தை மட்டப்படுத்தியது போன்று உணர்ந்தாளாம். ஆம், பொதுவாகவே பிள்ளைகள் தன்னைப்பற்றி பேசினால் உடன் மறந்துவிடுவார்கள். ஆனால் தாய், தந்தையையோ, குடும்ப உறவுகளையோ மட்டம் தட்டிப் பேசினால் அவர்களால் தாங்கமுடியாது. எத்தனையோ வருடங்கள் கழித்தும், அந்த வார்த்தைகள் மனதை விட்டு அழியவில்லையென்றால், பிஞ்சு மனதில் எத்தனை வருத்தம் இருக்கும்?

வேற்றுமொழியைச்சேர்ந்த அவளை நாடகத்தில், நடிக்கவைத்துப் பார்க்கும்பொழுது அவளின் புத்திசாலித்தனம் வெளிப்பட்டது. மலையாளம் அவள் இனிய தமிழில் கலக்கினாள். சிறப்பு விருந்தினரால் பாராட்டப்பட்டாள். பலரால் பாராட்டப்பட்ட அவள் ஒருசிலரால் புரியப்படவில்லை என்றுதான் நினைக்க வேண்டும். வார்த்தைகளைப் பேசுவதற்குமுன், சிந்தித்து அதுவும் குறைகளாக இருந்தால் தனிப்பட்ட முறையில் பேசலாம். ஆக பிறரைப் பாராட்டும்பொழுது பலர் அறியும்படியும், கண்டிக்கவோ ஏதேனும் கேட்கவோ நினைத்தால் தனிப்பட்ட முறையிலும் அணுகலாம்.

அந்தப்பெண் தன் அணிக்குத் துணை தலைவியாம். ஒருமுறை மாநில அளவில் நடைபெற்ற உயரம் தாண்டுதலில் அவள் காலில் முறிவு ஏற்பட்டுவிட்டதாம். மூன்று மாதங்களுக்கு கால்கட்டுடன், கைத்தடி உதவியுடன் நடக்க வேண்டியிருந்ததாம். கால் சரியான

பிறகும், கொஞ்ச நாட்கள் காலுக்கு ஓய்வு தரவேண்டுமென்று மருத்துவர் சொன்னாராம். பள்ளி இறுதியாண்டு விளையாட்டுப் போட்டிகளைத் தியாகம் செய்ய அவளுக்கு மனம் வரவில்லையாம். எப்படியாவது ஓடிப்பார்க்க வேண்டும் என்று மனம் துடித்ததாம். ஜெயிக்காமல் போனால் பரவாயில்லை, ஓடிப்பார்த்து பயிற்சி எடுக்கலாமே என்று நினைத்து மனத்தெம்புடன் ஓடினாளாம். ஒரு கட்டத்தில் அனைவரும் பின்தங்கிவிட, எப்படியோ எல்லையைக் கடந்தாளாம். முதல் பரிசு என்று அறிவித்ததும், அவள் காதுகளை அவளாலேயே நம்ப முடியவில்லையாம். கனவா, நனவா என்றுகூட நினைத்துப் பார்க்க முடியவில்லையாம். அப்படிப்பட்ட சூழலில் உடன் அவளை ஆதரித்து ஊக்கமளித்து உற்சாகப்படுத்திய ஆசிரியர்கள் மட்டும்தான் கண்முன் தெரிந்தனராம். அப்பாடா, ‘பள்ளியின் இறுதிப்போட்டியிலும் ஜெயித்துவிட்டோம்’ என்கிற எண்ணம் அவள் கண்ணீர் மூலம் வெளிப்பட்டதாம். கேள்விப்பட்டவர்கள் சொல்லும்பொழுதே நமக்கு மெய்சிலிர்த்தது.

பிள்ளைகளின் வெற்றிப்புன்னகை அவர்களின் விருப்பமான செயலைச் செய்யும்பொழுதுதான் வெளிப்படுகிறது. ரொம்பவும் விளையாட்டிலோ, விருப்பமான செயல்களிலோ அதிக கவனம் சென்றுவிட்டால், படிப்பு ஆர்வம் குறையாது. நம் நினைப்புதான் அப்படி. எந்த விளையாட்டில் விருப்பமோ, எந்த செயல் விருப்பமாக இருக்கிறதோ, அதில் முழு அனுமதியும் தந்து படிக்கவும் வேண்டும் என்கிற கோரிக்கையைத் தந்தால் போதும், அவசியம் அவர்கள் முழு கவனத்துடன் ஈடுபடுவார்கள். உடல்நலத்திற்கு கவனம் செலுத்துவதுபோல, மனஉறுதிக்கும் உற்சாகமான கல்வி மேம்பாட்டிற்கும் நாம் நிறைய ஊக்கத்தை தந்துகொண்டேயிருக்க வேண்டும். ‘பெயில்’ அல்லது ‘தோல்வி’யை அடையும் பிள்ளை ஊக்கப்படுத்துவதன் மூலம் தோல்வியிலிருந்து தப்பிக்கிறான். ‘தேர்ச்சி’ எடுக்கும் மாணவன் ஊக்கப்படுத்துவதன் மூலம், முதல் வகுப்பு மதிப்பெண் எடுப்பான். முதல் வகுப்பில் தேர்ச்சி பெறுபவனை ஊக்கப்படுத்துவதன் மூலம், அவனை முழு மதிப்பெண் வாங்க உதவலாம். ஆக, மாணவப் பருவம் என்பது ஊக்கம் தேவைப்படக்கூடிய காலகட்டம். கற்பிப்பவரும், பெற்றோரும் அத்தகைய ஊக்கத்தை அன்புடன் கலந்து ஊட்ட வேண்டும். அதுவே பிள்ளைகள் வாழ்க்கையில் அவர்களை வெற்றிபெறச் செய்யும் மகத்துவ ரகசியங்களாகும்.

இன்றைய காலகட்டத்தில் நிறையவே யோசிக்க வேண்டியுள்ளது. காரணம், மனஅழுத்தம் என்பது பெரியவர்களுக்கான பிரச்னை என்றுதான் நினைத்துக் கொண்டிருந்தோம். சுமார் இருபத்தைந்து ஆண்டுகளுக்கு முன்வரை ‘பிள்ளைகள் மனஅழுத்தம்’ என்பதைப்பற்றி நாம் யோசித்ததும் கிடையாது, நினைத்ததும் கிடையாது. பிரச்னைகளை எதிர்கொள்ளும் விதத்தில், அவர்களுக்கு மனமுதிர்ச்சியும் கிடையாது. ஆனால் இன்றைய

காலகட்டம் மிகவும் சவாலானது. இங்கிலாந்திலுள்ள ஒரு ஆராய்ச்சி மையம் இது குறித்து விளக்கியுள்ளது. இளம் வயதில் மாணவர்கள் மனஉளைச்சலுக்கு ஆளாவதாகவும், அதனால் நாம் அவர்கள் மனநிலையைப் புரிந்துகொள்ள வேண்டும் என்றும் உளவியல் ரீதியாக எதையும் அணுகுதல் அவசியம் எனக் கூறுகிறது.

அதே விளையாட்டு வீராங்கனை தேர்வு வந்தால் எப்படித்தான் படிப்பாளோ தெரியாது. மதிப்பெண் குறையாமல் பார்த்துக்கொள்வாள். திறமைசாலிகள் என்றாலே, பல விமர்சனங்களும் எதிர்கொள்ள நேரிடும். வருடம் முழுவதும் விளையாடிவிட்டு, சந்தோஷமாகப் பொழுதைக் கழிக்கும் அவள் இறுதித்தேர்வில், என்னத்தை சாதிக்கப்போகிறாள் என்றார்களாம் சிலர். அவர்களை ஆச்சரியப்படுத்த நினைத்து கடினமாக உழைத்தாளாம். அவளை ஊக்குவித்த சில ஆசிரியர்களிடம் மனம் விட்டுப் பேசியிருக்கிறாள். சந்தேகங்களைப் போக்கிக்கொண்டு, தன்னம்பிக்கையோடு செயல்பட்டாளாம். பன்னிரண்டாம் வகுப்பில், பள்ளியிலேயே இரண்டாம் மதிப்பெண் பெற்றாளாம். விளையாட்டில் மகுடங்களை வென்ற அவளைப் பலரும் பாராட்டினாராம். ஆனால், அவளுக்குள் மற்றொரு பொறி தட்டியதாம். மதிப்பெண்களை மீண்டும் மீண்டும் கணக்கிட்டுப் பார்த்ததில், மேலும் ஒன்றிரண்டு மதிப்பெண் கிடைக்கலாம் எனத் தோன்றியதாம். குறிப்பிட்ட பாடத்தை மறுகூட்டலுக்கு விண்ணப்பித்தாளாம். அவள் பெற்றோரும் முழு அளவில் ஒத்துழைப்புத் தந்தனராம். ஒரு மதிப்பெண் அவளுக்கு பெரிதில்லையாம், ஆனால் பேசியவர்களுக்கு முதல் மதிப்பெண் எடுத்து பதில் தர நினைத்தாளாம். அவளின் எண்ணம் வீண்போகவில்லை. மறுகூட்டலில் ஒரு மதிப்பெண் கிடைத்துவிட்டதாம். அப்பொழுது முதல் மதிப்பெண் பெற்ற மாணவருடன் சமநிலை அடைந்துவிட்டாளாம். அதாவது, இருவர் முதல் மதிப்பெண் பெற்றதில் நம் வீராங்கனையும் ஒருத்தி. அவளுக்கே தன்னை நம்ப முடியாமல் உடல் புல்லரித்ததாம். இந்த நிகழ்வை நா தழுக்க கூறி முடித்து பெருமூச்சுவிட்டாள்.

ஒரு விதத்தில் பார்த்தால், அவளைக் குறை கூறியவர்கள் வார்த்தைகள் பாதிப்பால் வெறித்தனமாக உழைத்திருக்கிறாள் என்று சொல்லலாம். நல்ல நேரம் அவளின் உறுதியான மனம் அவளுக்குக் கை கொடுத்தது, மனம் நொந்து, அவளின் உறுதியும் பலவீனமாகியிருந்தால், நிகழ்வுகள் மாறுவதற்கு வாய்ப்பு ஏற்பட்டிருக்கும். மனஉறுதி இருந்துவிட்டால், எதையும் சாதிக்கும் துணிவு வந்துவிடும்.

இப்பொழுது இன்றைய காலகட்டத்தில்கூட, சிலர் பிள்ளைகளை ஒவ்வொரு மாதிரி திட்டுவதுண்டு. ''நன்கு படிக்காவிடில், மாடுதான் மேய்க்க வேண்டும்'' என்று பண்டைகாலம் முதல் கேள்விப்படுகிறோம். அன்றைய காலகட்டம் முற்றிலும்

வேறுமாதிரியிருந்தது. கூட்டுக்குடும்பத்தில் யாரேனும் பிள்ளைகளை அரவணைத்துக்கொண்டேயிருந்தார்கள். இப்பொழுதுள்ள காலகட்டத்தில், வீட்டில் ஆளுக்கொரு சாவி வைத்துக்கொள்ள வேண்டிய கட்டாயத்தில் இருக்கிறோம். தாய், தந்தை இருவரும் 'பிஸி'யாக இருப்பதால், பிள்ளைகள் தங்களைத்தானே பார்த்துக்கொள்ள வேண்டிய சூழல்கள் இருக்கலாம், அப்படிப்பட்ட சூழலில், பிள்ளைகள் பொறுப்புணர்ச்சியுடன் நடந்துகொண்டாலும், அவர்கள் மனநிலையை ஆராய்வதும் நம் கடமையாகிறது. எவ்வளவு வேலைப் பளு இருந்தாலும், மனஉளைச்சல் இருந்தாலும் பிள்ளைகளுடன் நேரம் செலவிடுவது மிகமிக முக்கியம். மனம் திறந்து பேசுவதற்கான சுதந்திரத்தை பிள்ளைகளுக்கு அளித்தால்தான் அவர்கள் கருத்துக்களை பயப்படாமல் சொல்ல முன்வருவார்கள். மனம் லேசாவதுடன், பிரச்னைகளுக்கும் சுமுகமான தீர்வு ஏற்படுத்த முடியும்.

பிள்ளைகள் விருப்பமான செயல்களைச் செய்யும்பொழுது, அவர்களால் சாதனைபுரிய முடிகிறது. முதல் மதிப்பெண் எடுத்து, பள்ளியில் சாதனையாளர் விருதுபெற்ற ஒரு மாணவனால், மிகப்பெரிய கல்லூரியில் இடம்பெற முடியவில்லை. சராசரி மதிப்பெண் எடுத்துக்கொண்டிருந்த ஒரு மாணவன், விளையாட்டில் தேசிய அளவில் வெற்றிபெற்று, 'கோட்டா'வில் மிகப்பெரிய கல்லூரியில் இடம் பிடித்தான். எனவே முதல் மதிப்பெண் மட்டுமே வெற்றியின் அடையாளமாகாது. எந்தக் கலைகளில் நாட்டம் உள்ளதோ, அதைக் கற்றுத்தேர்ந்து சாதனை புரியும்பொழுது, படிப்பின் முக்கியத்துவமும் அவனால் உணர முடியும். பிள்ளைகள் மனநிலையை புரிந்துகொண்டு அதில் அவர்களை முன்னேற்றுவதன் மூலம், நிறைய பின்விளைவுகளை தவிர்க்கமுடியும். பிள்ளைகள் வாழ்வும் ஆரோக்கியமாகும்.

எந்தப் பிள்ளையும் நல்ல பிள்ளை

கற்பித்தலுக்கும், நடைமுறைச் செயல்களுக்கும் என்ன தான் சம்பந்தம் இருக்கப்போகிறது, ஏன் சிறுசிறு விஷயங்களுக்குக்கூட பெரிய விளக்கம் தருகிறார்கள் என்று யோசிக்கலாம். கண்டிப்பாக நியாயமான கேள்வியாக இருந்தாலும், அதில் எவ்வளவு விஷயங்கள் தெளியப்படுகின்றன என்று பார்ப்போம். உளவியல் ரீதியாக நோக்கினால், 'சரி'தான் என்பது புலப்படும். ஒரு ஆசிரியை தாய், சில விஷயங்களைத் தன் சக தோழிகளிடம் சொல்லி புலம்பிக் கொண்டிருந்தார். காபி, டீ போன்ற பானங்களுக்குப் பதில் புத்துணர்ச்சி தரும் சூடான பானங்கள் அருந்துவதற்கு சிறு பிள்ளைகள் மிகவும் ஆசைப்படுவார்கள். 'டப்பா'க்களிலும், பாட்டில்களும் அழகாக இருப்பதைப் பார்த்தும், விளம்பரங்களைப் பார்த்தும்கூட அடம் பிடிப்பார்கள். அப்படி வாங்கி வைத்துள்ள 'ஜாடியிலிருந்து' அந்தப் பவுடரை அள்ளி சாப்பிடுவதாகவும், அதனால் வெகு சீக்கிரம் 'காலி'யாவதாகவும் சொல்லிக்கொண்டிருந்தார்கள். அத்தகைய பவுடரில் சர்க்கரை, 'கொகோ', வாசனைப்பொருட்களுடன் 'சாக்லெட்' வாசனையால் பிள்ளைகளுக்கு அது பிடித்துவிடும். அதனால் விரும்பி சாப்பிட்டிருப்பார்கள். நாம் மறைத்து வைக்க முயற்சிசெய்தால், அதை மேலும் எடுத்து சுவைக்கத்தான் தூண்டும். ஓரிரு முறை நாமே சிறிது தந்துவிட்டு, பின் பாலுடன் சாப்பிட்டால் மேலும் சக்தி அதிகரிக்குமே என்று எடுத்துச் சொல்லலாம். கொஞ்சம் முதிர்ச்சியடைந்தவுடன், தானே அனைத்தையும் அறிந்துகொள்வார்கள். மேலும் அதன் பக்கம் போகவே மாட்டார்கள். அறியாத வயதில்தான் அனைத்தையுமே அழகுறப் புரியவைக்க முயற்சிக்க வேண்டும். அதில்தான் நம் பொறுமையும், சொல்லித்தருவதற்கான யுக்தியும் தேவைப்படுகிறது. அதைக் கையாள்வதும் திறமைதான்.

சில நேரங்களில், நம் பொறுமையின்மையும், நேரமின்மையும் உடல் அசதியும்கூட சில அசௌகரியமான விஷயங்களை பிரதிபலிக்கச் செய்யும். யாரிடமும் காட்ட முடியாத கோபத்தை சிலர் பிள்ளைகளிடம் காட்டுவர். ஒரு பழைய மாணவன் தன் மனநிலையில் ஏற்பட்ட சில கசப்பான விஷயங்களைக் கூறினான். அவன் படித்த சமயம், வகுப்பில் அனைவரும் எப்போதும் கும்மாளம் அடிப்பார்களாம். வகுப்பறை அவனுக்கு ஒரு வேறு உலகம்போல் தெரியுமாம். அப்படி நண்பர்களுக்குள் உற்சாகப் பேச்சும், விளையாட்டுமாக இருக்குமாம். குறிப்பிட்ட ஒரு பாடம் வந்துவிட்டால் அனைவரும் இடிந்து உட்கார்ந்து விடுவார்களாம். காரணம், அப்படி ஒரு கெடுபிடியாம். வீட்டுப் பாடம் முடிக்காவிடில் பெஞ்ச் மேல் நிற்க வேண்டுமாம் அல்லது முட்டிப்போட வேண்டுமாம். குறிப்பிட்ட சிலர் தினமும் படிக்காமல் வரவே அவர்களை ஒரு குழு போன்று நினைக்க ஆரம்பித்துவிட்டார்களாம்.

ஒருநாள் ஒரு திறமையானவனும் அதில் மாட்டிக்கொண்டு விட்டானாம். படிக்காத குழுவில் இவனைப் பார்த்த ஆசிரியருக்கும் இவன்மேல் கெட்ட அபிப்ராயம் வந்துவிட்டதாம். குறிப்பிட்ட வகுப்பு முடிந்துவிட்டால் 'ஓ'என்று சப்தமிட்டுக்கொண்டு, எல்லோரும்பழையபடி மாறிவிடுவார்களாம்.ஆனால்நம்குறிப்பிட்ட மாணவன் மனது மட்டும் உறுத்திக்கொண்டேயிருந்ததாம். எப்படி 'தண்டனை'யை எல்லோரும் சுலபமாக எடுத்துக்கொள்கிறார்கள், 'தன்னால் மட்டும் சகஜநிலைக்கு வரமுடியவில்லையே' என்று மனம் குமுறிக்கொண்டிருந்ததாம். ஏதோ, தன்னிடம் ஏதேனும் மனநோய் உள்ளதோ என்றெல்லாம் யோசிக்க ஆரம்பித்து, மௌனத்தைக் கடைப்பிடிக்க ஆரம்பித்துவிட்டானாம்.

ரொம்பவும் கவனத்துடன் பாடங்களைப் படிப்பதுடன், சப்தமிட்டுக் கூச்சலிடுபவர்களின் நட்பிலிருந்து சிறிது சிறிதாக விலக ஆரம்பித்தானாம். ஒரு கட்டத்தில் பத்தாம் வகுப்பை அடைந்தவுடன், கூச்சலிடும் அனைவருமே அமைதியாக ஆரம்பத்திலிருந்து படிப்பில் கவனம் செலுத்த ஆரம்பித்தனராம். பாடப்பகுதி அதிகமாகவும், அரசுத்தேர்வு நடைபெறும் ஆண்டு என்பதால் சப்தம் போட நேரமேயில்லையாம். அதுவரை நம் திறமைசாலியை "அவனுக்கு மட்டும்தான் ரோஷமா? நம் எல்லோரையும்தானே ஆசிரியர் திட்டினார், அவன் மட்டும் ஏன் ஒதுங்க ஆரம்பித்தான்?" என்று புறம்பேசியவர்கள், அவனுடன் நட்புடன் வீட்டுப் பாடங்களை பகிர ஆரம்பித்தனராம். பத்தாம் வகுப்பில் சிறந்த மாணவனுக்கான விருது அவனுக்குக் கிடைக்கப் பெற்றதாம். எந்த ஆசிரியரால், படிக்காத பிள்ளைகள் குழுவில் இணைக்கப்பட்டானோ, அதே ஆசிரியர் வகுப்பாசிரியராக இருந்து அவனுக்கு விருதைத் தேடித் தந்திருக்கிறார்.

இந்நிகழ்வுக்குப் பின்தான், அவன் அபிப்ராயங்கள் மாற

ஆரம்பித்ததாம். ஆசிரியர் அவர்களை மட்டம் தட்டுவதற்காக அப்படியெல்லாம் செய்யவில்லை. ஏதாவது தண்டனை கொடுத்தால், பிறகாவது பாடங்களை செய்து வருவார்கள் என்றுதான் அவர்கள் எண்ணமாக இருந்திருக்கிறது. "நாம் ஏன் இவ்வளவு தப்பாகப் புரிந்துகொண்டு, மனஉளைச்சலில் இருந்திருக்கிறோம், அதே ஆசிரியர் என்னை சிறந்த மாணவனுக்கான விருதுக்கு பரிந்துரைத்திருக்கிறாரே! அவர் மனதில் என்னைப்பற்றி தவறான கருத்து இருந்தால் இப்படி செய்வாரா? என் மனம்தான் தப்பான எண்ணங்களை காட்டியிருக்கிறது?"

தனக்குத்தானே நியாயம் பேசிக்கொண்டானாம். இதெல்லாமும் பல வருடங்களுக்கு முன்புதான் நடைபெற்ற நிகழ்வுகள். இப்பொழுதெல்லாம் இதுபோன்ற சம்பவங்களே நடைபெறுவதில்லை. பிள்ளைகள் பலவிதமான சூழல்களிலிருந்து வந்து சேருகின்றனர். ஒரு தாயும், தந்தையும் கொஞ்சம் சப்தமாகப் பேசினால்கூட, குழந்தை 'சண்டை' என நினைத்துக்கொள்கிறது. ஒதுங்கிப்போய் ஓரமாக அமர்ந்துகொள்கிறது. முன்பு பெற்றோர் கோபித்தால், தாத்தா, பாட்டியிடம் சரணடையும். இப்பொழுது கூட்டுக்குடும்பங்களும் ரொம்ப கிடையாது.

பள்ளியில் வீட்டுப்பாடம், படிப்பு சுமை, வீட்டிலும் பெற்றோருக்கு நேரமில்லையெனில் குழந்தை மனச்சோர்வுக்கு ஆளாகிறது. மனப்பயத்தைப் போக்கிக்கொள்ள வேண்டுமென்றால், பிள்ளைகள் மனம் திறந்து பேசுவதை அதிகம் கேட்க வேண்டும். மனதிலுள்ளதைச் சொல்லுவதற்கான தைரியத்தையும், சுதந்திரத்தையும் முழுமையாகத் தரவேண்டும். பெற்றோர்கள் தினசரி அதற்கென நேரம் ஒதுக்கலாம். மனதிலுள்ள பாரம் இறங்கிவிட்டாலே அவர்கள் புத்துணர்ச்சி அடைந்துவிடுவார்கள். சிலர் அனைத்துப் பாடங்களுக்கும் 'டியூஷன்' ஏற்பாடு செய்துவிட்டு, 'அப்பாடா' என்று நினைப்பார்கள். பிள்ளைகள் பணம் செலவு செய்து டியூஷனுக்குப் போனால் மட்டும் திருப்தியடைவதில்லை. அவன் மனம் வேறு எதையோ தேடுகிறது, எதற்காகவோ ஏங்குகிறது. அதை அவன் மனதிலிருந்து அகற்ற வேண்டுமானால், முழு மனதுடன் வாய்விட்டு அனைத்தையும் சொல்லிச்சொல்லி பொறுமையுடன் கேட்டு, ஆறுதல் தரும் விதத்தில் நம் பதில் அமைந்துவிட்டால், அவன் என்றும் தடம் மாறமாட்டான்.

மனம் விட்டுப் பேசினாலே நோய் விட்டுப்போகும் என்றுகூட சொல்லலாம். அந்தந்த வயதில் ஏற்படும் பருவ மாற்றங்களுக்கு ஏற்றவாறு செயல்படுதலிலும் மாறுதல்கள் ஏற்படுவது இயற்கைதான். இந்தப் புரிதல் இருந்தாலே, நமக்குப் பல விஷயங்கள் புலப்படும். மாணவனோ, ஒரு மாணவியோ சக மாணவ, மாணவியிடம் நட்புடன் பழகினால் அதற்குத் தப்பான அபிப்ராயங்களைக் கொள்ளாமல், பெருந்தன்மையுடன் நடந்துகொள்ளும்போது பிரச்னைகள் எழுவதே கிடையாது. இருபாலர் படிக்கும் பள்ளிகளில்,

ஒருவருக்கொருவர் விட்டுக்கொடுத்து நிகழ்வுகளில் சிறப்பாகப் பங்கேற்பதைக் கண்கூடாகப் பார்க்கலாம். ஒரு மாணவன் அணித்தலைவனாக இருந்தால், மாணவி துணைத்தலைவியாகத் தேர்ந்தெடுக்கப்படுகிறார். இருவரும் அவரவர் பங்கைச் சிறப்புறச் செய்வதற்கு முனைகிறார்கள். என் பணி - உன் பணி என்றில்லாமல் முழு அணிக்காகப் பாடுபடுகிறார்கள். இதுதான் நடைமுறையில் பார்க்கும் யதார்த்தம். எந்த ஒரு மாணவனையும், மாணவியையும் பள்ளியின் மறக்கமுடியாத நிகழ்வுகள் பற்றி கேட்கும்பொழுதெல்லாம் அவர்கள் சொல்வது இதுதான். “பள்ளி இறுதியாண்டு பிரிவுபசாரம் மறக்க முடியாதவொன்று. தினமும் காலையில் நடைபெறும் கூட்டுப்பிரார்த்தனை, அதிலும் நோயுற்றவர்க்கும், துன்பத்தில் உள்ளவர்களுக்கும் வேண்டும் சிறப்புப் பிரார்த்தனை, பள்ளி விழாக்கள்தான்” என்பார்கள்.

பிறருக்காக வேண்டுவது என்பது பள்ளியிலேயே அவர்களால், விருப்பத்துடன் கற்றுக்கொள்ளும் செய்தியாகிவிடுகிறது. பங்கிட்டு உணவு சாப்பிடுதல் மூலம் கொடுக்கும் மனதைப் பெற்று விடுகிறார்கள். ‘மார்ச்’, ‘ஏப்ரல்’ போன்ற வெயில் சமயங்களில் வழிபாடு நடைபெறும்போது, மைதானத்தில் சில பிள்ளைகள் மயங்குவதுண்டு. காலை உணவைப் புறக்கணித்துவிட்டு வரும் சில பிள்ளைகள், காலை வெயிலையே தாங்க முடியாமல் தவிப்பார்கள். அப்பொழுதெல்லாம், ஆசிரியர்கள் அவர்களை அணைத்து, தாயாகச் செயல்படுவதுண்டு. அதுபோல் பிள்ளைகள் வாயாலேயே, ஆசிரியர் இரண்டாவது பெற்றோராக சொல்லப்படுவதும் உண்டு. சிறிய வகுப்புப் பிள்ளைகள் சிலர் சாப்பாட்டு நேரத்தில், உணவை சுவைத்தால் விளையாடும் நேரம் குறைந்துவிடுமே என்று நினைத்து, அப்படியே மூடிவைத்துவிட்டு விளையாடச் செல்வார்கள். இதை கவனிக்கும் நண்பர் கூட்டம், ஓடிவந்து ஆசிரியரிடம் முறையிடும். சாப்பிடாத பிள்ளைகளை ஆசிரியர்கள், தங்களுடன் அமரச்செய்து முழுவதையும் சாப்பிடச் செய்வர். வேலை இருந்தால்கூட ‘காலி டப்பாவை’ காட்டியபின்தான் விளையாட அனுப்புவர். இது ஒரு கண்டிப்புபோல் தோன்றினாலும், நம் குழந்தையைச் சாப்பிட வைத்துவிட்டோம் என்கிற மனதிருப்தி ஏற்படும். இதற்காக பெரும்பாலான வகுப்புகளில், இடைவேளை என்றிருந்தாலும், ஆசிரியர்கள் வெளியே வராமல் அவரவர் வகுப்புகளில் அமர்ந்துகொண்டு, பிள்ளைகளுடன் சாப்பிடுவதுண்டு. பிள்ளைகளுடன் உரையாடிக்கொண்டு சாப்பிடும்பொழுது இடைவெளி அகன்று நெருக்கம் அதிகமாவதுடன், அவர்கள் மனதிலுள்ள சில விஷயங்களையும் பயப்படாமல் பகிர்ந்து கொள்வார்கள். இப்படியாக ஒவ்வொரு விஷயத்திலும் எவ்வளவு தூரம் பிள்ளைகளுக்கு உதவ முடியுமோ அந்தந்த விதத்திலெல்லாம் உதவ முயற்சிப்பர். அப்படியாக, ஒரு பெண் தன் தாய் மட்டும் சம்பாதித்து தன்னைக் காப்பாற்றி வருவதாகக் கூறினாள். சிறுவயது,

படித்த அழகான தாய். அன்பான பல உறவுகள் உடன் இருந்தும் அந்த சிறுமியின் மனம் எதைச் சொல்ல வருகிறது என்றால் அதை நம்மால் நன்கு யூகிக்கமுடியும், புரிந்துகொள்ள முடியும். சக ஆசிரியர்களிடம் இனி இதுபற்றி அதிகம் பேச வேண்டாமெனவும், நம்மால் முடிந்த ஒத்துழைப்பைத் தந்து அவளை உயர்த்தவும் நினைத்தோம். இதுதானே மனிதத்துவம் என்பது. பிறருக்கு நாம் உதவுகிறோமோ என்பதுகூட முக்கியமில்லை. பிறர் பெயருக்கு களங்கம் ஏற்படாமல் பார்த்துக்கொள்வதும், மனம் நோகாமல் கவனித்துக்கொள்வதும்தான் முதல் நோக்கம் எனலாம்.

மிகவும் புத்திசாலியான ஒரு பையன். சில மாதங்களாக அவன் நடவடிக்கைகளில் மாற்றம் தெரிந்தன. நோட்டு புத்தகங்கள் எதுவும் சரிவர எடுத்து வருவதேயில்லை.ஒரே நோட்டை பலபாடங்களுக்கும் வெவ்வெறு பகுதிகளாக பிரித்து காட்டிக்கொண்டிருந்தான். ஏமாற்றும் விதத்தில் நடந்துகொண்டதால், ஒவ்வொரு வகுப்பிலும் வெளியே நிற்க வேண்டிய நிலை அவனுக்கு ஏற்பட்டது. நாள் முழுவதும் வெளியே நடைபெறும் சம்பவங்களையும், வந்து போகிறவர்களை யும் பார்த்துக்கொண்டிருப்பான். ஆனால் உள்ளே ஆசிரியர் நடத்தும் அனைத்துப் பாடங்களும் அவனுக்கு அப்படியே அத்துபடி. அப்படியானால் எவ்வளவு புத்திசாலி பாருங்கள்! மதியம் வகுப்பறையில் அமர்ந்து சாப்பிடும்பொழுதுதான் அவன் மனம் திறந்து பேசியிருக்கிறான். அவன் அம்மா சில மாதங்களாக வெளிநாட்டில் இருக்கிறார்களாம். அப்பா இவன் பள்ளிக்குக் கிளம்பும் சமயம்தான் படுக்கையிலிருந்து எழுவாரம். இரவு அவன் தூங்கியபிறகுதான் வீடு திரும்புவாராம். வீட்டில் உள்ள உறவினர் அவனுக்குச் சாப்பாடு தருகிறார்களாம். இதுநாள்வரை அவனைப் பள்ளிக்குத் தயார்படுத்தி, வேண்டியதை சமைத்துத் தந்து அரவணைத்து வந்த அம்மாவின் பிரிவுதான் அவனை விரக்தியில் ஆழ்த்தியுள்ளது என்பது புரிந்தது. தந்தையும் உத்தியோகத்தை முன்னிறுத்தியிருந்ததால் அவனுக்கு பெற்றோர் பாசம் முழுமையாகக் கிடைக்கவில்லை. என்றோ விடுமுறை நாட்களில் தந்தையுடன் பேசும் சந்தர்ப்பம் கிடைத்திருக்கிறது. ஆக அவன் மனம் சாப்பாட்டிற்காக ஏங்கவில்லை. பாசத்திற்கும், அரவணைப்பிற்கும் ஏங்கியதால், மனவிருப்பமின்றி பாடங்களில் கவனக்குறைவு ஏற்பட்டிருந்தது. அவன் வீட்டிலுள்ளவர்களை வரச்சொல்லி அனைத்தையும் விளக்கினோம். நாங்களும் அவனைப் புரிந்துகொண்டு, வேண்டியதை உதவினோம். பழையபடி தினசரி பாடங்களை ஆசையுடன் செய்ய ஆரம்பித்தான். மேலோட்டமாக எதையும் முடிவெடுக்காமல் காரணத்தைக் கண்டுபிடித்து எண்ணங்களுக்கு முக்கியத்துவம் தருதல் அவசியம்.

எந்தப் பிள்ளையும் மண்ணில் பிறக்கையில் தீயவனாகவோ, கெட்டவனாகவோ பிறப்பதில்லை.இடையில் அவன் செய்கைகளில் மாற்றம் ஏற்படுகிறதென்றால் அதன் பின்புலத்தை ஆராய்தல்தான்

அவசியம். அதற்கேற்ற உளவியல் ரீதியான தீர்வுகளை வழங்குவதுதான் நம் கடமை. அதை நாம் செய்யாமல் இகழ்வதும், பலர் எதிரில் விமர்சனங்களை வைப்பதும் நாகர்இகமாகாது. அதைப் புரிந்து வழிநடத்துபவர்கள்தான் சிறந்த ‘கற்பிப்பவர்’ என்னும் ‘குரு.’

ஆறுதல் வார்த்தைகள் ஆனந்தம்

பெற்றோரோ, ஆசிரியரோ, பிள்ளைகளோ யாராக இருந்தாலும், அந்தந்த வயதில் மனதில் சில கேள்விகள் அல்லது சந்தேகங்கள் ஏற்பட வாய்ப்புண்டு. நிறைய விஷயங்களை வெளிப்படையில் பேச முடியும். ஒருசில விஷயங்கள் வெளிப்படையாகப் பேசமுடியாமல், பிறரிடம் தெளிவு கேட்க முடியாமல் மனதில் இருக்கலாம். கேட்கவே கூச்சமாக இருக்கும் விஷயங்கள், வேறு சந்தர்ப்பத்திலோ, யாரேனும் அவர்களுக்குள் உரையாடும் பொழுதோ வெளிப்படும். அப்பொழுது நம் மனதிலுள்ள கேள்விக்கும் விடை கிடைத்துவிடும். உதாரணமாக, ஒருவர் கலைநிகழ்ச்சியில் திடீரென போடப்படும் பாடல்களுக்கு ஏற்றவாறு நடனமாடுகிறார் என்று கொள்வோம். நாட்டுப்புறப் பாடலோ, மேற்கத்திய பாடலோ, பரத நாட்டியமோ, பாடலை மாற்ற மாற்ற நடனத்தை எப்படியெல்லாம் அதற்கேற்றபடி அசத்துகிறார். ஒருக்கால் முன்பே இதற்கெல்லாம் பயிற்சி எடுத்திருக்கிறாரோ என்று மனதில் யோசிக்கத் தோன்றும். ஆனால் அவர்கள் பலவற்றிலும் திறமைசாலியாக இருந்தால், சந்தர்ப்பத்திற்கேற்றவாறு தங்கள் திறமையைக் காட்ட இயலும். அதுதான் உண்மை. இதற்காகவே பள்ளிப் போட்டிகளில், கலை நிகழ்ச்சிகளில் சில வகையான திடீர் நிகழ்வுகள் உண்டு. முதல் சுற்றில் பேச்சுப் போட்டியில் வென்று விட்டார்களென்றால், அடுத்த சுற்றிற்கு சில நிமிடங்கள் மட்டும் நேரம் அறிவித்து, புதிய தலைப்புகள் தருவார்கள். என்ன தலைப்பு வரும் என்பது பிள்ளைகளுக்குத் தெரியாது. எப்படித் தயார் செய்து கொள்வார்கள் என்பது நம் மனக் கேள்வியாகும். பிள்ளைகள் ஒருசில மேற்கோள்களையும், முக்கிய நிகழ்வுகளையும் அறிந்து வைத்திருப்பார்கள். அவற்றைக் கொண்டு தலைப்புக் கேற்றவாறு கொடுக்கும் நேரத்தில் தன்னை தயார்படுத்திக்கொள்வார்கள். இதில்தான் அவர்களின் திறமை

பளிச்சிடும். வேறு கலை நிகழ்ச்சிகளிலும் திடீரென போட்டிகள் நடைபெறுவதுண்டு.

இரு பிள்ளைகள் தங்களுக்குள் பேசிக்கொண்டதை ஒரு ஆசிரியை எதேச்சையாகக் கேட்க நேர்ந்தது. "இந்த டீச்சர்ளெலாம் நாம் கேட்கும் பொழுது ஏன்தான் 'பாத்ரூம்' அனுப்ப மாட்டேங்கறாங்கடா?" என்றான் ஒருவன். "ஆமாம் எனக்கும் அதான் புரிய மாட்டேங்கறதுடா" என்றான் மற்றொருவன். ஆசிரியை பிள்ளைகள் பேசுவதில் தலையிட வேண்டாம் என நினைத்து புத்தகங்களைத் திருத்திக் கொண்டிருந்தார். எல்லோரும் விளையாடச் சென்றுவிடவும், இவ்விருவர் மட்டும் உடல்நலமில்லாமல் இருந்ததால், வகுப்பிலேயே அமர்ந்து பேசிக் கொண்டும், ஏதோ வரைந்து கொண்டும் இருந்தனர். அந்த சமயத்தில் வேறு சில பிள்ளைகள் ஒரு விஷயத்தை சொல்லிக் கொண்டே இரைக்க இரைக்க வகுப்பறைக்குள் ஓடிவந்தனர். "மிஸ், மிஸ் ராமுவும், சோமுவும் கால்வலி என்று பொய்சொல்லி விட்டு மைதானத்திலிருந்து தப்பி ரெஸ்ட் ரூம் பக்கம் சென்று பேப்பர்பந்து விளையாடுகிறார்கள் மிஸ்" என்றனர். ஆசிரியர் சொன்னார் "எப்படியெல்லாம் பொய் சொன்னால் வகுப்பிலிருந்து தப்பிக்க முடியுமோ, அப்படியெல்லாம் சொல்லி உங்கள் இஷ்டம் போல் விளையாடுகிறீர்கள். கட்டுப்பாட்டுடன் அனைத்தும் இருக்க வேண்டும் என்பதற்காகத்தானே இடைவேளை சாப்பாட்டு நேரம் என்றெல்லாம் நேரம் ஒதுக்கியுள்ளனர். அப்படியிருந்தும் நீங்கள் 'ரெஸ்ட் ரூம்' என்று சொல்லி, பேப்பர் பந்து விளையாடுகிறீர்கள். வேறு ஏதேனும் குறும்புத் தனம் செய்கிறீர்கள்? இதெல்லாம் தப்பு இல்லையா?" என்றார்.

இதுபற்றி சிறிது நேரம் முன்பு பேசிக்கொண்டிருந்த மாணவர்களுக்கு 'பளார்' என்று அடிவிழுந்தது போல் இருந்தது. அவர்களுக்குள் இருந்த சந்தேகம் தீர்ந்தது. ஓ! அதனால்தான் கேட்கும்பொழுதெல்லாம் நம்மை அனுமதிப்பதில்லையா? நம்மைப்பற்றி அவர்கள் நிறையவே தெரிந்து வைத்திருக்கிறார்கள் என்று சொல்லிக்கொண்டனராம்! சில பிள்ளைகள் உண்மையிலேயே அடிக்கடி 'பாத்ரூம்' போக நினைப்பார்கள். அவர்கள் வந்து கேட்கும் விதத்தைப் பார்த்தாலே நமக்கு புரிந்து விடும். சில பிள்ளைகளிடம் அதிர்ந்து பேசினாலே, பயத்தில் 'யூரின்' போய்விடுவார்கள். ஆசிரியர்களும் அவர்களை நன்கு புரிந்து வைத்திருப்பார்கள். ஆசிரியரும் ஒரு தாயாகவோ, தந்தையாகவோ இருக்கலாம்.

ஆனால் பிள்ளைகளுக்கு ஏற்படும் இயற்கை உபாதைகளை கண்டிப்பாக புரிந்துதான் செயல்படுவார். ஆனால் ஏதேனும் தேர்வு அல்லது கடினபாடமாக இருந்தால், அதிலிருந்து தப்பிக்க ஏதேனும் காரனம் தேடுவர். அப்படியான ஒரு பையன் வகுப்புத் தேர்விலிருந்து தப்புவதற்காக முயற்சி எடுத்திருக்கிறான்.

கற்பித்தல் என்னும் கலை

ஆரிரியர் சொன்னார் “சரி நீ இப்பொழுது பின்னால் இருக்கும் ‘பெஞ்ச்’-ல் படுத்து ஓய்வு எடு. நாளைக்கு உனக்கு மட்டும் எளிய தேர்வு நடத்துகிறேன்” என்றாராம். அவனுக்கு உடல் வியர்க்க ஆரம்பித்ததாம். எப்படியிருந்தாலும் தேர்வு எழுதுவதிலிருந்து ஆசிரியர் விலக்கு அளிக்கப்போவதில்லை என்று தெரிந்து விட்டதாம். மனதை மாற்றிக் கொண்டு “மிஸ் எனக்கு வியர்க்கிறது, ஜுரம் நின்றுவிட்டது. நான் இப்பொழுதே தெரிந்ததை எழுதி விடுகிறேன்” என்றானாம். மறுநாள் தனியாகத் தேர்வு எழுதினால் மாலை வீட்டிற்குப் போக லேட்டாகும் என்று புரிந்துகொண்டு எல்லோருடனும் அப்பொழுதே எழுதிவிட்டான். அவன் ஏன் இப்படியெல்லாம் செய்கிறான் என்று யோசித்தால், அவனின் பயம்தான் அனைத்திற்கும் காரணம். குறைந்த மதிப்பெண் எடுத்தால் வீட்டில் திட்டுவார்கள் என்று ஒரு பயம். மற்றொன்று மற்ற மாணவர்கள் எதிரில் குறைந்த மதிப்பெண்ணால் ஏற்படும் அவமானம். இந்த மன ஓட்டத்தை அவனுக்கு ஆலோசனைகள் மூலம் மாற்றிவிட்டால், அவனுள் ஏற்பட்டிருக்கும் தாழ்வு மனப்பான்மை முற்றிலும் மாறிவிடும். ஒரு சிறிய தேர்வு அவன் எதிர்காலத்தையோ அவன் கல்வித்தரத்தையோ மாற்றிவிட முடியாது. ‘பூஜ்யம்’ வாங்கினால் என்ன, வகுப்புத் தேர்வுதானே, கவலைப்படாதே,‘தேர்வு எழுதுவது என்பது நம்மை நாம் சோதித்துக் கொள்ளும் முயற்சி என்று நினைத்துக்கொள் என்று கூறலாம். இந்த முறை இல்லாவிட்டால் என்ன? அடுத்த முறை நன்கு படித்துக் கொள். புரியா விடில் படிக்கப்படிக்க புரிந்துவிடும். அல்லது சிறப்புப் பயிற்சி தேவையெனில் உதவுகிறேன்’ என்றெல்லாம் கூறிப் பாருங்கள் எந்த வித தவறும் செய்யமாட்டார்கள்.

ஒரு பெண் பள்ளியில் நடக்கும் அனைத்துப் போட்டிகளிலும் கலந்து கொள்வாள். எல்லாவற்றிலும் ஏதேனும் ஒரு பரிசு பெறுவாள். கடினமாக உழைப்பாள். தைரியமாக மேடையில் பேசுவாள். அதனால் அவள் எதிர்பார்ப்பும் நியாயமாக இருக்கும். அவளின் குறை ஒரு தடவைகூட முதல்பரிசு பெற முடியவில்லையே என்பதுதான். அவள் நினைத்தாள் ‘முதல் பரிசு பெறும் மாணவனுக்கு முன்னுரிமை தரப்படுகிறதோ, அவனுக்கு யாரோ வேண்டியவர்கள் இவளைவிட தரமாக தயாரித்துத் தருகிறார்களோ, சிபாரிசோ!’ பிள்ளைகள் தானே! இப்படியெல்லாம் அவர்களுக்குள் பேசிக் கொள்வதும் சகஜம்தான். பதினொன்றாம் வகுப்பு வந்தவுடன் எதிலும் சேரப்போவதில்லை என்றெல்லாம் புலம்ப ஆரம்பித்தாள். நாங்களும் அவளை மேலும் ஊக்குவித்து, “முதல் பரிசு மட்டும் முக்கியமில்லை, நீ என்ன படித்து வைத்திருக்கிறாயோ, அதை தவறில்லாமல் மேடையில் பேசுவதுதான் முக்கியம். மேலும் எழுத்துக்களின் உச்சரிப்புக்கு ஏற்றவாறு நிறுத்திப் பசேி, கருத்துக்களை தெளிவாக முன்வை. வேகமாக ஒப்புவித்து வருவதைவிட, தெளிவுபடுத்திப் பேசுவது

சரஸ்வதி ஸ்ரீநிவாசன்

மேலும் மதிப்பை ஏற்படுத்தும்" என்று அவளுக்குப் புரியவைத்து அனுப்பினோம்.

எப்பொழுதும் முதல் பரிசைப் பெறும் சிறுவன் அந்த வருடம் எதிலும் பங்கேற்கவில்லையாம். காரணம் அரசுத் தேர்வுக்குத் தயார் செய்து கொண்டு மற்ற விஷயங்களில் அவனால் கவனம் செலுத்த முடியவில்லையாம். இந்தப் பெண் சுமார் ஒன்று அல்லது எட்டுப் போட்டிகளில் சேர்ந்து அனைத்திலும் முதல் பரிசாம். துள்ளிக் குதித்து கத்திக்கொண்டே ஓடிவந்தாள். அப்போது சொன்னாள்- "நல்லவேளை, நான் ஒதுங்க நினைத்ததை நீங்கள் எல்லோரும் சேர்ந்து ஊக்கப்படுத்தினீர்கள். இந்த அனைத்து வெற்றியையும் உங்களுக்குச் சமர்ப்பிக்கிறேன்" என்றாள். அந்த நாள் வரை தான் ஏதேனும் தவறாக உச்சரித்திருக்க வேண்டும். அதனால்தான் இரண்டாம் பரிசு கிடைத்ததாகவும், நாங்கள் கூறிய அறிவுரையால் தன்னைத் திருத்திக்கொண்டுவிட்டதாகவும் கூறினாள்.

அதே போல் ஒரு சுறுசுறுப்பான சிறுவன் மிகவும் திறமைசாலி. அழகாகப் பேசக் கூடியவன். எவ்வளவோ பட்டிமன்றங்களில் திறம்பட பேசியும் 'தனக்குச் சிறந்த பேச்சாளர் விருது கிடைக்கவில்லையே!' என்று ஆதங்கப்பட்டான். பேச்சாளர் விருது வாங்கும் பையன் பெயரைச் சொல்லி 'அவனுக்குத்தான் விருது சொந்தம்' என்றான். அவனுக்கு சில விஷயங்களைப் புரிய வைத்தோம். "எப்பொழுதும் விருது பெறும்பையன் பன்னிரண்டாம் வகுப்புப் படிக்கிறான். நீயோ ஒன்பதாம் வகுப்புதான் படிக்கிறாய். இப்பொழுதே நீ சிறப்பாக செய்கிறாய். பன்னிரண்டாம் வகுப்பு வரும் பொழுது நீ அவனைவிட சாதிப்பாய், பார் !" என்று ஆறுதல் அளித்தோம். ஒருவிதத்தில் அது சரியும்கூட. பொதுவாகப் போட்டிகள் ஆறு முதல் எட்டாம் வகுப்பு வரை, ஒன்பது முதல் பன்னிரண்டாம் வகுப்பு வரை என்ற பிரிவுகளில் நடக்கும். ஆறு முதல் எட்டுவரை உள்ள பிரிவில் எட்டாம் வகுப்பு மாணவர்களின் திறன் அதிகமாக இருக்கும். அதே போல், ஒன்பது முதல் பன்னிரண்டு பிரிவில் ஒன்பதாம் வகுப்பு மாணவர்கள் வளர்ச்சி, பன்னிரண்டாம் வகுப்பு மாணவர்களை விட குறைவு. அதனால் பன்னிரண்டாம் வகுப்பு பிள்ளைகள் எளிதில் வென்று விடுவார்கள்.

அந்த வருடமும் அனைத்துப்பள்ளிகளுக்கான 'பட்டிமன்றம்' நடந்தது. வெவ்வேறு பள்ளி அணிகள் சேர்ந்து மொத்தமாக இரு அணிகளாயிற்று. 'நட்பில்-உறவில்' என்று இரு அணிகளும் வாதிட்டனர். ஒரு பக்கம் எப்பொழுதும் விருது பெறும் பையன் தலைவனாகவும், மறுபுறம் நம்மிடம் புலம்பிய ஒன்பதாம் வகுப்பு மாணவன் தலைவனாகவும் இருந்தனர். பரிசு பெறும் பையன் மிகவும் தன்னம்பிக்கையுடன் அடித்துப் பேசினான். ஒன்பதாம் வகுப்புப் பையன் எதிர் அணியிலிருந்து சாதகமான விஷயங்களை குறித்துக் கொண்டான். இறுதிச்சுற்றுப் பேச்சில் ஒன்பதாம் வகுப்பு

மாணவன் எதிரணியின் பேச்சுக்களையே தங்கள் அணிக்கு சாதகமாக வாதிட்டான். அது தயார்படுத்திக்கொண்டு வந்த விஷயமில்லை. மேடையில் பேசும் போது தற்செயலாக அவர்கள் செய்த பிழை சிறுவன் அணிக்கு மிகவும் சாதகமாயிற்று.

சிறுவனின் பேச்சு அழுத்தம் திருத்தமாக இருந்தது. அவன் கூறிய எதிர்க்கட்சியினரின் சில தவறான வார்த்தைகளை உதாரணங்களுடன், சினிமா காட்சிகளுடனும் அழகாக எடுத்துரைத்தான். இதுவரை யாருக்கும் கிடைத்திராத கைதட்டுகளும் பாராட்டுக்களும் அவனுக்குக் குவிந்தன. எதிர்கட்சி தலைவன் அரசுத்தேர்வுக்கு படித்துக்கொண்டிருந்ததால் முழு கவனம் தராமல், ஏதோ மனக் குழப்பத்தில் பேசிவிட்டான் போலும்! சிறுவன் ஆசை நிறைவேறி அவன் பக்கம் வெற்றிக் கொடி நாட்டியது. அது மட்டுமா? நடுவர் அவன் பெயரைச் சொல்லி தனிப்பட்ட முறையில் வாழ்த்துவதோடு, மிகச் சிறந்த பட்டிமன்றப் பேச்சாளராக அறிவித்தார். அவனுக்கே தன்னைப்பற்றி பெருமையாகத் தோன்றியது. அந்த ஆண்டு முதல் பன்னிரண்டாம் வகுப்புவரை தன்பெயரைத் தக்கவைத்துக் கொண்டான். அவனின் அங்கலாய்ப்புக்கு அவனே விடை தேடிக் கொண்டான்.

படித்து சாதிப்பது ஒரு வகை. புத்திசாலித் தனத்தால் அறிவுப் பூர்வமாகசெயல்படுவது மற்றொருவகை. அந்த சிறுவன் இரண்டாம் வகையாக இருக்கலாம். பெரிய கல்லூரிகளில் இடம் பிடிக்க, மற்றும் வெளிநாடுகளில் படிக்கச் செல்ல போன்றவற்றிற்கெல்லாம் நிறைய நுழைவுத் தேர்வுகள் துறைக்கேற்றவாறு இருக்கும். அதற்காகத் தனி வகுப்புகளும் நடைபெறும். சிலர் அந்த வகுப்புகள் மூலம் படித்து போதிய அனுபவம் பெறுவர். சமயங்களில் எந்த வகுப்பிற்கும் போகாதவர், சென்றவர்களை விட அதிக மதிப்பெண் பெறுவதுண்டு. இதைப்பற்றிக் கூட சிலர் பேசுவதுண்டு. “நிறைய பணம் செலவழித்து என் பையனைச் சிறப்பு வகுப்பிற்கெல்லாம் அனுப்பினேன். அவனுக்குச் சுமாரான கல்லூரிதான் கிடைத்தது. வகுப்பில் சரிவரப் படிக்காதவனுக்கு மிகப் பெரிய கல்லூரியில் இடம் கிடைத்துள்ளது. எல்லாம் ‘லக்’ தான்” என்பார்கள். ஆனால் இது முழுவதும் புத்திசாலித் தனத்திற்குக் கிடைக்கும் வெகுமதி என்றுதான் சொல்ல வேண்டும். முகம் தெரியாதவர்களில் ஒருவர் வெகுமதி பெற மற்றொருவர் சுமார் மதிப்பெண் பெறுகிறார் என்பது அவரின் அறிவுத் திறனைப் பொறுத்துதான். நான் முன்பே சொன்னபடி ஏட்டுப்படிப்பு மட்டும் போதாது. ஏனைய படிப்பும், புத்தித் திறனை மேம்படுத்தும் திறமையும் முக்கியம்.

பேசுவதற்கு எளிமையாக இருந்தாலும், அதன் உண்மைத்தன்மையை அலசி ஆராய்ந்துதான் கருத்தை முடிவு செய்ய வேண்டும். அதிலும் சில சமயங்களில் பிள்ளைகள் கருத்துக்களை பெரியவர்கள் அப்படியே எடுத்துக்கொள்ளக்

கூடாது. பெற்றோர்கள் மிகவும் கண்டிப்பாக இருக்கும் பட்சத்தில், அவர்கள் தரும் தண்டனையிலிருந்து தப்பிப்பதற்காக சில நேரங்களில் தன்பக்க நியாயத்தை எடுத்துக் கூறுவதற்காக ஏதேனும் கருத்துக்களை முன்வைப்பார். மதிப்பெண் குறைந்து விட்டால் அடிவிழும் என்கிற பயத்தில், "ஆசிரியருக்குக் குறிப்பிட்ட பையனை ரொம்பப் பிடிக்கும், அவன் ஆசிரியருக்கு மிகவும் வேண்டப்பட்டவன், ஆசிரியரிடம் அவன் தனிப் பயிற்சி எடுத்துக் கொள்கிறான்" என்றெல்லாம் கூறி, அதனால் அவனுக்கு அதிக மதிப்பெண் கிடைத்துவிட்டதாகவும். தனக்குப் போதிய மதிப்பெண் வழங்கப்படவில்லையென்றும் கூறிவிடுவர். உண்மையில் ஆசிரியர்கள் தங்கள் பிள்ளையாக இருந்தாலும், தெரிந்த பிள்ளைகளாக இருந்தாலும் மற்றப் பிள்ளைகளைவிட அதிக கண்டிப்பு தருவர். ஏனெனில் மற்றப் பிள்ளைகள் மனம் எந்த விதத்திலும் பாதிக்கப்படக்கூடாது என்றுதான் நினைப்பர்.

ஒரு முறை தலைமை ஆசிரியர் பிள்ளைகள் வெவ்வேறு வகுப்பில் படித்து வந்தனர், அவர்களில் பன்னிரண்டாம் வகுப்பில் படித்த ஒரு பையன் மிகவும் கடின உழைப்பாளி. தலைமை ஆசிரியர் அவன் ஆசிரியர்களிடம் சொல்லிவிடுவார் 'சிறிய தவறாக இருந்தாலும், அவனைப் பல முறை திருத்தம் செய்யச் சொல்லுங்கள். இல்லையெனில் சிறிய விஷயம்தானே என்று முக்கியத்துவம் தராமல் விட்டுவிட்டால், பின்னால் தன்னை திருத்திக்கொள்ள சந்தர்ப்பம் கிடைக்காமல் போய்விடும்'. அவர்கள் கூறியபடியே சிறிய தவறுகள் செய்து முழு மதிப்பெண்ணை இழந்து விடுவான். கவனக்குறைவுதான் காரணம் என்று புரிந்து கொண்டு, மிகவும் நுட்பத்துடன் செயல்பட்டான். பன்னிரண்டாம் வகுப்பில் பள்ளி முதல் மாணவனாக அவன் பெயர் பலகையில் பொறிக்கப்பட்டது. எங்கேயோ, யாராலோ மதிப்பிடப்பட்டது அவன் திறமை! அவனைப் பிழை திருத்தியது ஆசிரியமக்கள்! அவன் ஆனந்தக்கண்ணீர் வடித்தான்.

அதிக கண்டிப்பும் ஆபத்து

பிள்ளைகள் ஒவ்வொரு குடும்பத்திற்குமான வாரிசுகள். அவர்களுக்கு தாம் எத்தகைய சூழலை அமைத்துத் தருகிறோமோ, அதற்கேற்றபடிதான் அவர்களின் பிள்ளைப் பருவம் அமைகிறது. சந்தோஷமான பிள்ளைப் பருவமாக, தவறை உணரும்படி நல்ல புத்திமதிகளை எடுத்துக் கூறி வளர்த்து விட்டால், அவர்கள் தங்களின் கல்லூரி வாழ்க்கைக்கும், எதிர்காலத்திற்கும் தங்களைப் தயார்ப்படுத்திக் கொள்வார்கள். அந்த இளம் பருவத்தில் அவர்களை பயம், அவமானம், திட்டுதல் போன்றவற்றிற்கு ஆளாக்கிவிட்டால் அவர்கள் நாளை தலைநிமிர்ந்து நடக்கவே பயப்படுவார்கள். சில அசம்பாவிதங்களுக்குச் சமூகம் கூட காரணமாகயிருந்திருக்கிறது. நல்ல வாட்டசாட்டமான உருவம் கொண்ட ஒரு பையன், சுருள்சுருளான அழகான முடி. அவனின் வயதிற்கு கொஞ்சம் அதிகப்படியான வளர்த்தி என்று கூறலாம். அனைத்திலும் சுறுசுறுப்பும் கூட. திடீரென சில நாட்கள் நோய்வாய்ப்பட்டிருந்தான். மாதங்கள் ஒன்றிரண்டு கடந்தும் அவன் வகுப்பிற்கு வராமல் போகவே, எங்களுக்கு மனது வேதனையடைந்தது. நாங்கள் இரண்டு மூன்று பேர், விலாசத்தை எடுத்துக்கொண்டு அவர்கள் வீடு தேடி போனோம். வீடே களையிழந்து, மனிதர்களே இல்லாதுபோல நிசப்தமாகக் காணப்பட்டது. கதவைத் தட்டினோம். 'யார்' என்ற குரல்பக்கம் பார்த்தால், நிறையப் பேர் நின்றுகொண்டிருந்தார்கள். அந்த 'கொழு கொழு' பையன் கிழிந்த நார் லோவ் படுக்கையில் கிடந்தான். எங்களைப் பார்த்ததும் அவன் அம்மாவின் கண்களில் நீர் வழிந்தது. நாங்களும் தாயின் மனநிலையை நன்கு புரிந்துகொண்டோம். 'என்ன ஆயிற்று?' எனக் கேட்க "உடம்புக்கு ஒன்றும் இல்லை; எல்லா பரிசோதனைகளும் எடுத்துவிட்டோம். எந்த வியாதியும் இல்லை என்றுதான் மருத்துவர்கள் சொல்கிறார்கள்" என்றார்.

'பின் ஏன் இவ்வளவு பலவீனமாக ஆனான்?' என்றோம். அம்மாவின் பதில் எங்களுக்கு அதிர்ச்சியாக இருந்தது. தெருவில் விளையாடச் செல்லும்பொழுதெல்லாம் அவனை யாரோ 'போண்டா' என்று அழைப்பார்களாம். ஒருசிலர் 'உங்க வீட்ல என்ன அரிசி சாப்பிடுவீங்க?' என்பார்களாம். இதை அம்மாவிடம் சொன்னால் வருத்தப்படுவார்கள் என்று சொல்லாமல் இருந்தானாம். சாப்பிடாமல் இருந்தால் உடம்பு இளைக்கும் என்று சொல்லாமல் இருந்தானாம். சாப்பிடாமல் இருந்தால் உடம்பு இளைக்கும் என்று நினைத்து சில மாதங்களாக சாப்பிடாமலே இருந்திருக்கிறான். பள்ளிக்குக் கட்டித்தரும் சாப்பாட்டையும் யாருக்கும் தெரியாமல் கொட்டியிருக்கிறான். சாப்பிட்டு தெம்பாக வளரவேண்டிய வயதில், பல நாட்கள் பட்டினி. அவனைப் பலவீனமான உடல் நிலைக்குத் தள்ளியிருக்கிறது. முன்பே நடந்ததை அம்மாவிடம் சொல்லியிருந்தால், அவர்கள் அறிவுரை தந்திருக்கலாம் அல்லது பையனுக்கு மன தைரியத்தை கொடுத்திருப்பார்கள். இதற்கெல்லாம் காரணம் சமூகத்தில் சிலர் பேசியதால்தான், எப்பொழுதுமே பேசுபவர்களுக்கும், ஏசுபவர்களுக்கும் கவலை இருக்காது. பாதிக்கப்பட்டவர்களுக்குத் தான் சங்கடம் வந்து சேருகிறது. எனவே பிள்ளைகளுக்கு பள்ளிப்பருவத்திலேயே மன தைரியத்தை ஊக்கப்படுத்த வேண்டும். சில குழந்தைகள் 'நான்தான் ஹீமேன்' என்றெல்லாம் கூட விளையாடும் மன உறுதியையும், தைரியத்தையும், பிரச்சனை கையாளும் திறன் குறித்தும் காணப்படும் அரிய புராண இதிகாசக் கதைகளை எடுத்துச் சொல்லி வளர்க்கலாம். ஒரு விரலால் அணையின் நீரை ஒரு காமல் மூடியால் அடைத்த சிறுவன் கதைகளை படித்திருக்கிறோம். 'கொடி காத்த குமரன்' பற்றி படித்திருக்கிறோம். இதுபோன்ற வீரரும், நாட்டுப்பற்றும் வளர்க்கக்கூடிய உண்மை நிகழ்வுகளை பாடத்தோடு எடுத்துரைக்கும் பொழுது அவர்களுக்கும் மனதிடமும், உறுதியும், நாட்டுப்பற்றும் இளமையிலேயே துளிர்விடும். அப்பொழுது சமூகத்தில் யாரோ எங்கோ கூறும் கிண்டல்கள் எதுவும் பாதிக்காது. எப்பொழுதுமே நாம் பல்வேறு இடைஞ்சல்களை சந்தித்தபின்தான் வெற்றிக்கனி நம்கைக்கு எட்டும். இதைப் புரிய வைப்பதும் நம் கடமையாகும்.

நம் முன்னோர்கள் காலத்தில் பத்துப் பிள்ளைகள் கூட சுகமாக ஆரோக்கியமாக இருந்திருக்கிறார்கள். ஒருவருடன் சண்டை போடுவதும், கூடி மகிழ்வதும் வாழ்க்கையின் ஒரு பக்கம் இருந்து கொண்டேதானிருக்கும். ஒரு வீட்டில் நிறைய பிள்ளைகள் இருந்தாலும் யாருக்குமே மன உளைச்சல் என்கிற பாரம் கிடையவே கிடையாது. புத்திசாலியாகப் பிள்ளைகள் இருந்தால் போதும் என்று நினைத்தார்கள். அம்மா, பிள்ளையை திட்டினால் கூட தாத்தா பாட்டி சண்டைக்கு வந்துவிடுவார்கள். ஆனால் இப்பொழுது மதிப்பெண்ணுக்கு அதிக முக்கியத்துவம் தரப்படுகிறது. இரண்டு

குழந்தைகளுக்கு மேல் இல்லாததால் பெற்றோர்களும் இரண்டு கண்ணாகப் பாவிக்க வேண்டியுள்ளது. பாசத்தில் மட்டும் அப்படியிருந்துவிட்டால் பரவாயில்லை. சிறு வயதிலேயே, 'நீ இவ்வளவு மதிப்பெண் எடுத்தாக வேண்டும். அப்பொழுதுதான் குறிப்பிட்ட இலக்கை நோக்க முடியும்' என்றெல்லாம் அழுத்தத்தை திணிக்கும்போது அச்சிறு வயதில் ஒரு பயத்துடனேயே பிள்ளைகள் கல்வி கற்க ஆரம்பிக்கிறார்கள். பெற்றோர் சொன்ன இலக்கை எட்ட முடியாது என்னும் நிலை வரும்பொழுது மாற்றுவழியை யோசிக்க ஆரம்பிப்பார்கள். அதனால் சமயத்தில் யாரையாவது பார்த்தாவது எழுதமாட்டோமா என்கிற நிலைக்குத் தள்ளப்படுவார்கள். அதில் தண்டனை கிடைத்துவிட்டால் 'வேறு ஏதாவது வழி உண்டா என ' என யோசிப்பார்கள். எங்கு சென்றாலும், எதிலும் போட்டா போட்டிகள் காணப்படுகிறது, அதுவும் மற்றொரு பிள்ளையின் முன்னேற்றத்தைக் காட்டி, நம் பிள்ளையின் திறமையை ஒப்பிடுவது என்பது தன் கண்ணை நாமே குத்திக் கொள்வது போல்தான் என்று சொல்லலாம். மாறாக 'அவன் எப்படியோ செய்யட்டும், நீ உனக்குப் பிடித்ததை சாதித்துக் காட்டு' என்று சொன்னால் போதும். மனம் மிகவும் லோசாகி உண்மையிலேயே உழைக்க ஆரம்பித்து விடுவார்கள். அடிப்படைக் கல்வி அனைவருக்குமே தேவைதான். அதுதான் வாழ்க்கைக்கு நம்மை நெறிப்படுத்த உதவும். அதே சமயம் ஒருவன் விளையாட்டில் 'புலி' என்றால் மற்றோருவன் பாட்டு, நாட்டியக் கலைகளில் ஆர்வம் கொண்டவராக இருப்பான். ஒருவன் பொது அறிவில் 'சூரன்' என்றால் மற்றொருவன் 'புத்தகப்புழு' வாக இருப்பான். இதைக் கண்டுபிடித்து ஊக்குவிப்பதுதான் பெற்றோர் ஆசிரியர் கடமையாகும்.

நாம் படித்தகாலம்,தெருவிளக்குளில் கூட அமர்ந்து படித்த காலம். மினசாரம் இல்லாவிட்டால் , மண்ணெண்ணெய் விளக்குகளை ஏற்றித் தருவார்கள். ஒரு விளக்கிற்கு இரண்டு மூன்று போர் சண்டை போட்டுக்கொண்டு, ஒன்றாக அமர்ந்து படித்ததுண்டு. இப்பொழுது பிள்ளைகள் தனக்கென ஒரு அறை வேண்டுமென விரும்புகிறார்கள். ஒரு சராசரி குடும்பத்தில் இதுபோன்ற ஒரு பிரச்னையே ஏற்பட்டது. அரசுத் தேர்வுக்காகப் படிப்பதற்கு பெற்றோர் தங்கள் அறையைப் பிள்ளைக்குத் தந்துவிட்டு 'ஸ்டோர் ரூமில்' தந்தையும், வரவேற்பறையில் தாயும் உறங்க ஆரம்பித்தனர். அப்பொழுது நமக்கு அவ்வளவு பொழுதுபோக்கு விஷயங்கள் கிடையாது. இப்பொழுது 'வலைத்தளத்தில்' அமர்ந்துவிட்டால் நம் மேல் யாரேனும் 'வலை' போட்டால்கூட தெரியாது. மனப் பக்குவத்திலும் பிள்ளைகள் படுசுட்டியாகவும் திகழ்கிறார்கள். நம் முகத்தைப் பார்த்தே கோபத்தில் இருக்கிறோமா, நல்ல மூடில் இருக்கிறோமா என்பதைக் கண்டறிந்து, தன் பிரச்சனைகளைச் சொல்ல முயல்கிறார்கள். அதிவேகமாக வளர்கிறார்கள். ஒரு

நாள் மின்சாரம் இல்லையென்றால், வீட்டுப்பாடம் செய்யாமல் இருப்பதற்கு ஒரு காரணமாகிவிடுகிறது. அப்படியிருக்கையில், நம் ஆசைகளை அவர்கள் பூர்த்தி செய்ய வேண்டும் என்பதிலும் கருத்துக்கள் மாறுபடுகின்றன. 'உன் ஆசை என்ன, எதில் உனக்கு விருப்பம், உன் எதிர்கால ஆசை என்ன?' என்று கேட்டு விருப்பத்தை அவர்கள் கையில் விட்டு, நட்போடு கை கோர்த்து நம் ஆதரவையும் தந்து உறுதுணையாக இருந்து பார்த்தால், பிரச்சனைகள் குறைய வாய்ப்பு ஏற்படலாம். வசதிகளை அதிகம் ஏற்படுத்தித் தந்து, முழு சுதந்திரம் தந்த பிறகும் எத்தனையோ பிள்ளைகள் பல்வேறு மன உளைச்சலுக்கு ஆளாகிறார்கள். காரணம் நாம் சில விவரங்களை பிள்ளைகளுக்குத் தெரிய வேண்டாம் என்று நினைத்திருப்போம். அது தெரியாமலேபோவதால் கூட, சிலர் அதைப்பற்றியே சிந்தித்துக் கொண்டிருப்பார்கள். எந்த மாதிரி விஷயங்களைப் புரிந்து கொண்டால், அவர்கள் மனம் குழப்பத்திலிருந்து விடுபடுமோ, அவற்றை தெளிவாக்கலாம்.

சில நேரங்களில் நம் நினைப்புகள்கூட தவறாக இருக்கலாம். உதாரணத்திற்குப் பிள்ளைகளிடம் 'நீ ஒழுங்கா படிக்காவிடில் உன்னை ஹாஸ்டலில் சேர்த்துவிடுவோம்' என்று சிலர் கூறுவதுண்டு. நன்கு படிக்க வேண்டும் என்பதை வலியுறுத்துவதற்காகத், தண்டனை தருவது போன்ற சில வார்த்தைகளைப் பயன்படுத்துவர். ஆனால் ஹாஸ்டலில் போடுவது தண்டனைக்குரிய விஷயமில்லை. நேரம் தவறாமை, கட்டுப்பாடுகள், ஒருவருக்கொருவர் விட்டுக் கொடுப்பது, பலரையும் அனுசரித்து நடப்பது போன்ற அனைத்து நல்ல விஷயங்களையும் விடுதியில் தங்குவதன் மூலம் கற்றுக்கொள்ள முடியும். சில மேலைநாடுகளில் செல்லப்பிராணிகளுக்கும் கூட 'ஹாஸ்டல்' ஏற்பாடு உண்டு. அதற்குக் கட்ட வேண்டிய தொகையும் அதிகம். சில சமயங்களில் வெளியூர் செல்லும்போது அனைத்துச் செல்லப்பிராணிகளையும் உடன் அழைத்துச் செல்ல முடியவில்லை என்றால் ஹாஸ்டலில் விட்டுச் செல்வார்கள். அதற்கு முதலில் நேர்முகமும் உண்டு. நம்பமுடியவில்லை இல்லையா? அதுதான் நிஜம். உதாரணத்திற்கு வீட்டில் வளரும் நாய்க்குட்டியை சில தினங்கள் விட்டுச் செல்ல நினைத்தால் முதலில் அதைக்காட்ட வேண்டும். விடுதியினர், அதை மற்ற செல்லப்பிராணிகளுடன் பார்த்து, மற்ற பிராணிகளுடன் ஒத்துப் போகுமா? அதிக முரட்டுத் தனமாக இருக்குமா? என்பதையெல்லாம் பரிசோதித்த பின்புதான் அதை சேர்த்துக் கொள்ள ஒப்புக்கொள்வார்கள். ஒரு இரவுக்குக் குறிப்பிட்ட தொகை என்ற கணக்கில் வசூலிப்பார்கள். செல்லப்பிராணி விரும்புவர்கள் மற்றும் துறை மருத்துவர்கள் இதுபோன்ற இல்லங்களை நடத்துவார்கள். பிராணிகளுக்கே அப்படியெல்லாம் ஒரு நேர்முகச் சோதனை உண்டென்றால், நம் பிள்ளைகள் - நம் வம்சத்தை காக்க வந்த வாரிசுகளைப் பலவிதங்களில் நாம் அச்சசுறுத்தலாமா? அண்மையில்

கற்பித்தல் என்னும் கலை

பிள்ளைகளுக்குத் தண்டனையாகத் தருவதைக் கூட, அதன் நோக்கத்தையும் அதனால் ஏற்படும் நல்ல மாற்றங்களையும் எடுத்துக்கூறி புரிய வைக்கலாம். பய உணர்வை திணிக்காமல் எடுத்துரைக்கலாம்.

ஒரு சிறுவன் பௌதிக ரசாயன பாடத்தில் மதிப்பீடுகள் சிலவற்றைத் தப்புத்தப்பாக செய்திருக்கிறான். பலமுறை அதை எழுதிப் பழகினால் மனதில் பதியும் எனபதற்காக ஆசிரியர் எழுதச் சொல்லியிருக்கிறார். அவனும் அதை எழுதியிருக்கிறான். ஒவ்வொரு முறை அதை எழுதும் போதும் கூடவே, ஏதோ எழுத்தை கிறுக்கியிருக்கிறான். அது என்னவென்றே புரியாததால் ஆசிரியர் பாடத்தைமட்டும் திருத்திவிட்டு, 'இதென்ன கூடவால் வரைந்தாயா' என்றாராம். சிரித்துக்கொண்டே அவன் சொன்னானாம், இரண்டு மூன்று நாட்கள் இதுபோல் செய்திருக்கிறான். சில வார்த்தைகள் விடுபட்டாலோ, சரிவர எழுதாமல் இருந்தாலோ, சிவப்பு நிறத்தால் அதைக் கோடிட்டுக் காட்டுவதுதான் ஆசிரியர் வேலை. சில பிள்ளைகளுக்கு சிவப்பு நிறத்தில் ஆசிரியர் பிழை திருத்துவது பிடிக்கவே பிடிக்காது. அதை எப்படியாவது அழித்துவிட்டு அந்த இடத்தில் அவர்கள் பேனாவால் எழுதிவிடுவார்கள். இது போன்று, மேலே குறிப்பிட்ட பையன் விடையுடன் சேர்த்து வேறு எதையோ தெரியாத அளவில் கிறுக்கியிருக்கிறான். அது என்ன வென்று கண்டுபிடிக்கும்படி நண்பர்களுடன் சேர்ந்து, அவனும் தெரியாதது போல் ஒரு குழப்பத்தை ஏற்படுத்தியிருக்கிறான். அதற்கிடையில், அரையாண்டுத் தேர்வு முடிந்து மதிப்பெண் அட்டை வழங்கப்பட்டது. பெற்றோரின் கையொப்பம் பெற்றபின், ஆசிரியர்களிடம் பிள்ளைகள் திருப்பித்தர வேண்டும். வகுப்பில் இரண்டு, மூன்று பிள்ளைகள் தவிர அனைவரும் கொடுத்து விட்டனர். தராத மாணவர்களில் மேலே குறிப்பிட்ட பையனும் ஒருவன். ஆசிரியர் அவன் பெயரையும் வகுப்பில் வாசிக்க, மறு நாள் எடுத்து வந்து தருவதாகக் கூறியிருந்தான். அடுத்த நாளே சொன்னபடி கொடுத்துவிட்டான். பெற்றோர் கையெழுத்தை சரிபார்த்து விட்டுத்தான் ஆசிரியர் அனைத்தையும் அலுவலகத்தில் ஒப்படைப்பார். இவன் மதிப்பெண் அட்டையைப் பார்த்தவுடன் அவருக்கு ஏதோ ஒன்று மனதில் உறுத்தியது. இந்தக் கையெழுத்து பரிச்சயமாக இருக்கிறதே!

இதை எங்கேயோ அடிக்கடி பார்த்த மாதிரி இருக்கே! என்று யோசித்தபடியே மதிப்பெண் அட்டையைத் திருப்பியிருக்கிறார். சென்ற தேர்வுமதிப்பெண் அடியில் காணப்படும். கையெழுத்திற்கும் இப்பொழுது காணப்பட்ட கையெழுத்திற்கும் நிறைய வித்தியாசம் இருந்தது. 'யாருப்பா மதிப்பெண் அட்டையில் கையெழுத் திட்டார்கள்?' எனக் கேட்க, 'அப்பாதான் மிஸ்' என்றான் பையன். ஆசிரியர் மாலை வீடு போவதற்கு முன் அவனை வந்து சந்திக்கச் சொன்னார். பின் தனி அறையில் அழைத்துச் சென்று, அவனின் ஒரு

நோட்டை எடுத்துக் காட்டச் சொன்னார். அவன் எந்த நோட்டில் புரியாதபடி பலதடவை எதை கிறுக்கியிருந்தானோ அதையும் தற்போது இடப்பட்ட கையெழுத்தையும் உற்று நோக்கினார். அவர் யூகம் சரிதான் என்பது புலப்பட்டது. தந்தையின் கையெழுத்தைத் தான் அவன் போட்டுப்பார்த்து பயிற்சி எடுத்திருக்கிறான். ஆசிரியர் அவனுக்கு மன ஆறுதல் தந்து, யாரிடமும் தான் இதுபற்றிக் கூறமாட்டேன், என்றும் அவன் பயப்படத் தேவையில்லை என்றும், அவன் இப்படிச் செய்வதற்கான உண்மைக் காரணத்தை கூறும்படியும் தட்டிக்கொடுத்து அன்புடன் கேட்டுக் கொண்டார். அவன் சொன்ன பதில் ஆசிரியரை கண்கலங்க வைத்தது. அம்மா ரொம்ப படிக்காதவர்களாம், அதனால் எந்த தேர்வுத்தாளையும் அப்பாவிடம்தான் காட்டச சொல்வார்களாம். அப்பா கையில் 'பெல்ட்'டை எடுத்துக்கொண்டேதான் மதிப்பெண்ணை பார்ப்பாராம். எதிலாவது சிவப்புக்கோடு போட்டிருந்தால் சுழற்றி சுழற்றி அடிப்பாராம். அவர் கை வலிக்கும் வரை அடித்துத் தீர்ப்பாராம். சென்ற முறை வாங்கிய அடித்தழும்பே இன்னும் காயவில்லை என்று தொடையை காட்டினானாம். இந்த முறையும் 'பெயில்' மார்க் இருப்பதால் அவனே கையெழுத்திட்டானாம். என்ன ஒரு வேதனை! மறுநாள் பெற்றோர் ஆசிரியர் கூட்டத்தில், பிள்ளைகளை மதிப்பெண்ணிற்காக யாரும் கோபிக்கக் கூடாதெனவும், அவர்களை தட்டிக் கொடுத்து ஊக்குவித்துக் கொண்டேயிருக்க வேண்டுமெனவும் பேசப்பட்டது. ஆசிரியர்கள் கண்டிப்பானவர்கள் அல்ல. பாசமானவர்கள். எந்த விதத்திலும் தன் பெரிய குடும்பப் பிள்ளைகளைக் காட்டிக் கொடுக்காமல் திருத்த நினைப்பார்கள்.

காயப்படுத்தாத வார்த்தைகள்

ஒருவிஷயத்தில் அல்லது ஒரு குறிப்பிட்ட கலையில் நிபுணத்துவம் பெற வேண்டும் என்று நினைத்தால், நாம் அதற்கு ஒருவரை முன்னுதாரணமாகக் கொள்வோம். உதாரணமாக, கிரிக்கெட் விரும்பிகளிடம் கேட்டால், எனக்கு 'டெண்டுல்கர்' போல் ஆகணும் என்பார்கள். சமூகசேவை என்று எடுத்துக்கொண்டால், அனைத்துப் பெண்களையும் கவர்ந்தவர் அன்னை தெரசா. இதுபோல் நம் பிள்ளைகளுக்கு வீட்டிலேயே 'ரோல்மாடல்' என்று ஒருவர் இருந்துவிட்டால் அவர்களின் வளர்ப்பு பற்றி நாம் கவலைப்படவே தேவையில்லை. 'நீ அதைச் செய், இதைச் செய்யாதே!' என்று சொல்லிக்கொண்டேயிருக்கத் தேவையில்லை. காரணம் சிறு பிள்ளைகள் அதிகார தோரணையில் நாம் ஆணையிடுவதை விரும்புவதேயில்லை. முன்பெல்லாம் சுமார் முப்பது ஆண்டுகளுக்கு முன்பு பெற்றோர்-பிள்ளைகள், ஆசிரியர்-பிள்ளைகள் இவர்களுக்குள் அதிக இடைவெளி காணப்பட்டது. கல்லூரி செல்லும் வரை பிள்ளைகளை அப்பா அம்மா கண்டித்தார்கள். பெற்றோர் சொல்லுவதையே பிள்ளைகள் செய்துவந்தார்கள். இந்தக் கணினி யுகத்தில் பிள்ளைகைள் அதிபுத்திசாலிகள். கால விஞ்ஞான முன்னேற்றத்துக்கேற்றபடி அவர்களின் அறிவும் திறமையும் அதீதமாக காணப்படுகிறது. சமயங்களில், பெரியவர்களுக்குத் தெரியாத சூட்சமமான விஷயங்களைப் பிள்ளைகள் கற்றுத் தருகிறார்கள். இந்தப் பொருளில் இத்தகைய 'தொழில்நுட்பம்' தான் இருக்க வேண்டும் என்கிற மதிநுட்பம் காணப்படுகிறது. இத்தகைய புத்திசாலிப்பிள்ளைகளை நாம் முதலில் புரிந்துகொண்டு அவர்கள் மன ஓட்டத்திற்கு ஏற்றாற்போல் தான் நம்அறிவுரைகளை அவர்களிடம் சேர்க்கவேண்டும். திரும்பத் திரும்ப ஒரு விஷயத்தைச் சொல்லிக் கொண்டேயிருந்தால், அவர்களுக்குப் பிடிக்காது. 'பாலிஷாக' சொல்லி விட்டு அவர்கள்

அதில் உடன்பாடு காட்டுகிறார்களா என்று யோசிக்கலாம். சொன்ன பிறகும் அச்செயலில் ஈடுபாடு காட்ட வில்லை என்றால் அவ்விஷயம் அவர்களுக்குப் பிடிக்கவில்லை என்று அர்த்தம்.

ஆசிரியர்-மாணவர் உறவும் அந்தக் காலம் போல் கிடையாது. 'குரு' என்றாலே பயந்து ஒடுங்கி நின்ற காலம் அது. இப்பொழுது 'ஹாய் மேம்' என்னும் நட்பு தோரணைதான். அதனால் பிள்ளைகளை வழிநடத்த 'அன்பு' என்கிற ஒரு ஆயுதம் நம்மிடம் இருந்தால் போதும். அதே சமயம் எப்பொழுதும் அன்பாகவே நடப்பதற்கு நமக்குத் தேவை 'பொறுமை'. 'பொறுமை' எல்லை மீறும்பொழுதுதான் நமக்கு மனஉளைச்சல் ஏற்படுகிறது. அனைத்தையும் சுலபமாக எடுத்துக்கொள்ளும் மனப்பக்குவம் வேண்டும். அம்மா பையனைப் பார்த்து கொஞ்சம் உயரத்தில் இருக்கும் பொருட்களை எடுத்துத் தரச் சொன்னார். அவன் உடன் விருப்பத்துடன் ஓடிவந்து உதவினான். வேறு ஏதேனும் உதவி தேவைப் படுகிறதா என்று கேட்டான். 'இல்லை, உதவியதற்கு நன்றி' என்று அம்மா சொன்னார். அவனும் 'பரவாயில்லை' என்றான். இதன்மூலம் நமக்குப் பையனின் மனநிலை புரிகிறது. அவன் அம்மாவுக்கு உதவுவதில் அக்கறை காட்டுகிறான். வேலையை விரும்பிச் செய்கிறான். உதவி கேட்பதிலும் ஒரு நயம் இருக்கிறது.

ஒரு பையன் பல நாட்களாக நோட்டுப்புத்தகத்தில் அட்டையில்லாமல் கிழிந்த பக்கங்களோடு எடுத்து வந்தான். ஆசிரியர் அவனை அட்டையிட்டுக் கொண்டு வருமாறு கூறினார். அவனுக்கு சுத்தமாக அது பிடிக்கவில்லை. மற்றொரு பையன் நோட்டிலிருந்து அட்டையை உருவி, அவன் நோட்டில் மறைத்து, ஆசிரியரிடம் நீட்டினான். அவனின் எண்ணம் ஆசிரியருக்குப் புரிந்துவிட்டது. கிழிந்த நோட்டுக்கு அட்டையிட அவனுக்கு விருப்பமில்லை என்பது தெளிவாகிறது. இருப்பினும், அதன் முக்கியத்துவத்தை அவனுக்கு உணர்த்த நினைத்தார். ஆணையிட்டு ஒரு விஷயத்தை அறிவுறுத்தினால் வெறுப்புதான் கிட்டும் என்பதையறிந்த ஆசிரியர், அவனை அருகில் அழைத்து தட்டிக் கொடுத்து அமரச் சொன்னார். பின் மெல்ல பேச ஆரம்பித்தார். "உன் சட்டை எப்பொழுதும் மடிப்புக் கலையாமல் 'பளிச்' சென இருக்கிறதே! யார் துவைத்து இஸ்திரி செய்கிறார்கள்?" என்று கேட்டார். பிள்ளை மனம் அன்பிற்குப் பணிந்து ஆசையுடன் பேச ஆரம்பித்தான். "மிஸ், எங்க வீட்ல வாஷிங் மெஷின் கூட இல்ல மிஸ். எங்க அம்மாதான் தினமும் துவைத்து இஸ்திரி செய்து எனக்கு ஸ்கூலுக்கு ரெடியா வைப்பாங்க!" என்று அம்மா மீது தன் தரிசனத்தையும், ஆதங்கமான ஆசையையும் வெளிப்படுத்தினான். ஆரிசியர் தொடர்ந்தார். "அம்மாவின் சிரமம் உனக்கு நன்றாகவே புரிகிறது. உன் அம்மாவை அசத்த வைக்க உனக்கு நான் ஒரு ஐடியா தருகிறேன் கேள். அம்மா துவைத்து வைத்தபின் அதை நீ ஏன் இஸ்திரி செய்யக்கூடாது? அம்மாவுக்கு ஒரு 'சர்ப்ரைஸ்'

தரலாமே! உனக்கும் பாராட்டு, அம்மாவுக்கும் சிரமம் குறையும். ஆனால் நீ கவனத்துடன் இஸ்திரி செய்ய வேண்டும். துணி கெடாமல் பத்திரமாக வேலையில் ஈடுபட வேண்டும். உனக்குப் பிடித்திருந்தால் இதைச் செய்யலாம்!" என்று முடித்தார்.

மறு திங்கட்கிழமை வெள்ளைச்சட்டையுடன் அவன் ஆசிரியரிடம் வந்து நின்றான். "மிஸ், நீங்க சொல்லித் தந்தபடி செய்தேனா? எங்க அம்மாவுக்கு ஒரே ஆச்சரியம்! எங்கிருந்துடா உனக்கு திடீர் ஞானம் வந்தது என்று என்னைக் கேட்டு துளைத்தார்கள். கட்டிக் கொண்டு முத்தம் தந்தார்கள். சாக்லேட் தந்தார்கள். அது மட்டுமா, நீ ரொம்ப 'ஹெல்ப்புல்' என்று பாராட்டினார்கள் மிஸ்!" என்றான். இந்த சந்தர்ப்பத்திற்காகக் காத்திருந்தாற் போல ஆசிரியர் ஆரம்பித்தார். "நீ அழகு, உன் ஆடை பார்க்கவே 'பளிச்'. உன் நோட்டும், புத்தகங்களும் அட்டையுடன் காணப்பட்டால் எல்லாமே அழகுதானே! உன்னிடம் எவ்வளவு திறமைகள் இருக்கின்றன. அவற்றைக் காட்டு. மறைத்து வைக்காதே" என்றார்.

பையனுக்கு எல்லாமே புரிந்ததுபோல் இருந்தது. மறு நாளே அனைத்துப் பழைய நோட்டுகளும், புது அட்டையுடன் அலங்கரித்துக் காணப்பட்டன. சிறிய விஷயம், அதைக் கண்டிக்காமல், அன்போடு கலந்த பாடமாகப் புகட்டப்பட்டது. இத்தகைய பொறுமை தேவைப்படுகிறது. ஆக ஆசிரியர் பொறுமை, அவனுக்கு அறிவைப் புகட்டவும், அம்மாவின் பொறுமை அவனுக்கு வேலைகளைக் கற்றுத் தரவும் உதவுகிறது. இதில் இடையில் எந்தவித மனஸ்தாபங்களும் ஏற்படாமல் பார்த்துக் கொள்வது நல்லது. கற்பிப்பவர் பிள்ளைகள் மனநலம் குறித்து அறிந்து வைத்திருப்பார். அதைச் சமயத்திற்கேற்றாற் போல் செயல்படுத்தும்பொழுது செய்யும் சேவையில் வெற்றி பெறுகிறோம். படிப்புடன் மட்டுமல்லாது அவர்கள் பொருட்களை அடுக்கும் முறை, பராமரிக்கும் முறை, தேர்வுக்குப் படிக்க வேண்டிய பாடங்கள், படித்து முடித்தவை, படிப்பு சம்பந்தமாக வாங்க வேண்டிய பொருட்கள் போன்றவற்றிற்கான அட்டவணையும் தயாரிக்கச் செய்வோம். இப்பொழுது பெரும்பாலும் கணினி, கைபேசி களிலேயே 'மெமரி கார்ட்' வைத்துக் கொள்கிறார்கள். முன்பு கணினி அவ்வளவாக இல்லாத சமயத்தில் அனைத்தையும் அட்டவணையிட்டுச் செய்வது நல்ல ஒரு பழக்கமாக இருந்தது. இப்பொழுது கூட மேற்கத்திய நாடுகளில், நிறைய வீடுகளில் 'சாப்ட் போர்டு' வைத்திருக்கிறார்கள். முக்கிய விஷயங்களை அதில் குறித்து வைப்பார்கள். குறிப்பிட்ட வேலை முடிந்தவுடன் அதை அழித்துவிடுகிறார்கள்.

ஒவ்வொரு விடுமுறை நாட்களிலும் பிள்ளைகள் தங்கள் அறை, மேசை போன்ற இடங்களைச் சுத்தப்படுத்தி, வேண்டாத பொருட்களை அப்புறப்படுத்தி, அழகுற அமைக்க வேண்டும்.

தனக்குப் பிடித்த தலைவர் படங்களை முன்னுதாரணமாக வைத்துக் கொண்டு, தாமும் முன்னேறுவதற்கான நல்லெண்ணங்களை கடைப்பிடிக்க வேண்டும். இதுபோல் எந்தப் பிள்ளைகள் சரிவர செய்கிறார்களோ அவர்கள் பெற்றோரிடமிருந்து, செய்த செயல்களை பட்டியலிட்டுக் கொண்டு வரலாம். அப்படி எடுத்து வருபவர்களுக்கு சிறந்த பரிசுகள் வழங்கப்படும் என்று அறிவித்தேன். சிறிது நாட்களில் எனக்கு நல்ல பலன் கிடைத்தது. பரிசு தருவதற்கு நிறைய செலவானாலும், என் நோக்கம் நிறைவேறியதில் எனக்குப் பெருமையாக இருந்தது. பெற்றோர் ஆசிரியர் கூட்டத்தில் நிறைய பெற்றோர்கள் தங்கள் பிள்ளைகளைப் பொறுப்புள்ளவர்களாக மாற்றியதற்கு பெருமைப்பட்டனர். ஊக்கப்படுத்துவதற்கு இது போன்ற நிறைய விஷயங்கள் கைகொடுத்தன. அது மகிழ்ச்சியும் கூட. பிள்ளைகளுக்கு எதில் விருப்பம் இருக்கிறது என்பதை கண்டறிந்து, அந்த விஷயங்களில் நாமும் அக்கறை காட்டுவது போன்று சேர்ந்து ஒத்துழைத்தால் அவர்களுக்கு உற்சாகம் வந்துவிடும். நட்போடு பழகி, அவர்கள் வழியில் நாமும் செயல்பட்டால் எந்தவிதமான செயல்களையும் புரிவதற்கு தயாராகி விடுவார்கள். உதாரணமாக மழலை பேசும் குழந்தையின் பேச்சை விரும்பாதவர்கள் இருக்க முடியாது. குழந்தைமொழியில் நாமும் பேச ஆரம்பிப்போம். குழந்தை மொழியில் பேசும்போது அவர்கள் நம்முடன் விளையாட ஆரம்பித்துவிடுவார்கள். ஒவ்வொரு செயலும் அப்படித்தான். அவர்கள் போன்று ‘ரைம்’ சொன்னால் அவர்களுக்கு உற்சாகம் பிறக்கும். கதை சொல்லிக் கொண்டே பாட்டுப் பாடிக்கொண்டே ஏதேனும் வேலை செய்தால், நம்மைப் பார்த்து அவர்களும் வேலை செய்ய ஆரம்பிப்பார்கள். ஒரு இரண்டு வயது குழந்தை ‘ரோபோ’ மூலம் வீடு முழுவதையும் சுத்தம் செய்வதைக் கண்கூடாக பார்த்தோம். அது ஓடும் சப்தம் குழந்தைக்கு மிகவும் பிடித்தால், அத்துடன் சேர்ந்து தானும் ஓடி ஓடி இயக்கியது. ஒரு தாய் தோட்டத்திற்கு நீர் ஊற்றுவதை பார்த்துக் கொண்டிருந்த சிறிய பையன், தானும் வாளியில் தண்ணீர் எடுத்துக் கொண்டு, சிறிய ‘கப்’பினால் தொட்டிகளுக்கு நீர் ஊற்றியது. கண்ணால் பார்த்ததை கையால் செய்ய குழந்தை விரும்புகிறதென்றால், அந்த வேலை அதற்குப் பிடித்துள்ளது என்று அர்த்தம். நாம் ஆடிப்பாடிக்கொண்டு ஒரு வேலை செய்தாலும், பிள்ளை அதைக் கண்டுகொள்ளவில்லை என்றால் குறிப்பிட்ட வேலை பிள்ளைக்கு விருப்பமில்லாதது என்று புரிந்துகொள்ளலாம். இப்படியாக பிள்ளைகளின் விருப்பத்தைத் தெரிந்துகொண்டு, அவர்களால் செய்யக்கூடிய வேலைகளை ஊக்கப்படுத்தலாம். வளர வளர, அவர்கள் அத்தகைய செயல்களைத் திறம்படச் செய்ய விரும்புவார்கள், பிள்ளைகள் சொல்வதைச் கேட்பதில்லை என்று சொல்லாமல், அவர்களுடன் ஒன்றி, பிடித்தமானவற்றைக் கண்டு பிடித்து பழக்குவதுதான் இன்றைய காலகட்டத்திற்கேற்றபடி, நம்

வழிக்குக் கொண்டுவரும் உபாயமாகும்.

ஒரு சிறுமி 'படபட' வென்று வேகமாகப் படித்து, எல்லோரையும் அசத்திவிடுவாள். அவர்கள் வீட்டில், அவள் ரொம்ப வேகமாக அனைத்தையும் படித்துமுடித்துவிடுவதாகவும், புத்திசாலி எனவும் பெருமையாகச் சொல்லிக் கொண்டிருந்தனர். கேட்கும் பொழுது மிகவும் சந்தோஷமாகத்தான் இருந்தது. விடைகளைச் சொல்லும் பொழுது சில வார்த்தைகளை முழுங்கி வேகமாக அடுத்த வார்த்தைக்குச் சென்றுவிடுவாள். அதுபோல் சில எழுத்துக்களை தவறாகவே உச்சரிப்பாள். உதாரணத்திற்கு 'ஞ' என்ற எழுத்தை 'ங' என்பாள், 'தே' என்ற எழுத்தை 'தெ' என்பாள். நாங்கள் கற்பிக்கும் தொழிலில் இருந்ததால், அவளின் தவறுகளைத் திருத்த நினைத்தோம். வீட்டில் நன்றாகப் படிக்கிறாள் என்பதற்காகச், செய்யும் தவறைத் திருத்தாமல் இருக்கமுடியுமா என்ன? பெருமையுடன் கூறிக் கொள்ளும் பெற்றோர் மனதையும் கஷ்டப்படுத்த விருப்பமில்லை. ஒரு குழந்தை தப்பாகவே படித்துக்கொண்டிருந்தால், பின்னால் பெரிய பிழையாக மாறும்பொழுது, அவளே தன்னை யாரும் திருத்த வில்லையே என்று நினைக்கவும் கூடாது. ஒரு நாள் அவளை அழைத்து உயிர் எழுத்துக்களை வரிசைப்படுத்தச் சொன்னோம். நிறைய பிழைகள் இருந்தன. அவற்றைத் திருத்தச் சொன்னபின், உச்சரிக்கச் செய்தோம். நிறை பிழைகள் செய்தாள். பின் அதையும் திருத்தி உச்சரிப்புக்களை சரிவரச் சொல்லித் தந்தோம். அவளிடம் " நீ உன்னை இப்பொழுது ஆசிரியராக நினைத்துக் கொள். இதற்கு எவ்வளவு மதிப்பெண் தருவாய்? என்ன மாதிரி குறை எழுதுவாய்?" என்றோம். அவள் சொன்னாள் "ஏழு மதிப்பெண் பன்னிரண்டுக்குத் தரலாம், எழுத்துக்களைச் சரியாக உச்சரிக்க வேண்டும்" என்று குறை எழுதுவேன் என்றாள். அவள் பிழையை அவளே உணரும் விதத்தில் காயப்படுத்தாமல் வெற்றிகரமாகப்பாடம் புகட்டினோம். சில வார்த்தைகள் அல்லது சொற்கள் வாயில் நுழைய கஷ்டப்படும் பொழுது, அவற்றைத் தள்ளிவிட்டு அடுத்த வார்த்தைக்குச் செல்ல முயலும்பொழுது, வேகமாகத் பிறருக்குப் தவறு தெரியாவிதத்தில் படித்துவிடுவதால் இந்நிலை வந்தது.

இவ்வளவு பொறுமையோடு, நாம் விளக்கி எடுத்துரைத்தபின், நமக்கும் பிழை திருத்திய திருப்தி. அவளும் மனக் கஷ்டப்படாமல் தன் தவறைப் புரிந்துகொண்டாள். திருத்தும் விதமும் அவர்கள் செய்யும் பிழையும் கற்பிப்பவரால் கண்டுகொள்ள முடியும். தெரிந்தும் பிழையைத் திருத்தாமல் அல்லது முயற்சி யெடுக்காமல் இருந்தால் அது நம் தொழிலுக்குச் செய்யும் நியாயமாக ஆகாது. படிக்கும் வேகத்தை வைத்து ஆராய்ச்சிசெய்து தவறுகளை கண்டுபடிப்பது என்பது பெற்றோர்களுக்கு சாத்தியமாகாது. தவறு இருந்தாலும் 'தைரியமாக'ச் சப்தம்போட்டு ஆசையுடன் படிக்கும் பிள்ளையை நாம் தாழ்த்திப் பேசவும் கூடாது. அவளின் படிப்பு ஆர்வமும் குறையாமல் பார்த்துக்கொள்ள வேண்டும்.

இத்தனை பொறுமையுடன், நேரம் ஒதுக்கி, தனிப்பட்ட கவனம் செலுத்தித்தான் பிள்ளைகளைத் தன்தவறைப் புரிந்துகொள்ளச் செய்ய வேண்டும். அப்படியில்லாமல், நல்லாத்தானே படிக்கிறான் அல்லது படிக்கிறாள் என்று விட்டுவிடுவோமானால், நிறைய பின் விளைவுகள் ஏற்பட வாய்ப்புண்டாகும்.

அதே பிள்ளை கல்லூரி சென்று, தவறுடனே படித்தால், உடன் இருக்கும் சக மாணவர் கேலி செய்ய, "எந்தப் பள்ளியில் படித்தாய்? உச்சரிப்புக்கூட சரியில்லையே என ஆசிரியர் கேட்க, பிள்ளைக்கு மனம் எவ்வளவு கஷ்டப்படும்?" அதைப் பார்க்கும் பெற்றோர்களுக்கும் மன உளைச்சல்தான் ஏற்படும். பொறுமை, நிதானம் இவற்றோடு அன்பான அனுசரணைதான் நல்ல பலனைத் தரும். வாழ்க்கையில் தவறு செய்யாத மனிதர்களே கிடையாது. அதுவும் பிள்ளைகள் வாழ்க்கை என்பது விளையாட்டுத்தனத்தோடு சேர்ந்த குறும்புகள் நிறைந்ததுதான். அவர்கள் வேண்டுமென்று எதையும் செய்வதில்லை. திட்டுவார்களோ, அடிப்பார்களோ, ஏளனம் செய்வார்களோ என்கிற அடிப்படைப் பயம் மனதில் இருப்பதன் பிரதிபலிப்புதான் சில பிழைகள். இதைப் புரிந்து கொள்பவர் பெற்றோர். அதைத் தெரிந்து திருத்த முயல்பவர்தான் கற்பிப்பவர் என்னும் ஆசிரியர்.

கற்பித்தல் என்னும் கலை

கையாளும் திறன்

பெரியவர்களாகிய நாம் பல சமயங்களில் நினைப்பதுண்டு, "சிறுபிள்ளைகளுக்கு என்ன புரியும்? அவர்களுக்கு அப்படி என்னதான் மன உளைச்சல் வரும்? என்னதான் கவலை இருக்கப்போகிறது?" பலர் பலவிதமாக யோசித்தாலும் உண்மையில் நடைபெறும் சம்பவங்களைக் கேட்கும்பொழுது சில விஷயங்களை ஒப்புக்கொள்ளத்தான் வேண்டும். பலவித சிரமங்களுக்குப் பின், அழகான குழந்தையைப் பெற்றெடுத்த ஒரு தம்பதி இருவரும் பல மாதங்கள் மாறிமாறி விடுப்பு எடுத்து பிள்ளையை அக்கறையோடு கவனித்துவந்தனர். பின் ஆள் அமர்த்தி, பிள்ளையைப் பத்திரமாகக் கவனத்துடன் பார்த்துக் கொள்ளச் செய்தனர். அம்மா-அப்பா இருவரும் தினமும் தன்னை விட்டுச் செல்கிறார்கள் என்று குழந்தைக்குப் புரிய ஆரம்பித்தது. சாப்பிட முதலில் அடம் பிடிக்க ஆரம்பித்தது. சில நாட்களில் குழந்தையைப் பார்த்துக்கொள்ளும் பெண், குடும்பப் பிரச்னை தனக்கு இருப்பதாகக் கூறி, அடிக்கடி விடுப்பு எடுக்க ஆரம்பித்தாள். திடீர் திடீரென யார் யாரிடமோ தன்னை அப்பா-அம்மா விட்டுச் செல்கிறார்கள் என்ற பயம் குழந்தைக்கு வந்துவிட்டது. பெற்றோருக்கும் மனக்கஷ்டம் ஏற்பட்டது. அடிக்கடி குழந்தை உடல் நலம் பாதிக்கப்பட்டு சோர்வடைந்தது. மேலும் சில நாட்கள் தாய் விடுப்பு எடுத்து, சொந்தக்காரர் ஒருவரை வரவழைத்து உடனிருந்து பழக்கங்களைப் பயிற்றுவித்தார். பிள்ளை வளர-வளர பெற்றோர் வேலைக்குப் போய்விடுகிறார்கள் என்பதைப் புரிந்துகொண்டு மீண்டும் சாப்பிட மறுத்தது. அம்மா கஷ்டப்பட்டு காலையில் உணவை வாயில் திணித்துவிட்டுக் கிளம்புவாராம். அப்பாவும் ரெடியானதும், உறவுக்காரர் பிள்ளையை ஒரு பக்கம் அழைத்துச் செல்ல, மறுபக்கம் அப்பா-அம்மா வேலைக்கு தப்பித்துச் செல்வார்களாம்.

தினமும் இப்படிக் குழந்தையை ஏமாற்றி வேலைக்குச்

செல்லும் சிரமம் என்பது தாய் தந்தைக்கு எப்படி ஒரு மன உளைச்சலை ஏற்படுத்தும் என்பது நம்மால் நன்றாகவே யூகிக்க முடியும். நம்மை வெளியே அனுப்பிவிட்டு பெற்றோர் வேலைக்குச் சென்றுவிடுகிறார்கள் என்று குழந்தைக்குப் புரிய ஆரம்பித்தது, சாப்பாடு கொடுத்து உடை மாற்றும்பொழுதே அழத் தொடங்கி விடுமாம். மனதை மாற்றி, கட்டாயப்படுத்தி குழந்தையை ஒரு பக்கம் பையன் அழைத்துச் செல்ல, அது வீடு பக்கம் கையைக் காட்டிக் கொண்டே அழுமாம். அழுது அழுது வழியெல்லாம் வாந்தி எடுக்குமாம். உள்ளே போன உணவு அனைத்தும் வாந்தி எடுத்து விடுமாம். வழியெல்லாம் வாந்தி எடுப்பதை பல நாட்கள் அந்த அம்மாவின் தோழி கண்டிருப்பதாகவும், அதன் மூலம் அன்றைய சாப்பாடு என்ன என்பதைக் கூட சொல்லுவாராம். அப்படி ஒரு வேதனை தரும் சம்பவங்கள் நிறைய வீடுகளில் நடந்திருக்கும். சாப்பிட அடம்பிடித்தால் அம்மா கூட இருப்பார்கள், தன்னை விட்டுப்போகமாட்டார்கள் என்பது தான் குழந்தையின் எண்ணம். ஆக அம்மாவின் முழு நேர அன்பிற்கு குழந்தை ஏங்குகிறது என்று அர்த்தம். மூன்று வயதில் இப்படியொரு மன உளைச்சல் குழந்தைக்கு ஏற்படுகிறதென்றால் நம்மால் நம்ப முடிகிறதா? இதுதான் வளர வளர, வயதிற்கேற்ற மன உளைச்சலை ஏற்படுத்துகிறது என்று கூறலாம்.

நேரம், காலம் போன்ற கட்டுப்பாடுகள் இல்லாமல் அன்பில் மட்டுமே வளரும் குழந்தைகள், திடீரென பள்ளியில் சேர்க்கப்படும் பொழுது, அங்குள்ள சூழலுக்கு குழந்தை தன்னை தயார்படுத்திக் கொள்ள மிகவும் சிரமப்படுகிறது. வெவ்வேறு விதமான மனிதர்கள், பல்வேறு சூழலிலிருந்து வரும் பிள்ளைகள், இட மாற்றம், அதிகப்படியான இரைச்சல், சில சமயங்களில் மொழிப் பிரச்சனைகள், கூட்டம் கூட்டமான மனிதர்கள் அனைத்தையும் பார்த்துப் பழகி ஒரு நிலைக்கு வருவதற்குள், பிள்ளை மனம் எவ்வளவு சங்கடப்படும் என்று யூகிக்கலாம். பெரியவர்களுக்கே ஒரு இடம் 'செட்' ஆக எவ்வளவு சிரமப்படுகிறோம்?

அடுத்து பள்ளிப்பருவத்தில் ஒரளவு அவர்களுக்குப் புரிய ஆரம்பிக்கும் சமயம், நாம் சொல்வதைப் பிள்ளைகள் கேட்க வேண்டும். சொன்னதை உடன் செய்ய வேண்டும் என்றெல்லாம் நினைக்கும்பொழுதுதான் பிரச்னைகள் நமக்கும் தோன்ற ஆரம்பிக்கும். பிள்ளைகள் முதலில் நாம் சொல்வதைக் கேட்கும் 'மூடில்' இருக்கிறார்களா என்பதை யோசிக்க வேண்டும். சொன்னதையே திருப்பித் திருப்பிச் சொல்லி அவர்கள் வெறுப்படையும் விதத்தில் செயல்படக்கூடாது. விருப்பமில்லாத வேலைகளைத் திணிக்காமல் இருக்கலாம். அப்படியே எதிர்மறையாக அவர்கள் செயல்பட்டால், நாம் உணர்ச்சி வசப்பட்டு வார்த்தைகளைப் பிரயோகிக்கக் கூடாது. அமைதியாக இருந்து, எந்த விஷயமும் நடைபெறவில்லை என்பது

போல் இருந்து விட்டால் போதும். ஒரு நாள் அவர்களே வந்து வருத்தப்பட்டு, அதே செயலை செய்ய முன்வருவார்கள். அந்த சமயம் அவர்கள் செய்ய வேண்டிய செயல்களை மெதுவாக எடுத்துரைக்கலாம். அதுவும் அவர்கள் குறிப்பிட்ட செயலில் உதவினால், அது அவர்களுக்கு எவ்வளவு உதவிகரமாக இருக்கும் என்பதை உற்சாகத்தோடு, ஊக்கப்படுத்தி எடுத்துரைக்கலாம். எளிய உதவிகளை செய்யச் சொல்லி உற்சாகப்படுத்தலாம். உதாரணமாக படித்து முடித்த தினசரி பேப்பர்களை அதற்கான இடத்தில் அடுக்கச் சொல்லலாம். பிள்ளைகளின் பொருட்களை அழகுற அடுக்கி வைக்க, அதற்கு ஊக்கமாக பரிசு தருவதாகக் கூறலாம். முடிந்தவரை அவர்கள் வயதிற்கு என்ன எளிதாக செய்ய முடியுமோ அதைத்தான் நாமும் கூற முயற்சிக்க வேண்டும். ஒரு மூன்று வயது குழந்தை, மொட்டை மாடியில் காய்ந்துகொண்டிருந்த தன் உடைகளைப் பார்த்து அடுக்கி அழகாக எடுத்து வந்து தாயிடம் கொடுத்த காட்சி எனக்கு மெய்சிலிர்க்க வைத்தது. ஒரு ஐந்து வயது பையன் வீட்டிற்கு வந்த விருந்தினரை உபசரிப்பதற்காக, குளிர்சாதப்ன பெட்டியிலிருந்த பழச்சாறை எடுத்து பாத்திரம் நிறைய ஊற்றிக் கொடுத்தான். இதைப் பார்த்த அம்மா கத்திக் கொண்டே வந்தாள், காரணம் அது தண்ணீர் கலக்கப்படாத பழக்கூழாம். பிள்ளைக்கு அதைப்பற்றித் தெரியவில்லை. வரும் விருந்தாளிகளை அம்மா எப்படி உபசரிப்பார் என்பதை தெரிந்து வைத்துக்கொண்டுள்ளது. "தாயைப்போலப் பிள்ளை, நூலைப் போல சேலை" என்பார்களே, அது இயல்பாகவே அமைந்து விடுகிறது. அதனால்தான் சொல்லித் திருத்துவதை விட, செய்து காட்டுவது மேல என்பார்கள். எதையும் செய்து காட்டும் பொழுது மனதில் வெகு சுலபமாகப் பதிகிறது. ஒரு புத்தகத்தின் பின்புறம் காணப்பட்ட வினாக்களில் இயற்கை உணவின் முக்கியத்துவம் பற்றி கேட்கப்பட்டிருந்தது. பிள்ளைகளை நான்கு அணிகளாகப் பிரித்தோம். ஒவ்வொரு அணியும் தனித்தனியான இயற்கை உணவை செய்ய வேண்டும். அடுப்பு பயன்பாட்டிற்குக் கிடையாது. வேண்டிய பொருட்களை அவர்வர்கள் கொண்டு வர வேண்டும். தயார் செய்து எடுத்து வரக்கூடாது. மூலப்பொருட்கள் மட்டும் தயார் செய்து எடுத்து வரலாம். எந்த அணி சிறப்பான உணவைத் தருகிறதோ, அவர்களுக்கு விருது தரப்படும் என்று அறிவித்தோம். அவ்வளவுதான், அடுத்த நிமிடம் முதல் அவர்கள் உற்சாகத்தில் திளைத்தார்கள். ஆள் ஆளுக்கு குறிப்புகள் எழுத ஆரம்பித்தனர்.

மறுநாள் போட்டிக்கு தயார் செய்ய ஒரு பெரிய அறையும், ஒரு மணி நேரம் அவகாசமும் கொடுக்கப்பட்டது. சில ஆசிரியர்கள் வெளிப்புறம் அமர்ந்து பார்த்துக்கொண்டிருந்தார்கள். என்ன ஒரு உற்சாகம்! முதலில் அவர்கள் எடுத்து வந்த பொருட்கள் நிறைந்த பைகளை ஆசிரியரிடம் ஒப்படைத்தார்கள். 'எதற்கு' என கேட்பதற்குள் ஒவ்வொரு அணியிலிருந்து ஒருவர் சென்று

அலுவலகத்திலிருந்து ‘துடைப்பம்’ பெற்றுக் கொண்டு வந்தார்கள். நான்கு புறங்களிலிருந்தும் பெருக்கி சுத்தம் செய்ய, நான்கு பேர் தரையை துடைத்தனர். பின் கீழே சென்று கைகால்களை அலம்பிக் கொண்டு, ஆசிரியரிடம் இருந்த பைகளை எடுத்துக் கொண்டு அறைக்குள் சென்றனர்.

கொடுக்கப்பட்ட நேரம் ஒரு மணி என்றாலும், முக்கால் மணி நேரத்தில் அவர்கள் சமையல் செய்து முடித்துவிட்டார்கள். பழக்கலவைகள், பழச்சாறுகள், விதவிதமான முளையிட்ட நவதானியங்கள், வீட்டிலேயே செய்து எடுத்துவந்த ரொட்டிகளின் அழகான அலங்கரிப்பு போன்ற பலவிதமான உணவுப் பண்டங்கள் அதற்கேற்றபடி அழகாக பரிமாறப்பட்டன. நாங்கள் ஆச்சரியத்தில் மூழ்கினோம். அணிகள் தங்களுக்குள் செய்த உணவை மாற்றிக்கொண்டனர். அந்த தளத்திலிருந்த அனைத்து ஆசிரியர்களுக்கும் கொடுக்கப்பட்டது. எப்பொழுதும் சோம்பேறி போல் காணப்பட்டவன்கூட அன்று சுறுசுறுப்பாக இயங்கினான். அனைத்தும் முடிந்தும் அவர்கள் வகுப்பறையை பழையபடி சுத்தம் செய்து குப்பைகளை அகற்றி தூய்மையாக வைத்தனர். சிறப்பாக செய்து காட்டும் அணிக்குப் பரிசு என்று அறிவித்திருந்தாலும் அனைவருக்கும் ஊக்கப்பரிசு அளிக்கப்பட்டது. ஒரே செயலை செய்து அலுக்கும் சமயம் பிள்ளைகளை வெவ்வேறு நிகழ்வுகளில் ஈடுபடுத்தலாம். நீதிபோதனை என்று நாம் சொல்லித் தரும் நீதிக் கருத்துக்களைக் கொண்ட கதைகளை, அவர்கள் வாயிலாகவே சொல்ல வைக்கும் பொழுது, தன்னை முழுமையாக ஈடுபடுத்திக் கொண்டு தயார்செய்து வருவார்கள். கற்பிப்பவர் மிகவும் சுறுசுறுப்பாக சொல்லித் தரும்பொழுது, அவர்கள் கவனம் முழுமையும் வகுப்பறையில்தான் இருக்கும். நாமே ‘டல்’லாக செயல்பட்டால் அவர்கள் கவனம் நிலைக்காது. புத்தகத்திலிருந்து நடத்தும் பொழுது இடையிடையே ஒருவரை படிக்கச் சொன்னால், அவர்கள் கவனம் சிதறாமல் இருக்கும். விளையாட்டுப் பிள்ளைகள் தானே! நாமும் ஊக்கத்துடன் அவ்வப்பொழுது அவர்களை ஊக் கப்படுத்திக்கொண்டேயிருந்தால்தான், அவர்கள் மனம் தளராமல் இருப்பார்கள். ஊக்கப்படுத்துகிறோமோ இல்லையோ, எந்தப் பிள்ளையையும் மட்டம் தட்டிப் பேசும் அதிகாரம் நமக்குக் கிடையாது. சில சமயம், பெற்றோர்களே பிள்ளைகளை மட்டமாகப் பேசுவதுண்டு.

‘இப்படிப் படித்தால் நீயெல்லாம் எங்க உருப்பட போறே!’ நிறைய இடங்களில் இதுபோன்ற வார்த்தைகள் கேட்க நேரும் பொழுதெல்லாம் எங்களுக்கு மனது அவ்வளவு வேதனைப்படும். ஒரு பெற்றோர் ஆசிரியர் கூட்டத்தில், ஒரு தாய் தன் மகனை கடித்துகொண்டார். சுமார் இருபத்தைந்து ஆண்டுகளுக்கு முன் ஒரு நிகழ்வு நடந்தது. சாதுவான ஒரு பையன், வீட்டில் எப்பொழுதும் அப்பா-அம்மா சண்டை. அதைப் பார்த்து பார்த்து

அவனுக்குள் எப்பொழுதும் ஒரு பயம். வீட்டுப் பாடங்கள் கூட சரிவர செய்யமாட்டான். பல நாட்கள் படிக்காமலும் வீட்டுப்பாடம் கூட செய்யாமலும் வந்த பையனைப், பள்ளியில் கோபித்தனர். மனமுடைந்த பையன் பள்ளிக்குப் போகவே பயந்து கொண்டு, உடல் நலம் சரியில்லை என்று கூறி வீட்டிலேயே இருக்க ஆரம்பித்தான். கொஞ்சம் கொஞ்சமாக உண்மையிலேயே அவனுக்கு மன உளைச்சல் ஏற்பட்டு, ஆலோசனைக்குப் போகும் நிலை ஏற்பட்டது. சிறகடித்துப் பறக்க வேண்டிய காலத்தில் அப்பா 'பைல்'களை சுமந்து கொண்டு, மருத்துவரிடம் நடக்க ஆரம்பித்தார். பிள்ளையின் மன உளைச்சல், அப்பாவுக்கும் மன நோயைத் தந்தது. எவ்வளவு சம்பாதித்து என்ன பலன்? அவர்களின் வாழ்க்கை கசக்க ஆரம்பித்தது. எவ்வளவு படிப்பில் மோசமாக இருந்தாலும், வீட்டில் சண்டை சச்சரவுகள் இல்லாமல் புரிந்துகொள்ளும் பெற்றோர் இருந்தால் போதும். அந்தப் பிள்ளைக்குத் தனிப்பட்ட வகுப்புகள் எடுக்கவைத்து, அவனைப் படிகளில் ஏற்றியிருக்கலாம். அப்படி நடக்காததால், பிள்ளையும் பாதிக்கப்பட்டு, குடும்பமும் பரிதவித்து என்ன பலன் கிடைத்தது? அந்த நேரத்தில், கவனிக்க வேண்டியதை செய்யாமல், பெரியவர்களுக்குள் நடந்த பிரச்சனைக்கு, குழந்தையின் எதிர்காலம் கேள்விக் குறியானதே! அதனால் தான் இன்றைய சுட்டிப் பிள்ளைகளை தட்டிக் கொடுத்து, ஊக்குவித்து வழிநடத்த வேண்டியது நம் கடமையாகிறது. புத்தகம் மட்டும் படித்தால் போதுமா? அறிவுப்பசிக்கும், அவர்களின் விஞ்ஞான மூளைக்கும் நம் உறுதுணை அவசியம் தேவை.

கணவன்-மனைவி இருவரும் வேலைக்குப் போயிருந்த ஒரு குடும்பம். இரு பிள்ளைகள் பள்ளியில்லாததால், வீட்டில் ஆட்டம் போட்டிருக்கிறார்கள். தான் வேலை முடிந்து வரும்வரை பிள்ளைகளுக்குத் தேவையான அனைத்தையும் தயார் செய்து, மேசை மேல் வைத்து விட்டு சில குறிப்புகளையும் தந்து விட்டு அம்மா வேலைக்குச் சென்றிருக்கிறார். 'ஆன்-லைன்' வகுப்பிற்காக இரு பிள்ளைகளுக்கும் கைபேசி மற்றும் கணினி வாங்கித் தந்தார்களாம். பிள்ளைகளுக்கு போரடித்ததால், சீரியல் பார்த்தார்களாம். திடீரெனப் பார்த்தால் ஒன்றும் புரியவில்லையாம். 'யூட்யூப்' சென்று சமையல் குறிப்புகளை படித்திருக்கிறார்கள். 'கேசரி' செய்யும் முறை மிகவும் பிடித்ததால், சமையலறையில் சென்று பொருட்கள் உள்ளதா வென ஆராய்ந்து, செய்ய திட்டமிட்டனராம். ரவை, சர்க்கரை, நெய் இவற்றைக்கொண்டு இருவரும் சேர்ந்து கிளறியிருக்கிறார்கள். அதற்கு நிறம் என்ன செய்தால் கிடைக்குமென்று யோசித்து மஞ்சள் பொடியை தூவினார்களாம். செய்து முடித்து இருவரும் சாப்பிட்டுப் பார்த்திருக்கிறார்கள். அம்மா செய்து தரும் ருசியில்லாமல், வேறுமாதிரி ருசிக்கிறதே என்று பேசிக் கொண்டார்களாம். மாலை அம்மா உள்ளே நுழையும் பொழுதே ஒரே நெய் மணமாம். வீடு அறை முழுவதும் ரவா சிந்தி கிடக்க, ஒரே நெய் பிசுக்காம்.

அதிர்ச்சியடைந்த அம்மாவுக்கு மஞ்சள் போட்ட விஷயம் மேலும் கோபத்தைத் தூண்டியதாம். நன்கு அடித்து இருவரையும் திட்ட, பின் பிள்ளைகள் வீட்டை சுத்தம் செய்ய ஆரம்பித்தனராம். அன்று முதல் சமையலறைப் பொருட்களை உயரத்தில் ஒளித்து வைக்க ஆரம்பித்தார்களாம். பிள்ளைகள் பல்வேறு விதமான லீலைகளை நிகழ்த்துவார்கள். நாமும் அத்தகைய செயல்களில் உடன் சேர்ந்து செய்வது போல் சில விஷயங்களை கற்றுத்தரலாம். நல்ல நேரம் அவர்கள் பத்திரமாக செயல்பட்டிருக்கிறார்கள். அதை நினைத்துப் பாராட்டிவிட்டு, அடுத்த முறை தானே செய்து காட்டுவதாகவும், தனியே எதுவும் முயற்சிக்க வேண்டாமெனவும் எடுத்துக் கூறலாம். எல்லாவற்றிற்கும் நாம் கோபப்பட்டு தண்டனையளித்தால், அவர்கள் புதிதாக வேறு செய்ய நினைப்பார்.

விட்டுப் பிடித்து புரிய வைத்தல்

பிள்ளைகள் வாழ்க்கையில் குறும்புத்தனங்களும், விஷமங்களும் நிறைய காணப்பட்டாலும் நாம் அதை ரசிக்கத்தான் செய்கி றோம். அதே சமயம் பிள்ளைகள் விஷமங்கள்தான் செய்வார்கள் என்கிற முடிவுக்கும் வரமுடியாது. அவர்களுக்குதுன்பப்படும் பிள் ளைகளிடம், பெரியவர்களை விட அனுதாபம் உண்டு. அன்பும் அளவுக்கு அதிகமான பிரியமும் கொண்டவர்கள் பிள்ளைகள். பாதிக்கப்பட்ட பிள்ளைகளின் பெற்றோர் ஒரு பக்கம் சிரமப்பட் டாலும், அந்த அளவுக்கு உடன்பயிலும் மாணவர்கள் சிரத்தை யோடு இவர்களைக் கவனிப்பர். ஐந்தாம் வகுப்பு வரை எல்லாப் பிள்ளைகளையும் போல் வளர்ந்த சிறுவன் ஒருவன், ஆறாம் வகுப்பிற்குப் பின் கால்கள் செயலற்று, தூக்கி அழைத்து வரும் நிலைமை ஏற்பட்டது. பள்ளி வாசல்வரை வண்டியில் அழைத்து வரும் நிலைமை ஏற்பட்டது. பள்ளி வாசல்வரை வண்டியில் அழைத்து வந்தாலும், அங்கிருந்து அவனை வகுப்பறை வரை தூக்கித்தான் செல்ல வேண்டும். அப்பா தூக்கி அழைத்துவர, அம்மா அவனை இருப்பிடத்தில் அமர்த்தி, புத்தகப்பை, சாப்பாடு, தண்ணீர் அனைத்தையும் வைத்துவிட்டு, அருகிலிருக்கும் பிள் ளைகளிடம் சொல்லிவிட்டுச் செல்வது வழக்கம். அந்தப் பிள்ளை மாலை தாய், தந்தை வந்து அழைத்துச் செல்லும்வரை இயற்கை உபாதைகளைக்கூட பொறுத்துக்கொண்டு அமர்ந்திருப்பான். ஒவ்வொரு 'பீரியட்' முடிவிலும் அருகில் இருக்கும் பிள்ளைகள் அந்தந்த பாடப்பிரிவுகளுக்கான புத்தகங்களை எடுத்துக் கொடுப் பார்கள். அவன் கையெழுத்து முத்துமுத்தாக இருக்கும். வகுப் பில் எதுவும் பேசமாட்டான். பாடங்களை நன்கு கவனிப்பான். எப்பொழுதும் தூய்மையாகக் காணப்படுவான். கணிதப் பாடம் மிகவும் அருமையாகச் சுலபமாகச் செய்துவிடுவான். அவனுக்குக் கால்கள் செயல்பட முடியாது என்பதற்காகவே அவன் வகுப்பை கீழே கொடுத்திருந்தார்கள்.

சரஸ்வதி ஸ்ரீநிவாசன்

ஒரு குறிப்பிட்ட பையனுக்காக, பள்ளியின் ஒத்துழைப்பு என்பது மிகவும் அபரிமிதமாக இருந்தது. பெரிய வகுப்புகளுக்குச் செல்ல செல்ல, அவன் வளர்த்தியும் அதிகமானது. அவனின் தாய் ஒரு தேவதை என்றே கூறலாம். சிரித்த முகத்துடன், அவனைத் தூக்கி அமரவைக்கும் பொழுது, துளிகூட சிரமம் காட்டாமல், தான் ஒரு பொறுப்புமிக்க தாய் என்பது போன்ற பெருமிதத்தைத்தான் காட்டுவார். விளையாட்டு நேரம் வந்துவிட்டால் எல்லோரும் வகுப்பறையை விட்டு மைதானத்திற்குச் செல்ல வேண்டும். அப் பொழுது அவனைத் தனியே விட்டுச் செல்லக்கூடாது என்பதற் காகப் பிள்ளைகள் தங்களுக்குள் யார் வகுப்பறையில் அவனுடன் தங்குவது என்று பேசிக்கொள்வார்கள். ஒவ்வொரு விளையாட்டு வகுப்பிற்கும் இரண்டு பிள்ளைகள் அவனுக்குத் துணை தருவது என்று முடிவெடுத்து, அவனுடன் பேசிக்கொண்டே உள்விளை யாட்டு ஏதேனும் விளையாடுவர். அவனை எந்த விதத்திலும் தனிமைப்படுத்த விடாமல், பார்த்துக்கொள்வதில் பிள்ளைகள் அவ்வளவு அக்கறை காட்டினார்கள். பத்தாம் வகுப்பிலிருந்து, மாணவர்களுக்குப் பரிசோதனைக் கூடங்கள் அதிகம் பயன்படுத் தப்படுவதால், அம்மாணவனின் வகுப்பும் மேலேயுள்ள பரிசோத னைக்கூடமருகில் மாற்றப்பட்டது. அவனை மேலே அழைத்து வருவதற்கு 'லிப்ட்' அனுமதி தரப்பட்டது. அப்பாவும் அம்மாவும் சேர்ந்து 'லிப்ட்டில்' தூக்கிக் கொண்டு வந்தாலும் 'லிப்ட்' வாயிலி ருந்து வகுப்பறைவரை சுமந்துதான் வரவேண்டியிருந்தது. மாலை அவன் பெற்றோர் வரும்வரை பிள்ளைகள் காத்திருந்து, பெற்றோர் அவனை அழைத்துச் சென்றபின்தான் வெளியேறுவர். பன்னி ரண்டாம் வகுப்பு முடிக்கும் சமயம், அவன் அவ்வப்பொழுது உடல்நலம் பாதிக்கப்பட்டான். முகம் 'டல்'லாகி சோர்ந்து மயங்கி விடுவான். இதைக்கண்ட அவன் நண்பர்கள் கவனம் அவன்மீது பதிய ஆரம்பித்தது. பன்னிரண்டாம் வகுப்பு அரசுத்தேர்வுக்கு அவனுக்கென்று இடம் ஒதுக்கப்பட்டது.

பரீட்சை சமயம் தேர்வாளர்கள் அடிக்கடி திடீர் சோதனை யிடுவது வழக்கம். ஊசி கீழே போட்டால் தெரியாத அளவு நிசப்தம். மாணவர்கள் அனைவரும் தேர்வு எழுதிக்கொண்டி ருந்தனர். மேலே சொன்ன மாணவனின் நெருங்கிய நண்பன், எங்கே தன் நண்பன் மயங்கிவிடுவானோ, அவனுக்குத் தண்ணீர் தேவைப்படுமோ, ஏதாவது வேண்டுமானால் அவன் கேட்கக் கூட மாட்டானே என்றெல்லாம் யோசித்து நண்பனைப் பார்த்து கண்ணால் பேச நினைத்துத் திரும்பினான். அவ்வளவுதான்! பின் னால் வந்த தேர்வாளரிடம் மாட்டிக்கொண்டான். தேர்வாளர் அவன் முகத்தைக்கூட பார்க்காமல் திரும்பியவனின் பெயரை யும், தேர்வு எண்ணையும் குறித்துக்கொண்டார். பாவம், உதவி மனப்பான்மையில் திரும்பிய அவனுக்கு 'குபீர்' என்று வியர்க்க, மனம் 'படபட' வென அடிக்க ஒருவித பயத்துடனேயே தேர்வு எழுதி முடித்தான். 'பழி ஒரு இடம் பாவம் ஒரு இடம்' என்பது

185

போல பாதிக்கப்பட்ட மாணவன் நன்கு தேர்வு எழுதிவிட்டான். அவனைப் பற்றிய அனுதாபத்தில் திரும்பியவன் மாட்டிக்கொண்டான். தேர்வு முடிந்தபின் அனைத்தும் பேசப்பட்டு, அதிகாரியும் உண்மைநிலையைப் புரிந்துகொண்டார். தன்னால் நண்பனுக்கு ஏற்பட்ட நிலை குறித்து மாணவனும் அவன் பெற்றோரும் மனம் வருந்தினர்.

பிள்ளைகளுக்குள் நிறைய தியாக உணர்வுகள் காணப்படுகின்றன. மற்றவரைப் போல் இந்தப் பையனும் தேர்வில் மும்முரமாக எழுதியிருக்கலாம். ஆனால் கால்கள் முடியாத பையன் எப்படி மூன்று மணிநேரம் ஒரே இடத்தில் அமர்ந்து தேர்வு எழுதுவான். அவனுக்குத் தண்ணீர்கூட எடுத்துக் குடிக்கமுடியாதே என்ற பாவனையில் கேட்பதற்காகத்தான் திரும்பியிருந்தான். நல்ல எண்ணத்திற்குக் கடவுள் அவனைப் பெரிய பிரச்னையிலிருந்து அனைத்தையும் புரியவைத்துக் காப்பாற்றிவிட்டார்.

பிள்ளைகள் எப்பொழுதுமே நண்பர்களை உடன்பிறப்புக்கள் போன்று தான் பார்ப்பர். அத்தகைய வகையில் மேலே சொன்ன பையனும் தனக்கு உள்ள குறையைக்கூட நினைத்துப் பார்த்ததில்லை. அந்த அளவுக்கு அவனைச்சுற்றி நண்பர்கள் கூட்டம் இருந்து கொண்டேயிருந்தது. பள்ளியை முடிக்கும்பொழுது அவன் தாயின் கண்ணீர் அனைவரையும் கண்கலங்க வைத்தது. அவனுக்குச் சிரமம் இல்லாமல் தரும் கல்வியை பெற்றோர் நிச்சயித்தனர். காலத்தின் கோலம், விதியின் கொடூரம் அவன் வாழ்க்கை முடிந்தது. அவனின் நினைவுகள் யாருக்கும் மனதிலிருந்து அழியவில்லை. இப்படியெல்லாம் சில சந்தர்ப்பங்கள் நம் வாழ்வில் மறக்க முடியாமல் நிலைத்துவிடுகின்றன. காரணம் பகல்பொழுதின் பெரும்பாகம் நாம் வேலை செய்யும் இடத்தில் செலவிடுகிறோம். அதுவே நிஜ வாழ்க்கையாக அமைந்துவிடுகிறது. வீட்டில் இருக்கும் நேரத்தில் சுமார் பத்து மணி நேரமாவது இரவுப் பொழுதாகிறது. அப்பொழுது நம் நினைவலைகள் களைப்பிலும், உறக்கத்திலும் சென்றுவிடுகிறது. ஆக மொத்தம் கற்பிப்பவருக்கு வாழ்க்கையின் பெரும்பகுதி பிள்ளைகளுடன்தான் அமைகிறது. ஒரு தாயாக அவர்கள் மனதைப் புரிந்துகொள்ள முடிகிறது. உடல்நலம் பாதிக்கப்பட்டால், ஒரு ‘நர்ஸ்’ போன்று செயல்பட வேண்டிய சூழல்கள் ஏற்படும். ‘டீன் ஏஜ்’ என்று சொல்லக்கூடிய இளமையில் இவர்களுக்கு உற்ற தோழனாகவோ, தோழியாகவோ செயல்பட்டால் தான், அவர்களை நேர்மையான பாதையில் வழி நடத்திச் செல்ல முடியும். வீட்டிலும் கட்டுப்பாடுகள் அதிகமென்றால், அவர்கள் மனநிலையைப் புரிந்துகொண்டு வழிநடத்துதல் அவசியமாகிறது. பிள்ளைகள் மனதைப் புரிந்துகொள்ள மனோதத்துவம்தான் படித்திருக்க வேண்டுமென்ற அவசியமில்லை. ஒரு கற்பிப்பவராக இருந்து பிள்ளைகளுடன் ஒன்றிப் பழகினாலே, அவர்கள் மனதைப் புரிந்துகொள்ள முடியும். பொறுமை, சகிப்புத்தன்மை, நிதானம் இவை தேவை.

முதல் மதிப்பெண் எடுக்கும் ஒரு மாணவனின் பாட்டி, அந்தக் காலத்தில் தமிழ் இலக்கியம் படித்தாராம். தன் பேரனுக்கு எல்லா வகையிலும் உதவி செய்ய நினைத்து ‘படி-படி’ என்று கூறிக் கொண்டேயிருந்திருக்கிறார். எப்பொழுதும் ‘படி-படி’ என்கிற வார்த்தையைக் கேட்டு அவன் வெறுப்படைந்து நாளடைவில் பாட்டி பேச்சை கொஞ்சம்கூட கேட்காமல் இருக்க, அவன் அம்மாவுக்குத் தர்மசங்கடம் ஏற்பட்டதாம். அம்மாவுடன் சேர்ந்து பேசினால் பையன் மேலும் வெறுப்படைவான். பையனுக்குப் பரிந்து பேசினால், தன் தாய் வருத்தப்படுவார்கள். இந்த விஷயத்தை ஆசிரியர்களிடம் பகிர்ந்துகொண்டார். இதுபற்றி அவர்கள் கவலைப்பட வேண்டாம் என்று சொல்லி அனுப்பினோம். பெரும்பாலான வீடுகளில் இதுபோன்ற பிரச்னைகள் நிறையவே காணப்படுகின்றன. எப்பொழுதும் பிள்ளைகளை ‘படி படி’ என்று சொல்வதை அவர்கள் விரும்புவதேயில்லை. ரொம்பவும் மும்முரமாக ஏதோ ஒரு விஷயத்தை நாடுகிறார்களென்றால், புரிந்துகொண்டு சிறிது விட்டுப்பிடிக்க வேண்டும். ‘எப்பொழுது தேவையோ அப்பொழுது உதவுகிறேன்’ என்று சொல்லலாம். ‘உனக்கு ஏதேனும் விளக்கம் தேவைப்பட்டால், நான் அதை சொல்லித்தருகிறேன்’ என்று கூறினால் போதும். நீங்கள் உதவத் தயாராக உள்ளீர்கள் என்பது அவர்களுக்குப் புரிந்தால் போதும். கண்டிப்பாக நாடி வருவார்கள். அரசுத் தேர்வுக்குத் தயார் செய்யும் பொழுது, சில பொதுக்கட்டுரை, தலைப்புகளைத் தந்து தயாரிக்கச் சொன்னோம். முதல் மதிப்பெண் பெறும் மாணவனையும் ‘பாட்டியிடம் உதவி கேட்டு எழுதிவா’ என்றவுடன் அவனுக்கு ஒரே குஷி. ‘ஓ! பாட்டி திறமைசாலி என்பது இவர்களுக்குத் தெரிந்துள்ளதே!’ என ஆச்சரியப்பட்டு, பாட்டியிடம் கேட்டு தயார் செய்ய ஆரம்பித்தான். பாட்டிக்கும் ரொம்ப சந்தோஷம். உண்மையில் அவர்களும் திறமையானவர்கள்தான். முதல் மதிப்பெண் தொடர்ந்து எடுத்து பாட்டிக்கும் பெருமை தேடித் தந்தான். பிள்ளைகள் மனம் எதை நினைக்கிறதோ, அதைத்தான் செயல்படுத்துவார்கள். கண்டித்துப் பேசுவதை விட, விருப்பத்தை எடுத்துச் சொல்லி, அதனால் கிடைக்கும் சலுகைகளைப் பொறுமையாக எடுத்துரைக்க வேண்டும். எப்பொழுதும் நம் அறிவுறுத்தலுக்காகப் படித்துக்கொண்டேயிருக்கும் பிள்ளைகள் எல்லோரும் முதல் மதிப்பெண் பெற்றுவிடுவர் என்று கூற முடியாது. ரொம்ப சாதாரணமாக காணப்படும் சிறுவன் மிக அதிக மதிப்பெண் எடுத்துவிடுவான். காரணம் அவனுக்குக் கேள்வி ஞானமும், ஞாபகசக்தியும் அதிகமாக இருக்கலாம்.

சில பிள்ளைகள் தனித்து அமர்ந்து தன் பாடங்களை பொறுப்புடன் செய்வர். சில பிள்ளைகள் தற்சமயம் ‘சேர்ந்து படித்தல்’ என்கிற பெயரில் நண்பர்களோடு பகிர்ந்து படிப்பதைப் பழக்கமாகக் கொண்டுள்ளார்கள். உண்மையில் தெரியாதவர்கள், தெரிந்த பிள்ளைகளிடம் தேர்வுக்கு முன்பாகக் கேட்டு அறிந்துகொள்வார்கள். பல மாதங்கள் புத்தகத்தில் படித்ததை சில மணி நேரத்தில்

நண்பர்களிடம் கேட்டுப் படிப்பர். ஒரு சமயம் பள்ளியருகே இருந்த ஒரு நண்பன் வீட்டுக்கு நான்கைந்து பிள்ளைகள் சென்றிருந்தனர். அன்று பள்ளி அரைநாளாக இருந்ததால் ஒரு மணிக்கு முடிந்துவிட்டது. மூன்றுமணி வரை விசேஷ வகுப்பு என்று வீட்டில் சொல்லி விட்டு நண்பன் வீட்டில் குழுமினர். ஒன்றுசேர்ந்து ஆட்டம் போட்டதில் அவர்களுக்கு நேரம் போனதே தெரியவில்லை! அவர்கள் பெற்றோர் மூன்று மணிக்குப் பள்ளி வாசலில் வந்து தேடிய போது காவலாளிக்கு ஒரே பீதி. பள்ளி முழுவதும் காலி. ஒரு ஈ, காக்கா கூட காணப்பட வில்லை. வந்த பெற்றோர்கள் ஒரே அதிர்ச்சியில் உறையவே, காவலாளிக்கு யோசனை ஏற்பட்டது. நான்கு வீடுகள் தள்ளி காணப்படும் பையன் வீட்டின் மாடியிலிருந்து, ஒரே பாட்டு சப்தமும், பேசும் இரைச்சலுமாக காணப்பட்டது.

பெற்றோரை நிற்க வைத்துவிட்டு குறிப்பிட்ட பையனின் வீட்டின் அருகில் சென்றார். சந்தேகமேயில்லை. இது மாணவர்களின் குரல் என்பதை கண்டுபிடித்துவிட்டார். மெதுவாக உள்ளே சென்று பிள்ளைகள் பெயரைக் கூப்பிடவும், ஒவ்வொருவராக வெளியே ஓடிவந்தனர். அப்பொழுதுதான் அவர்களுக்கு நேரமாகிவிட்டது என்ற நினைப்பும் வந்தது. ஒரு வழியாகப் பெற்றோர் தங்கள் பிள்ளைகளை அழைத்துச் சென்றனர். மறுநாள் காவலாளி இந்நிகழ்வைத் தலைமை ஆசிரியரிடம் கூற, பெற்றோர்கள் முன்னிலையில் விவாதம் நடைபெற்றது. பிள்ளைகள் பள்ளி இறுதி நாள் பிரிவுபசார விழாவிற்காக, ஆசிரியர்களைப் பாராட்டி நாட்டிய நாடகம் நடத்த முடிவெடுத்திருந்தனர். அதை யாருக்கும் தெரியாத விதத்தில் ‘ஒத்திகை’ நடத்தத்தான் நண்பன் வீட்டில் ஏற்பாடு செய்திருந்தனர். ஆசிரியர்களுக்குத் தெரியாமல் மகிழ்ச்சி ஏற்படுத்த வேண்டும் என்பதுதான் அவர்கள் எண்ணமாக இருந்திருக்கிறது. பெற்றோர் காணாவிட்டால் கவலைப்படுவார்களென்றோ, பள்ளியில் தெரிவிக்காதது தவறு என்பதையோ யோசிக்கவில்லை. இதுதான் பிள்ளைத்தனம் என்பது. அனைவராலும் புரிந்துகொள்ள முடிந்தது. வழக்கம் போல் அன்பான அறிவுரைகள் தரப்பட்டன. ஒருவருக்கொருவர் காட்டிக்கொடுக்காத குணம் என்பது பிள்ளைகளிடம்தான் காணமுடியும். சாப்பாட்டைப் பகிர்ந்து உண்பதைப் போல இன்ப துன்பங்களையும் பகிர்வார்கள். ஒரு சிறுவன் விளையாடிவிட்டுப் பசியுடன் ஓடிவந்தான். ஒவ்வொரு சாப்பாடு டப்பாவையும் திறந்து பார்த்தான். அவனுக்குப் பிடித்த உணவு ஒன்றில் இருந்தது. கதவைச் சாத்திவிட்டு நன்கு ருசித்தான். பின் ‘நன்றி’ என்று எழுதி டப்பாவில் போட்டான். சாப்பிட்ட உணவிற்கு பதில் குறிப்பிட்ட பையன் இடத்தில் சூடான கேன்டீன் உணவு இருந்தது! இதுவும் ஒரு திருவிளையாடல்!

தவறை உணரவைத்தல்

நம் முன்னோர் காலத்தில் வீட்டில் பத்துப் பிள்ளைகள் கூடஒன்றாகவளர்ந்திருக்கிறார்கள். சந்தோஷமாக உற்சாகமாக இருந்திருக்கிறார்கள். இன்றைய காலகட்டம் ஒன்றிரண்டு பிள்ளைகள், நல்ல ஒழுக்கத்துடன் வளர பெரியோர்கள் நிறைய தியாக மனப்பான்மையுடன் செயல்படத்தான் வேண்டிய நிலை. இது காலத்தின் கட்டாயம் என்றுதான் சொல்ல வேண்டியுள்ளது. இன்றைய வசதிகள் இல்லாத காலத்தில், உடல் உழைப்பு அதிகமாக இருந்தது. எல்லோரும் ஆரோக்கியமாக காணப்பட்டார்கள். பிள்ளைகள் விஷயத்திலும் ஓடியாடி சிறகடித்துப் பறந்தார்கள். பிள்ளைகளைப் பொறுத்தவரை, ஏழை-பணக்காரர், ஜாதி-மதம், இனம்-நிறம் எதுவுமே தெரியாது. தெருக்கள் மைதானமாக காணப்பட்டது. கூடி விளையாடுவது, கும்மியடிப்பது, கோலி விளையாடுவது என அனைத்துமே தெருக்களில் நடந்தன. இப்பொழுது கைபேசியும், கணினியும் அவர்களுக்கு மிகச் சிறந்த நண்பர்கள் ஆகிவிட்டன. பெரியவர்களும் அவர்வர் வேலைகளில் மும்முரம் காட்ட வேண்டிய நிலை. பிள்ளைகள் என்னதான் செய்வார்கள். உயிரற்ற பொருட்களிடம் கூட நட்புகொள்ள வேண்டிய காலகட்டம். உடற்பயிற்சியும் குறைவு. அப்படியே விளையாட்டில் சேர நினைத்தாலும் அதற்கென நேரமும், பணச் செலவும் ஒதுக்கிட வேண்டும். ஆறுதலுடன் பேச வீட்டில் யாருமில்லை என்றால் அவர்கள் வேறு பொழுதுபோக்கில் ஈடுபட வேண்டிய நிலை. கவனம் வேறு திசைகளில் செல்ல வாய்ப்பு ஏற்படுகிறது. அதன்மூலம் மன உளைச்சல் ஏற்பட்டு சிறு வயதிலேயே 'மன அழுத்தத்திற்கு' ஆளாகிறார்கள். பெற்றோர் நேரம் செலவிடுவதன் மூலம் பிரச்னை தீர்ப்பது எல்லாம் சாத்தியம்.

படிப்பில் கவனம் இல்லாத ஒரு பையன் மற்ற அனைத்திலும் கவனமாக இருந்தான். அதாவது பாடம் எழுதக்கூட அவனுக்கு

ஒரு ஆள் வேண்டும். தேர்வு வந்தால் அவனுக்கு தேர்ச்சி பெறும் அளவுக்கு பாடங்களைக் கற்றுத்தர வேண்டும். வீட்டுப் பாடம் அவனுக்குச் செய்து உதவ வேண்டும். அனைத்திலும் தனக்கு உதவ நிறைய பிள்ளைகளைச் சரிக்கட்டி வைத்திருந்தான் அவன். எப்படி என்கிறீர்களா? அவர்களுக்கு வேண்டிய உதவிகளைச் செய்வானாம். சாக்லேட், பிஸ்கெட் வாங்கித் தருவானாம். சிலநேரங்களில் சாப்பாடும் வாங்கித் தருவானாம். சில ஏழைப்பிள்ளைகள் அவன் சொல்வதையெல்லாம் செய்துவிட்டு அவ்வப்பொழுது காசும் அவனிடம் வாங்கிக் கொள்வர்களாம். இவற்றைப்பற்றியெல்லாம் ஆசிரியரிடமோ, தலைமை ஆசிரியரிடமோ சொன்னால் அவர்களை சும்மா விடமாட்டேன் என்றெல்லாம் பயமுறுத்தி விடுவானாம். அதனால் இவைபற்றி யாருக்கும் தெரியாமல் இருந்தது. எப்படியோ குறைந்த பட்ச மதிப்பெண் வாங்கி தேர்ச்சி பெற்றுக்கொண்டிருந்தான். விளையாட்டில் மட்டும் உண்மைப் புலி. மாநில அளவிலான போட்டிகளுக்குச் சென்று வென்று வருவான். அதை சாக்காக வைத்துக்கொண்டு கைவலி, கால்வலி என்று சொல்லி ஒரு வாரம் பள்ளிக்கு வரமாட்டான். ஒன்பதாம் வகுப்பு வந்த பிறகுதான், அவனது சுயரூபம் அனைவருக்கும் தெரிய வந்தது. உடன் உதவி வந்த மாணவர்கள், படிப்புச் சுமையால் விலக ஆரம்பித்தார்கள். அவனால் எந்தப் பாடத்திலும் கவனம் செலுத்த முடியவில்லை. ஓரளவு வீட்டுப்பாடங்களையாவது செய்து வந்தவன் எதிலும் கவனம் செலுத்தாமல் இருந்தது ஆசிரியர்களுக்கு மிகுந்த ஆச்சர்யத்தை தந்தது. அவன் பெற்றோரிடம், அவனைப்பற்றி எடுத்துக் கூற வேண்டுமென நினைத்து, பெற்றோரை அழைத்தோம். பிறகுதான் எங்களுக்கு அவனுடைய குடும்பநிலை, சூழல் அனைத்தும் புரிந்தது.

உன்மையில் அவன் வெகுளியான பையன்தான். அவன் அது வீட்டு சூழலும், வளர்ந்த விதமும் அவனை மாற்றியிருந்தது. அவனுக்குத்தாய் இல்லையாம். தந்தை அவனை வளர்ப்பதற்காகவும், பரம்பரை சொத்துக்களை பராமரிப்பதற்காகவும் இரண்டாவது மணம் செய்துகொண்டாராம். சில வருடங்களில் நோயுற்று அவரும் இறந்துவிட்டாராம். வளர்ப்புதாய் படிக்காதவர். சொத்துக்களை பாதுகாப்பாக பார்த்துக்கொண்டாராம். உயர்ந்த பள்ளியில் நன்கு படிக்கட்டும் என்றுதான் நினைத்துள்ளார். ஆனால் அவர் பலருக்கு பண உதவி செய்து அதன் மூலம் வட்டியும் பெற்று வந்திருக்கிறார். தினந்தோறும் இவற்றையெல்லாம் பார்த்துப் பார்த்து வளர்ந்த பையனின் மனதிலும் சில எண்ணங்கள் தோன்றின. தன் வீட்டில் நிறைய பணம் இருக்கிறது. தானும் பணம் மூலம் எதையும் சாதிக்க முடியும் என்ற கருத்து ஊன்றியிருந்தது. தினமும் பணம் எடுத்து வந்து, உதவியவர்களுக்கு பொருட்கள் வாங்கித் தந்திருக்கிறான். அவன் உதவ வேண்டும் என்று நினைத்ததில் தவறேயில்லை. ஆனால் பணம் தந்து வேலைகள் பெறுவது என்பது அந்த வயதில் ஒரு தேவையற்ற

நெறி என்றுகூட சொல்லலாம். அவனுக்கும் வயது முதிர்ச்சி இல்லை. எப்படியோ நம் வேலைகள் நடைபெற வேண்டும் என்கிற எண்ணம்தான் மேலோங்கியிருந்தது. சிறு பிள்ளைகள் அறியாத வயதில், அவர்களுக்கு விருப்பமான பொருள் கிடைத்துவிட்டால், எந்த உதவியும் செய்வார்கள். "பெரிய 'சாக்லேட்' தருகிறேன்" என்று சொல்லிவிட்டாலே மகிழ்ச்சியின் எல்லைக்குச் சென்று விடுவார்கள். நிறைய வீடுகளில் பெரும்பாலான அம்மாக்கள் இதைச் சொல்லியே அனைத்து வீட்டுப்பாடங்களையும் செய்ய வைத்துவிடுவார்கள். இது எல்லாமே சிறு வயதில்தான் சாத்தியம். உயர்ந்த வகுப்புகளுக்கு வந்துவிட்டால், அவர்களுக்கு அனைத்தும் புரியும்.

மேலே சொன்ன பையனின் நிலையிலும் அப்படித்தான் நிகழ்ந்திருக்கிறது. நண்பர்கள் பெரிய வகுப்பு வந்தவுடன் பொறுப்புடன் தங்கள் பாடத்தில் கவனம் செலுத்தி விட்டார்கள். மேலே சொன்ன பையனால் எதுவும் செய்ய இயலவில்லை. அவனுக்கே புரிந்து விட்டது. இனி தனக்கு நண்பர்கள் பாடம் எழுதித் தரமுடியாது. 'தன்கையே தனக்குதவி' என்று புரியும் பொழுதுதான், பணத்தாலும் வேலை நடை பெறாது. கஷ்டப்பட்டு படித்துதான் ஆகவேண்டும் என்பதை புரிந்து கொண்டான். பிள்ளைகள் எதிரில் பெற்றோர் மிகவும் கவனமாக நடந்து கொள்ள வேண்டும். பெற்றோர் ஒரு முன்மாதிரியாக நடந்து கொண்டால்தான், பிள்ளைகள் அவ்வழி நடப்பர். நமக்கே தெரியாமல் நம் நடவடிக்கைகள் எவ்வளவுதூரம் அவர்களை பாதிக்கச் செய்கிறது என்பதை எல்லாம் எடுத்துரைக்க வேண்டியிருந்தது. பெரும்பாலும், இப்பொழுது இது பற்றி எல்லாம் நிறையயே விழிப்புணர்வு ஏற்பட்டுள்ளது என்றே கூறலாம். குறிப்பிட்ட பையன் பாவம். தந்தையுமில்லாமல், பெற்ற தாயுமில்லாமல் மற்றொருவர் வளர்ப்பில் வந்ததால் அவன் மனம் அப்படியிருந்தது.

ஆனால் வெகுசீக்கிரம் அனைவராலும் விருப்பப்படும் மாணவனாக மாறிவிட்டான். ஆசிரியைகளிடம் தாய் அன்பைப் பெற்றுவிட்டதாகக் கூறினான். விளையாட்டுடன் மட்டுமல்லாமல், பிடித்த விஷயங்களை சிறப்பாகச் செய்ய ஊக்குவித்தால் பெருமையுடன் சாதிக்க ஆரம்பித்தான். சிறு வயதில் எளிதாக அவர்களை திருந்தச்செய்யமுடியும். குடும்பச் சூழலும் சரியில்லாமல், அவன் சூழலை புரிந்து அவனுக்கு உதவும் ஆளில்லாமல், கண்டு கொள்ளாமல் விடப்படும். ஒருசில பிள்ளைகள் மட்டும்தான் வழிமாறுகிறார்கள்.

பெரும்பாலான பிள்ளைகள் சூழல் காரணமாகத்தான் சிறிய சிறிய தவறுகளை தெரியாமல் செய்ய முயல்கிறார்கள். எப்பொழுது அவர்கள் செய்வது தவறு என்று புரிந்து தன்னைத் திருத்திக் கொள்ள முயல்கிறார்களோ, அப்பொழுதே ஒழுக்கம் படைத்தவர்களாக ஆகி விடுகிறார்கள். இளமைப்பருவம் எதையும் புரிந்துகொள்ளக்கூடிய

பருவம். சொல்லித் திருத்துவதும் சுலபம்தான். பல வருடங்கள் தவறுகளில் ஈடுபட்டவர்களை திருத்துதல் என்பது சுலபமல்ல. ஆனால் மாணவர்களைப் பொறுத்தவரை வேண்டுமென எந்தத் தவறையும் செய்யமாட்டார்கள். அவர்கள் படிப்பில் அதிகம் ஆர்வம் காட்டுவதற்கு முன், ஒழுக்கத்தில் நல்லவர்களாக இருப்பதில் நம் கவனம் நன்கு இருக்க வேண்டும். முதல் மதிப்பெண் எடுத்து, சுய நலத்தோடு செயல்பட்டால் அது நல்ல குணமாகாது.

படிப்பில் சுமாராக இருந்தால் கூட போதும்! ஒழுக்கத்துடனும் மரியாதையுடனும் நடந்துகொள்ளும் மாணவனுக்கு நல்ல அறிவு கிட்டும். பலமொழிகள் பேசும் மாணவர் கூட்டத்தில், ஒரு பையன் எப்பொழுதும் ஏதேதோ பேசி, மற்றவர்களை மட்டமாக நடத்தியிருக்கிறான். அவன் பேசுவதன் அர்த்தம் மற்றவர்களுக்குப் புரியாமல் சிரித்திருக்கிறார்கள். எல்லோரும் சிரிக்கவே தன்னை ஆதரிக்கிறார்கள் என்று நினைத்து மேலும் சில வார்த்தைகளை பயன்படுத்தியிருக்கிறான். ஒரு பையனுக்கு அவன் சொன்ன வார்த்தைகளில் ஏதோ சந்தேகம் ஏற்படவே, சிலரிடம் அதன் அர்த்தத்தைக் கூறும்படி சொல்லியிருக்கிறான். அர்த்தம் புரிந்தவர்களுக்கு அதைச் சொல்லக்கூட முடியவில்லையாம். அப்படி ஒரு மோசமான வார்த்தையாம். இதைக் கேள்விப்பட்ட ஆசிரியர்களுக்கும், அவ்வார்த்தையைப் பயன்படுத்திய பையனிடம் வைத்திருந்த அன்பும், அபிப்ராயமும் மாற ஆரம்பித்ததாம். ஒரு நாள் அவனை அழைத்து அவன் இருப்பிடம், பெற்றோர் பற்றியெல்லாம் கேட்டிருக்கிறார்கள். அப்பொழுதுதான் ஆசிரியர்களுக்கும் அவனது பின்புலம் தெரிய ஆரம்பித்ததாம்.

அந்தப் பையன் மிகவும் புத்திசாலியான, வெள்ளைமனம் கொண்டவன்தான். அவன் இருப்பிடம் அப்படி மோசமான சூழலில் இருந்ததாம். உடன் விளையாடும் பிள்ளைகளும் அதே சூழலில் இருப்பார்களாம். சர்வசாதாரணமாக வேண்டாத வார்த்தைகளைப் பயன்படுத்துவதாகக் கேள்விப்பட்டோம். பையனின் குடும்பச் சூழலும் சரியில்லாத நிலையில் அவனாவது நன்கு படிக்கட்டும் என்று கருதித்தான் உயர்ந்த பள்ளியில் சேர்த்திருந்தார்கள். அவனும் படிக்கத்தான் செய்தான். இருப்பினும் வாழும் சூழலும், குடும்பசூழலும் சரிவர அமையாததால், அவனுக்கு சில குணங்கள் ஒட்டிக்கொண்டன. பின் தனித்து அவனுக்கு வேண்டிய ஆலோசனைகளை வழங்கி ஊக்குவித்தோம். அவன் வேறு இடத்திற்கு வீடு மாறினானாம். முன்பு தலைகூட வாராமல், இஸ்திரி செய்யாமல் கசங்கிய சட்டையுடன்தான் வருவானாம். யாரோ அவனுக்கு(யூனிபார்ம்) சீருடை இரண்டு வாங்கித் தந்தார்களாம். மறு ஆண்டு 'அவனா இவன்' என்று கேட்குமளவுக்கு மாறியிருந்தான். 'பளிச்'செனத்துவைத்து இஸ்திரி செய்யப்பட்ட உடை, நன்கு சீவிய தலைமுடி, 'பாலிஷ்' செய்த 'ஷூ' என கம்பீரமாகக் காணப்பட்டான்.

இவற்றில் அவனது குறைகள் எதுவுமே கிடையாது. தாய், தந்தை ஏதோ சிரமப்பட்டு சாப்பாடு கிடைத்தால் போதும் என்கிற அளவில் குடும்பம் இருந்திருக்கிறது. இப்பொழுது போல் நிறைய நிறுவனங்கள் உதவி செய்ய முன் வந்தனவா. அவர்கள் தொண்டு நிறுவனங்களை அணுகினார்களா என்பதெல்லாம் கூட நமக்குப் புரியவில்லை. முப்பது-நாற்பது வருடங்களுக்கு முன் ‘கைப்பேசி’ ‘வாட்ஸ்அப்’ பற்றியெல்லாம் நாமே அறிந்திருக்க மாட்டோமே! இப்பொழுது இயலாதவர்களுக்கும், நோயாளிகளுக்கும் உதவி செய்யவும், சாப்பாடு வழங்கவும் எத்தனையோ உதவிக்கரங்கள் போட்டி போட்டுக்கொண்டு நமக்கு செய்திகள் அனுப்புகின்றனவே!

முப்பது வருடங்களுக்கு முன்பிருந்த சூழல் இப்பொழுது முற்றிலும் மாறிவிட்டது. நிறைய விழிப்புணர்வு சமுதாயத்தில் ஏற்பட்டிருக்கிறது. கல்வியில் எத்தனையெத்தனையோ பிரிவுகள் வந்துவிட்டன. ஒவ்வொரு குடும்பத்திலும் பட்டதாரிகள் காணப்படுகின்றனர். படித்தாலும் சுயமாகச் சம்பாதிக்க எந்தத் தொழிலும் கௌரவமாகக் கருதப்படும் காலம் வந்துவிட்டது. அதுவும் ‘கொரோனா’ என்ற கொடிய நோய், கோடீசுவரரையும் தாக்கியது. கோடியில் இருந்தவரையும் கொடுமையில் தள்ளியது. இப்போது மாணவ சமுதாயம் நிறைய மனக்குழப்பத்தில் காணப்படுகிறது. பழையநிலை திரும்பி எப்பொழுது பள்ளிக்குப் போவோம் என காத்துக்கொண்டிருக்கிறார்கள்.

எப்படியிருந்தாலும் பிள்ளைகளின் பள்ளி வாழ்க்கை என்பது நீண்ட தூரப் பயணமாதலால், வீடும் பள்ளியும் அவர்கள் வளர்ந்து ஆளாவதற்கான இடமாக அமைந்துவிடுகிறது. தங்களுக்குள் ‘நட்பு’ வட்டம் என்பதை தாங்களே உருவாக்கிக் கொள்கிறார்கள். அவர்களுக்குள் நிறைய போட்டா போட்டிகள். ஆனால் பெரியவர்கள் போட்டுக்கொள்ளும் சண்டைகள் அல்ல அவை. ஆரோக்கியமான உறவுகள் அவர்களிடம் மட்டும்தான் உண்டு. எவ்வளவு சண்டையிட்டாலும், மன்னிப்பு என்கிற ஒரே வார்த்தையில் அனைத்தும் மறந்துபோகும். அதனால், பிற்காலத்தில் அவர்கள் என்னவாகத் திகழ நினைக்கிறார்களோ அந்தக்கனவை விதைக்க வேண்டும். அது சிறிது சிறிதாக வளர்ந்து தன்னம்பிக்கை என்னும் ஊக்கத்தை ஏற்படுத்தும். சிறிய வயதில் பணம்-காசு, நம் அந்தஸ்து இவைபற்றியெல்லாம் அவர்களிடம் பேசவும் தேவையில்லை. ஒரு நல்ல மனிதனாக வாழ வேண்டிய ஒழுக்கத்தை மட்டும் ஊட்டி ஊட்டி வளர்த்தால் போதும். அத்தகைய வளர்ப்பு வீட்டில் கிடைத்து பள்ளியிலும் அடைந்து விட்டால், அவனால் சமூகத்தை எதிர்கொள்ள முடியும்.

கற்பித்தல் என்னும் கலை

போதிய தன்னம்பிக்கை தருதல்

பிள்ளைகளுக்கு சிறு வயதிலேயே மனப்பக்குவத்தை நாம் தான் கற்றுத்தர வேண்டும். பெரியவர்களைப் போல பிரச்னைகளை சமாளிப்பது, கஷ்டங்களை எதிர்கொள்வது என்பதெல்லாம் கிடையாது. அவர்களின் இளமைப்பருவத்தில் ஏற்படும் சிறிய ஏமாற்றங்களை மனத்தளவில் பாதிக்காதவாறு எடுத்துச் சொல்லிப் புரியவைக்க வேண்டும். இன்றைய காலகட்டத்தில் பிள்ளைகள் எதையும் சுலபமாகப் புரிந்துகொள்ளும் ஆற்றலைக் கொண்டிருக்கிறார்கள். தொழில்நுட்பமும் அவர்களுக்கு உறுதுணையாக அமைந்துவிட்டது. வாழ்க்கையின் வெற்றி தோல்வி இரண்டையும் சமமாகப் பாவிக்கும் தன்மை அமைந்துவிட்டால், எப்படிப்பட்ட சூழலையும் எதிர்கொள்ளலாம். உதாரணமாக, ஒரு செல்லப்பிள்ளை வீட்டில் எது கேட்டாலும் உடனே கிடைத்துவிடும் என்ற சூழலில் இருக்கலாம். பள்ளியில் பலதரப்பட்ட பிள்ளைகளுடன் பழகும் சூழலில் அங்குள்ள வசதிகளுக்கேற்றபடி தன்னை அமைத்துக் கொள்ளும் மனப்பக்குவம் இருந்துவிட்டால், அவன் வாழ்க்கையில் எதையும் சுலபமாக எடுத்துக் கொண்டு எதையும் தனக்குச் சாதகமாக்கிக்கொள்வான். எதிலும் தன்னையே முன்னிலைப்படுத்திக்கொள்ள நினைத்தால், வளர வளர அது பலவிதமான சிரமங்களை எதிர்கொள்ளச் செய்யும். எல்லாப் பெற்றோருக்குமே தனது பிள்ளைகள் எப்பொழுதும் உயர்வுதான். பலருடன் ஒரு போட்டியில் கலந்துகொள்ள நேரும் பொழுது, வெற்றி தனக்குச்தான் என்கிற அழுத்தமான கருத்தைக் கைவிட வேண்டும். உண்மையான திறமையை யாராலும் முறியடிக்க முடியாது, அது எண்ணத்துடன் மட்டுமல்லாது, செயலிலும் பிரதிபலிக்க வேண்டும். தன்னம்பிக்கை நமக்கு அவசியம் தேவைதான். ஆனால், அதீத நம்பிக்கையுடன், அதற்கேற்ற உழைப்பைத் தராமல், முயற்சியும் எடுக்காமல் வெற்றியை மட்டும்

எதிர்பார்ப்பது நல்லதல்ல.

சில பிள்ளைகள் எப்பொழுதும் அதிகமாகப் பேசுவார்கள். அவர்கள் பேச்சுத்தோரணையே தனக்கு எல்லாம் தெரியும் என்பது போல் இருக்கும். சில பிள்ளைகள் எதையும் வெளிக்காட்டிக் கொள்ளமாட்டார்கள். ஆனால் கேட்கும் அனைத்திற்கும் சரியான விடை தந்து அசத்துவார்கள். அமைதியான குணமோ, படபடவென்று பேசும் குணமோ அவர்கள் குடும்பத்திலிருந்தோ, வளரும் சூழலையோ பொறுத்து இருக்கலாம். பட்டிமன்றம் என்றாலோ, பேச்சுப் போட்டி என்றாலோ தான்தான் வெல்வோம் என்கிற அதீத நம்பிக்கையில் இருந்த பையன், மாநில அளவிலான போட்டியில் கலந்து கொண்டான். அவன்மீது நம்பிக்கைகொண்ட ஆசிரியர்களும் அவன்தான் வெற்றியுடன் வருவான் என்று நினைத்தனர். முதல் சுற்று இரு அணிகளும் முடித்த நிலையில் நம்பிக்கை கொண்ட பையன் அணியே முன்னிலையில் இருந்தது. கடைசிச் சுற்றில், இறுதியில் வாதாடும் சமயம். அவன் வாய் தவறி உளறிவிட்டான். அது எதிர் அணி பிள்ளைகளுக்கு சாதகமாயிற்று. எதிர்பார்த்த வெற்றி கைமாறிப்போனதால், மிகவும் நொந்து சோர்வாகிப்போனான். அவனின் தவறு இதில் எதுவுமில்லை. சந்தர்ப்பம் அவனுக்குக் கைதரவில்லை. இருப்பினும் அவன் மிகவும் வருந்தியதற்கு காரணம், அவன் மேல் அவன் வைத்திருந்த நம்பிக்கை. நூறு சதவிகித நம்பிக்கை சமயங்களில் வெற்றி தராத போதுதான், ஏமாற்றங்களைத் தாங்க முடிவதில்லை. அதனால் ஒரு போட்டியில் சேரும்பொழுதே 'வெற்றி-தோல்வி' இரண்டையும் புரிந்துகொள்ள வேண்டும். பல முறை தோற்றாலும்கூட, அது பின்னால் கிடைக்கப்போகும் வெற்றிக்கு அடையாளமாகவும், நல்ல ஒரு அனுபவத்தையும் கற்றுத்தரும். தொலைகாட்சிகளில் நடைபெறும் ஆடல், பாடல் போன்ற நிகழ்ச்சிகளில் கூட நடுவர்கள் சொல்லும் காரணங்களை நம்மால் புரிந்துகொள்ள முடியும். "இன்றைய நாள் உனக்கு கைகொடுக்கவில்லை" என்பார்கள். அதுதான் நடைமுறையில் ஏற்படும் தீர்மானத்தின் முடிவாகும்.

எதையும் முயற்சி செய்வோம். வெற்றி பெறும் அளவுக்கு முயல்வோம். முதல் முறை வெற்றி கிடைக்காவிட்டால், மீண்டும் முயலுவோம். ஒவ்வொரு முறையும் தோற்கும் காரணம் தெரிந்து கொண்டு, அடுத்தடுத்த முயற்சிகளில் தவறுகளை அடியோடு போக்கிக் கொள்ளலாம். கண்டிப்பாக ஒரு நாள் வெற்றி நம்மைத் தேடிவரும். சில பிள்ளைகள், அவர்கள் மீது குறைகள் சொல்வதை விரும்பமாட்டார்கள். ஆனால் சொல்லும் பொழுது குறைகளையே நிறைவாக சொல்லும் பட்சத்தில் கண்டிப்பாக அவர்களுக்குள் நம்பிக்கை என்னும் விதையை விதைக்க இயலும். அவர்களிடம் காணப்படும் நல்ல விஷயங்களை எடுத்துக்கூறி, சிலவற்றை மட்டும் மாற்றிக்கொண்டால், வெற்றிக்கனி அவசியம் கிட்டும் என்பதை எடுத்துரைக்கலாம்.

ரொம்பவும் செல்லமாக வளர்க்கப்பட்ட ஒரு பெண்பிள்ளை, பள்ளியிலும் அனைவரிடமும் கொஞ்சிக்கொஞ்சிப் பேசுவாள். அப்படிச்செல்லமாகப்பேசிப்பழகினால்தான் அவளை எல்லோரும் விரும்புவார்கள் என்று நினைத்துக் கொண்டிருந்தாள். 'ஏன் வீட்டுப் பாடம் செய்யவில்லை' என்றால் ஒரு சிரிப்புதான் பதில். 'ஏன் தேர்வுக்குப் படிக்கவில்லை' என்று கேட்டாலும் சிரிப்புதான். அவளைப் பிள்ளைகள் நாளடைவில் கேலி செய்ய ஆரம்பித்தனர். பலப்பல பெயர்கள் சொல்லி கூப்பிட ஆரம்பித்தனர். அவள் அப்பொழுதும் தன் குணத்திலிருந்து மாறவில்லை. ஒரு நாள் ஆசிரியர் சிறிது நேரம் கழித்து வகுப்புக்குள் நுழைய நேர்ந்தது. வகுப்பறைக்குள் ஒரே கூச்சம். ஒரு பையன் சக மாணவர்களிடம் கேட்டுக் கொண்டிருந்தான். 'எப்பொழுதும் சிரிப்பவர்களுக்கு என்ன பெயர்?' ஆசிரியர் மிகவும் அமைதியாக அடி எடுத்து வைத்தார். பதில் சொல்ல காத்திருந்த பையன்கள் வாயடைத்து நின்றனர். ஆசிரியர் எதுவும் கண்டுகொள்ளாதது மாதிரி பாடம் நடத்த ஆரம்பித்தார். மாலையில் குறிப்பிட்ட மாணவியை அழைத்து அறிவுரை வழங்கினார். எல்லா கேள்விகளுக்கும் கொஞ்சிப் பேசி சிரித்தால் மற்றவர்களுக்கு பேசும் பொருளாக அமைவது நல்லதல்ல. வீட்டிற்குள் செல்லமாக இருக்கலாம். பொது இடத்தில் தைரியமும் தேவை. சிறு வயதில் மற்றவர் கேலி, கிண்டல் செய்வது தவறாகத் தெரியாமல் போகலாம். பெண்பிள்ளை வளர்ந்தவுடன், மற்றவர் பேசுவதற்கு அர்த்தம் தெரிய ஆரம்பித்து விட்டால், அவள் மனம் என்ன பாடுபடும்? ஒரு சந்தர்ப்பத்தில் மன உளைச்சலைத்தான் ஏற்படுத்தும். ஆசிரியர் எடுத்துரைத்த பின் அவளின் செய்கையில் மாற்றம் தெரிய ஆரம்பித்தது. பல வருடங்களுக்குப் பின் அவளை ஒரு கணக்காளராக சந்திக்க நேர்ந்தபொழுது, அவள் அதே இனியவளாகத்தான் தெரிந்தாள். தன் இளமைப் பருவத்தை புரட்டிப் பார்த்ததாகவும், அதன் மூலம்தான் நிறைய கற்றதாகவும் கூறினாள். எப்படி கற்பிப்பவர் என்னும் ஆசிரியர், வகுப்பறையில் நடத்தும் பொழுது நாற்பது பிள்ளைகளிடம் கண்டிப்பவராக நடந்துகொண்டு வகுப்பறைக்கு வெளியே 'அம்மா' போலவும் 'தோழி'யாகவும் நடந்துகொள்கிறாரோ, அதுபோல் தானும் மற்றவர்களிடம் கண்டிப்பாக இருப்பதாகவும், கற்பித்த ஆசிரியையிடம் பாசம் தானே வருவதாகவும் கூறினாள். இதெல்லாம் நம் சாதனைகள் என்று நினைக்கும் பொழுது, ஆண்டுகள் கடந்தாலும் பெருமிதம் நமக்குள் எழத்தான் செய்கிறது. நாம் பிள்ளைகளைப் பற்றிப் புரிந்து வைப்பது போன்று அவர்களும் ஒவ்வொரு கற்பிப்பவரைப் பற்றியும் ஒரு ஆராய்ச்சியே நடத்திவிடுவார்கள் போலும்!

நம் சுயநலத்திற்காகப் பல சாதனைகள் புரிந்து வெற்றி பெற்றாலும், இதுபோன்ற மாணவச் செல்வங்களை சமுதாயத்தில் தலை தூக்கி விடுவது என்பது பெரும் சவாலாகும். ஒரு முறை பெற்றோர்

ஆசிரியர் கூட்டம் ஒன்று நடைபெற்றது. சில பெற்றோர்கள் தங்கள் வேலைப்பளுவினாலோ, விடுமுறை கிடைக்காமலோ வீட்டிலிருந்து வேறு யாரையாவது அனுப்பிவைப்பது வழக்கம். சிலருக்கு வீட்டிலிருக்கும் தாத்தா பாட்டிகள் கூட வருவதுண்டு. அதுபோல் ஒரு பெண் தன் உறவினருடன் பெருமையாக பேசினார். அவரும் மகிழ்ச்சியுடன் கேட்டுக்கொண்டார். எல்லா பெருமையும் தாய் தந்தையையே சேரும் என்றார். அவரும் 'ஆம் எல்லாம் எங்கள் வளர்ப்பு' என்று பெருமிதம்கொண்டார். அப்பொழுதுதான் தெரியவந்தது. அந்தப் பெண் மாணவியின் தந்தை அவர்தான், திருமணம் முடிந்து பதினெட்டு ஆண்டுகள் கழித்து பிறந்த பெண்ணாம். பாவம், அந்தப் பெண் கல்லூரி முடிப்பதற்குள் அவளுக்கு மேலும் மூப்பு வந்துவிடுமே! எவ்வளவு விதவிதமான குடும்ப சூழ்ல்கள்! இவையெல்லாம் அவரவர் குடும்ப விஷயங்கள் என்றுதான் விட்டுவிடுவோம். ஆனால் ஏதோ ஒரு சூழல் குறிப்பிட்ட பையனையோ, பெண்ணையோ சமயங்களில் பாதிக்கிறது என்று நினைக்கும் பொழுதுதான் அதன் பின்புலத்தை ஆராய வேண்டியுள்ளது. அதுபோல் மற்றொரு சிறுமி, பாவம் அவளின் தாய்-தந்தை பள்ளிக்கே வரமாட்டார்கள். இருபத்தைந்து ஆண்டுகளுக்குப் பின் பிறந்த குழந்தையாம். அவளும் அப்பா-அம்மாவுடன் ஜாலியாக இருக்கமாட்டாள். அவர்களும் உற்சாகம் இல்லாமல் அவளை கவனம் செலுத்துவது போல் தோன்றும். எல்லோரையும் போல் அவள் ஓடியாடி அம்மாவுடன் விளையாடி, கதைபேச நினைப்பாள். அந்த சந்தர்ப்பம் கிடைக்காமல் ஏங்குவாள் போல் தோன்றும். ஆசிரியர் சொல்வதைப் புரிந்துகொள்ள மிகவும் சிரமப்படுவாள். விஷயத்தைப் புரிந்து படிக்கவும் வெகுநேரம் ஆகும். அவள் குடும்பச் சூழல் பற்றித் தெரிந்தவர்களுக்கு அவள் பின் தங்குவதன் காரணம் புரியும். திடீரென புதிதாக யாரேனும் அவளுக்குக் கற்பிக்க வந்தால் வித்தியாசமாக நடந்து கொள்கிறாளே என்று நினைப்பார்கள். அப்படிச் சில நேரங்களில் நடந்ததுமுண்டு. ஒரு நாள் முழுக்க சிறுமி அழுது கன்னம் வீங்கி 'அப்பாடா' என்றாகிவிட்டது. ஆறுதல் சொல்லிப் புரியவைத்து, அரவணைத்து வழி நடத்தினோம். கடவுள் ஒவ்வொருவருக்கும் சில சிறப்பான அம்சங்களையோ, கடினமான சூழல்களையோ தந்திருக்கிறார். அவை எந்தெந்த மாதிரி என்பதை புரிந்துகொண்டோமானால் அதற்கேற்ற அன்பு கலந்த போதனைகளால் சரிசெய்ய முடியும்.

எதிர்பார்த்து, சில விஷயங்கள் நடக்காதபோதுதான் பிள்ளைகள் மிகுந்த மன உளைச்சலுக்கு ஆளாகிறார்கள். நாமும் அவர்களை அப்படி ஒரு நிர்ப்பந்தத்தில் விடாமல் முன்னதாகவே ஆறுதல் தரும் விஷயத்தில் யோசித்து செயல்படலாம். நினைத்தது கிடைத்து விட்டால் சந்தோஷம். கிடைக்காமல் போனால் வேறு எத்தனையோ விஷயங்களிலும் சாதிக்கமுடியும் என்னும் மனதைரியத்தை அடிக்கடி நினைவுபடுத்திக்கொண்டும்

எதிர்பார்த்தல்தான் வாழ்க்கை என்றில்லாமல், கிடைப்பதை அனுபவித்தலும் ஒரு சுகமான நிலைதான் என்பதை வலியுறுத்திக் கொண்டும் இருந்தாலே பிள்ளைகளுக்கு மனப்பக்குவம் வந்து விடும். மன வலிமை இழந்து தன் நோக்கம் நிறைவேறாமல் தன்னையே அர்ப்பணித்துக் கொண்ட இளம் பிள்ளைகளை நாம் இழந்திருக்கிறோம். அப்படி ஒரு நிலைமை என்றும் நடக்கக்கூடாது. பிள்ளைகள் சாதிக்கப் பிறந்தவர்கள். அதனால், அவர்களுக்கு வேண்டிய படிப்பினைகளையும், நீதி நெறி முறைகளையும் நன்கு உணர்த்தினோமா, உணர்த்துகிறோமா என்று நம்பை நாமே சோதித்துக் கொள்வதும் அவசியமாகிறது. வீடு, பள்ளி, சமூகம் இவை அனைத்தும்தான் நல்லதொரு சமுதாயத்தை உருவாக்க முடிகிறது.

எப்படியும் சாதித்தே ஆக வேண்டும் என்று மும்முரமாக உழைக்கும் சில பிள்ளைகள் முதல் முயற்சியில் சரிவர சாதிக்க முடியவில்லை என்றால் சில மாதங்கள் அல்லது அடுத்த ஆண்டு கூட முயற்சிக்கிறார்கள். நிறைய பிள்ளைகள் போட்டித்தேர்வுகளை நிறைய முறை விடாமுயற்சியாகத் தொடர்ந்துகொண்டுதான் இருக்கிறார்கள். குடும்பச் சூழலும், குடும்ப உறுப்பினர்கள் ஒத்துழைப்பும் இருந்தால் இவையனைத்தும் அவர்களுக்கு சாத்தியம்தான். சில குடும்பங்களில் வயது ஏறிவிடுமே என்கிற ஆதங்கத்தில் வேறு ஏதேனும் படிப்பைத் தொடரச் செய்வார்கள். ஏதேனும் பிடித்துக்கொண்டே முயற்சியும் மேற்கொள்ளும் பொழுது, அவர்கள் நோக்கம் பூர்த்தியாவதுடன், நேரமும் வீணாவதில்லை.

எப்படியும் பணம் செலுத்தியாவது தன் நோக்கம் நிறைவேறும் என்று நினைக்கத் தொடங்கிவிட்டால், அவனின் கடின உழைப்பிலும், முயற்சிகளிலும் ஊக்கம் குறைய ஆரம்பித்து விடும். ஒரு வயதான தாத்தா-பாட்டியுடன் வசித்துவந்த ஒரு சிறுவன், பல நாட்கள் சிறப்பு வகுப்பிற்குச் செல்லாமல் நண்பன் வீட்டில் விளையாடிக்கொண்டிருந்தானாம். சிறப்பு வகுப்பிற்குத் தர வேண்டிய மாதப்பணத்தையும் நண்பனுடன் ‘பார்ட்டி’ செய்திருந்தான். சில நாட்களாகச் சிறப்பு வகுப்பிற்கு ‘ஏன் வரவில்லை’ எனக் கேட்பதற்காக ஆசிரியை வீட்டிற்கு தொலைபேசியில் தொடர்புகொண்டிருக்கிறார். அவ்வளவுதான் பாட்டிக்கு விஷயம் தெரிந்த மறுகணமே, குடும்பத்தில் சலசலப்புகள் ஆரம்பித்ததாம். பெற்றோர் வெளியூரில் இருந்ததால், வேண்டிய பணம் அனுப்பித் தருவார்களாம். வயதானவர்கள் தினம் அவனுடன் பின்தொடர இயலவில்லை. அந்த வருடம் முடிந்தபின், பெற்றோர் இருப்பிடத்திலேயே அவனைச் சேர்த்து விட்டார்களாம். எங்பேயும் ஒருசில இடங்களில்தான் இப்படி நிகழ வாய்ப்புண்டு. ‘பொதுவாக பிள்ளைகள் இப்படித்தான்’ என்று சொல்லிவிட முடியாது. அமெரிக்காவில் இருக்கும் ஒருவரின்

பிள்ளை இங்கு நாள் தவறாமல் 'டீயூஷன்' வகுப்பு எடுத்துக் கொள்கிறான். ஆசிரியர் ஒரு நாள் விடுப்பு எடுத்தால் கூட அவன் ஒரு நாளும் விடமாட்டானாம். எல்லாம் நம் இருப்பிடம், சூழல், வளர்ப்பு முறை இவற்றைப் பொறுத்தே கல்வி ஆர்வம் வளர்கிறது. எவ்வளவு கூலி வேலை செய்பவர்களின் குடும்பத்தில் பிள்ளைகள் பள்ளி முதல் மதிப்பெண் எடுத்து சாதிக்கிறார்கள்.

எவ்வளவு வசதிகள் இருந்தாலும், அது பற்றி நினைக்காமல், படிப்பில் மட்டும் ஊக்கம் செலுத்தி பிள்ளைகளை சாதிக்கச் செய்வது என்பதுதான் சிறந்த வழியாகும். நம் அந்தஸ்து, பெருமை, உயர்வு போன்றவற்றை ஓரம் கட்டி, கல்வியில் அனைவரும் சமம் என்ற உண்மைனை உணர்த்தினாலே! மாணவ சமுதாயம் மேம்படும்!

கல்வியின் அடிப்படைப் புரிதல்

மனிதர்களைப் பார்த்த மாத்திரத்தில் அவர்கள் குணாதிசயங்களைப்பற்றி எளிதாக கணித்துவிட முடியாது. அவர்களுடன் நெருங்கிப் பழகி, இன்ப துன்பங்களில் அவர்களின் போக்கு எந்த அளவுக்கு ஆதரவு தருவதாக அமைகிறதோ, அதைப் பொறுத்துதான் கணிக்க முடியும். வள்ளுவர், நண்பர்கள் ஒருவருக்கு எப்படியமைந்துள்ளனரோ அதைக்கொண்டே நம் குணத்தை அறியமுடியும் என்று கூறியுள்ளார். அதாவது நல்ல நண்பர்களைக் கொண்டவனின் குணமும் கண்டிப்பாக பெருமைபடத்தக்கதாகத்தான் இருக்கும். சமயமறிந்து ஆபத்துகாலத்தில் உதவுபவனே நல்ல நண்பனாவான். பிள்ளைகளுக்குள் பொதுவாக பாகுபாடு இருக்கமுடியாது. சமயங்களில் அவர்களின் வளர்ப்பு முறையும், குடும்பச் சூழலும் சிலவித வித்தியாசமான எண்ணங்களைப் பிரதிபலிக்கலாம்.

சிறுமி ஒருத்தி பார்ப்பதற்கு ‘கர்வம்’ கொண்டவள் போன்று தோன்றுவாள். ஆனால் அவள் வெள்ளைமனம் படைத்தவள். எதையும் ஒளித்து மறைத்துப் பேசத் தெரியாது. முகத்திற்கு நேரே ‘பட்’டென பேசிவிடுவாள். அவளின் பெற்றோர் அவளுக்கு உண்மையாக நடந்துகொள்ள வேண்டும் என அறிவுரை வழங்கியிருந்தனர். இதில் அவள் குறை எதுவுமே கிடையாது. அவளுக்கென்று நிறைய தோழிகளும் இருந்தனர். திடீரென பள்ளியில் ஏற்பட்ட ஒரு சில மாற்றங்களால் அவள் மனம் அவ்வளவு வேதனைப்பட்டதாம். மாநில அங்கீகாரத்திலிருந்து சில வகுப்புகள் மத்திய அங்கீகாரம் பெற்ற சமயம், குறிப்பிட்ட மாணவர்கள் மட்டும் தகுதி பெற்றார்களாம். அதில் நம் மாணவியும் அந்தப் பிரிவுக்கு தேர்ந்தெடுக்கப்பட்டாளாம். துரதிருஷ்டமாக அவளின் தோழிகள் அனைவரும் பழைய வகுப்பில் தங்கிவிட்டார்களாம். அவள் மட்டும் புதிய வகுப்பிற்கு

அறிமுகமாம். அவள் வீறுநடையுடன் செல்வதைப் பார்க்கும் பொழுதெல்லாம், ஆண்பிள்ளைகள் அவ்வளவு பேசுவார்களாம். அவளின் நிறத்தை வைத்தெல்லாம் கேலி செய்வார்களாம். முதலில் இவற்றையெல்லாம் கேட்டு மனம் நொந்த அவள் படிப்பிலும் ஆர்வம் செலுத்தாமல் இருந்தாளாம். ஆசிரியர்கள் குறை சொல்ல ஆரம்பிக்க அவளுக்கு பள்ளிக்குப் போகவே பிடிக்கவில்லையாம். பள்ளிக்குப் போகாமல் இருப்பதற்காக காரணம் தேட ஆரம்பித்தாளாம். பெற்றோருக்கு இதைக் கண்டு மன வருத்தம் அதிகமாகி ஆலோசனை நடத்தியிருக்கிறார்கள். ஏற்கனவே அவள் பல ஆண்டுகள் கழித்து பிறந்த பிள்ளை. கொஞ்சம் கொஞ்சமாக அவளின் விரக்திக்குக் காரணம் அவர்களுக்குப் புரிய ஆரம்பித்தது. பிள்ளைகளின் கேலிப்பேச்சுதான் இவற்றிற்குக் காரணமெனப் புரிந்தவுடன் விஷயம் எல்லா ஆசிரியர்களுக்கும் புரிய ஆரம்பித்தது. ‘அடிமேல் அடிவைத்தால் அம்மியும் நகரும்’ என்பார்களே. அதுபோல் அனைத்து ஆசிரியர்களும், பாடம் நடத்துவதை விட நீதியைப் போதிக்க ஆரம்பித்தனர். கொஞ்சம் கொஞ்சமாக அவளைப்பற்றி பேசுவது குறைந்து முற்றிலும் சூழல் மாறிவிட்டது. அவளது கையெழுத்து அழகாகவும் தெளிவாகவும் காணப்படும். அதிபுத்திசாலி வேறு. இந்த விஷயம் அதிகம் பேசப்படவே புரியாத பிள்ளைகள் அவளிடம் பாடம் கேட்க ஆரம்பித்தனர். அவள் நோட்டுப் புத்தகத்தைப் பார்த்து காப்பி எடுத்துக்கொண்டனர். இதன்மூலம் வகுப்பறையே அவளுக்கு நட்பாகிவிட்டது. அவளிடம் நம்பி ஒரு வேலை கொடுத்தால் அதை முடிக்காமல் இருக்கமாட்டாள். ஆசிரியர்கள் கூட அவளை நம்பி கரும்பலகையில் பாடம் எழுத வைத்தனர். பல விதமான பொது அறிவுக் கேள்விகளில் ‘பட்-பட்’ டென பதிலளித்து பிரமிக்க வைத்தாள். ஒரு நாடகம் நடத்த தலைப்பைச் சொன்னால் போதும், தொடக்கி விடுவாள். ‘முதல் பரிசு’ தான் என்கிற அளவில் கொண்டு வந்துவிடுவாள்.

ஆக அவள் மேல் எந்தக் குறையும் கிடையாது. விளையாட்டாக பேசும் வார்த்தைகள் மேலோட்டமாக இருந்து விட்டால், பிள்ளைகள் தப்பாக நினைக்கவே மாட்டார்கள். வகுப்பின் புதிய சூழல், சக தோழிகளின் பிரிவு, அறிமுகமில்லா புதிய ஆசிரியைகள் இவற்றுடன் சேர்ந்த கேலிப் பேச்சுகள் அவளை மன உளைச்சலுக்கு ஆளாக்கின. நன்கு படித்த பெற்றோர்கள் சூழ்நிலை புரிந்து ஆசிரியருடன் ஒத்துழைத்து மாணவியை மேலும் புத்திசாலியாக மாற்றியது. அப்படி ஒரு நேர்மை அவளுக்குள் இருந்தது. யார் என்ன தவறு செய்தாலும் அவர்களை ஆசிரியரிடம் மாட்டிவிடுவாள். இதற்கு பயந்து மாணவர்கள் உஷாராக நடந்துகொண்டனர். கலை நிகழ்ச்சிகளை தொகுத்து வழங்குவதில் அப்படி ஒரு திறமை அவளிடம் காணப்பட்டது. உதவி செய்வதிலும் அப்படி ஒரு குணம் அவளுக்கு. யாரேனும் மதிய உணவு எடுத்துவரவில்லையென்றால்,

தன் உணவை அப்படியே தியாகம் செய்து விடுவாள். முதலில் எல்லோருக்கும் சாப்பிட உணவு இருக்கிறதா என்பதைப் பார்த்து விட்டுத் தான் தன் டப்பாவைத் திறப்பாள். இப்படியெல்லாம் ஒரு தாயுள்ளம் கொண்ட மாணவி என்றே சொல்லக்கூடிய வகையில் அவள் அனுசரணை காணப்பட்டது. ஒரு சிறிய வார்த்தை-நிறத்தின் பெயரால் அழைத்ததால் அவள் பாதிக்கப்பட்டிருந்தாள். முதலிலேயே பிரச்னை அடியோடு அறுக்கப்பட்டதால், அவள் மாணவப்பருவம் வெற்றியடைய ஏதுவானது. பல மாதங்கள், வருடங்கள் மன உளைச்சல் ஏற்பட்டுவிட்டால்தான் பின்னால் பல்வேறு சோதனைகளுக்கு ஆளாக நேரிடுகிறது.

பார்த்தால் ‘கண்டிப்பு’ போன்று தோன்றிய மாணவிக்குள் அப்படி ஒரு நேர்மையைக் கண்டோம். மிகவும் தாராள மனம் கொண்டவர்போல் காணப்படும் பெண் ஒருத்தி, எல்லா வசதிகளும் அவளிடம்தான் இருப்பது போலவும், மற்ற யாரிடமும் எந்த ஒரு வசதியும் கிடையாது போலவும் காட்டிக்கொள்வாளாம். எந்த உதவியும் தன்னால் செய்ய முடியும் என்பாளாம். செய்முறைக் கல்விக்கு ஆசிரியர் ஏதேனும் பொருட்கள் சேகரிக்கச் சொன்னால் கூட, முந்திக் கொண்டு வருவாளாம். ஒரு சமயம் ஒரு கலை நிகழ்ச்சிக்காக மாதிரி உடை ஒன்று தேவைப்பட்டதாம். ஆசிரியை பிள்ளைகளிடம் அதுபற்றி விசாரிக்க, அனைத்துப் பிள்ளைகளும் சேர்ந்து, குறிப்பிட்ட மாணவி பெயரைச் சொல்லி, அவளிடம் அத்தகைய உடை இருப்பதாகச் சொன்னார்களாம். மெல்ல யோசித்து எழுந்த பெண், தன்னிடம் அப்படி ஒன்றும் இருப்பதாக ஞாபகம் இல்லையெனவும், இருந்தால் எடுத்து வருவதாகவும் சொன்னாளாம். அனைத்துப் பிள்ளைகளும் அவளிடம் ஆசிரியர் முன்பாகவே, ‘நேற்று கூட உன் அம்மாவை அந்த உடையில் பார்த்தோமே!’ என்று கூற அவளால் மறுப்புச் சொல்ல முடியவில்லையாம். மறுநாள் ஒரு பழைய உடையை எடுத்து வந்தாளாம். அதை தையற்காரரிடம் காண்பித்து, அந்த மாதிரியில் உடை விழாவுக்கு தயார் செய்வதுதான் ஆசிரியர் நோக்கமாக இருந்திருக்கிறது. மறுநாள் தையற்காரர் வராமல் போகவே, ஆசிரியர் தன் அலமாரிக்குள் பத்திரமாக பூட்டி வைத்துத்தான் செல்ல நினைத்திருக்கிறார். அதற்குள் வீடு போகுமுன்னே அந்தப் பெண் அதை திருப்பித் தரும்படி கேட்டிருக்கிறாள். ஆசிரியர் மறு நாள் ‘டிசைனரி’டம் காட்டிவிட்டுத் தருவதாகக் கூறியும், அவள் ஒப்புக் கொள்ளாமல் “அது எங்கள் உடைமையில்லை, என் அம்மா பக்கத்து வீட்டு ‘ஆன்ட்டி’யிடம் வாங்கித் தந்தார்கள். நான் மாலையில் தந்து விடுவதாகச் சொல்லி விட்டேன்” என்றாளாம். இதற்கப்புறமும் அதை வைத்துக் கொள்ள ஆசிரியைக்கு இஷ்டமில்லை. ஒரு பேப்பரில் அதன் வடிவத்தை வரைந்து வைத்துக் கொண்டு, உடைமை திருப்பித்தந்து விட்டாராம். ‘அப்பாடா’ என்று ஓட்டம் பிடித்தாள் அச்சிறுமி. அப்புறம் அழகான சடைகள் ‘டிசைனர்’

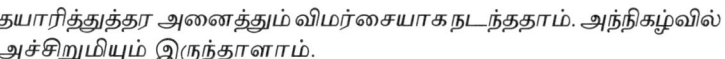

தயாரித்துத்தர அனைத்தும் விமர்சையாக நடந்ததாம். அந்நிகழ்வில் அச்சிறுமியும் இருந்தாளாம்.

இத்தகைய நிகழ்வில், நாம் அச்சிறுமியை குறைகூறமுடியாது. காரணம் அவளின் மனஓட்டம் அப்படி. எங்கே தங்களின் பொருட்களைப் பிறர் எடுத்துக் கொண்டு விடுவார்களோ என்கிற பயம் அவளுக்குள் இருந்திருக்கிறது. அதே சமயம், தன்னைத் ‘தாராள மனம்’ கொண்டவளாக காட்டிக்கொள்ள அவளின் மனம் விரும்பியுள்ளது எனலாம். குடும்பத்தில் இதுபோன்ற யாராவது இருந்திருக்கலாம். அதைப் பார்த்துப் பார்த்து அவள் மனம் அதை ஏற்றுக்கொள்ளச் செய்துள்ளது என்றுகூட உரைக்கலாம். வளர, வளர அவள் மனநிலை மாறி பக்குவம் அடைந்துவிடுவாள். சிறு வயதில் அவர்களுக்குச் சிந்தித்து செயல்படும் முதிர்ச்சி இல்லாத காரணத்தால், யாரையாவது பார்த்து பின்பற்ற நினைப்பார்கள். வளர்ந்து சொந்தமாக சிந்தித்து, நல்லது-கெட்டது தெரிய ஆரம்பித்தவுடன் பக்குவமாக நடந்து கொள்ள ஆரம்பித்துவிடுவார்கள். மற்றபடி அவள் செயலில் குறைகூறும் நோக்கம் நமக்கில்லை. அவள் அம்மாவும் அப்படிக் கண்டித்துப் பேசி, பள்ளிக்கு பழைய உடையை அனுப்பியிருக்க மாட்டார்கள். தெரிந்தால் மகளின் செய்கைக்குக்கூட வருத்தப்படுவார்கள் என்றுதான் சொல்ல வேண்டும். சிறுமியின் மனதிலும் எப்படியாவது தன் பொருளைப் பத்திரமாக திரும்பப்பெற வேண்டும் என்பதுதான் இருந்தது. அதுதான் அறியாப்பருவம் எனப்படுவது! ஆக பிள்ளைகள் மனநிலை என்பது ஒன்றுபோல் இருக்காது. அவர்களின் அணுகுமுறையை வைத்து நாம் அவர்கள் இப்படித்தான் என்கிற முடிவுக்கு வந்து விட முடியாது. அவர்களை அணுகவேண்டிய முறையில் அணுகி, சரியான கருத்துக்களை எடுத்துக்கூறி வழிப்படுத்தலாம். அதுதான் நம் கடமையும் கூட. நம் ஒவ்வொருவரின் வாழ்விலும் பல்வேறு தடைகளைத் தாண்டித்தான் ஒரு இலக்கை எட்டமுடிகிறது. அப்படியிருக்கையில் வெவ்வேறு வித சூழல்களிலிருந்து வரும் பிள்ளைகளின் மனநிலையும் வெவ்வேறுதான்.

இந்த உண்மையை நாம் புரிந்துகொண்டுவிட்டால், எதையும் சுலபமாக எடுத்துக்கொள்ள முடியும். இவையெல்லாம் புரிந்து கொள்வதற்கே சில காலம் நமக்கு அனுபவம் தேவைப்படுகிறது. அதனால்தான் சிலசமயங்களில் அதிகம் படித்தவரை விட அனுபவசாலிகள் எதையும் சுலபமாக எடுத்துக் கொள்கிறார்கள். அணுகுமுறையே, கற்பிக்கும் முறையும் ஒன்றாக இருப்பது என்பது சிலசமயங்களில் தான் கைகொடுக்கும். சில பிள்ளைகளிடம் அன்பாக நடந்துகொள்ளும் அணுகுமுறை அவர்களை நல்வழிப்படுத்த உதவும். சிலரிடம் அன்பாகப் பேசினால் அது வேலைக்கு உதவாமல் போகும். அதுவும் ஒழுக்க விஷயத்தில் எங்கெங்கு கண்டிப்பு தேவைப்படுகிறதோ அங்கு நம் கண்டிப்பும்

கற்பித்தல் என்னும் கலை

கண்காணிப்பும் அவசியம் தேவைப்படுகிறது. நம் முன்னோர்கள் அதனால்தானோ என்னவோ 'கோலெடுத்தால் குரங்காடும்' என்றெல்லாம் சொல்லியிருக்கிறார்கள். கற்பிக்கும் முறை, கற்கும் மாணவர்களின் திறமையைப் பொறுத்து மாறுபடலாம். ஒரு தடவை சொன்னாலே புரிந்து கொள்ளும் திறமைசாலி வேகமாக முன்னேறுவான். இரண்டு-மூன்று முறை உதாரணங்களுடன் எடுத்துச் சொல்லும் பொழுது 'டக்' கென சிலர் புரிந்து கொள்வர். பல முறை சொல்லியும் புரிந்துகொள்ளாதவர்க்கு அதிக நேரம் எடுத்து, பொறுமையுடன் எளிதாக மாற்றி புரிய வைக்க முடியும். இவற்றையெல்லாம் தெரிந்துகொண்டு அதற்கேற்ற கற்பித்தல் முறையைக் கையாள்பவர் கண்டிப்பாக நல்ல ஒரு 'குரு' வாகத்தான் இருக்கமுடியும்.

தான் சாப்பிடுவதற்காக எடுத்து வந்த சிற்றுண்டியை, காலை உணவு சாப்பிடாமல் சிறப்பு வகுப்பிற்கு வந்து மாணவர்களுக்கு கொடுத்து உதவும் எத்தனையோ ஆசிரியர்களைக்கண்டிருக்கிறோம். அதனால்தான் சேவை மிகுந்த, தன்னலமற்ற தொழிலாக இது கருதப்படுகிறது. சமீபத்தில் கேள்விப்பட்டு, நம் ஊடகங்களில் கூட வெளிவந்த ஒரு செய்திதான் என்றாலும், மெய்சிலிர்க்க வைத்த சம்பவமாக இருந்தது.

துருக்கியில் ஒரு விமானத்தில் விமான ஓட்டியின் வகுப்பாசிரியர் ஒருவர் பயணத்திருக்கிறார். விமானம் ஓட்டுவது தன் மாணவன் என்பதுகூட ஆசிரியருக்குத் தெரியுமா என்பது புரியவில்லை. விமானம் எடுப்பதற்கு முன் வழக்கமான அறிவிப்புகள் வந்ததாம். பிறகு மற்றொரு அறிவிப்பு வந்ததாம். "என்னைப் படியேற்றி இப்பொழுது பறக்கவிட்டவர் இவர்தான்" உடன் ஓடிவந்து ஆசிரியரைத் தழுவி கட்டிக்கொண்டாராம். ஆசிரியர் கண்களில் நீர் வழிய விமான ஓட்டியைத் தழுவி முத்தமிட்டாராம். அதற்குள் பணிப்பெண்கள் பூக்கொத்துக்களை மாறிமாறி அவர் கையில் திணித்தனராம். ஆசிரியருக்குப் பேச நா எழ வில்லையாம். தன் கண்ணீரால் அனைவருக்கும் ஆசி வழங்கினாராம். டாக்டர் ராதா கிருஷ்ணன் சாதாரண ஒரு ஆசிரியராக இருந்து சாதனைகள் மூலம் நாட்டின் முதல் குடிமகனாகப் பொறுப்பேற்றார். நம் மதிப்பிற்குரிய அப்துல் கலாமும் கற்பிக்க விரும்பியவர்தான். நமக்கு ஒரு விருப்பம் இருந்தாலும், நீடித்து சேவை செய்வதற்கான பாக்கியம் அமைந்து விட்டால் போதும்.

ஒரு படித்த பையன் வெளிநாட்டில் வாழ்க்கையைத் தொடங்கினான். சில ஆண்டுகள் கழித்து தாய்நாடு திரும்பினான். அப்பொழுது முதலில் எங்கு சென்று யாரைப் பார்க்கவிரும்பினான் தெரியுமா? முதன் முதலில் தான் படித்த பள்ளிக்குச் சென்றான். புதிய வகுப்புகளையும், பெரிய புதிய கட்டடத்தையும் பார்த்து மகிழ்ந்தான். பள்ளியை விட்டுச் செல்வதற்கு முன் தான் படித்த பன்னிரண்டாம் வகுப்பறைக்குச்சென்றான். இருக்கைகள் எல்லாம்

204

மாற்றப்பட்டிருந்தன. இருப்பினும் தான் உட்கார்ந்திருந்த பழைய இடத்தில் சென்று அமர்ந்துகொண்டான். பெருமூச்சு விட்டான். அப்பொழுது கற்பித்த ஒரு சில ஆசிரியர்களை மட்டுமே அவனால் பார்க்க முடிந்தது. காலைத் தொட்டு ஆசி பெற்றுக்கொண்டான். இதுதானே மாணவனுக்கும் பள்ளிக்குமான உறவு!

ஊக்கமே உயர்வு தரும்

இருபத்தைந்து முப்பது ஆண்டுகளுக்கு முன்புவரை பள்ளி செல்லக்கூடிய பிள்ளைகளுக்கு மன உளைச்சல் என்பது இல்லாமல் இருந்தது. இருந்தாலும் அவர்கள் முன்னேற்றம் பாதிக்கப்படாத வகையில் குடும்பச் சூழ்ல்களும் இருந்தன. எளிதாகப் பேசி அனைத்தும் சரிசெய்யப்பட்டன. ஆனால் இன்றைய சூழல் முற்றிலும் மாறுபட்டது. ‘கணினியுகம்’ என்று சொல்வதற்கேற்றபடி பிள்ளைகள் பிறந்தவுடனேயே புத்திசாலித்தனம் தெரிய ஆரம்பிக்கிறது. நடுத்தர வயதைக் கடந்தவர்கள், இன்றைய பிள்ளைகளிடம் தொழில்நுட்பத்தைக் கேட்டுத் தெரிந்து கொள்ளும் விதத்தில் மதிநுட்பம் மிகுந்தவர்களாக அவர்கள் காணப்படுகிறார்கள். அதனால் சில விஷயங்களில், நாம்தான் ஜாக்கிரதையாக இருக்கவேண்டிய நிர்ப்பந்தம் காணப்படுகிறது. உதாரணத்திற்கு, வீடுகளில் கணவன் மனைவி பேசிக் கொள்ளுவதில் கூட அதிக கவனம் தேவைப்படுகிறது. மனைவியோ, கணவனோ யார் கோபப்பட்டாலும், கடின வார்த்தைகளை பயன்படுத்தி பேசிக் கொண்டிருந்தாலும், அதன் தாக்கம் பிள்ளைகளுக்கு பாதிப்பையே உண்டாக்குகிறது.

பெரும்பாலும் பெரியவர்களின் அணுகுமுறை எப்படி உள்ளதோ, அதுதான் பிள்ளைகள் மனதில் பதிகிறது. “தாயைப் போலச் பிள்ளை, நூலைப் போலச் சேலை” என்பார்கள். நமக்கே தெரியாமல், நம் செயல்முறைகள், செய்கைகள் பலரால் கவனிக்கப்படலாம். ஒரு சிறுவன் தலைவாராமல், துணியை இஸ்திரி செய்யாமல், தூங்கி எழுந்தபடி வந்திருக்கிறான். அவன் கூறும் காரணம்- இரவு முழுவதும் அப்பா அம்மா சண்டையாம். இவனும் சாப்பிடப் பிடிக்காமல் தூங்குவது போன்று நடித்துவிட்டானாம். வீட்டிலிருந்தால் அந்த சூழல் தொடருமென நினைத்து பள்ளிக்கு ஓடிவந்துவிட்டானாம்.

எவ்வளவு வேதனை தரும் விஷயம். அவன் சொன்னதால், விஷயம் புரிந்து, மேற்கொண்டு அவர்களுக்கு வேண்டிய ஆலோசனைகளை வழங்க இயலும். சில பிள்ளைகள் சொல்லத் தெரியாமல் தவித்து, மனதிலேயே அடக்கிக் கொள்வதால், அவர்களுக்கு மன அழுத்தம் அதிகரிக்கிறது. எந்தப் பிரச்னைகளையும் பிள்ளைகள் எதிரில் குமுறாமல், நாம் பிள்ளைகளுக்காகத்தான் வாழ்கிறோம் என்பது போல அவர்களிடம் முழு அக்கறை காட்டுதல் அவசியம். அதுதான் உண்மையும் கூட. எப்படிப்பட்ட கடின அல்லது மோசமான சம்பவங்களாக இருந்தாலும், மனம் திறந்து பிள்ளைகள் எண்ணங்களை வெளிப்படுத்துவதற்கான சந்தர்ப்பங்களை ஏற்படுத்தித் தர வேண்டும். மனம் திறந்து பேசும்பொழுது, பிள்ளைகளும் தாய் தந்தையுடன் நட்புணர்வுகொண்டு பழக ஆரம்பிப்பார்கள். கண்டிப்பாகப் பிரச்னைகள் குறைய வாய்ப்பு ஏற்படும். பெற்றோர் மட்டுமல்ல, ஆசிரியரும் சமயங்களில் பின்புலத்தை ஆராயாமல் பேசிவிட்டால், அதுவும் சங்கடம் தான். வார்த்தைகளைப் பார்த்து பிரயோகம் செய்ய நேரலாம். ரொம்பவும் குறும்புத் தனம் செய்து எல்லோரிடமும் சண்டையிட்டு, தொல்லை தரும் சிறுவன் ஒருவன் அவன் பின்புலத்தை ஆராய்ந்தால் பரிதாபம். அவன் இதயத்தில் ஓட்டை இருந்ததால், அறுவை சிகிச்சைக்காக பலரிடம் பணம் திரட்டிக் கொண்டிருந்தார்களாம். முழுத் தொகை வந்தவுடன், அவன் அறுவை சிகிச்சை நாள் நிச்சயிக்கப்படுமாம். இதைக் கேள்விபட்டவுடன் அனைவரின் பார்வையும் அவன்மேல் கருணை பொழிய ஆரம்பித்தது. விஷயம் தெரிந்தவுடனேயே பலரும் உதவிபுரிய முன்வந்தனர். நல்ல நிபுணர் மூலம் அவனுக்குப் புனர் ஜென்மம் கிடைத்தது. போட்டி போட்டுக்கொண்டு பலர் அவனுக்கு வேண்டிய மருத்துவச் செலவுகளை ஏற்றுக் கொண்டனர். தற்சமயம் ஏதோ ஒரு நாட்டில் சிறந்த வழக்கறிஞர் அவன். இதுதான் வாழ்க்கை.

வாழ்க்கை என்றும் ஒரேபோல் இருப்பதில்லை. சிறுவயதில் காணப்படும் குறும்புத்தனத்திற்கும், புத்திசாலித்தனத்திற்கும் சம்பந்தமில்லாத வகையில்கூட அவர்களின் எதிர்காலம் அமைந்து விடுகிறது. சமயங்களில் குடும்பச் சூழல் காரணமாகக் கூட அவர்கள் தங்களின் கனவை நனவாக்கமுடிவதில்லை. அந்த சமயத்தில், கிடைத்த வாழ்க்கையைச் சிலர் ஏற்றுக்கொண்டு வாழம் பழகிவிடுகிறார்கள். கிடைப்பதை ஏற்றுக் கொள்ள முடியாத சமயத்தில்தான், மன அழுத்தம் வாழ்க்கையைப் புரட்டிப் போடுகிறது.

சுமார் நாற்பது ஆண்டுகளுக்கு முன் என்று நினைக்கிறேன். நாம் படித்த காலத்தில் நடந்த சம்பவம். எட்டாம் வகுப்பில் படித்த ஒரு சிறுமி அங்குள்ள பிரபல பத்திரிக்கையாளரின் பெண் என்று சொன்னார்கள். பள்ளி ஆசிரியர்களுக்குத் தெரிந்திருந்தால் தனிக்கவனமும் செலுத்தினார்கள். திடீரென அவள் படிப்பில்

மாற்றம் ஏற்பட்டது. முதல் ஐந்து இடங்களை அவள் என்றுமே தாண்டியதில்லை. ஆனால் திடீரெனக் கிட்டத்தட்ட வகுப்பில் கடைசி மதிப்பெண்ணாம். தினமும் பள்ளிக்குக் காலையில் நேரம் கழித்து வருவதும், மாலை மணி அடித்தவுடன் வீட்டின் பக்கம் ஓடுவதுமாக இருந்திருக்கிறாள். முடிக்காத பாடப்பகுதியை மாலை எழுதி முடிக்கவேண்டும் என்றும், அதைக் கண்காணிக்க ஒரு தலைவியையும் ஆசிரியர் நியமித்தார். ஆனால் அவளோ பாடத்தையும் முடிக்காமல், வீட்டுப்பக்கமும் போகாமல் வேறு திசையில் ஓடுவதாகத் தலைவி வந்து குறை கூறினாள். இப்படியாகப் பல நாட்கள் கழிந்தன. அவளின் படிப்பிலும் முன்னேற்றம் காணப்படவில்லை. செயல்பாகளும் அப்படியே தொடர்ந்தன. ஒவ்வொரு பாட ஆசிரியைகளும் அவளைப்பற்றிப் பேச ஆரம்பித்தனர். எல்லாப் பாடப்பகுதியிலும் அவள் அப்படித்தான் என்கிற நிலை ஏற்பட்டது. ஆசிரியைகள் ஒன்று சேர்ந்து தலைமையாசிரியரிடம் விஷயத்தை முன்வைத்தனர். அவர் அதுபற்றித் தான் அப்பெண்ணிடம் பேசுவதாகக் கூறினார். மறு நாள் பள்ளி அலுவலகத்திலிருந்து அவளுக்கு அழைப்பு வந்தது.

மாணவியைத் தலைமையாசிரியர் ஒரு ‘பெஞ்ச்’-ல் அமரச் சொன்னார். பின் மெல்ல வார்த்தையைத் தொடங்கி, எப்படிப் படிக்கிறாள், வீடு எங்கே போன்ற பொதுவான கேள்விகளைக் கேட்டபின், மறுநாள் மாணவியை அவள் தந்தையுடன் வந்து, தன்னைச் சந்திக்க வேண்டும் என்று கூறினார். தந்தைக்கு உடல் நலம் சரியில்லை என்று அவள் சொல்லவே, ‘சரி உன் அம்மாவை அழைத்து வா’ என்றார். ‘அம்மாவுக்கும் உடம்பு சரியில்லை, இருவரும் ஆஸ்பத்திரியில்தான் இருக்கிறார்கள்’ என்று சொல்லி விக்கி அழ ஆரம்பித்தாள். உடன் இரண்டு ஆசிரியைகள் அவளை ஆசுவாசப்படுத்தி, கொஞ்சம் பழச்சாறு தந்து அழ வேண்டாமென ஆறுதல் கூறி, பொறுமையாக விஷயத்தைச் சொல்லச் செய்தனர். ஒரு நாள் மாலை, அலுவலகம் சென்றிருந்த அவள் அப்பா வீடு திரும்பவில்லையாம். அலுவலகத்திலேயே ரத்த வாந்தி எடுத்து மயங்கி விழுந்தாராம். உடன் இருந்தவர்கள், அருகிலிருந்த அரசு மருத்துவமனையில் சேர்த்து விட்டு, வீட்டிற்கு வந்து விஷயம் சொன்னார்களாம். அவளின் அம்மா மறுநாள் உடம்பு சரியில்லாமல் அதே ஆஸ்பத்திரியில் சேர்க்கப்பட்டாராம். அவர் நிறைமாதக் கர்ப்பிணியாக இருந்ததால், ஆபரேஷன் நடந்து அவளுக்கு ஒரு தம்பி பிறந்துள்ளதாம். வீட்டில் ஏற்கனவே இரண்டு தம்பிகள் உள்ளனராம். ஒரு வயதான பாட்டியும் அவர்களுடன் இருக்கிறாராம். வேறு உதவிக்கு ஆள் கிடையாதாம். இந்தப் பெண் காலையில் சீக்கிரம் எழுந்து சாப்பாடு செய்து தம்பிகளுக்குக் கொடுத்துவிட்டு, அவர்களை குளிக்க வைத்து, துணி உடுத்திவிட்டு மாலை வரைக்குமான உணவுகளை தயார் செய்து வைத்து பாட்டியிடம் ஒப்படைத்து விட்டு, தன்னை பள்ளிக்கு தயார் செய்து

கொள்வாளாம். நேரே ஆஸ்பத்திரிக்கு வேண்டிய பொருட்களை எடுத்துச் சென்று கொடுத்து விட்டு பள்ளிக்கு ஓடி வருவாளாம். சமயங்களில், கூட்ட நெருக்கத்தில் மாட்டிக்கொள்வதால், பள்ளிக்கு வர நேரமாகிவிடுமாம். மாலை பள்ளி முடிந்ததும், ஆஸ்பத்திரிக்கு ஓடுவாளாம். அம்மாவுடன் சிறிது நேரம் பேசி விட்டு, வேறு இடத்தில் உள்ள அப்பாவைப் பார்ப்பாளாம். இதைச் சொல்லும்பொழுது அவளின் கண்கள் கலங்க ஆரம்பித்ததாம். அப்பா உடல்நலம் தனக்குக் கவலையளிப்பதாகக் கூறி கண்ணீர் விட்டு அழுதிருக்கிறாள். இரவு எட்டு மணி வரை அவருடன் இருந்துவிட்டு வீடு திரும்புவாளாம். அதற்குள் தம்பிகள் தூங்கிவிடுவார்களாம். மறுநாள் ஆஸ்பத்திரிக்கு வேண்டிய பொருட்களை எடுத்து வைத்துவிட்டு, ஏதேனும் இருப்பதைச் சாப்பிட்டு தூங்குவாளாம். சில நாட்களாக அவளின் தினசரி வாழ்க்கை முறை இதுதானாம். பள்ளிப் பையிலிருந்து புத்தகம் எடுத்துப் பார்க்கக் கூட நேரம் கிடையாதாம். வகுப்பறையில், கரும் பலகையில் ஆசிரியர் எழுதும் பொழுதெல்லாம் அவள் அம்மா அப்பா மட்டும்தான் கண்ணில் தெரிவார்களாம். எப்பொழுது பள்ளி முடியும், ஓடிப்போய் அப்பா-அம்மாவை பார்க்கணுமே என்று தவித்துக்கொண்டிருப்பாளாம். கேட்ட நமக்கே உடல் புல்லரித்தது.

ஒரு பன்னிரண்டு வயது சிறுமி, ‘குருவி தலையில் பனங்காய்’ என்பார்களே. அதுபோன்று துள்ளிக் குதித்து ஓடியாட வேண்டிய வயதில் இப்படியும் ஒரு குடும்பச் சுமையா? பின்புலங்களை ஆராயும் பொழுது தான் ஒவ்வொருவரின் மனவேதனை தெரிய வருகிறது. அவளைப் பார்த்து அக்கம்பக்கம் முழுவதும் பரிதாபப் பேச்சுதான். ஆனால் அவளோ தன்னைப்பற்றி கவலையே படவில்லை. வீட்டின் பொறுப்பைச் சுமந்துகொண்டு ஒரு தாயைப் போலச் செயல்பட்டுக் கொண்டிருந்தாள். வீட்டில் தம்பிகளைப் பற்றிய கவலை. அப்பா-அம்மா உடல்நலம் பெற்று வரவேண்டுமே என்கிற ஆதங்கம்!. இத்தனைக்கு நடுவில், அவள் பள்ளிக்கு வருவதே பெருஞ்செயல், படிக்க முடியாவிட்டாலும், பள்ளி வருவதைக் கடமையாகக் கொண்டாள்.

இப்படிப்பட்ட சூழலில், பொறுப்புணர்ச்சியுடன் நடந்து கொள்ளும் பிள்ளைகள் கண்டிப்பாக எதிர்காலத்தில் நல்ல சமூக சேவகர்களாகச் செயல்படுவார்கள் என்பதில் ஐயமில்லை. சூழ்நிலையால் அவளால் படிக்க முடியவில்லையே தவிர, கட்டுப் பாட்டுடன் பள்ளிக்கு வந்து போவது தன் கடமை என்பதை உணர்ந்திருந்தாள். படிப்பில் கவனம் குறைந்து விட்டது என்பதற்காக அவளைக் குறைகூறிக்கொண்டிருந்தால் நாம் நம் கடமையில் சிறிது மாறுபட்டிருப்போம். அதனால்தான் எதையும் அலசி ஆராய்ந்து காரணங்களைக் கண்டுபிடித்துவிட்டால், எதுவுமே சிரமம் கிடையாது. அந்தச் சிறுமியின் குடும்பப் பொறுப்பைப் பாராட்டி,

அனைவரும் அவளுக்கு ஆறுதல் அளித்தனர். ஊக்கமளித்து வேண்டிய உதவியைச் செய்தனராம். அப்பொழுதுதான் ஆசிரியைக்கு ஒரு விஷயம் ஞாபகம் வந்ததாம். அவள் மாடம் செய்வதை கவனிக்க ஒரு தலைவியை நியமித்தாரே. அவள் தினமும் சிறுமி மணி அடித்தவுடன் வீட்டுப்பக்கம் கூட போகாமல், எங்கோ ஓடுகிறாள் என்றாளே, அது ஆஸ்பத்திரிக்குத்தான் என்று தெரிந்ததும் மனம் கலங்கியதாம். உண்மைபுரியாமல் அந்தப் பெண்ணைப் பற்றி ஏதேதோ நினைக்கத் தொடங்கினோமே எவ்வளவு முட்டாள்தனம் என யோசித்தார்களாம்.

ஒரு நீதிபோதனை வகுப்பில் பலவிதமான கருத்துக்களைப் பற்றி பிள்ளைகளுக்குள் கலந்துரையாடல் நடந்ததாம். யாருடைய குணத்தையோ, அறிவையோ சரியாக புரிந்து கொள்ளாமல், ஒருவரைப் பற்றி அவதூறு பரப்பக்கூடாது என்றெல்லாம் ஆசிரியர் அறிவுரை வழங்கினாராம். அந்த சமயம் மற்றொரு பெண் எழுந்து தன் கதையைக் கூற ஆரம்பித்தாளாம். அவளின் அப்பா ஒரு விபத்தில் அகால மரணமடைந்தாராம். கொஞ்சம் விவசாய நிலம் மட்டும்தான் அவர்களுக்கு இருந்ததாம். அவள் அம்மா தினமும் காலையில் இட்லிக் கடை நடத்திவருகிறாராம். அவளும், அவள் தம்பியும் தினமும் காலை சைக்கிளில் இட்லி, சட்னி, சாம்பார் எடுத்துச் சென்று சில வீடுகளுக்கு வாடிக்கையாகக் கொடுப்பார்களாம். கடைக்கு வருபவர்களுக்கு அம்மா காலையுணவு தருவார்களாம். தம்பியும் அவளும் பாத்திரங்களைக் காலி செய்து எடுத்து வந்து அம்மாவிடம் தந்து விட்டு, பள்ளிக்குக் கிளம்பத் தயாராவார்களாம். மாலையில் அம்மாவுக்கு மாவாட்ட உதவி செய்துவிட்டு, தங்கள் வீட்டுப் பாடங்களை செய்வார்களாம். இவற்றை மிகவும் பெருமையாகத்தான் சொல்லிக் கொண்டாள். காரணம், ஆசிரியையும் “யார் யாரெல்லாம் பெற்றோருக்கு உதவி செய்வீர்கள்?” என்று கேட்டிருந்தார். அவள் படிப்பிலும் சுறு சுறுப்பாகத்தான் காணப்பட்டாள். இவ்வளவு உதவிகரமாக இருக்கிறாள் என்பது அவள் சொன்ன பிறகுதான் புரிந்தது. எங்களின் நன்மதிப்பு மேலும் அவள்பக்கம் அதிகமாயிற்று. ஏதோ, எல்லோரும் படிக்க வந்தவர்கள். வசதியானவர்கள் என்று நினைத்து ஒரே மாதிரி கற்பித்து விட முடியாது. மனநிலை என்பது வேறுபட்டது. வளரும் சூழல், வளர்க்கப்படும் விதம் அனைத்தும் மாறுபட்டது.

உடல் கோளாறு என்று மருத்துவரிடம் செல்கிறோம். முதலில் நம் உடல் கோளாறு புரிந்து மருந்து தருகிறார். சரியாகா விடில் பல ‘டெஸ்ட்டு’கள் எடுத்து, கண்டு பிடித்து அதற்கேற்ற சிகிச்சையைத் தருகிறார். நலமடைகிறோம். பிள்ளைகளிடம் வித்தியாசம் தெரியும் போது நல்ல வார்த்தைகளைப் பயன்படுத்திப் பார்க்கிறோம். பலனில்லை என்று தோன்றினால், அவர்களின் பின்புலம், குடும்பச் சூழல் இவற்றை ஆராய்ந்தால், மாற்றத்திற்கான காரணம்

புலப்படும். சரியான நேரத்தில் நாம் தரும் ஆலோசனைகள் கண்டிப்பாக முன்னேற்றத்தைத் தரும். அதற்கான பொறுமையும், கையாள்வதற்கான திறனும் இருந்தால் போதும். எந்த பிள்ளையும் நம் பிள்ளைதான் நல்ல பிள்ளையும் கூட.

பிள்ளைகள் சூழலும் புரிதலும்

வாழ்க்யின் நீண்டதூரம் பயணம். அதுதான் பள்ளி வாழ்க்கையின் பதினான்கு ஆண்டுக்காலப் பயணமாக, நம் பிள்ளைகளின் அடிப்படை வாழ்க்கையின் அடித்தளம் என்று சொல்லலாம். 'கல்லை' சிலையாக செதுக்குவது போன்று, மூன்று வயதில் அழுதுகொண்டுவரும் குழந்தைகள், பதினேழு வயதில் இளம் வாலிபர்களாக வெற்றி நடை போடுவது இப்பள்ளிப்பருவத்தில்தான். இத்தகைய காலகட்டத்தில், ஒவ்வொரு வகுப்பிற்கும் உயர்ந்து செல்லும்போது, அவர்களின் பரிமாணவளர்ச்சியில் எத்தனையோ மாற்றங்களைக் காணமுடிகிறது. அறிவு முதிர்ச்சியில் பலப்பல மாற்றங்களையும் காணமுடிகிறது. இதற்கிடையில், ஒவ்வொரு நாளும், ஒவ்வொரு வகுப்பிலும், ஒவ்வொரு பிள்ளைகளிடமும் நாம் காணும் அறிவுப் பூர்வமான நடைமுறை மாற்றங்கள் எத்தனை எத்தனையோ இருக்கின்றன. சில சமயங்களில் அந்நிகழ்வுகள் நம்மை வயறு குலுங்க சிரிக்க வைக்கும். கோபம் வரவழைக்கும். மண்டை உடையும் அளவுக்குச் சண்டைகள் அவர்களுக்குள் நடக்கும். அனைத்தையும் எதிர்கொண்டு, யாருக்கும் மனம் கஷ்டப்படாதவாறு, பிள்ளைகளின் தவறையும் உணர்த்தி அவர்களை நல்வழிப்படுத்த வேண்டும், இவற்றையெல்லாம் எதிர்கொண்டு, பிள்ளைகள் மனதில் நாம் இடம்பிடித்து விட்டால், நல்ல ஒரு ஆசானாக அமைந்துவிட முடியும். வாழ்க்கை எப்பொழுதுமே சுகமாகவோ, எப்பொழுதுமே துக்கமாகவோ இருக்கமுடியாது. இரண்டும் மாறிமாறித்தான் வந்து போகும். துக்கமான காலகட்டத்தில், சுகமான காலகட்டத்தையும், சுகமான நேரத்தில் 'நமக்கும் துக்கம் வரலாம்' என்கிற விழிப்புணர்வையும் கருத்தில்கொண்டுதான் பயணத்தை மேற்கொள்ள வேண்டும். தினம் தினம் பிள்ளைகளின் வாழ்வில் நிகழ்கின்றபின்புலங்களை நடைமுறையில் கண்டறியும்பொழுதுதான் 'நாம் மிகவும்

பாக்கியசாலி' என்னும் எண்ணம் கூட பலருக்கு ஏற்படும். ஒரு சில மோசமான நிகழ்வுகளைக் காண நேரிடும்பொழுது, நம் குறைகள் கூட நமக்கு நிறைவாகவே நினைக்கத் தோன்றும். சிறிய டவுனில் அமையப்பட்ட பள்ளியாக இருந்தாலும், அதைச் சுற்றியுள்ள கிராமப்புறங்களிலிருந்து நிறைய பிள்ளைகள் படிப்பதற்காகவே நகரங்களுக்கு வந்து, வீடு எடுத்து தங்குவதுண்டு. அதற்கு வசதிப்படாதவர்கள் அரசு பஸ் மூலம் பயணித்து தினந்தோறும் தவறாமல் பள்ளிக்கு வந்துவிடுவார்கள். அப்படியாக ஒரு சிறுமி தினமும் பயணித்து படிக்க வந்திருக்கிறாள். ரொம்பவும் சுறு சுறுப்பாக இயங்குவாள். கொஞ்சம் கூட பயணித்து வந்த களைப்பை காட்டிக்கொள்ள மாட்டாள். தலையை எண்ணெயிட்டு வாரி, இரட்டைப்பின்னல் போட்டு தலையில் பூ வைத்துக்கொண்டு வருவாள். சொல்லிக் கொடுப்பதை 'கிளிப்பிள்ளை' போன்று ஒப்புவிப்பாள். யார் என்ன கேட்டாலும் எல்லோருக்கும் உதவ முன்வருவாள். எல்லாமே நல்ல முறையில் நடந்தாலும், நோட்டுப் புத்தகத்தில் பாடங்கள் எழுதத் தயங்குவாள். கரும்பலகையில் ஆசிரியர் எழுதும் பாடங்களை அனைவரும் எழுதி முடித்து விடுவார்கள். அவள் மட்டும் இரண்டு வரிகள் எழுதியவுடனே கையை உதறுவாள். பெரிய பளுவான பொருளைத் தூக்கியது போல் வலதுகையை உதறிக்கொள்வாள். அவளின் இந்த செய்கையை பாடம் நடத்தும் ஆசிரியைகள் அனைவருமே கண்டிருக்கிறார்கள். குறிப்பிட்ட வகுப்பு முடியும் வரை எழுதுவது போன்று செய்வாள். பெல் அடித்தவுடன் நோட்டை மூடிவிடுவாள். எந்தப் பாடமுமே முழுவதும் எழுதப்பட்டிருக்காது. அத்தனை பாடப்குதியும் அவள் மனதில் மட்டும் பதியப்பட்டிருக்கும். எழுதி முடிக்கப்படாத காரணத்தால், தேர்வுகளில் அவளின் மதிப்பெண் குறைந்து விடும். எழுதும் வரை ஒரு தப்பில்லாமல் எழுதி முழு மதிப்பெண் எடுப்பாள். மீத மதிப் பெண் எழுதாமல் விடப்பட்டிருக்கும். சிறிய வகுப்புகளில் பரவாயில்லை, பெரிய வகுப்புகளுக்குச் சென்றால் அவள் என்ன செய்வாள் என்பது பலருக்கும் கேள்வியாக இருந்தது. இதை அப்படியே விடக்கூடாது. அவளுக்கு ஏன் எழுத முடிய வில்லை என்கிற காரணத்தைக் கண்டுபிடித்து, சரிசெய்ய ஏதாவது யுக்தி கையாள வேண்டும் என்று நினைத்து ஆசிரியைகள் அவளைத் தனியே அறைக்கு அழைத்தனர்.

மேல்ல பேசிக்கொண்டே ஒரு ஆசிரியை அவளைத் தட்டிக் கொடுத்து, உற்சாகப்படுத்தினார். வேகமாக அனைத்தையும் எழுதி முடித்துவிட்டால். அவள்தான் வகுப்பில் முதல் மாணவி என்பது உறுதியாகி விடும். ஏதேனும் கைவலி ஏற்படுகிறதா, எங்காவது வலது கையில் அடிபட்டுள்ளதா, அதனால்தான் வேகமாக எழுத முடிய வில்லையா என்றெல்லாம் கேள்விகள் கேட்கப்பட்டன. இவற்றை புரிந்துகொண்டாற்போல, சிறுமி தன் வலக்கையைப் பிரித்துக் காட்டினாள். என்ன ஒரு அதிர்ச்சி அனைவருக்கும்! கை முழுவதும்

சிவப்பான வரி வரியான கோடுகள் காணப்பட்டன. உள்ளே ஓடும் இரத்தம் அப்படியே தெரியுமளவுக்கு சதைகள் தேய்ந்து காணப்பட்டன. கை முழுவதும் ஒரே புண்போல் காணப்பட்டது. சின்ன பெண்ணுக்கு ஏன் அப்படியொரு பாதிப்பு ஏற்பட்டது என்பதை அறிய அனைவரும் ஏக்கத்தோடு பார்த்தனர். அவர்கள் குடும்பம் கிராமத்தில் பால்பண்ணை வைத்துள்ளார்களாம். கூட்டுக் குடும்பமாம். அனைவரும் ஆளுக்கொரு வேலை செய்வார்களாம். வீடு வீடாக பால் ஊற்றுவது, பாத்திரங்களை துலக்குவது மாட்டுக் கொட்டகை சுத்தம் செய்வது என பெண்கள் தங்கள் வேலைகளாக செய்வார்களாம். ஆண்கள் மாடுகளை பராமரிப்பார்களாம். தினமும் கிடைக்கும் மாட்டுச் சாணத்தை இந்த குட்டிப் பெண்தான் 'விரட்டி' தட்டுவாளாம். அதாவது சாணத்தை உருட்டி சுவரில் சிறிது சிறிதாக தட்டி வைப்பார்களாம். அவை காய்ந்தபின் எடுத்து அடுக்க வேண்டுமாம். பின் விலைக்குக் கேட்பவர்களுக்கு எண்ணித் தருவார்களாம். இந்த 'வறட்டி' என்பது அடுப்பு ஊதி சமைத்த காலத்தில்தான் அதிகமாகப் பயன்பட்டிருக்கிறது. குட்டிப் பெண் தினமும் கையில் சாணம் எடுத்து வேலை செய்திருக்கிறாள். அதுவே அவள் கை முழுவதும் 'புண்'ணாகி சிவந்து எரிச்சலைத் தருவதாக நம்மால் உணரமுடிகிறது. அதனால்தான் சிறுமி எழுதுவதற்கு அப்படி சிரமப்பட்டிருக்கிறாள். அதை சொல்லவும் தெரியாமல், அதுதான் காரணமென்றும் தெரியாமல், எழுதுவதிலிருந்து தப்பிக்கவே முயற்சி செய்திருக்கிறாள். தொடர்ச்சியாக ஒரு குழந்தைக்கு பிரச்னை என்றால், தாய் தந்தைக்கு அடுத்து ஆசிரியர். அதனை எளிதாக கண்டுபிடித்து தீர்வு கண்டுபிடிக்கிறார் என்பதுதான் உண்மை. வீட்டு வேலைகளை பகிர்ந்து செய்வது என்பது நல்ல விஷயம்தான். அது நம் உடல்நிலையை பாதிக்கும் அளவுக்கு தேவையா என்று தான் யோசிக்க வேண்டும். அதிலும் படிக்கும் பிள்ளைகளின் வாழ்வு எந்தவிதத்திலும் பாதிக்கக் கூடாது என்பதுதான் நம் நோக்கம். அதனால் தான் அரசு படிக்கும் பிள்ளைகளை தொழிற்சாலைகளில் வேலை செய்யக்கூடாது என்று அறிவுறுத்துகிறார்கள். சட்டம் இயற்றியுள்ளார்கள்.

மேலே குறிப்பிட்ட பெண் தன்வீட்டு வேலையைத்தான் இஷ்டப்பட்டு செய்திருக்கிறாள். அதன் பின்விளைவு அவளுக்குத் தெரிந்திருக்க வில்லை. ஆரம்பத்திலேயே கண்டறியப்பட்டதால், குறிப்பிட்ட வேலையை அவள் நிறுத்திவிட்டாள். மருத்துவரிடம் சிகிச்சை பெற்று வெகு சீக்கிரமாகவே பாடங்கள் எழுதுவதில் அதிவேகமாகச் செயல்பட்டாள். இதுபோல் எத்தனையோ பிரச்னைகளை காணுமிடம் பள்ளிக்கூடம்தான். வருடங்கள் ஓடினாலும், இத்தகைய நிகழ்வுகள் நம் குடும்ப சம்பவங்கள் போன்றே மனதை விட்டு அழியாதது. இப்படித்தான் ஆசிரியர்கள், மாணவர்கள், பெற்றோர்கள் என்கிற உறவுமுறை காணப்பட்டது. வீட்டில் சில சமயங்களில் குறும்பு செய்யும் பிள்ளைகளைப்,

பெற்றோர் ஆசிரியரிடம் நன்கு அடித்துக் கண்டியுங்கள் என்பார்கள். ஒரு சிறுவன் உறவுக்காரர் கொடுத்த ஒரு 'அணா'வில் தாயிடம் சொல்லாமல் மிட்டாய் வாங்கி சாப்பிட்டானாம். தாய் கோபமடைந்து கையில் கிடைத்த குச்சியை அவன்மேல் எறிந்திருக்கிறார். அவன் நெற்றிப் பொட்டில் அடிபட்டு தையல் போடும் நிலை ஏற்பட்டதாம். ஒரு விண்ணப்பம் பூர்த்தி செய்வதற்காக அந்தப் பையன் இரண்டு அடையாளங்கள் குறிப்பிட வேண்டியிருந்தது. அவன் அத்தகைய ஒரு தழும்பை அடையாளமாகக் குறிப்பிட்டிருந்தான். மனது கஷ்டப்பட்டாலும் அப்படியான சில சம்பவங்களும் அந்தக் காலத்தில் நடந்திருக்கின்றன என்பதை நம்பத்தான் வேண்டியுள்ளது. பிள்ளைகளும் சிரமப்பட்டு படித்திருக்கிறார்கள். பெற்றோரும் மிக கண்டிப்பாக இருந்திருக்கிறார்கள். இப்பொழுது படித்துக் கொண்டிருக்கும் பிள்ளைகள் விஞ்ஞானயுகத்தைச் சேர்ந்தவர்கள். இயற்கை உணவை உண்டு வாழ்ந்தவர்களுக்கு இருக்கும் உடல் ஆற்றலும், திடகாத்திரத் தெம்பும் அதற்கடுத்த தலைமுறையில் உள்ளவர்களுக்குக் கிடையாது. இப்பொழுது அனைத்திலும் துரிதம் காணப்படுகிறது. துரிதமாக கிளம்பி துரித வண்டியைப்பிடித்து ஓடி துரித உணவையும் உண்டு என்பது வரை அனைத்திலும் வேகம்.

இந்த வேகம் எங்குபோய் முடியும் என்பது கூட நம்மால் கணிக்க முடியவில்லை. இயற்கைக்கே இது தாங்காமல் தானோ என்னவோ இத்தகைய 'கொரோனா' வந்து அனைவர் வாழ்க்கையையும் முடக்கியுள்ளது. எவ்வளவோ 'ஆன்லைன்' வகுப்புகள் நடைபெற்றாலும், பிள்ளைகள் ஆசிரியர் தொடர்பு நேரிடையாக தடைபெற்றதால், மீண்டும் எப்பொழுது பழைய மாதிரி பள்ளிக்குச் செல்வோம், பிள்ளைகளுடன் அரட்டையடிப்போம், மரத்தடியில் கூடுவோம், பேப்பர் பந்து ஆட்டம் தொடங்குவோம் என்றெல்லாம் யோசிக்க ஆரம்பித்துவிட்டார்கள். சிலர் பல்வேறு வகுப்புகளில் சேர்ந்து, தன்னை பழைய நிலைக்குத் தயார்படுத்திக் கொள்ள ஆரம்பித்துவிட்டார்கள். சில பெற்றோர் ஏக்கப்பெருமூச்சு விடுகிறார்கள். வகுப்பிற்காக வலைத்தளம் அமைத்துத் தந்தால், வட்டமான ஓட்டைகளுடன் கூடிய ரவாதோசை தான் வேண்டுமென 'யூட்யூப்'ல் கவனம் செலுத்துகிறார்கள் என ஆதங்கப்படுகிறார். என்ன செய்வது? தேவைகள் அனைத்தும் நாம் பெற வேண்டும் என்றுதான் நினைக்கிறோம். ஆனால் எந்த ஒரு பொருளுக்கும் நாம் அடிமையாகக்கூடாது. இதை பிள்ளைகளுக்கும் புரிய வைக்க வேண்டும். அவர்கள் போக்கிலேயே விட்டு, நடைமுறை சிக்கல்களை மனம் கோணாதவாறு எடுத்துரைக்க வேண்டும். முன்னேற்றங்கள் நாளுக்கு நாள் அதிகரித்தாலும், நம் மனதைக் கட்டுப்படுத்தி ஒருநிலைப்படுத்துவது என்பது நம் ஒவ்வொருவர் கையிலும்தான் இருக்கிறது. அந்தக் காலத்தில் அடி உதை வாங்கிப் படித்த பிள்ளைகள் தன்னைத் திருத்துவதற்காக

எடுக்கப்பட்ட முயற்சிகள் அவை என்பதை தாங்கள் ஒரு குடும்பத் தலைவனாகவும், தலைவியாகவும் ஆனபிறகு சொல்கிறார்கள். தங்கள் பிள்ளைகளை சமாளிக்கும்பொழுது, வெளிப்படையாகவே கூறுகிறார்கள்.

சுமார் நாற்பதாண்டுகளுக்கு முன் நடந்த ஒரு சம்பவம். பள்ளித் தாளாளர் ஒருவருக்கு 'மணி விழா' ஏற்பாடு செய்திருந்தார்கள். தெருமுழுவதும் அலங்காரப் பந்தல். ஊரே திரண்டிருந்தது. மேடையில் மணிவிழா பெற்றோர் அமர்ந்திருக்க, திடீரென தீப்பொறி பறந்தது போல் இருந்தது. சிறிது நேரத்தில் நெருப்புப் பிழம்பு சூழ, குழந்தைகள் 'வீல் வீலென்று' கத்த அனைவரையும் காப்பாற்ற எல்லோரும் தள்ளிக்கொண்டு இன்றும் காதுகளில் 'ரீங்காரம்' ஒலிக்கிறது. அலங்காரப் பந்தலில் தீப்பிடித்து தெருவே எரிந்ததைப் பார்க்க முடிந்தது. இப்படியாக தீ விபத்து தொடங்கி, நாட்டு வெடிகுண்டு புரளி வரை அனைத்தையும் பிள்ளைகளுடன் கண்டு அனுபவிக்கும் ஒரு வாழ்க்கை கற்பிப்பவர்க்கு மட்டுமே அமைய முடியும். ஆண்டில் இருநூறு நாட்கள் முதல் இருநூற்று இருபது நாட்கள் வரை, அதிலும் குறிப்பாக பகல்பொழுதுப் முழுதும் பிள்ளைகள் பள்ளிகளில்தான் செலவிடுகிறார்கள். அனைத்து வாழ்க்கைக்குத் தேவையான பல விஷயங்களை அறிந்து கொள்கிறார்கள். பள்ளியின் அடித்தளம்தான் அவர்களின் வாழ்க்கைக்கு வழிகாட்டியாக அமைந்தாலும், வீட்டுச்சூழலும் அவர்களுக்குத் தெளிந்த நீரோடையாகத் தென்பட்டுவிட்டால், எதையும் எதிர்கொண்டு வெற்றிநடை போடுவார்கள். சின்ன சின்ன விஷயங்களைக் கூட பாராட்டி, தட்டிக்கொடுத்து ஊக்கமளிக்கும்போது தனக்காக எல்லோரும் இருக்கிறார்கள் என்கிற நல்ல சூழலே அவர்களை நல்வழிபடுத்த உதவும். "எனக்கே களைப்பாக இருக்கிறது இப்ப வந்து நீ சந்தேகம் கேட்கிறாயே!" என்று கூறிவிட்டால் கேட்க வந்த பிள்ளைகள் மனம் நிராசையாகப் போகும்! கடினமான சூழல்கள் நமக்கு இருந்தாலும், அவ்வப் பொழுது குடும்பத்துடன் கலந்து பேசி சுக துக்கங்களை பகிர்தல் அவசியம். தனிஅறை பிள்ளைகளுக்கு கொடுத்துவிட்டோமே என்றில்லாமல், எல்லேரும் பேசி, சிரித்து அவ்வப்பொழுது குடும்பத்துடன் ஓரிடத்தில் உறங்குவதும் கூட பிள்ளைகள் மனதை இலேசாக்கும்!

சரஸ்வதி ஸ்ரீநிவாசன்

தோல்வியே வெற்றிக்கு அறிகுறி

பிள்ளைகளின் பள்ளி வாழ்க்கை என்பது பெரும்பாலும் அவர்கள் வளரும் சூழல், குடும்பப் பின்னணி, சமூகச் சூழல் மற்றும் பழகும் நட்பு வட்டம் இவற்றைக்கொண்டே வெற்றிகரமாக அமைய முடிகிறது. இவற்றில் ஏதாவது ஒன்றில் பிரச்னை ஏற்பட்டாலும் அறியா வயதில் அவர்களைப் பாதிக்கத் தான் செய்கிறது. பல்வேறு சூழல்களில் அவர்கள் வளரும் பொழுது பலவிதமான சோதனைகளைக் கடந்துதான் ஏணிப் படியை எட்டிப் பிடிக்கிறார்கள். இதற்கான பல்வேறு எடுத்துக்காட்டுகளை கண்டோம். மனோரீதியான மாற்றங்களைக் கண்டுபிடித்து, அதற்கேற்ற அருமையான தீர்வுகளைக் கொண்டு வருவதுதான் நம் அனைவரின் யுக்தியும்கூட. அதுபோன்ற பல யுக்திகளில் ஒன்றுதான் 'தோல்வி'யைப் பற்றி எடுத்துரைப்பதும் "தோல்விதான் வெற்றிக்கு அறிகுறி" என்பதை உணர்த்துவதும் ஆகும்.

இதையே ஆங்கிலத்தில் "ஒரு போட்டியில் வெற்றி பெறுவதை விட பங்கெடுப்பது சிறந்தது" என்பார்கள். முதலிலேயே எதிலும் வெற்றி பெற்றுவிட்டால், நமக்கு அதன் மதிப்பு தெரியாமல் போகலாம். அதீத தன்னம்பிக்கையில் நம் முயற்சிகள்கூட தடைப்படலாம். தன்னம்பிக்கை அவசியம் வேண்டும். அதுவே 'நான்-நாம்' என்ற ஆதிக்கத்திற்கு அடிமையாகிவிடக்கூடாது. பலமுறை தோல்வியைச் சந்தித்தவர்களெல்லாம், ஒரு முறை வெற்றி பெற்றுவிட்டால் போதும், அவர்கள்தான் வெற்றியின் ரகசியத்தை உண்மையில் உணர்ந்தவர்கள் ஆவர். 'ஒலிம்பிக்'கில் சென்று பங்கெடுத்துவிட்டு வருவதே எவ்வளவு 'பாக்கியம்' என்பது அந்தந்தத்துறை வீரர்களுக்குத்தான் தெரியும். அப்படியிருக்கையில் மாணவச் செல்வங்களாகிய நம் பிள்ளைகளுக்கு 'தோல்வி', 'வெற்றி'பற்றி எடுத்துக் கூறுவதும் நம் கடமை.

குழந்தை தவழ்ந்து, நீந்தி தன் முட்டியை பல இடங்களில்,

ஏன் கரடு முரடான இடங்களில் கூடி தேய்த்துக்கொண்டுதான் வெற்றியை எட்டுகிறது. நடக்க ஆரம்பித்து பல முறை விழுந்து எழுந்து தான் சொந்த நடை பயில்கிறது. நடக்கத் தெரிந்த மகிழ்ச்சியில், ஓடி ஓடி அடிபட்டுக்கொள்கிறது. பச்சிளங் குழந்தையின் மூலம் கூட நாம் சில பாடங்களைக் கற்க நேரிடுகிறது. “வாழ்க்கையில் விழுந்து எழுந்தால்தான் வெற்றி” என்பது புரிகிறது. அப்படியிருக்கையில் ஒரு போட்டி நடைபெறுகிறதென்றால், நமக்கும் கண்டிப்பாக வெற்றி கிடைக்க வேண்டும் என்பதற்குப் பதிலாக, நாம் இதைச் சிறப்புறச் செய்ய வேண்டும் என்கிற எண்ணம் மேலோங்கி நிற்க வேண்டும். பல விஷயங்களைக் கற்றுக் கொள்ள வேண்டும். சிறப்புற பயிற்சி எடுக்க வேண்டும். அதை விடா முயற்சியுடன் செயல்படுத்த வேண்டும். மேற்கத்திய நாடுகளில், இரண்டு வயது குழந்தையை நீச்சல்பயிற்சி எடுக்கப் பழக்குகிறார்கள். பளு தூக்கவும், காலில் வலுவுள்ள குழந்தைகளை கால்பந்தாட்டத்திற்கும் பயிற்சி எடுக்க ஊக்குவிக்கிறார்கள். பிள்ளைகளின் ஊக்கத்தை கண்டறிந்து, அதற்கேற்ற பயிற்சி தரும்பொழுது அவசியம் அவர்களால் சாதிக்க முடிகிறது. எல்லாக் குழந்தைகளும் பயிற்சி பெற்றாலும், ஓரிருவரால் தான் அதை வாழ்க்கைக்குரிய கலையாக அமைத்துக் கொள்ளமுடிகிறது. இதுதான் வாழ்க்கையின் யதார்த்தம். எல்லோருமே முதல் மதிப்பெண் எடுக்கும் நிலையில் இருந்து விட்டால், மற்றவர்களை எப்படித்தான் வகைப்படுத்த இயலும்? படிப்பில் மட்டும் உச்சத்தை எட்டிவிட்டு வேறு எதுவும் தெரியாது என்பதை விட “கலைகள் பல கற்றுத் தேர்ச்சி பெறு” என்பதுதான் நமக்கு ஏற்ற பாடமாகும். கலைகளில் எந்தக் கலையும் உயர்வு, தாழ்வு என்று பிரிக்கமுடியாது. சமையல்கலை முதல் ஆடல்-பாடல் வரை அனைத்தும் அருமைதான்.

ஒரு முறை தோற்றுவிட்டனே் என்று நினைக்காமல், ஒரு அனுபவம் கிடைக்கப்பெற்றோம் என்று யோசித்துப் பார்த்தால் போதும். தோல்விகள் மன அழுத்தத்தை ஏற்படுத்தாது. அவை யாவும் நம் ஊக்கப் படிகள். அதீத அனுபவங்கள். முதலில் வெற்றி பெற்று வீறு நடை போடுவதைவிட சில அனுபவங்கள் மூலம் கிடைக்கும் வெற்றி உறுதியானதாகவும், முழு திருப்தியைத் தருவதாகவும் அமையும். ஒரு கிராமத்து மாணவி, திறமைசாலிதான். நன்கு படித்திருந்தாள். வெளிநாட்டில் படித்து பணிபுரியும் பையனுடன் திருமணம் நடந்தேறியது. வெளிநாடு சென்றவுடன், அவள் விரும்பிய படிப்பைத் தருவதற்காக கணவன் பல முயற்சிகளை எடுத்தான். மாணவியும் படிப்பதாகக் கூறி சில துறைகளைத் தேர்ச்சி செய்தாள். அவளால் எந்தத் துறையிலும் வெற்றி பெற முடியவில்லை. கிராமத்தில் பிறந்து, அதே சூழலில் வளர்ந்ததால் வெளிநாட்டு மோகம் அவளை ஈர்க்கவில்லை. மாறாகத் தோல்வியே அனைத்திலும் கிடைத்தது. அவள் மனம் தளரவில்லை. வீட்டு வேலைகளிலும், சமையல் போன்ற துறைகளிலும் அவளை

யாரும் ஜெயிக்கமுடியாது. தெரிந்தனவற்றில் ஈடுபாட்டுடன் செயல்பட்டால், வெற்றி கிடைக்கலாமே என யோசித்தாள். நம் நாட்டிலிருந்து உத்தியோகத்திற்காக அங்கு சென்றுள்ள சில கணவன்-மனைவி-நண்பர்களை சந்திக்க நேரும் பொழுதெல்லாம், "இங்க என்ன படித்தாய்? எங்கு வேலை செய்கிறாய்?" என்று கேட்பார்களாம். அவளுக்கு மனதிற்குள் வேதனை எழுமாம். இருப்பினும் தோல்வியைச் சொல்ல முடியாமல் தவிப்பாளாம்.

விருந்துக்கு வந்திருந்த ஒரு தம்பதி அவளின் சாப்பாட்டைப் புகழ்ந்து மடல் எழுதித் தந்தனராம். மேலும் அவர்கள் குடும்பத்தில் நாலு பேருக்கு திங்கள் முதல் வெள்ளிவரை சாப்பாடு தயாரித்து அனுப்பினால், எவ்வளவு வேண்டுமானாலும் பணம் தருவதாகக் கூறினார்களாம். நட்பில் ஆரம்பித்த 'புட்சர்வீஸ்' இப்பொழுது ஊரையே கலக்கிக்கொண்டிருக்கிறதாம். ஒரு குடும்பத்தில் தொடங்கிய சிறிய முயற்சி பல வாடிக்கையாளர்களை வீடுவரை அழைத்து வந்ததாம். உதவிக்கு ஆட்கள் வைத்துக்கொள்ளும் அளவிற்கு பெரிய ஒரு வியாபாரமாகிவிட்டதாம். கேட்கும் 'மெனு'வை தயாரித்துத் தருவதுதான் மேலும் சிறப்பு அம்சமாம். தன் மனைவியின் படிப்பு தோல்வியால் முதலில் சிறு மனவருத்தம் ஏற்பட்டிருந்தாலும் கணவனுக்கு இப்பொழுது இரட்டிப்பு மகிழ்ச்சியாம். காரணம் அவனின் வருமானத்தை விட மனைவி இருமடங்கு ஈட்டுவதுடன், பிரபலமாகி மிகவும் 'பிஸி'யாம்.

'ஒரு வழி மூடினால், மறு வழி திறக்கும்' என்பார்களே! அதுதான் இத்தகைய நிகழ்வு என்றுகூடக் கூறலாம். ஒருக்கால் அவளும் படிப்பில் அங்கு வெற்றிக்கொடி நாட்டியிருந்தால், அவர்கள் குடும்பமே வீட்டுச் சாப்பாட்டிற்கு சிரமப்பட்டிருக்கலாம். அவள் தோல்வியைக் கண்டு பயந்து ஓடியிருந்தாலும் நம் முயற்சியும் ஈடுபாடும் கண்டிப்பாக மற்றொன்றில் வெற்றியை தேடித் தரும் என்பதுதான் உண்மை. வாழ்க்கையின் யதார்த்தமும் அதுவே!

ஒரு துறையில் வெற்றியடைந்துவிட்டால், அதன்பிறகு யாரும் நம்மிடம் என்ன படித்தோம், ஏன் அதைப் படிக்கவில்லையென்றெல்லாம் கேட்கப்போவதில்லை. நம் இலக்கை அடைவதுதான் இலட்சியமாகக் கொள்ள வேண்டும். அதற்காக எவ்வளவுமுறை வேண்டுமானாலும் விழுந்து ஏழலாம். ஆனால் உற்சாகமும் ஊக்குவித்தலும் தான் அவர்களின் மன உறுதிக்கான 'டானிக்'. இது முதலில் பெற்றோரிடம் கிடைத்து, ஆசிரியர்கள் உரமாகிய அறிவுடன் திடமான நம்பிக்கையை ஊட்ட, சமுதாயம் நல்ல அங்கீகாரத்தைத் தர, பிள்ளைகள் செழித்து வளரும் நம் பரம்பரைக்கும் ஆயத்தமாவார்கள். நாட்டின் எதிர்காலமே, இன்றைய நம் பிள்ளைகள் கையில்தான் உள்ளது.

இன்று வாழ்க்கையில் உயர்ந்த நிலையில் இருப்பவர்கள் பலர் எத்தனையோ தோல்விகளைச் சந்தித்திருக்கிறார்கள். தோல்வியைக் கண்டு அவர்கள் துவண்டிருந்தால், அவர்கள்

பெயர்கூட நமக்குத் தெரிந்திருக்க வாய்ப்பில்லை. திருபாய் அம்பானி(*Dhirubhai Ambani*) அவர்கள்தான் பெட்ரோல் பங்க்கில் வேலைபுரிந்ததாகக் கூறியிருக்கிறார். அவர்களின் கடினமான உழைப்பும், தன்னம்பிக்கையும், மன உறுதியும், துவளாத மனமும் எவ்வளவு தூரம் அவர்களை உயர்த்தியுள்ளது என்பதை நம்மால் நன்றாகவே அறியமுடிகிறது. இன்றைய சமூகத்தினருக்கு வெற்றியாளர்களின் தோல்விகளே பாடமாக இருந்து நடைமுறை வாழ்க்கைக்கு வழிகாட்டும் என்பதுதான் உண்மை. நாடே போற்றும் உத்தமர், படிக்கும் பிள்ளைகள் முதல் நம் பாட்டி-தாத்தா வரை அனைவராலும் விரும்பப்படும் தலைவர்தான் நம் அப்துல்கலாம் அவர்கள். 'விமான ஓட்டி' நேர்முகத் தேர்வில் தான் மறுக்கப்பட்டதாக கூறியுள்ளார். அதனால் அவர் மனம் தளராமல் உழைப்பையும், முயற்சியையும் கைவிடாமல் வாழ்க்கைப் படிகளில் ஏறினார். தன் அனுபவங்கள் மூலம் மாணவர்களுக்கு மணி மணியான கருத்துக்களை மனதில் பதியும் வண்ணம் எடுத்துரைத்துள்ளார். அன்று 'இண்டர்வியூ'வில் மறுக்கப்பட்டதால் பல மடங்கு வெற்றிகளைக் குவித்தார். உலகமே போற்றும் உயர்ந்த மனிதராக வாழ்ந்தார். அவர்கள் பெயரில் எத்தனை எத்தனை குழுக்கள், என்னவெல்லாம் பயிற்சிகள்! சமீபத்தில் கூட அவர் பெயரில் நூறு படைப்பாளிகள் உருவாக்கப்பட்டனர். மாணவர்களிடையே படைப்பாற்றலை ஏற்படுத்தும் அவர் ஆசை நடந்துகொண்டேயிருக்கிறது. எவ்வித மேற்கோளும் எடுத்துக் கொள்ளாதவர்கள் கூட அப்துல் கலாமின் மேற்கோள்களை அவசியம் படித்து அறிவார்கள்.

இந்த கொரோனா காலகட்டத்தில், மாணவர்களின் பல்துறை சாதனைகள் பாதிக்கப்பட்டதால், பல தமிழ் அமைப்புகள் 'காணொலி' மூலம் பல நிகழ்ச்சிகளை அரங்கேற்றிவருகின்றனர். பேச்சுப்போட்டி, கவிதைப்போட்டி, மாறு வேடப்போட்டி எனப் பல்வேறு போட்டிகள் சமையல் போட்டிகள் உட்பட நடந்து கொண்டுதானிருக்கின்றன. சமீபமாக, தேசபக்தியை வளர்க்கும் விதத்தில் தேசீயகீதப் பாடல் கூட ஒரு அம்சமாக நடத்தப்பட்டு விருதுகள் வழங்கப்பட்டன. பள்ளிக் கல்லூரிகள் நடைபெறாத காலத்தில், இத்தகைய காணொலி நிகழ்வுகள் மற்றொரு பலனையும் தருகிறது என்று கூறலாம். மேடை நிகழ்வுகளில் பங்கு பெறுவது சிலருக்கு பயம்தரும். அப்படிப்பட்ட பிள்ளைகள் தங்கள் இடத்திலிருந்து 'காணொலி' நிகழ்வில் பங்கேற்கும்பொழுது தைரியமாக எதிர்கொள்கிறார்கள். பலமுறை பங்கேற்று பழகிவிட்டால், நாளை மேடைமேல் நின்று நிகழ்ச்சிகள் நடத்தும் தைரியம் வந்துவிடுகிறது. ஆக எதையுமே தோல்வியாகக் கொள்ளாமல், ஒவ்வொரு முறையும் நிறைய அனுபவம் கிடைக்கிறது என நினைத்துக் கொண்டால் போதும். நிறைய பிரபலங்கள் தங்கள் வாழ்வில் கிடைத்த தோல்விகளை

அனுபவங்களைத்தான் எடுத்துரைப்பார்கள். ஒரு பிரபல பாடகர் சொல்லிக்கொண்டிருந்ததை கேட்க நேர்ந்தது. "ஒரு வாய்ப்புக்கு எத்தனையோ இடங்களில் ஏறி இறங்கி தோற்றேன். இன்று அனைவரும் எல்லாவற்றிற்கும் என்னைக் கூப்பிடுகிறார்கள். என் கைப்பேசி எண் கேட்கிறார்கள்".

ஆம். வாழ்க்கையின் வெற்றியை ஒருசில தோல்விகள், துயரங்கள், மனக்குழப்பங்களுக்குப் பிறகே காணமுடிகிறது. கேட்கும் எதற்குமே வாயைத் திறந்து பதில் சொல்லாத ஒரு மாணவன், கொஞ்சம் அதட்டிப் பேசினாலே கண்களில் அருவி கொட்டுமளவுக்கு கோழை போன்று காணப்படுபவன், பிரபல வழக்கறிஞராக வெற்றி நடைபோடுகிறான். ஒரு பயந்தாங்கொள்ளி சிறுவன், சப்தமாகக் கூட பேசமாட்டான். அவன் சகோதரி துறு துறு வென்றுகாணப்படுவாள். எல்லாப் போட்டிகளிலும் கொடிகட்டிப் பறப்பாள். பையன் இப்படி ஒரு 'மௌனி'யாக இருக்கிறானே என்று அவர்கள் தாய் கவலைப்பட்டார். சில தினங்களுக்கு முன் ஒரு குறுஞ்செய்தி வந்தது. அதே 'மௌனி' பையன்தான் இப்பொழுது அவன் விமான ஓட்டியாம். எல்லா நாடுகளுக்கும் விமானம் ஓட்டிச் செல்கிறானாம். தனக்குப் பல விஷயங்களில் உதவி புரிந்த ஆசிரியர்களுடன் மீண்டும் தொடர்பில் வர விரும்புவதாகவும், தன் ஆசிரியர் தின வாழ்த்துக்களையும் கூறியிருந்தான். இப்படியாக, ஒரிரு நிகழ்வுகளையோ, தோல்விகளையோ வைத்து அவர்கள் இப்படித்தான் என்று சொல்லிவிடவே முடியாது.

பிள்ளைகளுக்குப் பெற்றோரும், ஆசிரியரும் இரு கண்களாக இருந்து சரியான பாதையைக் காட்டி அழைத்துச் செல்ல வேண்டும். வாழ்க்கைப் பாதையின் நுணுக்கங்கள் கல்லூரி செல்லும் காலத்தில் அவர்களுக்கேபுரிய ஆரம்பிக்கும். அது வரை நாம் கூறும் விஷயங்கள் கூட அறிவுரை கூறுவதாக இல்லாமல், இப்படியும் இருக்கலாம் என்பது போன்ற 'பாஸிடிவ்' எண்ணங்களை வித்திட வேண்டும். இப்பொழுதுள்ள, இந்தக்கால பிள்ளைகள் அதிபுத்திசாலிகள். எதையும் எளிதாகப் புரிந்துகொள்வார்கள். நம் விருப்பத்தை அவர்களிடம் திணிக்காமல். அவர்கள் விருப்பத்தை கண்டறிந்து நட்புடன் கலந்து ஆலோசனைகளை மட்டும் ஒரிரு முறை சொன்னால் போதும். எப்பொழுதும் பார்த்தாலும் அறிவுரை சொல்வதும், பிறரை ஒப்பிட்டுப் பேசுவதும் நல்ல ஒரு உறவை ஊக்குவிக்காது. பிள்ளைகள் மனநிலை அறிந்து, அவர்கள் விருப்பம் புரிந்து செயல்படும்பொழுது, மதிப்பும் மரியாதையும் நம்மைத் தேடி வரும்.

நேர்மையிலும் திறமை

வாழ்க்கையில் நாம் பிறருக்கு உதவுகிறோமோ, உற்சாகப்படுத்துகிறோமோ, ஊக்குவிக்கிறோமோ இல்லையோ, யார் மனதையும் புண்படுத்தாமல், யாரையும் மட்டம் தட்டாமல் இருப்பதே மிகப்பெரிய உதவி. அதிலும் பிள்ளைகள் வாழ்க்கையில் மிகவும் பொறுப்புள்ளவராக நடந்து கொள்வது மிக முக்கியம். ஒரு சிறு மனக்காயம், அவர்கள் முன்னேற்றப்பாதையிலிருந்து சறுக்கி விழுவதற்கு சமம். இதை இரண்டாயிரம் ஆண்டுகளுக்கு முன்பே வள்ளுவர் நமக்கு சொல்லி விட்டார். தீயினாற் சுட்ட புண் கூட சில நாட்களில் சரியாகி தழும்புகூட மறையலாம். ஆனால் நம் நாவினால் கூறும் கடினமான, சூடான வார்த்தைகள் என்றும் மனதிலிருந்து அழியாது. ஒரு குறிப்பிட்ட செயலை ஒரு மாணவன் ஆர்வக் கோளாறால் செய்ய முயறிசிக்கிறான். அது முழு திருப்தியளிக்கவில்லை யெனில், 'இன்னும் சிறிது முயற்சி செய்' என்று கூறலாம். அந்த மனம் இல்லையெனில் பேசாமல்கூட இருக்கலாம். மாறாக, 'நீ எதற்கு இதெல்லாம் செய்ய நினைக்கிறாய் என்று' கேட்கும்பொழுது, குறிப்பிட்ட மாணவனுக்குத் தன்னிடமே நம்பிக்கை வருவதில்லை. இத்தகைய செயல் ஆற்ற நமக்குத் தகுதியில்லை போலும் என்றெல்லாம் சில அபிப்ராய எண்ணை அலைகள் மனதில் ஓட ஆரம்பிக்கிறது. அவன் தன்னையே தாழ்வு மனப்பான்மைக்கு மாற்றிக்கொண்டு விடுகிறான். மற்றொரு முறை ஒரு 'கார்ட்டூன்' வரையும் சந்தர்ப்பம் கிடைக்கும்பொழுது, அவனுக்கு முந்தைய நினைவுகள் வந்து மனதில் நிற்கும். 'ஓ, நாம் இதற்கு அருகதையற்றவன்' என்ற எண்ணம் மேலோங்க சிறு முயற்சி எடுப்பதைக்கூட விட்டுவிடுவான். மாணவப்பருவத்தில் சில விஷயங்கள் 'பசுமரத்தாணி'யாக பதிந்துவிடுகிறது.

பிஞ்சு மனங்கள், தன்னைப் பாராட்டியவரை நேசிக்க

நினைக்கிறது. மட்டம் தட்டியவரிடம் இருந்த அன்பைப் பறிக்கச் செய்கிறது. தன்னையும் தாழ்மை மனப்பான்மையில் ஆழ்த்திக் கொள்கிறது. ஒரு முறை அவன் சிறுமைப் படுத்தப்பட்டுவிட்டால், குறிப்பிட்ட செயலில் அவனுக்கு இருக்கும் ஆர்வம் அடியோடு அறுக்கப்படுகிறது. வளர்ந்து பெரியவர்களான பின்னும் நாம் செய்யும் சிறு சாப்பாடுகூட மற்றவர்களால் பாராட்டப்பட வேண்டும், விரும்பப்பட வேண்டும் என்றெல்லாம் நாம் நினைக்கும் போது, பிள்ளைகள் படிகளில் ஏற நினைக்கும்பொழுது, நாம் தூக்கிவிட்டு உதவிபுரியலாம், அல்லது அவர்கள் வழியை அவர்களே பார்த்துக்கொள்ளட்டும் என்று அமைதியாக இருக்கலாம்.

ஒரு சிறுவன் பள்ளியில் தன்னை எல்லாவற்றிலும் முதன்மைபடுத்திக்கொள்ள நினைப்பான். அவன் ஒரு பெரிய இடத்துப் பையன், திறமைசாலி என்றெல்லாம் உடன் படித்த பிள்ளைகள் நினைத்தனர். அவன் எங்கு சென்றாலும் அவனுடன் ஒரு கூட்டம் காணப்படும். அவன் வீட்டிற்குச் செல்லும் வரை நண்பர்களும் அவனைவிட்டுப் பிரியமாட்டார்கள். ஒரு நாள் அவன் நண்பனின் தந்தை தன் மகனை அழைத்துச்செல்ல வந்தார். தன் மகன் அந்த சிறுவனைக் விட்டு வராமல் பேசிக் கொண்டே யிருந்திருக்கிறான். ஆத்திரமடைந்த நண்பனின் தந்தை சிறுவனை கோபத்தில் பேசியிருக்கிறார். "உன் அப்பா துபாய் பிளாட்பார்மில் ஐஸ்க்ரீம் விற்றுக்கொண்டிருக்கிறார். நீ இங்கே ஆட்டம் போட்டுக் கொண்டிருக்கிறாய்! உன்னால் மற்ற பிள்ளைகளும் வீட்டிற்கு நேரத்திற்கு வர மறுக்கிறார்கள்! உன்னை கண்டித்தால் போதும்! எல்லாம் சரியாகிவிடும். நாளை தலைமை ஆசிரியரிடம் வந்து பேசுகிறேன்" என வார்த்தைகளை அடுக்கிக் கொண்டேபோனார். கேட்ட சிறுவன் கண்களில் கண்ணீர் அருவிபோல் கொட்டியது. அவன் நண்பனை உடனே அவன் தந்தையுடன் போகச் சொன்னான்.

இதை கேட்கும் நமக்கே மனது பதைக்கிறது என்றால் பாதிக்கப்பட்ட சிறுவன் மனம் என்ன பாடுபடும்? பேசாமல் வீட்டிற்குச் சென்ற சிறுவன் சாப்பிடவில்லை, தூங்கவில்லை. நண்பனின் தந்தை சொன்னது உண்மைதானா என்று தாயிடம் அவனால் கேட்கக்கூட முடியவில்லை. அவனின் சுறுசுறுப்பற்ற முகத்தையும், சோர்வையும் கண்ட தாய் பரிதவித்தார். இரண்டு நாட்கள் அவன் பள்ளிக்குச் செல்லவேயில்லை. ஞாயிறு விடுமுறையன்று அவன் அப்பா தொலைபேசியில் அழைத்தார். எப்பொழுதும் அம்மா பேசிவிட்டு, அவனிடம் தருவார். அன்று அவனே முதலில் தந்தையிடம் பேசினான். முதல் கேள்வி 'அப்பா, நீங்கள் அங்கு என்ன வேலை செய்கிறீர்கள்?' என்றான். அப்பாவுக்கு ஒரே ஆச்சரியம்! இவன் ஏன் திடீரென இப்படியெல்லாம் கேட்கிறான் என்று ஆச்சரியப் பட்டிருப்பார் போலும்! நிதானித்து கனிவுடன் மகனிடம் பேசினார். "இல்லை

கற்பித்தல் என்னும் கலை

கண்ணா, நான் நல்ல வேலைதான் செய்றேன். நீயும் அம்மாவும் கஷ்டப்படக்கூடாது என்பதற்காகத்தான் நிறைய சம்பாதிக்க நினைத்தேன். உனக்கு என்ன தேவையோ- அம்மாவிடம் கேள், வாங்கித் தருவார். சந்தோஷமாக இரு" என்றார். அவன் மனம் அமைதியடையவேயில்லை. இப்பவும் அப்பா 'தான் என்ன வேலை செய்கிறார்' என்பதைச் சொல்லவேயில்லை. நிஜமாகவே 'ஐஸ்க்ரீம்' விற்கிறாரா? பிஞ்சு மனதிற்குள் எத்தனை போராட்டங்கள்? அழுது புரண்டு அனைத்தையும் அம்மாவிடம் கூறி, தான் இனி பள்ளிக்குப் போவதில்லை என்ற முடிவையும் கூறி முடித்தான். மறுநாளே அம்மா அவனை அழைத்துக் கொண்டு பள்ளிக்குச் சென்று நடந்த அனைத்தையும் தலைமை ஆசிரியரிடம் கூற, நண்பனின் தந்தை வாய்தவறி பேசிவிட்டதாகச் சொல்லி மன்னிப்புக் கேட்டார். பேசுவது என்பது சுலபம், அதன் கஷ்டத்தை பாதிக்கப்பட்டவர் மட்டுமே உணரமுடியும்.

உண்மையில் சிறுவனின் தந்தை 'ஐஸ்க்ரீம்' பார்லர்தான் நடத்தி வந்தாராம். அவருக்கேற்ற வேலையை அவர் செய்திருக்கிறார். இதில் மற்றவர்கள் தலையிட வேண்டிய அவசியமேயில்லை. அந்தப் பையனின் தந்தை உணர்ச்சிவசப்பட்டு பேசியது பிறர் மனதைப் புண்படுத்தும் விதத்தில் இருந்துள்ளது. எப்பொழுதும் பிள்ளைகள் தங்களை யாரேனும் மட்டமாகப் பேசினால்கூட சில நாட்களில் விட்டுவிடுவார்கள். தன் தாய்-தந்தையை யார் இழிவாகப் பேசினாலும் அவர்களால் தாங்க முடியாது. அதுதான் சிறுவனை பாதிக்க வைத்தது. வார்த்தைகளை எப்பொழுதுமே யோசித்துப் பேசவேண்டும். ஒரு முறை பேசிவிட்டால் அது அவர்கள் மனதைப் பாதித்தபின், பேசிய வார்த்தைகளைத் திரும்பப் பெற இயலாது. மேலும் சிறுவனின் தந்தை என்ன வேலை செய்தால், அவருக்கென்ன வந்தது? அவரின் கர்வம் கூட அப்படிப் பேச வைத்திருக்கலாம். நேர்மையான முறையில், உழைத்து சம்பாதிப்பதுதான் முக்கியமே தவிர, என்ன வேலை செய்தால் என்ன? பிள்ளைகள் மனநலம் பற்றி அறியாமல், தனக்கு எந்த விதத்திலும் சம்பந்தமில்லாமல், மற்றொருவரை இகழ்பவரிடம் எவ்வளவு வசதிகள் இருந்தால்தான் என்ன? முதலில் மனிதத்துவத்தை நாம் புரிந்துகொண்டு செயல்படுவோமானால், பணமும் வசதிகளும் தானே வந்தடையும்.

நேர்மை, உழைப்பு என்பதெல்லாம் நம் செயலில் இருந்தால் போதும். குழந்தைகளுக்கு, நம் பிள்ளைகளுக்கு, மாணவச் செல்வங்களுக்கு இவற்றை அறிவுறுத்தி, நல்ல மனிதர்களாக வாழ்வதற்கான வழிகளை நீதிபோதனைகளாக எடுத்துரைத்தாலே போதும். வகுப்பறை எனப்படுவது பல்வேறு சான்றோர்களை மருத்துவர்களை, பொறியாளர்களை, விஞ்ஞானிகளை, நாளைய தலைவர்களை உருவாக்கும் புனிதமான இடமாகும். அதனால்தான் மாதாபிதாவிற்கு அடுத்தது குரு வருகிறார்.

சரஸ்வதி ஸ்ரீநிவாஸன்

நம்நாட்டு நிறையப் பிள்ளைகள் வெளிநாடுகளில் படிக்கச் செல்லும் இடங்களில் கிடைக்கும் பகுதிநேர வேலைகளை எடுத்துக் கொண்டு தங்கள் செலவை பார்த்துக் கொள்கிறார்கள். மிகப்பெரிய கல்லூரிகளில் படிக்க இடம் கிடைத்துவிட்டால், வங்கிக் கடன் பெற்றுச் செல்கிறார்கள். ஆனால் தங்குவதற்கும் சாப்பாட்டிற்கும் கையிலிருந்து செலவு செய்ய வேண்டும். அங்குள்ள பணமதிப்பிற்கு நம்மால் கையிலிருந்து செலவு செய்வது மிகவும் சிரமம். மாலை நேரங்களில், கடைகள், சூப்பர் மார்க்கெட்டுகள், உணவு விடுதிகள் போன்ற இடங்களில் கிடைக்கும் பணியை ஏற்றுக்கொண்டு சம்பாதித்துக்கொள்கிறார்கள். சிலர் தங்கள் கல்லூரிகளிலேயே கற்பித்தல், ஆசிரியருக்கு உதவிபுரிதல் போன்ற வற்றில் கூட தங்களை ஈடுபடுத்திக்கொள்கிறார்கள். சமுதாயத்தில் தங்கள் வாழ்க்கையைத் தாங்களே அமைத்துக்கொள்கிறார்கள். சம்பந்தமில்லாத செயல்களில் ஈடுபடுவதும் கிடையாது. நேரத்தை வீணடிக்காமல் சரியான வழியில் பயன்படுத்திக்கொள்கிறார்கள். அப்படிச் சரியாகத் திட்டமிட்டு தனக்கு வேண்டிய செலவிற்கு பார்த்துக் கொண்டு பொறுப்பானவர்களாகவும் நடந்து கொள்கிறார்கள்.

இந்த மாதிரி நடைமுறை வாழ்க்கையில், நாம் எப்படிப் பிறரை குறை கூறமுடியும் அல்லது இகழமுடியும்? அந்தக் காலத்தில் பிள்ளைகள் நன்கு படிக்க வேண்டும் என்பதற்காகவே, ஒரு சில வார்த்தைகளைப் பயன்படுத்தினர். “படிக்காவிட்டால் மாடு மேய்க்க வேண்டும்” என்று படிக்காத பிள்ளைகளைப் பார்த்துக் கூறினார்கள். இன்று அதுபற்றி பேசக்கூட முடியாது. மாடுகள் வைத்துக்கொள்ளும் நிலையும் நகரங்களில் இல்லை. பராமரிப்பதும் மிகப்பெரிய கலை. எந்தத் தொழிலும் ஏற்றுக் கொள்ளும் தொழில்தான். அதுவும் கடின உழைப்பினால் கிடைக்கும் ஊதியம் மிகவும் போற்றப்பட வேண்டியதுதான்.

ஒரு மாணவச் சிறுவன் பேச்சுப்போட்டி, கட்டுரைப் போட்டி, பட்டிமன்றம் என அனைத்திலும் கலக்கிக்கொண்டிருந்தான். ஒரு மாறுவேடப் போட்டியில் பங்கேற்கும் சந்தர்ப்பம் அவனுக்குக் கிடைத்ததாம். செருப்பு தைக்கும் தொழிலாளியாக வேடமிட்டு, செருப்புகளை மாலையாகக் கழுத்தில் அணிந்துகொண்டு, கையில் சரக்குப் பையுடன் சென்றானாம். பின்னால் யாரோ முணுமுணுப்பது அவன் காதில் விழுந்ததாம். “ஒரு போட்டி விட்டு வைக்கவில்லை. இதற்கும் வந்துவிட்டான்” என்றார்களாம். அவன் மனம் மேடைக்குச் செல்லு முன்பே வேதனையாகி விட்டதாம். இருப்பினும், பேசுவதைக் கேட்டு மனம் தளரக் கூடாது என்கிற நினைப்பில், தயார் செய்திருந்த வசனத்தை விட அதிகமாகவே நடித்துக்காட்டி அசத்தினானாம். முதல் பரிசு கிடைத்ததாம். மேடைக்குச் செல்லுமுன், யார் முணு முணுத்தார்களோ, அவர்களிடம் முதலில் சென்று பரிசு பெற்ற

கற்பித்தல் என்னும் கலை

விவரத்தைக் கூறினானாம்.

பிறர் கூறுவதைக் கேட்டு தளர்ந்துவிடாமல், போராடி ஜெயிக்க வேண்டும் என்கிற எண்ணம் அவனிடம் இருந்த சிறப்பு விஷயம் என்று கூறலாம். ஆனால் எல்லாப் பிள்ளைகளும் அப்படி இருக்க முடியாது. மிகச் சிறிய அவமதிப்பு அல்லது தோல்வியைக் கூட தாங்க முடியாத பிள்ளைகள் இருக்கிறார்கள். பிள்ளைகளின் மனநிலை பற்றி அறிந்த ஆசிரியர்களும், பெற்றோர்களும் ஒரு பொழுதும் பிறரை மட்டப்படுத்தி பேசமாட்டார்கள். சிலர் அப்படிப் பேசிவிட்டால், அதையே ஒரு முயற்சிக்கு அடித்தளமாக எடுத்துக்கொண்டு மேலே முன்னேறுவதற்கான வழியை மேற்கொள்ள வேண்டும். அதைத்தான் மேலே கூறப்பட்ட பையன் கடைப்பிடித்திருக்கிறான். அதனால் நாம் பிள்ளைகளுக்கு சாப்பாட்டுடன், தைரியத்தையும், வீரத்தையும் ஊட்டி வளர்க்க முயற்சிக்க வேண்டும். ஓரளவு வளரும் வரைதான் நாம் சொல்லித் தர வேண்டும். பின் அவர்களுக்கே நல்லது கெட்டது தெரிய வரும்.

பெரிய தொழிற்படிப்பு படித்த மாணவி ஒருத்திக்கு உயர்ந்த உத்யோகம் கிடைத்தது. இரண்டு மாதங்கள் கழித்துதான் வேலையில் சேர வேண்டும். அந்த இரண்டு மாதங்களுக்கு ஒப்பந்த அடிப்படையில் நட்சத்திர ஹோட்டல் ஒன்றில் வேலையில் சேர்ந்தாள். இதற்கிடையில் அவளுக்குத் திருமணம் நிச்சயமானது. எல்லோரும் அவளிடம் "இவ்வளவு படித்துவிட்டு நல்ல வேலை கிடைத்த பின்னும் ஏன் ஹோட்டலில் வேலைக்குச் செல்கிறாய்? இரண்டு மாதம் வீட்டில் திருமணம் வரையாவது ஓய்வு எடுத்துக் கொள்ளலாமே?" என்று பல்வேறு வினாக்களை எழுப்பினர். அவள் சொன்ன பதில், "படிப்பிற்கும் வேலைக்கும் தொடர்பு இல்லை என்றாலும், இரண்டு மாதம் யார் சும்மா உட்காரவைத்து பணம் தருவார்கள்? நாம் உழைத்து சம்பாதிக்க வேண்டுமேச் தவிர, எந்த வேலை செய்கிறோம் என்பது முக்கியமில்லை. நேர்மையாகச் சம்பாதிக்க வேண்டும். பொய் சொல்லக்கூடாது. பிறர் பணத்திற்கு ஆசைப்படக் கூடாது. உழைத்து இரண்டு மாதம் சம்பளம் கிடைத்தால், ஏன் திருமணச் செலவிற்கு பயன்படுத்திக் கொள்ளலாமே!"

கேட்ட யாரும் வாய்திறக்கவில்லை. உண்மையில் மேலை நாட்டுக்காரர்கள் என்றால் எல்லோரும் பணக்காரர்கள் என்று சொல்ல முடியாது. குப்பை எடுத்துச் செல்பவர் கூட, நேர்த்தியான உடை அணிந்து, ஆரோக்கியமாகச் செயல்படுவதுதான் பெருமைக் குரியது. எனவே, அந்தஸ்தோ, உத்தியோகமோ, வசதிகளோ நிறைந்து காணப்பட்டாலும் பிறரை மட்டம் தட்டாமல், இகழாமல் நடந்து கொள்வதுதான் பெருந்தன்மை, நல்ல மனிதத்துவம் எனப்படும். குறிப்பாக மாணவர்களை இகழ்வதோ, கிண்டலாகப் பேசுவதோ, மட்டம் தட்டுவதோ நல்ல குணங்களாகக் கருதப்படாது.

எதிர்மறைச் சொற்கள் தவிர்த்தல்

வளரும் பிள்ளைகள் தங்கள் இஷ்டம் போல் ஓடியாடி விளையாடவும், விருப்பமான செயல்களைச் செய்யவும் நாம் தடைபோடாமல் இருப்பதே அவர்களின் மூளை வளர்ச்சிக்கு வலு சேர்ப்பதாக அமையும். அவர்கள் விளையாட்டுப் போக்கில் செய்யும் குறும்புகள் அவர்களுக்கே சமயத்தில் ஆபத்து ஏற்படுத்தும் விதத்தில் அமையுமானால், எடுத்துச்சொல்லி புரியவைக்கலாம். காரணம் சொல்லாமல், இதைச் செய்யாதே, அதை தொடாதே என்றெல்லாம் கூறினால் பிள்ளைகள் அதை விரும்புவதேயில்லை. அதிலும் 'கூடாது' என்கிற எதிர்மறை வார்த்தையைக் கேட்டால், அதைக்கண்டிப்பாகச்செய்தே ஆகவேண்டும்என்கிறஎண்ணம்தான் மேலோங்கும். இப்பொழுதுள்ள பிள்ளைகள் எதையும் சுலபமாகப் புரிந்துகொள்ளக் கூடியவர்கள். ஒரு செயலைச் செய்வதால் ஏற்படும் நன்மையையும், அதன் ஆபத்தையும் கூறி விட்டால் போதும். அதற்கேற்றபடி தன்னைப் பார்த்துக்கொள்வார்கள். கேள்விகள் கேட்க கேட்கத்தான் அவர்களின் புத்திசாலித் தனம் மேலிடும். நாமும் அதற்கேற்ற சரியான விளக்கங்களை அளிக்கத்தான் வேண்டும். பல சமயம் கேள்விகள் கேட்டுத்துளைக்கும் குழந்தைகள், தனக்கு சரியான பதில்கள் கிடைக்கவில்லை என்றாலோ, தன்னை யாரும் பொருட்படுத்தவில்லை என்கிற எண்ணம் மேலிட்டாலோ பிள்ளைகள் கேள்வி கேட்பதையே நிறுத்திக்கொள்வார்கள். நாளடைவில், மௌனம் கடைப்பிடிக்க ஆரம்பித்து, அப்படியே 'டல்'லாகிப்போவார்கள். 'குழந்தைகள்தானே' என்று ஏதேனும் பொய்யாகக் கூறிவிட்டால், அதுவே அவர்கள் மனதில் ஆழமாகப் பதிந்துவிடும்.

ஒரு இரண்டு வயதுக் குழந்தை, மெழுகுவர்த்தியை ஏற்றியபின், அதை ஊதி அணைக்க விரும்புகிறது. குனிந்து அதை அணைக்க முற்படும்பொழுது அதன் சுடர் முகத்தில் பட நேரிடுகிறது.

கற்பித்தல் என்னும் கலை

அப்பொழுது குழந்தையின் பெற்றோர் அதன் மழலைப் பேச்சிலேயே பேசி குழந்தைக்கு விளக்க நினைக்கும்பொழுது, அது கவனத்துடன் கேட்டுக்கொள்கிறது. 'அருகில் சென்று ஊதினால் சுடர் முகத்தில் படும், சற்று தள்ளி நின்று ஊத வேண்டும்' என்பதை அழகாக புரிந்துகொள்கிறது. தான் புரிந்து கொண்டதை தெளிவாக்கும் நோக்கில் மீண்டும், தாயை மெழுகுவர்த்தி ஏற்றச் சொல்லி தள்ளிநின்று ஊதி அணைக்கிறது. எவ்வளவு தெளிவாக அதனால் புரிந்துகொள்ள முடிந்தது. காரணம் பெற்றோர் குழந்தைப் பருவத்திற்கு இறங்கி வந்து புரியவைத்திருக்கிறார்கள். நம் எல்லோருக்குமே அத்தகைய பொறுமைதான் அவசியமாகிறது. ஆபத்தை ஏற்படுத்தும் செயல்களுக்கே பொறுமையான விளக்கம் தேவைப்படுகிறதென்றால், அவர்களின் சுதந்திரமான விளையாட்டுக்களிலும், செயல்களிலும் நம் தலையீடு ரொம்பவும் குறைத்துக்கொள்வது நல்லது. சில மேற்கத்திய நாடுகளில், பிள்ளைகளைத் திறந்த வெளிகளில் மற்றும் பூங்கா போன்ற இடங்களில் இஷ்டம் போல் விளையாடவிடுகிறார்கள். கடற்கரை மணலில் படுத்துப் புரண்டு விளையாடுவது, மண்ணில் கோபுரங்கள் கட்டுவது போன்ற விளையாட்டுக்களிலிருந்து, அவர்களின் கற்பனைத் திறன் மேலிடுகிறது என்று கூறலாம். இதற்காகவே வீட்டைக் கட்டுமுன் அல்லது வாங்குவதற்கு முன், எங்கெல்லாம் குழந்தைகளுக்கான பூங்காக்கள் உள்ளன என்பதையும் பார்ப்பார்கள். குழந்தைகள் உலகம் என்பது தான் உண்மையில் சந்தோஷமான காலகட்டம். எப்பொழுது வேண்டுமானாலும் விளையாடலாம், உறங்கலாம், சாப்பிடலாம். மேலும் எதையாவது உடைத்தாலும், யாரும் கேள்வி கேட்க முடியாது. சில சமயங்களில் பிள்ளைகள் தங்களுக்குள் அப்பா-அம்மா உறவு போன்று, ஆசிரியர்-மாணவர் போன்று, டாக்டர்-நோயாளி போன்று அதே பாத்திரத்தை ஏற்று நடிப்பார்கள். பிரமாதமாகசென்றுகொண்டிருக்கும் அவர்கள் விளையாட்டில், பெரியவர்கள் யாரேனும் பார்த்து விட்டாலோ, தலையிட்டாலோ அவ்வளவுதான். அத்தகைய விளையாட்டு அத்துடன் நின்று விடும். வெட்கமும், கூச்சமும் ஒன்றுசேர விரக்தியில் மீண்டும் விளையாடவே மாட்டார்கள். அவர்களின் மனஓட்டம் பாதிக்கும். நாம் முன்மாதிரியாகநடந்துகொண்டால், அவர்களின் விளையாட்டில் கூட அது பிரதிபலிக்கும். அதனால் ஒருசில செய்கைகள் மும்முரமாகப் பிள்ளைகள் செய்யும் பொழுது நாம் கண்டுகொள்ளாமல் இருக்கலாம். நம்மைப் பார்த்து வளரும் பிள்ளைகளின் செயல்பாடு, நம் சாயல் கண்டிப்பாக காணப்படும்.

ஒரு சமயம் பிள்ளைகள் கை வினைப்பொருட்கள் செய்து கொண்டிருந்தார்கள். கதைகள் சொல்லிக்கொண்டும், ஒருவர் செய்து முடித்ததை மற்றவருக்குக் காட்டியும் மகிழ்ந்துகொண்டிருந்தனர். ஆசிரியை இவற்றைக் கண்டு மிகவும் ரசித்துக்கொண்டிருந்தார்.

பிள்ளைகளுக்கு நடுவே ஒரு பழைய கண்ணாடிக் குவளை மிகவும் இடைஞ்சலாக இருப்பதைக் கண்டு அதை அப்புறப்படுத்துவதற்காக கையை வைத்தார். ஆனால் பிள்ளைகள் ஒன்றுசேர்ந்து தாங்கள் அனைத்தையும் பார்த்துக்கொள்வதாகக் கூறி, வேண்டாத பொருட்களை ஆளுக்கொன்றாக கையில் எடுத்துச் சென்றனர். துரதிஷ்டவசமாக ஒரு சிறுவன் கையிலிருந்த கண்ணாடிக் குடுவை கீழே விழுந்து உடைந்துவிட்டது. சிறிய கண்ணாடித்துகள் அவன் கால்களில் குத்த, அவன் அப்பொழுதும் உடைந்தவற்றை திரட்டி சுத்தம் செய்வதில் மும்முரமாக ஈடுபட்டுக்கொண்டிருந்தான். இதைக் கேள்விபட்ட ஆசிரியை அதிர்ச்சியடைந்தார். உடன் ஓடிப்போய் கண்ணாடித்துகள்களை அப்புறப்படுத்தினார். அந்தச் சிறுவனை தன் காரில் ஏற்றிக்கொண்டு மருத்துவரிடம் சென்றார். மருத்துவர் பரிசோதித்துவிட்டு ஒன்னும் பிரச்னையில்லை என்று கூறி, தடுப்பூசி போட்டு அனுப்பிவைத்தார். பையனும் சிரித்துக்கொண்டுதான் இருந்தான். அதற்குள் இவ்விஷயம் கேள்விப்பட்டவர்கள் பலவாறு பேசத் தொடங்கினர். “சிறுவன் கையில் உடையக்கூடிய கண்ணாடியைக் கொடுத்தனுப்பலாமா, இதெல்லாம் அவர்களுக்குத் தெரிய வேண்டாமா?” சரமாரியான கேள்விகள் தொடர்ந்தன. ஆசிரியருக்கோ பாதி உயிர் போனால் எப்படி இருக்குமோ, அப்படி ஒரு மனச்சோர்வு ஏற்பட்டது. இருப்பினும் சிறுவன் பெற்றோரிடம் உண்மையைச் சொல்ல நினைத்து தொலைபேசியில் அழைத்தான். சிறுவனின் அம்மா-அப்பா இருவரும் அலுவலகத்திலிருந்து ஓடிவந்தனர். முதலில் அவர்களை ஆசுவாசப்படுத்தி விட்டு நடந்ததை ஆசிரியர் சொல்லத் தொடங்கினார். அதற்குள் சிறுவன் குறுக்கிட்டு, ஆசிரியர் தவறு இதில் எதுவுமே கிடையாது எனவும், தானேதான் முன்வந்து வேண்டாதவைற்றை அப்புறப்படுத்த நினைத்ததாகவும், தூக்கிக் கொண்டு ஓடும்பொழுது, மாடிப்படிகளில் கால் தவறி குதித்து விட்டதாகவும் கூறினான். மேலும் தனக்கு எந்த ஆபத்தும் இல்லை. இருப்பினும் ஆசிரியர் மருத்துவரிடம் தன்னை அழைத்துச் சென்றதையும் கூறி முடித்தான். கொஞ்சம் கவலையுடன் காணப்பட்ட பெற்றோர் முகம் மாற ஆரம்பித்தது. அதிர்ச்சியில் காணப்பட்ட ஆசிரியர் முகமும் இயல்புக்குத் திரும்பியது. அவன் கை, கால்களை யெல்லாம் உதறிக்காட்டி எப்பொழுதும் போல் சாதாரணமாக இருப்பதையும் நிரூபித்தான். பெற்றோர் சங்கடம் நீங்கப்பெற்று, மகனை அரவணைத்துக் கொண்டு ஆறுதல் தந்தனர். அத்துடன் நிற்காமல் ஆசிரியருக்கு நன்றி செலுத்த ஆரம்பித்தனர்.

“நல்ல வேளை, அவன் பள்ளியில் இருக்கும்பொழுது இப்படி ஒரு விபத்து ஏற்பட்டதால், நீங்கள் முதலுதவி கொடுத்து ஒன்றுமாகாமல் செய்து விட்டீர்கள். வீட்டில் தனித்து இருக்கும் பொழுது ஏதேனும் நடந்திருந்தால் என்ன ஆவது? பள்ளிக்கும் ஆசிரியருக்கும்தான் நன்றி செலுத்த வேண்டும்” என்று சாதாரணமாக விஷயத்தை மாற்றி

விட்டார்கள். ஆசிரியர் புத்துயிர் கிடைத்தது போல் உணர்ந்தார்.

இத்தகைய நிகழ்வில், படித்து பட்டம் பெற்ற பெற்றோர்கள், தன் பிள்ளையின் உதவி செய்யும் மனப்பான்மையை ஊட்டி வளர்த்துள்ளார்கள். "நீ ஏன் கண்ணாடி எடுத்துச் சென்றாய்? ஆசிரியர் ஏன் இந்த வேலை கொடுத்தார்?" என்றெல்லாம் கேட்கவேயில்லை. பையனும் தானே முன்வந்து ஆசிரியருக்கு உதவ நினைத்து, வேண்டாத பொருட்களை அப்புறப்படுத்துவதில் தன்னையும் ஈடுபடுத்திக்கொண்டு, தனக்கேற்பட்ட விபத்தையும் பொருட்டாக எடுத்துக்கொள்ளவில்லை. இவையெல்லாமே பெருந்தன்மைக்கான அடையாளங்கள் எனலாம்.

இதுபோல், எங்கும் எதிலும் எல்லோருமே புரிதலோடு செயல்படும் பொழுது அது நல்ல சமூகச் சூழலை ஏற்படுத்துகிறது. வேறு விதத்தில் விஷயங்கள் மாறும்பொழுதுதான் பிரச்னைகள் தோன்ற ஆரம்பிக்கும். பதினாறு-பதினேழு வயது ஆன ஒரு இளைஞன் என்று சொல்லலாம். ஆனால் அவனும் மாணவன்தான். பள்ளியில் கலைநிகழ்ச்சிகள் மும்முரமாக ஒத்திகை நடந்து கொண்டிருந்தன. இறுதி விழாவுக்கு இரண்டு தினங்களே இருந்த சமயம். ஒரு குழுவின் தலைவன், தான் எடுத்து வரவேண்டிய பொருட்களை வீட்டில் மறந்து வைத்துவிட்டு, பள்ளிக்கு வந்து விட்டான். மாலை அனைவருக்கும் ஒத்திகை நேரம் வந்தது. குழுவிற்கு வேண்டிய பொருட்கள் அனைத்தும் அவன் வீட்டில் தங்கிவிடவே பெரிய குழப்பம் நடந்தது. அவன் வீட்டிற்குச் சென்று பொருட்களை எடுத்து வருவதாக ஆசிரியரிடம் அனுமதி கேட்டான். ஆசிரியர்கள் அவனைத் தனியாக வீட்டிற்கு அனுப்ப மறுத்துவிட்டார்கள். ரொம்பவும் மன்றாடிக் கேட்டுக் கொண்டதின் பேரில் அவனைத் தனியே அனுப்ப இஷ்டப்படாமல் அலுவலக உதவியாளருடன் துணை சேர்த்து அனுப்பி வைத்தனர். வீட்டிலிருந்து பொருட்களை எடுத்துக்கொண்டு திரும்பி வந்தான். பிள்ளைகள் ஒத்திகையை ஆரம்பித்தனர். சிறிது நேரத்தில் பள்ளி வளாகத்தில் சரசரவென்று ஒரு கார் வந்து நின்றது. நாலு ஐந்து பேர் வேகமாக நடந்து தலைமை ஆசிரியர் அறைபக்கம் சென்றனர். அறைக் கதவு மூடப்பட்ட பின்னும் ஒரே சப்தம் வெளி மைதானம் வரை கேட்டது. வீட்டிற்குச் சென்று சற்று முன் திரும்பிய பையனின் தந்தையும் அவரின் நண்பர்களும்தான் சப்தமிட்டனர். "வீட்டிற்கு திருப்பியனுப்பி பொருட்களை எடுத்துவருமளவுக்கு அவனை யார் அனுப்பினார்கள், எதற்கு அனுப்பினார்கள்? ஒரு 'போன்' செய்தால், ஓடி வருமளவுக்கு வீட்டில் வேலையாட்கள் இருக்கும் பொழுது பையன் ஏன் தனித்து வரவேண்டும். வழியில் ஏதாவது விபத்துக்கள் நடந்தால் என்ன செய்வது. பள்ளியின் மீது தப்பு நடந்துள்ளது" போன்றவைதான் வாதத்தில் வைக்கப்பட்டன. இந்த வாக்குவாதங்கள் நடைபெறுவதை ஒரு நண்பன் மூலம் அறிந்த பையன் ஒத்திகையிலிருந்து ஓடி வந்தான். தலைமையாசிரியர்

அறைக்குள் நுழைந்தான். அனைவரும் எதிர்பாராதவாறு வாக்கு வாதத்தைத் திசை மாற்றிவிட்டான். முதலில் தன் தந்தையை, அங்கு வந்து சண்டை போட்டதற்காகக் கடிந்துகொண்டான். தான் அனைத்தையும் வீட்டில் மறந்து வைத்த தவறினால் ஏற்பட்ட குழப்பத்திற்கு தன்னைத் தவிர, யாருமே காரணம் கிடையாதென விளக்கினான். ஆசிரியர்கள் தன்னை அனுப்ப மறுத்தும், உதவிக்கு உடன் ஆள் அனுப்பி வைத்ததில் அவர்களின் அக்கறையும், பெற்றோர்கள் போன்று தன்னிடம் சிரத்தை காட்டியதையும் விளக்கினான். அவன் கண்களில் நீர் தழும்பியது. தந்தையின் அவசர நடவடிக்கைக்காகத் தான் தலைமையாசிரிடமும், ஆசிரியர்களிடமும் மன்னிப்புக் கோரினான். தன் தந்தையிடம் இதற்கெல்லாம் தலையீடு வேண்டாமென கெஞ்சிக் கேட்டுக் கொண்டு அனுப்பி வைத்தான். பள்ளியையும், ஆசிரியர்களையும் மதிப்பதுடன், தன்னுடைய குடும்ப அந்தஸ்தை அவன் வெளிக்காட்ட விரும்பவில்லை. சீருடை அவனுக்கு அனைத்து மாணவர்களும் சமம் என்பதை கற்றுக் கொடுத்திருந்தது. சொந்த அப்பாவாக இருந்தாலும், 'அந்தஸ்து' காட்டிப் பேசுவது அவனுக்குப் பிடிக்காமல் இருந்திருக்கிறது. பள்ளியில் நாம் கற்றுத் தருவதும் முதலில் ஒழுக்கம்தான். பையன் நேர்வழியில்தான் சென்றுகொண்டிருக்கிறான். அவனுக்கே அனைத்தும் புரியும் பொழுது, இடையே குறுக்கிடும் அந்தஸ்து-வசதிகள் பாதையை மாற்ற வழி தரலாமா?

வருடங்கள் முப்பதானாலும், இத்தகைய சூழல்கள் பிள்ளைகள் மனதில் மாற்றத்தை ஏற்படுத்தாமல் இருக்க வேண்டும் என்பதுதான் நம் ஆசை. அதற்காகப் பிறரைக் குற்றம் கூறுவது நம் நோக்கமல்ல. "எல்லாப் பிள்ளைகளும் மண்ணில் பிறக்கையில் நல்ல பிள்ளைகள்தான். அவர்கள் நல்லவனாவதும், தீயவனாவதும் அன்னை வளர்ப்பினிலே!" என்பார்கள். ஆனால் அன்னையை மட்டும் நாம் குறை சொல்வது சரியல்ல. சமூகத்தில் ஒரு சிலரால் ஏற்படும் அவமானங்கள், கேலிப்பேச்சுகள், ஒருவரை மற்றவரோடு ஒப்பிடுதல், இயலாமை, ஏழ்மை, அந்தஸ்தைக் காட்டி உயர்த்திக் கொள்ளுதல் போன்ற சில விஷயங்கள் கூட நம் மனதை, குறிப்பாக இளமைப்பருவத்தில் மாற்றாமல் பார்த்துக் கொள்வோம். வளரும் சமூகம் சாதிப்பதற்கு நாம் துணைநிற்போம்.

உண்மையறிந்து உதவுதல்

பள்ளியில் ஆசிரியர்கள் பாடம் கற்பிக்கிறார்கள். பிள்ளைகள் கற்றுக்கொள்கிறார்கள். நாம் கற்றுத்தருவதைத்தான் அவர்கள் கடைபிடிக்கிறார்கள் என்பது உன்மைதான். ஆனால் நம்மைப் பார்த்து, நம் செயல்களைப் பார்த்தும் பல நேரங்களில் பின்பற்றுகிறார்கள் என்பதும் நிஜம்தான். நமக்கே தெரியாமல் பலரால் நாம் கண்காணிக்கப்படுவதும் நடைமுறையில் சாத்தியம்தான். அதனால் எந்த விஷயத்தையும் அறிவுறுத்துவதற்கு முன்னால், நாம் அதைச் செய்கிறோமா என்பதையும் யோசிக்கலாம். எதை நாம் கடைப்பிடிக்கிறோமோ, அதைத்தான் பிள்ளைகளுக்கு அறிவுறுத்த முடியும்.

இப்பொழுதுள்ள காலக்கட்டத்தில் பிள்ளைகள் எதையும் ஆராய ஆசைப்படுவார்கள். நம் எழுத்து உச்சரிப்பு முதல், நம் நேரம் தவறாமை வரை அனைத்தும் அவர்களால் புரிந்து கொள்ள முடியும். ஒரு சிறுவனை ஆசிரியர், வகுப்பிற்குத் தினமும் தாமதமாக வருவதன் காரணத்தைக் கேட்டார். அவன் தினமும் காலையில் அவன் வயதான தாயுடன், பால் போடுவதற்கு வீடு வீடாகச் செல்ல வேண்டுமாம். ஒரு ஏரியா முழுவதற்கும் பால் போட்டுவிட்டு, வீட்டிற்கு வந்து குளித்து பள்ளிக்குத் தயாராக வேண்டுமாம். பின் 'பஸ்' பிடித்து ஓடிவந்து சேருவானாம். சமயங்களில் 'பஸ்' தவறவிட்டு, நடந்தே வந்து சேருவானாம். இந்த மாதிரி நிறைய பிள்ளைகளுக்கு சிறுவயதிலேயே குடும்பப் பொறுப்புகளும் இருக்கவே செய்கின்றன. இவற்றைக் கேட்டுத் தெரிந்துகொள்ளும் பொழுது நமக்கு உண்மைத்தன்மை தெரிந்துவிடுவதால், நமக்குக் குறிப்பிட்ட மாணவனிடம், அனுதாபம் மேலிடுகிறது. ஏதாவது ஒரு விதத்தில் சலுகை அளித்து, அவன் படிப்பில் கவனம் குறையாமல் பார்த்துக் கொள்ளமுடியும்.

மற்றொரு பையன்-சிறிய இடைவேளையில்கூட வெளியில்

சென்றால் மிகவும் தாமதமாக வகுப்பறைக்குள் நுழைவான். பல நாட்கள் அவன் தாமதமாக வருவதைக் கண்ட ஆசிரியைக்கு ஒரு நாள் மிகவும் கோபம் வந்துவிட்டது. ஆனாலும் அவரால் கண்டிக்க முடியவில்லை. காரணம், முந்தைய நாள்தான் அவர் ஒரு உரையாடலைக் கேட்டிருந்தார். வகுப்பறையை யொட்டி மெல்ல நடந்து கொண்டிருந்தார். வகுப்பறைக்குள் ஒரே 'கசமுசா' வென்று பேச்சு. ஆசிரியர் நின்று அமைதியாகக் கேட்டார். அதே குறிப்பிட்ட பையனை சுற்றி மாணவர் கூட்டம் நின்றிருக்க, தினமும் ஏன் குறிப்பிட்ட வகுப்பிற்குத் தாமதம் எனக் கேட்க, அவன் சுற்றி முற்றிலும் பார்த்துவிட்டு, "தினமும் 'மிஸ்' மட்டும் மணி அடித்த பிறகும், "பிரண்ட்ஸ்' கூட பேசிட்டு பத்து நிமிடம் 'லேட்'டாதானே வராங்க!" என்றான். ஆசிரியைக்கு யாரோ மண்டையில் அடித்தது போன்ற உணர்ச்சி ஏற்பட்டது. தன்னை யாரோ படம் பிடித்துக் காட்டுவது போன்று உணர ஆரம்பித்தார். மறுநாள் முதல் இடைவேளை முடிவதற்கு முன்பே வகுப்பிற்குள் நுழைய ஆரம்பித்தார். பையன் வழக்கம் போல் தாமதமாக வந்தாலும் அவரால் வாயைத் திறந்து கேட்க முடியவில்லை. தன்னை முழுவதும், கேள்வி கேட்குமளவுக்கு தயார் செய்து கொள்ள வேண்டுமென முடிவெடுத்தார்.

நடைமுறை வாழ்க்கையில் நமக்கே தெரியாமல் பலராலும் நாம் கண்காணிக்கப்படுகிறோம் என்பதற்கு இது ஒரு உதாரணம் என்றுகூட சொல்லலாம். பெரியவர்களோ, சிறியவர்களோ கேள்வி கேட்டால், நியாயமாக இருக்கும் பட்சத்தில் நாம் பதில் சொல்லவும், நம்மிடம் காணப்படும் குறைகளைச் சரிசெய்து கொள்வதற்கும் கடமைப்பட்டிருக்கிறோம். இப்பொழுதெல்லாம் இவற்றைக் கண்காணிக்க அனைத்து இடங்களிலும் 'கேமிரா' வசதி காணப்படுகிறது.

நம் 'மனக்கண்' என்னும் 'மனசாட்சி' கேமிராதான் உண்மையை நமக்கு உணர்த்தக்கூடியது. அதனால்தான் பெரியவர்கள் "முதலில் நீ சரியாக நடந்துகொள், அப்புறம் மற்றவர்களுக்கு உபதேசிக்கலாமே" என்று கூறினார்கள். பள்ளியாக இருந்தாலும், வீடாக இருந்தாலும் சிலவிஷயங்கள் சொல்லித் தராமலே பிள்ளைகள் கற்றுக் கொள்கிறார்கள். தன் அம்மாவைப் பார்த்தோ, பள்ளியில் சில ஆசிரியர்களை முன்மாதிரியாகக்கொண்டோ அவர்களாகவே சில விஷயங்களைக் கற்றுக்கொள்கிறார்கள். ஒரு ஆசிரியையின் பிள்ளை. அவன் தன் தாயின் உடன் பணியாற்றும் ஆசிரியைகளிடம் அன்புடன் 'ஆன்ட்டி' உறவுடன் பழகி வந்தான். ஒவ்வொருவருடனும் பேசும்பொழுது, 'ஆன்ட்டி, எங்க ஆத்துக்கு(வீட்டுக்கு) வாங்கோ!" என்பான் இனிமையுடன். அவன் தாய்கூட பக்கத்தில்இல்லாதபொழுது,அவனாகவே அனைவருடன் உறவுகொள்வது அனைவரையும் பிரமிக்கச் செய்யும். அவனின் 'விருந்தோம்பல்' குணம் கண்டிப்பாக அச்சிறுவயதில் ஒவ்வொரு

முறையும் யாரும் சொல்லிக் கொடுத்து வருவது கிடையாது. அவன் வீட்டு உறுப்பினர்களின் குண சாயல்தான் அவனில் காணப்படும் உறவு கலந்த நட்பாக இருக்கலாம். வீட்டிற்கு யார் வந்தாலும், முதலில் 'வாங்கோ' என்று அழைத்து, உட்காரச் சொல்லி, தண்ணீர் குடிப்பதற்கு எடுத்துத் தருவானாம். பின்னர்தான் உள்ளே சென்று 'இவர்கள் வந்திருக்கிறார்கள்' என்று கூறுவானாம். அவனின் குணத்தைப் பாராட்டி சில ஆசிரியர்கள் அவன் அம்மாவிடம் பேசினார்கள். ஒரு தடவை கொளுத்தும் வெயிலில் யாரோ உறவினர் வீட்டுக்கு வந்தாராம். அவன் அம்மா-அப்பா வெளியில் சென்றிருந்தார்களாம். வியர்க்க வியர்க்க வந்தவரைப் பார்த்து விட்டு, ஏதேனும் பழச்சாறு எடுத்துத்தர விரும்பினானாம். பிரிட்ஜிலிருந்து ஒரு பாட்டிலை எடுத்து அப்படியே கண்ணாடி டம்ளரில் ஊற்றிக் கொடுத்தானாம். குடித்தவர் முகம் மாறுவதைக் கண்ட சிறுவன் புளிக்கிறதா என்று கேட்டானாம். பின் அவர் தண்ணீர் கலந்து பழச்சாறை குடித்தாராம். உண்மையில் அது தண்ணீர் கலந்துதான் பருக வேண்டிய சர்பத் பானம். பையனுக்குத் தெரியாததால், அப்படியே தந்திருக்கிறான். அவன் அம்மா சொல்ல விஷயத்தை அறியமுடிந்தது. அந்த நேரத்தில் நாம் அவனின் விருந்தோம்பலை மட்டும்தான் நோக்க வேண்டும். அச்சிறு வயதில், வந்தவரை அவனுக்கு உபசரிக்கத் தெரிந்திருக்கிறது. அவரின் களைப்பைப் போக்க பழச்சாறு தர நினைத்தது அவனின் தாராள பெருந்தன்மையைக் காட்டுகிறது. இத்தகைய குணங்கள் எல்லாமே நாம் சொல்லித்தந்து வருவது கிடையாது. அவன் அம்மாவின் குணமும், விருந்தோம்பல் தன்மையும் பார்த்து மனதில் பதியும் குணங்களாகும். அம்மாவின் நடவடிக்கைகளும், பிறருடன் பழகும் தன்மைகளும் அவனுக்குள் பதிந்து விட்டன. "தாயைப் போலப் பிள்ளை, நூலைப்போலச் சேலை" என்பார்களே! அந்த உண்மைதானோ இத்தகைய நிகழ்வும்! அவன் வாழ்க்கையில் அம்மா அவனுக்கு ஒரு "ரோல் மாடல்" எனலாம்.

ஒரு தாய் தன் இரு பிள்ளைகளை வீட்டில் விளையாடச் சொல்லிவிட்டு கடைக்குச் சென்றாராம். கனமழை கொட்டிக் கொண்டிருந்ததால் தன் பத்துவயது மகன், ஏழு வயது மகன் இருவரையும் வீட்டிலேயே விளையாடிக்கொண்டிருக்கும்படி கூறிவிட்டு அவர்களுக்கு வேண்டிய பொருட்களையெல்லாம் எடுத்துத் தந்தார். பசித்தால் சாப்பிடுவதற்கும் சில தின்பண்டங்களை மேசைமீது வைத்துவிட்டு, இருவரையும் சண்டையிடக்கூடாது எனவும், மூத்தவனிடம் சிறியவனைப் பத்திரமாகப் பார்த்துக் கொள்ளும்படியும் கூறி வெளிப்பக்கம் தாழ்போட்டுக்கொண்டு சென்றார். பொதுவாக இருவரையும் வீட்டில் தனியாக விட்டதே கிடையாதாம். சிறியவனை மட்டும் உடன் அழைத்துச் செல்வதுதான் வழக்கம். ஆனால் அன்று உறவினர் ஒருவர் மோசமான உடல் நிலையில், கவலைக்கிடமாக இருப்பதாக செய்தி வந்ததால் வேறு

வழியின்றி இடைவிடாத மழையும் கொட்டிக் கொண்டிருந்ததால் இந்த ஏற்பாட்டை செய்திருந்தாராம். இரு பிள்ளைகளும் சமத்தாக விளையாடிக்கொண்டும், ஆடிப்பாடிக்கொண்டும் இருந்தனர். ஒருவருக்கொருவர் ஒளிந்து பிடித்து விளையாட ஆரம்பித்தனர். சிறியவன் அண்ணனைத் தேட ஓடும் சமயம், கண்கள் கட்டியிருந்ததால், கதவில் மோதிக்கொண்டு அழ ஆரம்பித்தான். அண்ணன் ஓடிவந்து அவனை சமாதானப்படுத்தினான். அவன் உதட்டிலிருந்து ரத்தம் வழிந்தது. அண்ணன் என்ன வென்று பார்த்தான். இரண்டு முன்-பற்கள் உடைந்து ஈறில் குத்தி ரத்தம் கொட்டிக் கொண்டிருந்தது. தம்பியின் வாயைக் கழுவச் செய்தான். சமையலறையில் சென்று டப்பாக்களை உருட்டி எதையோ தேட ஆரம்பித்தான். பின் சர்க்கரை டப்பாவை எடுத்து வந்து ரத்தம் கொட்டும் இடத்தில் சர்க்கரையை வைத்து அமுக்கிப் பிடித்தான். சிறிது நேரத்தில் ரத்தம் கொட்டுவது நின்றுவிட்டது. சரியான சமயத்தில் அம்மாவும் உள்ளே நுழைந்தார். ஒரு பக்கம் அதிர்ச்சி. மறு பக்கம் அண்ணன் தம்பி பாசம் கண்டு நெகிழ்ந்தாள். சர்க்கரை டப்பா இருக்குமிடம் எப்படி அவனுக்குத் தெரிந்தது, வாயில் ரத்தம் வருமிடத்தில் சர்க்கரை வைக்க வேண்டும் என்பதை யார் கற்றுக் கொடுத்தார்கள் என்றெல்லாம் கேள்விகளை கேட்டுத் துளைத்தாராம். அப்பொழுதுதான் அவன் சொன்னானாம். பள்ளியில் ஒரு பையன் ஓடி விளையாடும் பொழுது அவன் பற்கள் உடைந்து ரத்தம் கொட்டியது. அப்பொழுது வகுப்பாசிரியை ஓடிச் சென்று சர்க்கரை எடுத்து வந்து அந்த இடத்தில் அழுத்தினாராம். அதை அவன் பார்த்திருந்ததால் இப்பொழுது அதே முதலுதவியை தம்பிக்குத் தந்தானாம். ஆசிரியை செய்த முதலுதவி அவன் மனதில் பதிந்திருக்கிறது. இதையே நாம் பாடம் போன்று கற்றுத் தந்தால், மனதில் பதியுமா என்பது சந்தேகம்தான். நம் செய்கைகளை, நடவடிக்கைகளை பார்த்துக் கற்றுக்கொள்வதென்பது அதிகம் தான்.

நடைமுறை வாழ்க்கையில், செய்து காட்டும் அறிவியல் ஆராய்ச்சிகள், பிள்ளைகள் மனதில் எளிதாகப் பதிந்துவிடும். மறக்கவும் மாட்டார்கள். இரசாயனக் கலவைகள் இரண்டை சேர்க்கும் பொழுது, அதனால் ஏற்படும் வேதியியல் மாற்றங்களை பலமுறை சொல்லித் தந்தாலும், ஒரு முறை செய்து பார்த்தால் அவர்கள் சுலபமாக புரிந்து கொள்வார்கள். செய்முறை கற்பித்தல் பிள்ளைகளுக்கு மிகவும் ஊக்கம் தரக்கூடிய செயல்முறையும் ஆகும். தேர்வில் கூட, படித்து எழுதும் பகுதியில் அவர்கள் எடுக்கும் மதிப்பெண்ணை விட, செய்முறையில் அவர்களின் மதிப்பெண் அதிகமாகவே காணப்படும். இன்றைய கால கட்டத்தில், எளிதாக அவர்கள் எதையும் கற்கக்கூடிய அளவில், நிறைய வலைத்தளங்கள் கூட வந்துவிட்டன. செடிகள் வளர்ப்பது முதல் எளிய சமையல் குறிப்புகள் வரை யார் வேண்டுமானாலும் கற்றுக்கொள்ளும்

கற்பித்தல் என்னும் கலை

வகையில் காணப்படுகின்றன. இருப்பினும் காதால் கேட்டறிந்து ஒரு கலையைக் கற்பதைவிட, கண்ணால் பிறர் செய்வதைப் பார்த்து புரிந்து அறிவது என்பது சுலபமாக அமைகிறது. அதனால்தான் நாம் செய்யும் செயல்கள், பிள்ளைகளால் பார்த்து பின்பற்றப்படுகிறது. பெற்றோரோ, ஆசிரியரோ அவர்களுக்கு ஒரு முன்மாதிரியாகத் தெரிந்துவிட்டால், அவர்கள் சாயல் செயல்களில் வெளிப்பட ஆரம்பிக்கும்.

சமீபத்தில் ஒரு பழைய மாணவனைச் சந்திக்க நேர்ந்தது. பள்ளியில் படிக்கும் பொழுது, 'கொழு மொழு' என்று காணப்பட்டவன் மிகவும் மெலிந்திருந்தான். மேற்படிப்பிற்காக வெளியூர் சென்று, விடுமுறைக்கு ஊர் திரும்பியிருந்தான். இளைத்ததற்கான காரணம் கேட்டால், ஒரு பிரசங்கமே நடத்தினான். அம்மா கை சாப்பாடு இல்லையாம். தானே ஏதோ சமைத்து சாப்பிடுகிறானாம். ரொம்ப சிக்கனமாக வாழ வேண்டுமாம். இல்லையெனில், செலவுக்குப் பணம் போதாமல் ஆகிவிடுமாம். சில நாட்கள் முன்புகூட ஒரு நாள் தட்டில் சாப்பாட்டை எடுத்தானாம். யாரோ கதவு தட்டும் சப்தம் கேட்டு, திறந்தானாம். பார்த்தால் நெருங்கிய நண்பனாம். "ரொம்பப் பசிடா, சாப்பிட என்னடா இருக்கு?" என்றானாம். உடன் தான் சாப்பிட வைத்துக்கொண்டிருந்த தட்டை நண்பனுக்கு நீட்டினானாம். "கடவுள் அன்றைய உணவு அவனுக்குத்தான் என்று தீர்மானித்தார் போலும்" என்று நினைத்து, அவனுக்கு விருந்தளித்து விட்டு வெறும் பாலைக் குடித்துவிட்டுத் தூங்கினானாம்.

அவன் தன் உணவை நண்பனுக்குத் தந்ததற்கும் விளக்கம் அளித்தான். அவர்கள் வீட்டில் ஒரே பையன் என்பதால், அம்மா அவனின் நண்பர்கள் வரும் பொழுதெல்லாம் எல்லோருக்கும் ஒன்றாக சமைத்துத் தருவார்களாம். எப்பொழுது யார் வீட்டிற்கு வந்தாலும் நமக்கு முடிவதைத் தந்து உபசரிக்க வேண்டும். 'விருந்தோம்பல்' என்பது நம் தமிழ்ப் பாரம்பரியத்தின் முதல்படி என்றெல்லாம் அம்மா சொல்லி வளர்த்துள்ளதாகவும் பெருமைப்பட்டுக் கொண்டான். அவன் தாய் அவனுக்கு சொல்லி மட்டும் புரியவைக்கவில்லை. தன் வாழ்வில் அதையே செய்துவந்ததால், அவனுக்குள் தன் தாயின் சாயல் அப்படியே பதிந்துள்ளது. இத்தகைய பிள்ளைகளைப் பற்றி நமக்குக் கவலையே வேண்டாம். தங்கள் பாதையை சரியாக தேர்ந்தெடுப்பார்கள்.

சரஸ்வதி ஸ்ரீநிவாசன்

அனைவரும் நம் பிள்ளைகள்

சிலர் "பார்த்து வளர்ந்த பிள்ளை" என்பார்கள். மூன்று வயது முதல் பதினேழு வயது வரை பரிமாண வளர்ச்சியைக் கண்டறிபவர்கள் ஆசிரியர்கள். மூன்று வயதில் மழலை பேசும் பொழுது, அவர்கள் எப்படிப் படிக்கப்போகிறார்கள், என்ன வெல்லாம் சாதிக்கப்போகிறார்கள், எதிர்காலத்தில் என்ன செய்யப் போகிறார்கள் என்பதெல்லாம் யாராலும் எளிதில் கணித்துவிட முடியாது. தங்கள் பிள்ளை எப்படியெல்லாம் இருக்க வேண்டும், என்ன வெல்லாம் படிக்க வேண்டும் என்பதை பெற்றோர்கள் ஆசையுடன் தீர்மானிக்கிறார்கள். உண்மையில், ஒவ்வொரு பரிமாண வளர்ச்சியையும் அறிவுப் பூர்வமாக ஆசிரியர்கள் காண்கிறார்கள். உறுதியான அடித்தளம்தான் அவர்களின் கல்லூரிப் படிப்பிற்கும், தேர்ந்தெடுக்கும் துறைக்கும் ஆரம்பப் புள்ளியாக அமைகிறது. அப்படி, நம்முடன் சேர்ந்து வாழ்க்கையின் ஆரம்பப்பகுதியைச் செலவிடும் மாணவச் செல்வங்களை "நாம் பார்த்து வளர்ந்த பிள்ளைகள்" என்று அவசியம் குறிப்பிடலாம்.

கடந்த பதினெட்டு மாதங்களுக்கு மேலாக, நாட்டையே உலுக்கிக்கொண்டிருக்கும் இந்தக் 'கொரோனா' கொடியவன், நாம் பார்த்து வளர்ந்த எத்தனையோ பிள்ளைகளைக்கூட காணிக்கையாக்கிக்கொண்டான். பெற்றோர்கள் படும் துன்பத்தை யாராலும் பங்கிட்டுக்கொள்ளமுடியாது. அதேசமயம், ஆசிரியர்கள் கண்முன்னும், அவர்கள் அமர்ந்து படித்த இடம், அவர்கள் நடந்து கொண்ட விதம், அவர்களின் நடவடிக்கைகள், வகுப்பில் நடந்த கேலி கிண்டல்கள், அவற்றில் அவர்களின் பங்கு அனைத்தும் நினைவில் வந்து, வருத்தத்தில் ஆழ்த்தத்தான் செய்கிறது. இத்தகைய வருத்தம் என்பது பெற்றோர்களுக்கு அடுத்து, கற்பித்தவருக்கு அதிக மனசோர்வைத் தருகிறது. பிள்ளைகளுடன் ஒன்றிப் பழகி அவர்களின் சுக துக்கங்களில் பங்கெடுக்கும் பொழுது,

நமக்கே தெரியாமல் ஒரு உறவுமுறை ஏற்பட்டு விடுகிறது. தங்கள் குடும்பத்தில் ஒரு குழந்தையாகத்தான் பாவிக்க முடிகிறது. தனக்கு ஒரு விபத்து நேர்ந்தாலோ, உடல் நலக்குறைவு ஏற்பட்டாலோ அது குடும்பத்தினரைப் பாதிக்கும் என்பது ஆசிரியர்களுக்கும் விலக்கல்ல. ஆசிரியரைப் பொறுத்தவரை, அவர்கள் முதலில் யோசிப்பது பள்ளி மாணவர்களைப் பற்றித்தான். ஒரு ஆசிரியர் ஏதேனும் காரியம் கருதி நீண்ட விடுப்பு எடுக்கப்போகிறார் என்று கொண்டால், தான் மீண்டும் வேலையில் சேரும்வரை பிள்ளைகளுக்கு யார் கற்பிப்பார்கள், அவர்களால் சுமுகமாக புதிய நபருடன் நட்புடன் சந்தேகங்களை தீர்த்துக்கொள்ள முடியுமா? போன்ற பலவித கேள்விகள் மனதில் எழும். குழந்தைகள் புதிய ஒருவரிடம் வளர ஆரம்பித்தாலோ, வீட்டிலிருந்து விடுதியில் சில சமயங்களில் சேர்க்கப்பட்டாலோ, முதலில் உடலும் மனமும் சோர்வாகி விடுவார்கள். இதை "ஹோம் சிக்" (Home sick) என்று சொல்வதுண்டு. அதுபோல் திடீரென ஆசிரியர் மாறிவிட்டாலும் கூட, அவர்கள் 'டல்'லாகிப் போவார்கள். கற்றுக் கொடுக்கும் முறைகள் மாறுபடும் பொழுது, சிலருக்கு அதை உள்வாங்குவது சிரமமாகிவிடும். கடினமான சம்பவங்களைக்கூட, புரிந்துகொள்வதற்காக எளிய முறையில் சுருக்கி, ருசியுடன் விளக்குவதைத்தான் பிள்ளைகள் விரும்புவார்கள். ஒரு தாய் தன் குழந்தையை முதன்முதலில் ஒரு தெரியாதவரிடம் விட்டுச் சென்றால், எப்படியெல்லாம் கவலைப் படுவார்களோ, அப்படித்தான் ஆசிரியரும் தன் பிள்ளைகள் புதியவருடன் கற்க ஆரம்பிக்கும்போது யோசிக்கிறார்கள்.

ஒரு ஆசிரியை மருத்துவ அறுவை சிகிச்சைக்காக, மூன்று மாதங்கள் தொடர் விடுமுறை எடுக்க நேர்ந்தது. சில பிள்ளைகள் அவர் வீட்டுக்கு வந்து விசேஷப் பயிற்சி எடுத்துக்கொண்டிருந்தார்கள். விடுமுறைக்குப் போகும் விஷயத்தை பிள்ளைகளிடம் தெரிவித்துவிட்டு, ஓரளவு பாடங்களை முன்கூட்டியே நடத்தித் தந்தார். உடல்நலம் சிறிது தேறியவுடன் மீண்டும் வகுப்புகள் தொடங்கப்படுமெனவும் பெற்றோர்களிடம் சொன்னார். அறுவை சிகிச்சை முடிந்து, உடல் நலமும் ஓரளவு தேறியது. ஆனால் படிகள் ஏறி இறங்குதலும், அதிகமான வேலைகள் செய்வதும் கூடாது என மருத்துவர் கூறியிருந்தார். ஆண்டுத் தேர்வுகள் நெருங்கியதால், ஆசிரியை பிள்ளைகளைப்பற்றி யோசித்து அவர்களுக்கு உதவ நினைத்தார். பெற்றோர்களோடு தொலைபேசியில் தொடர்பு கொண்டபோது, அவர்களும் மகிழ்ச்சியைத் தெரிவித்ததோடு, தங்கள் பிள்ளைகளும் ஒத்துழைப்புத் தருவார்கள் என்றும், ஆசிரியை தன்னை மிகவும் வருத்திக் கொள்க்கூடாது, கொஞ்சம் உதவினால் போதுமானது எனவும் பணிவுடன் தெரிவித்தனர்.

பல வருடங்கள் பிள்ளைகளோடு ஒன்றிப் பழகியவர், சில நாட்களாகத் தனித்து ஓய்வில் இருந்ததால், அவர் மனம் தனிமையை விரும்பவில்லை. மீண்டும் வீட்டிற்குப் பிள்ளைகள் வந்து போக

சரஸ்வதி ஸ்ரீநிவாசன்

ஆரம்பித்தவுடன், மனதில் புதுத் தெம்பும், புத்துணர்ச்சியும் ஏற்பட்டதாக உணர்ந்தார். முதல் மாடியில் வசித்துவந்த அவர், படிகள் ரொம்ப ஏறி இறங்கக்கூடாது என்பதால் கீழேயுள்ள கதவைப் பூட்டாமல் சாத்திவைப்பார். சப்தம் கேட்டால் மேலேயுள்ள பால்கனி வழியாக பார்ப்பார். பிள்ளைகள் மூடிய கதவைத் திறந்து கொண்டு மேலே வருவதும், படித்துவிட்டுப் போகும்பொழுது கீழ்கதவை சாத்திக் கொண்டு போவர். ஓரளவு வளர்ந்த பிள்ளைகள் என்பதால் அனைத்தையும் புரிந்து நடந்து கொண்டார். யாரேனும் கீழிருந்து மணி அடித்தால், ஒரு பையன் மட்டும் ஓடிச் சென்று பார்த்து வருவான். ஆசிரியை கீழே இறங்க வேண்டாம் என்பான்.

ஒன்பதாம் வகுப்பு படித்ததால், பொறுப்புள்ளவனாகவும் இருந்தான். அவன் தாயைப்போலவே ஆசிரியை இருந்ததால், பக்குவமாகவும் நடந்துகொள்வான். அவன் தந்தை வெளிநாட்டில் வேலை செய்து வந்ததால், அவனுடன் இரு அக்காக்களும் அம்மா பொறுப்பில் வளர்ந்துவந்தனர். குடும்பத்தில் தன் அம்மாவின் பொறுப்புக்களை பார்த்து வளர்ந்த அவன், ஆசிரியையும் அதே இடத்தில் யோசித்துப் பார்த்திருக்கிறான். அவன் தாயும் அவனிடம் கூறினாராம்- "தேர்வு நேரத்தில் டீச்சர் இவ்வளவு தூரம் உதவி செய்வதே பெரிது, அவர்களுக்கு ஏதேனும் உதவிதேவைப்பட்டால் நீ செய்துவிட்டு வா!" இதைப் புரிந்துகொண்டுதான் அவன் ஏதாவது விதத்தில் ஆசிரியைக்கு உதவ விரும்புவான் போலும்! பிள்ளைகளிடம் உதவி கேட்பதே ஆசிரியைக்குப் பிடிக்காத ஒன்று. தன் பிள்ளைகள் உதவ வந்தாலே, ஆசிரியை "தன் கையே தனக் குதவி" என்று கூறுவது வழக்கம். இந்தப் பிள்ளை ஏன் இவ்வளவு பிடிவாதமாக உதவ நினைக்கிறான் என்று மனதில் கூறிக் கொள்வது வழக்கம்.

மற்றொரு நாள் பாடம் சொல்லிக் கொடுக்கும் சமயம். கீழே யாரோ 'பெல்' அடித்தார்கள். மேலே சொன்ன பையன் இல்லை. வேறு ஒரு பையன் கீழே யாரென்று பார்க்க ஓடினான். ஆசிரியை தடுத்தும் கேட்காமல் கீழே ஓடினான். 'இஸ்திரிகாரர்தான்' என்று சொல்லிக்கொண்டே கையில் இஸ்திரி துணியுடன் வந்தான். காசு தந்தால் கீழே போய் கொடுத்துவிட்டு வருவதாகச் சொன்னான். ஆசிரியை அவனிடம் 'முன்பே பணம் பாக்கியுள்ளது' எனக் கூறி கீழே போக வேண்டாம் என்று சொல்லி விட்டார். மேலே சொன்ன பையன் உதவி செய்வதைப் பார்த்த இவனுக்கும் தான் ஏதாவது உதவ மாட்டோமா என்கிற ஆசையில் உற்சாகமாக காட்டிக் கொண்டான். ஆனால் சிலரின் வளர்ப்பும், மனப்பான்மையும் மாறும்பொழுது என்ன செய்வது?

மறுநாள் மாலை படிக்கும் நேரம். 'இஸ்திரி துணி' எடுத்து வந்து உதவிய மாணவனும் அவன் தாயும் ஒன்றாக வந்தனர். ஆசிரியை, தன்னைப் பார்க்க வந்திருப்பதாக நினைத்தாராம். பார்க்கத்தான்

வந்தாராம். ஆனால் நல்ல நோக்கத்தில் இல்லை. சண்டையிட வந்தாராம். தன் மகனைப் படிக்கத்தான் அனுப்பியதாகவும், ஆசிரியை வீட்டுக்கு உதவிக்கு அனுப்பவில்லை என்றும் சப்தம் போட்டுப் பேசினாராம். அந்தப் பையனும் "ஆசிரியை என்னை கீழே அனுப்பவில்லை எனவும், தானாகவே ஓடிச் சென்று யாரெனப் பார்த்ததாகவும்" பணிவுடன் சொன்னானாம். அந்தப் பெண்மணி எதையும் காதில் போட்டுக்கொள்ளவில்லையாம். தன் மகன் கீழே இறங்கிச் சென்றது, அவனை வேலை செய்ய வைத்ததற்கு சமம் எனவும், படிகளில் வேகமாக இறங்கும்பொழுது கால் தவறி விழுந்திருந்தால், அவன் கால் முறிந்திருக்குமே! எனவும் கூறி நடக்காத ஒன்றிற்காக வாதாடிக்கொண்டிருந்தார். ஆசிரியைக்கு எதுவும் கூறமுடியாமல் சங்கடத்தில் ஆழ்ந்தாராம். 'சாரி' என்ற வார்த்தையைக் கூறி அவரை அனுப்பி வைத்தாராம். தேர்வு நேரத்தில் பிள்ளைகளுக்கு உதவ நினைத்தார் ஆசிரியை. அவருக்குக் கிடைத்ததோ பெரிய வெகுமதி. அப்பொழுது நடைபெற்ற சம்பவம் அவருக்கு மன உளைச்சலைத் தந்ததாம். குறிப்பிட்ட பையனிடம் அளவோடு வைத்துக்கொண்டாராம். உண்மையில் பையன் நல்லவன்தான். அதீத பாச அரவணைப்பில், தாயுள்ளம் அதிக அக்கறை கொண்டதுதான் காரணம். ஆசிரியைக்கு மற்றொரு விஷயமும் புலப்பட்டது. அந்தப் பெண்மணிக்குப் பல ஆண்டுகள் குழந்தையில்லாமல், சில வருடங்களுக்கு முன்புதான், தன் தம்பி மகனைத் 'தத்து' எடுத்துக்கொண்டாராம். அதனால்தான் அதிகப்படியான கவனமும், பாசமும் அவனிடம் வைத்திருக்கிறார். இந்த விஷயமும் ஆசிரியைக்குப் புரியவே, அவர் மேலும் தலையீடு செய்ய விரும்பாமல் நிறுத்திவிட்டார்.

வாழ்க்கையில் பல்வேறு சூழல்களில் வளர்ந்துவரும், பலவித குடும்பப் பின்னணிகளிலிருந்து வரும் பிள்ளைகளைக் கண்டதால், இதுவும் ஒரு அனுபவம் என்று நினைத்ததாக அவர் கூறினார். பிள்ளைகள் ஓரளவு வளரும் வரைதான் பெற்றோர் தலையீடுகள் அதிகம் என்றுகூட சொல்லலாம். ஓரளவு விவரம் தெரிய ஆரம்பித்துவிட்டால், அவர்களே அனைத்திற்கும் உண்மை சாட்சியாக தெரிவார்கள். அவர்கள் மனதை எளிதில் மாற்றிவிட முடியாது. 'கற்பித்தல்' நல்ல விதத்தில் நடைபெறுகிறதென்றால், அதை நன்கு உணர்வது பிள்ளைகள் மட்டுமே. ஆசிரியர் நன்கு கற்பிக்கிறாரா என்பதை மாணவர் மட்டுமே சரியாகச் சொல்ல முடியும். நல்லவர்களாக, தாராளக் குணமுடையவர்களாக, நட்புடன் பழகுபவர்களாக இருக்கலாம். ஆனால் கற்பிக்கும் முறை பிள்ளைகளுக்குப் பிடித்தால் மட்டுமே, அவர்களால் விரும்பப்படுவோம். அவர்கள் மனதில் இடம் பிடிக்கிறோம். நம்மை ஒரு முன் உதாரணமாக அவர்கள் ஏற்றுக்கொள்கிறார்கள். என் 'குரு' என் 'ஆசிரியர்' என்று சொல்வதில் பெருமிதம் கொள்கிறார்கள்.

முகநூலில் பிறந்தநாள் வாழ்த்து ஒரே வார்த்தையில் அனுப்பினால்

கூட, தன் ஆசிரியர் வாழ்த்து என்று தெரிந்தவுடன் எவ்வளவு பெருமிதம் கொள்கிறார்கள். அதுதான் விலைமதிப்பற்ற வாழ்த்து என்று சொல்கிறார்கள். தெரியாத வயதில் எவ்வளவோ பிழைகள் நடந்திருந்தாலும், பொறுப்பு வந்துவிட்டால் அனைத்தையும் நன்றாகவே அறிந்துகொள்கிறார்கள். அவர்களின் நேரடித் தொடர்பு ஆசிரியர்களுடன் அமைந்துவிடுவதால், குறுக்கீடுகள் இல்லாமல், நேரடியாக எதையும் பேசித் தீர்க்கும் அளவுக்குப் பெரிய விஷயங்கள் கூட சுலபமாகச் சாத்தியமாகிவிடுகிறது. இத்தகைய புரிதலுக்கு சிறிது காலமாகும். அதுவரை பொறுமை என்றும் ஆய்தம் தேவைப்படுகிறது.

வாழ்க்கையின் பல்வேறு சூழல்களிலிருந்தும், விதவிதமான குடும்பக் கதைகளுடனும், பல்வேறு பின்னணிகளிலிருந்தும் வெவ்வேறு விதமான கருத்துக்களைக் கொண்டிருப்பவர்கள் இருக்கும் குடும்பங்களிலிருந்தும் பிள்ளைகள் வந்து சேருகிறார்கள். ஆகவே பல்வேறு பிரச்னைகளை எதிர்கொண்டு, பிள்ளைகளிடம் விட்டுக் கொடுக்கும் மனப்பான்மை, நட்பு, ஒருவரை ஒருவர் நேசித்தல், நல்லொழுக்கம், சமூகத்தில் வாழும் முறை போன்றவற்றையும் கல்வியாகத்தான் தரமுடிகிறது. சில சமயங்களில் காத்திருக்கும், அனைத்தையும் அனுசரித்துகொண்டு செல்வதில்தான் அவர் பாராட்டப்படுகிறார். புத்தகப்பாடத்தை விட நடைமுறைக் கல்வி அவசியம் தேவைப்படுகிறது. கற்பிப்பவர் என்பவர் அனைத்து விஷயங்களையும் தீர்த்துவைக்கும் ஒரு 'மூர்த்தி' யாகத்தான் பார்க்கப்படுகிறார்.

ஒரு புத்தாண்டு தினம். ஆசிரியர் ஒருவர் வீட்டிற்கு பார்சல் ஒன்று வந்தது. அனுப்பியவர் பெயர் குறிப்பிடவில்லை. தனக்கு யாரும் இதுபோல் அனுப்ப, 'சர்ப்ரைஸ்'தர ஆளில்லையே என்று, விலாசத்தை தன்னுடையது தானா என்று சரிபார்த்தாள். சரியான விலாசம். அழகான குண்டு எழுத்துக்கள்! பிரித்தார் வண்ணமயமான 'கேக்'. மறுநாள் அவரின் பிறந்தநாள். அன்புடன் ஆசைமகன்' என்று கேக்கில் எழுதப்பட்டிருந்தது. ஆசிரியருக்கு மகன் கிடையாது, மகள்தான். அது மேலும் வியப்பைத் தந்தது. யாராக இருப்பார்கள் என்கிற யோசனை மட்டும் அரித்துக் கொண்டே யிருந்தது. மறுநாள் காலை தொலைபேசியில் 'பிறந்த நாள் வாழ்த்துக்கள்'! என்றான் ஒருவன். ஆசிரியர் கண்களில் நீர் துளிர்த்தது. எந்தப் பையனை 'மகனே' என்று சமயங்களில் அழைத்தாரோ அதே பையன்! என்ன ஒரு வெகுமதி!

நடைமுறைக் கல்வி

படிக்கும் மாணவப் பிள்ளைகளின் வாழ்க்கையில், தங்களுக்கென சில உறவுமுறைகளை சொல்லி அழைத்துக்கொள்வதும், கூப்பிட்டுக்கொள்வதும் நடைமுறை வாழ்க்கையில் பார்க்க முடிகிறது. நட்புடன் பழகும்போது, உறவுகளுக்குள் காணப்படும் கருத்து வேறுபாடுகள் கூட களைந்துவிடும். ஆனால், நண்பர்களை உறவுமுறை வைத்து அழைக்கும் போது குடும்ப பாசம் தங்களுக்குக் கிடைப்பதாக உணர்கிறார்கள் போல் தோன்றுகிறது. பள்ளிகளில் படிக்கும் காலத்தில் சகோதர, சகோதரி உறவு கல்லூரிக்குச் சென்ற பிறகு 'மச்சான்' 'மச்சி' என்று அழைக்கும் அளவிற்கு மாறிவிடுகிறது. உறவு முறை சொல்லி அழைப்பதால்தானோ, என்னவோ பால்ய சிநேகிதர்கள் கடைசி வரை நட்புள்ளத்துடன் பழகுகிறார்கள்.

சில சமயங்களில் உண்மை உறவுகளைவிட, ஒன்றாகப் படித்து, பால்ய சிநேகிதர்களாக இருப்பவர்கள் தங்கள் வாரிசுகளைக் கூட நண்பர்கள் குடும்பத்துடன் சம்பந்தம் செய்வதுண்டு. முப்பது ஆண்டுகளுக்கு முன்பெல்லாம், நிறைய இதுபற்றி கேள்விப்பட்டதுண்டு. இரண்டு பிள்ளைகள் ஒரே முக ஜாடையுடன் 'ஆட்டோ'வில் ஒன்றாகப் பள்ளிக்கு வருவார்கள். ஒருவன் மற்றொருவனை 'அண்ணன்' என்று கூறுவான். இருவரும் ஒரே வகுப்பில் படித்து வந்தனர். இரட்டையர்கள் என்று நினைக்கத் தோன்றுமளவுக்கு ஒன்றாக போவதும், ஒன்றாக வருவதும், ஒன்றாகவே மதிய உணவு உண்பதும், பார்ப்பவர்களை அசரச் செய்யும். ஒரு நாள் அண்ணன் தனியாக வந்திருந்தான். 'அவன் அம்மாவுக்கு உடம்பு சரியில்லையாம். வீட்டில் அம்மாவுக்குத் துணையாக இருக்கிறான்' என்று கூற ஒரே ஆச்சரியம்! காரணம், ஆசிரியர் அவர்கள் இருவரும் இரட்டையர்கள் என்று நினைத்திருந்தார். அப்படியிருக்கும் பொழுது 'தம்பி'யின் அம்மா என்று கூறுகிறானே, அப்படியானால் 'அண்ணனு'க்கும்

அம்மாவாகத்தானே இருக்க வேண்டும். அண்ணனை அருகில் அழைத்து மெல்ல விவரங்களைக் கேட்டறிந்தார் ஆசிரியர். அனைத்தும் விளங்கியது. இரு பிள்ளைகளும் அடுத்தடுத்த வீடுகளில் வசிப்பவர்களாம். இரண்டு பெற்றோர்களும் நெருங்கிய நண்பர்களாம். தங்களைப் போல் பிள்ளைகள் அன்பாக வளர வேண்டும் என்பதற்காக உறவு முறை சொல்லித் தந்து பாசத்துடன் ஒன்றாகப் பள்ளிக்கு அனுப்புகிறார்கள். விசேஷ வகுப்புகளுக்கும் ஒன்றாகவே சென்று வருவார்களாம். இது போன்ற விஷயங்களைக் கேட்கவே மனதிற்கு மகிழ்ச்சி ஏற்படுகிறது.

இதேபோன்ற பால்ய சிநேகிதர் இருவர் ஒரே ஊரில், ஒரே பள்ளியில் ஒன்றாகப் படித்து வந்தனர். போட்டி போட்டுக் கொண்டு படிப்பதில் இருவருமே வல்லவர்கள். ஒருவருக்கொருவர் விட்டுக் கொடுத்து பெருந்தன்மையுடன் நடந்துகொண்டனர். பாட சம்பந்தமாக சந்தேகம் ஏற்பட்டால் தங்களுக்குள்ளே அலசி ஆராய்ந்து ஒருவர் மற்றொருவர் சொல்வதை ஒப்புக் கொள்வர். சகோதரர் போன்று இருவரும் ஒற்றுமையாக அனைத்திலும் செயல்பட்டனர். திடீரென ஒருவனின் தாய் அகால மரணமடைந்தார். மற்றொருவன் அவனை தாங்கிப்பிடிக்க ஆரம்பித்தான். தாயை இழந்ததால் அவன்மேல் பரிவும், ஆதங்கமும் மேலும் அதிகரித்தது. அவன் வருத்தத்தைப் போக்க மற்றொருவன் அடிக்கடி தன் வீட்டுக்கு அழைத்துப் போவான். அவனின் தாயும் தன் பிள்ளைபோல் பாவித்து அவனுக்கு வேண்டியவற்றை எல்லாம் செய்து கொடுத்து வந்தார். குறிப்பாக, விசேஷ தினங்களில் இருவரையும் தன் பிள்ளைகளாக இரு கண்களாகப் பாவித்து அக்கறை செலுத்தினார்.

பாக்கியவசமாக, இருவரும் ஒரே கல்லூரியில் பொறியாளர் பட்டம் வரை பெற்றுவிட்டனர். அடுத்து யார் என்ன செய்யப் போகிறார்கள் என்றும் கேள்வி எழு முன், இருவரும் மேல் படிப்புக்கு வெளிநாடு செல்லத் தீர்மானித்தனர். தாயை இழந்த மகனைப் பிரிந்து வாழ, அவன் தந்தைக்கு உண்மையில் விருப்பம் இல்லை. இருப்பினும் பையனின் எதிர்காலக் கனவை அழிக்க அவருக்கு மனமில்லை. மேலும் இப்படிப்பட்ட உடன் பிறவா சகோதரன் போன்ற நட்பு இருக்கையில், அவன் வாழ்க்கையும் நன்றாகத்தான் இருக்குமென நம்பி அனைத்து ஏற்பாடுகளையும் செய்து தந்தார். நண்பனின் தாய் இரு பிள்ளைகளுக்கும் தேவையான சமையல் பொருட்களையும், சோப்பு முதல் சீப்பு வரை அனைத்தையும் பெட்டிகளில் அடைத்து அனுப்பிவைத்தார். வெளிநாட்டிலும் இருவரும் ஒரே வீட்டில் தங்கினர். கடைசியில், அவர்கள் உத்தியோகம் மட்டும் ஒரே இடத்தில் அமையவில்லை. ஒரே வீட்டில் இருந்தாலும், அவர்களின் வேலை நேரம் மாறுபட்டதால், இருவரும் பார்த்துப் பழகும் நேரம் குறைவானது.

திடீரென இரண்டு மூன்று நாட்கள் தாயில்லாத தன் நண்பனைக்

காணவில்லை. மிகவும் கவலையில் ஆழ்ந்தான் மற்றொருவன். தொலைபேசியில் தொடர்புகொண்டபோது, அவன் தொலைபேசி அணைக்கப்பட்டிருந்தது. இதற்கிடையில் அவன் வேலைசெய்த அலுவலகத்திலிருந்து, வேலைக்கு ஏன் வரவில்லை என்று இவனிடம் தொடர்புகொண்டு கேட்டார்கள். காரணம் அலுவலகத்தில் தொடர்புகொள்ள வேண்டிய முக்கிய நபராகத் தன் நண்பன் எண்ணைக் கொடுத்திருந்தான். நண்பன் அங்குள்ள அவனின் சில உறவினர்களைத் தொடர்பு கொண்டு உடன் பிறவா சகோதரனுக்கு ஏற்பட்ட பிரச்னையைக் கண்டறிந்தான். போகக்கூடாத ஒரு வழியில் காரை வேகமாக ஓட்டிச்சென்றதால் அங்கிருந்த போலிஸ்காரர்கள் அவனைப் பிடித்து வைத்தனர். நண்பனும் அலுவலக மேலாளரும் நேரில் சென்று அவனை அழைத்து வந்துவிட்டனர். ஆனால் அவன் வந்து சேரும் வரை மற்றொருவன் அப்படி அழுது புலம்பி சாப்பிடாமல் வேதனைப்பட்டானாம். இவ் விஷயங்களை நண்பனின் தாய் சொல்ல நமக்கே அழுகை வந்துவிடும் போல் தோன்றியது. இத்தகைய நட்புகளுக்கு ஈடு இணைதான் உண்டோ? இந் நிகழ்வுக்கு பிறகு அவர்களின் நட்பு உண்மை உறவாகவே மாறிவிட்டது. இதுபோல் எத்தனை விதமான நிகழ்வுகளை அனுபவங்களைக் காணமுடிகிறது. பிள்ளைகள் எப்பொழுதுமே தங்களின் மனக்கருத்துக்களை நண்பர்களிடம்தான் அதிகமாகப் பகிர்ந்து கொள்வார்கள். பெற்றோர்களிடம் அனைத்தையும் சொல்லிக் கொண்டிருக்க மாட்டார்கள். அவர்கள் அனைத்தையும் தங்களிடம் பகிர்ந்து கொள்ள வேண்டும் என்று பெற்றோர்கள் எதிர்பார்த்தால், தங்களை உற்ற நண்பர்களாகப் பிள்ளைகளிடம் காட்ட வேண்டும். அவர்களுக்கு பேசுவதற்கும், தங்கள் மனக்குறையை எளிதாக வெளிப்படுத்தவும், போதிய சுதந்திரம் அளிக்க வேண்டும். மேலும் பிள்ளைகள் மனக்குமுறலை வெளிப்படுத்தும் பொழுது அவர்களுக்கு நம் வார்த்தைகள் ஆறுதல் அளிக்கும்படியும், எக்காலத்தும் அவர்களுக்குத்துணையாக நிற்போம் என்பதை உறுதி செய்வது போலவும் அமைய வேண்டும். 'தோளுக்கு மிஞ்சினால் தோழன்' என்பார்கள். அதுதான் நம் நடைமுறைச் சிக்கல்களையும் தீர்க்க உதவும். தோழனாக-தோழியாக நிற்பார்கள். இன்றைய நடைமுறையில் நிறைய மாற்றங்கள் வந்துவிட்டன. தந்தையும் மகனும் அண்ணன் தம்பி போன்றும், நண்பர்கள் போன்றும் நடந்துகொள்கிறார்கள். தாயும் மகளும் தோழிகள் போன்றும், உடன் பிறந்த சகோதரிகள் போன்றும் நடந்துகொள்வதை நம்மால் நிறையவே பார்க்கமுடிகிறது.

ஆசிரிய-ஆசிரியைகள் எப்பொழுதுமே தங்கள் மாணவர்களை தங்களின் பிள்ளைகளாக பாவித்து நடந்துகொள்ளும் பொழுது, வாழ்க்கையின் கல்விப் பயணத்தில் இடையூறுகள் நேருவதற்கு வாய்ப்புக் கிடையாது. மிகவும் கடுமையான விஷயங்களாக

சரஸ்வதி ஸ்ரீநிவாஸன்

இருந்தாலும் மன்னிக்கும் தன்மை என்பது அனைவருக்குமே அவசியம் ஏற்படுகிறது. தேவையற்ற மேற்பார்வை, சந்தேகமான எண்ணம் இவை மேலிடும் பொழுது இவற்றிலிருந்து காப்பாற்றிக் கொள்ள நினைக்கும்பொழுதுதான், ஏதாவது வழி தேட வேண்டியுள்ளது. தெரியாமல் சில விஷயங்களில் அகப்பட நேரிடுகிறது. அதுவே தப்பாக மாறி, குற்றமாகிவிடுகிறது. யாரையும் நாம் குறை கூறுவது நோக்கமில்லை. அந்தக் கால சூழல் வேறு. தற்போதைய காலகட்டம் என்பது முற்றிலும் மாறானது. வசதி வாய்ப்புகள் நிறைய கிடைக்க ஆரம்பித்தவுடன் வேறுவிதமான பிரச்னைகள் தலைதூக்க ஆரம்பித்துள்ளன. பிள்ளைகளும் தங்களுக்குச் சுமைகள் இருப்பது போன்று நினைக்கத் தொடங்கும் சந்தர்ப்பங்கள் உருவாகின்றன. மாணவ சமூகம் நாளைய தலைவர்களாக தலைதூக்க வேண்டும். அவர்களுக்குத் தாய் தந்தையிடமிருந்தும், ஆசிரியர்களிடமிருந்தும் ஊக்கப்படுத்தலும், உற்சாகப்படுத்தலும், உறுதுணையும் தேவைப்படுகிறது. எங்கேயோ ஒன்றிரண்டு தவறுகள் நடக்கலாம். அதை வைத்து, பிள்ளைகள் வளர்ப்பு சரியில்லை எனக் குறை கூறுவதும், ஆசிரியர்கள் கண்டிக்காததால் இப்படி நடந்தது என்று சொல்லுவதும் முழுவதுமாக ஏற்றுக் கொள்ள முடியாது. இப்பொழுது கண்டித்தல் என்பதும் ஒரு சிரமமான வழிதான். அன்பால் சாதிக்க முடிவதை கோலாலும், கடின வார்த்தைகளாலும் சாதிக்க முடியாது. பொறுமை, நிதானம், சகிப்புத்தன்மை, விட்டுக் கொடுக்கும் தன்மை இவை அனைத்துமே நம் நடைமுறை வாழ்க்கைக்கு சிறந்த 'டானிக்'குகள் போலாகும். குழந்தைப் பருவத்தில் தான் புரிந்த விஷயங்களை சிலர் மறந்துவிட்டு, பெற்றோரானதும் பிள்ளைகளை அச்சுறுத்துவதும் சரியாகாது. அதனால்தான் ஒரு சரியான முக்கோணத்தில் ஆசிரியர், பெற்றோர், மாணவர் சரியான கோணத்தில் அமைய வேண்டும். சிலர் பிள்ளைகள் விஷயத்தில் அளவுக்கு அதிகமாகத் தலையிடும்பொழுது, அவர்களுக்கு அது எரிச்சலைத்தரும். அதனால் வெளியிலோ, பிள்ளைகளுக்கிடையிலோ நடக்கும் விஷயங்களை வெளிப்படையாகச் சொல்வதற்குகூட அஞ்சுவார்கள். நம்மிடம் சொன்னால், அவர்களுக்கு நிம்மதி கிட்டும் அல்லது ஆறுதல் தரும் விதத்தில் நம் செயல்கள் அமைந்து விட்டால், எதையும் பகிர்ந்துகொள்ள முன்வருவர். சில பிள்ளைகள் தினசரி நடப்பதை ஒன்று விடாமல், வீட்டிற்கு வந்ததும் ஒப்பித்து விடுவார்கள். அவற்றை அம்மா பொறுமையுடன் கேட்டு, அறிந்து அவனின் மனஓட்டத்திற்கு ஈடு கொடுத்துவிட்டால் அவன் மனதில் உற்சாகமும், மகிழ்ச்சியும் கூடிவிடும். அதில் அவனின் மனக்குறைகள் தென்பட்டால், அவனுக்கு ஆறுதலும் முன்னேறுவதற்கான ஊக்கத்தையும் தருவதற்கு முயற்சிக்கலாம். அவர்கள் கூறுவதில் நாம் கேட்கும் ஆர்வம் குறைவதை அவர்கள் கண்டுபிடித்துவிட்டால், கொஞ்சம் கொஞ்சமாக அவர்கள்

கற்பித்தல் என்னும் கலை

சொல்லவந்த விஷயத்தை குறைத்துக்கொள்ள ஆரம்பித்து விடுவார்கள். நாளடைவில் இடைவெளி ஏற்பட்டு, எதையுமே முழுமையாக யாருடனும் பகிர்ந்துகொள்ள முன்வரமாட்டார்கள். அப்பொழுதுதான் பிள்ளைகளுக்கு மன அழுத்தம் ஏற்பட ஒரு வாய்ப்பாக அமைந்துவிடுகிறது. தனியாக விஷயங்களை எதிர் கொள்ளும்பொழுது பிஞ்சுமனதில் பயமும் கூடுகிறது.

இன்றைய காலகட்டத்தில், கணவன்-மனைவி இருவருமே பெரும்பாலான குடும்பங்களில் வேலைக்குச் செல்ல வேண்டிய நிர்ப்பந்தம் ஏற்பட்டுள்ளது. வசதிகள் கிடைக்க ஆரம்பித்து விட்டன. ஆனால் ஒருவருக்கொருவர் மனம்விட்டுப் பேச நேரம்தான் கிடைப்பதில்லை. மேலை நாடுகளில், தங்களின் குடும்ப அமைப்புக்கேற்ற வேலைகளைத் தேர்ந்தெடுத்துக் கொள்கிறார்கள். அல்லது பிள்ளைகள் வீட்டிற்கு வரும் நேரத்திற்கேற்ப வேலைகளை அமைத்துக் கொள்கிறார்கள். உதாரணமாக ஒரு வீட்டில் இரண்டு பிள்ளைகள் காலை எட்டு மணி முதல் மாலை 3 மணிவரை பள்ளியில் இருக்க வேண்டுமென்றால், அம்மாவோ-அப்பாவோ காலை ஏழு மணிக்கெல்லாம் வேலைக்குச் சென்றுவிட்டு பிள்ளைகள் வரும் நேரத்திற்கு வீடு வந்துவிடுகிறார்கள். பின்னர் வெவ்வேறு வகுப்புகளுக்கும் அழைத்துச் செல்வதுடன், அவர்களுடனே நேரம் செலவிடுகிறார்கள். சிலர் பகுதிநேர வேலையை எடுத்துக் கொள்கிறார்கள். அப்படியிருந்தும், சிறு வயதிலேயே பள்ளிகளில் மனநல ஆலோசகர்கள் பெருமளவில் காணப்படுகிறார்கள். காரணம் அங்குள்ள சூழல் அப்படி.

நாமும் குடும்பத்திற்கேற்ற சூழலில், நம் அமைப்புகளை கொஞ்சம் மாற்றி அமைத்துக்கொண்டு, அம்மாவோ, அப்பாவோ ஒருவர் பிள்ளைகளுடன் பேசி அவர்கள் மன ஓட்டத்தை அறிய முயற்சிக்கலாம். பள்ளியில் அவனுக்குப் பிடித்த நண்பர் யார்? அவனருகில் யார் யார் அமர்ந்துள்ளார்கள், விசேஷமாக அன்றைய தினம் ஏதாவது நடந்ததா என்று கேள்விகளை ஆரம்பித்தால், அவர்கள் பதில் தரும் தோரணையை வைத்து, விருப்பு, வெறுப்புகளை நம்மால் அறிந்துகொள்ள முடியும். உற்சாகமாகப் பதிலளித்தால், அவர்கள் மனதில் எந்த பாதிப்பும் இல்லை என்றறிந்து, அவனுக்குத் துணை தான் இருப்பதாகவும், எதற்கும் தன்னால் உதவமுடியும் என்கிற நம்பிக்கையை அளிக்கலாம். வெறுப்புடன் 'ஏனோ-தானோ' வென்று பதில் சொல்ல ஆரம்பித்தால் அவனுள் ஏதோ வருத்தம் மேலிடுகிறது என்பதைப் புரிந்துகொண்டு, அவை என்ன, எப்படி களையலாம் என்பதை சொல்லி புரியவைத்து ஆறுதல் வார்த்தைகள் தரலாம். அல்லது ஆலோசகரை அணுகலாம்.

சரஸ்வதி ஸ்ரீநிவாஸன்

ஆசிரியரே முன்மாதிரி

கொஞ்ச நாட்களுக்கு முன்பு நடந்த ஒரு சம்பவம். நாங்கள் குடும்பத்துடன் நடைபயிற்சி செய்துவிட்டு, வீட்டுக்குத் திரும்பிக்கொண்டிருந்தோம். 'பைக்'கில் வந்த ஒரு ஆள் திடீரென வண்டியை ஓரம் கட்டிவிட்டு, எங்கள் காலில் விழுந்தார். ஒன்றுமே புரியவில்லை. "நான்தான் மேம், உங்கள் மாணவன்" என்று தன் பெயரைச் சொன்னான். பெயரைக் கேட்டவுடனேயே அவன் லீலைகள் கண்முன் காட்சி தந்தன. 'அவனா இவன்' என்று சொல்லுமளவுக்கு அவனின் மாறுபட்ட தோற்றமும் பேசும் தன்மையான குணமும் வெளிப்பட்டன. முகமூடி அணிந்துகொண்டு, அந்த இருட்டில் நடந்து வரும்போதே நம்மை அடையாளப் படுத்துகிறான் என்றால், அவன் மனதில் நாம் நீங்கா இடம் பெற்றுவிட்டோம் என்பது தெளிவாகிறது. இரண்டு வருடங்களுக்கு முன், தன் தாய் இதயநோயால் பாதிக்கப்பட்டு இறந்துவிட்டதாகவும், அதனால் குடும்பத்தில் அனைத்துப் பொறுப்புகளையும் தான் சுமப்பதாகவும் வருத்தத்தோடு சொல்லிக் கொண்டான். தனக்கு கற்பித்த அனைத்து ஆசிரியர்களையும் நினைவுகூர்ந்தான். இறந்துபோன சிலரின் பெயர்களைக் கூறி அதற்காக வருத்தம் தெரிவித்தான். நாற்பது பிள்ளைகளை வைத்துக் கொண்டு ஆசிரியர்கள் எப்படியெல்லாம் சிரமப்பட்டிருப்பார்கள், இருப்பினும் ஒவ்வொருவர் வாழ்விலும் எப்படியெல்லாம் அறிவூட்டி ஒளி தந்திருக்கிறார்கள் என்பதை உணர்ந்துப் பேசினான்.

வாழ்க்கையில் எத்தகைய பதவிகள் அடைந்திருந்தாலும், ஓய்வு பெற்றபின், இத்தகைய அன்பும், மரியாதையும், பாசமும் எத்தனை கற்பிப்பவருக்கு அவர் செய்யும் நற்பணிக்கான அடையாளம் என்பது ஏதாவது விதத்தில், என்றாவது, யார் மூலமாவது வந்தே சேரும். உதாரணத்திற்கு, சில நாட்கள் முன்பு நடைபெற்ற அனுபவம் அனைவருக்குமே ஞாபகத்தில் நிற்கும் ஒன்றுதான். அரசுப் பள்ளி ஆசிரியர் ஒருவர் வேறு இடத்திற்கு மாற்றப்பட்ட சமயம். பள்ளிப்

பிள்ளைகள் அனைவரும் அவரை மாற்றக்கூடாதென அழுது கதறிய சம்பவம். அவரை வேறு இடத்திற்கு மாற்றமுடியாமல் செய்தது. அப்படியானால், அவர் எவ்வளவு தூரம் பிள்ளைகள் மனதில் இடம் பிடித்திருப்பார். அவரது கற்பிக்கும் முறை எவ்வளவு சிறப்பாக இருந்திருக்கிறது என்பதை நம்மால் யூகிக்கமுடிகிறது. அதே ஆசிரியர், தங்கப்பதக்கம் பெற்றபோது தன்னடகத்துடன் கூறிய வார்த்தைகள் கற்பிப்பவர் அனைவருக்குமே ஊக்கத்தையும் உற்சாகத்தையும் அளித்தது. சிறு வயதில் குடும்பத்திற்காக தங்க நகைகளை விற்றுத் தந்த தாய்க்குத்தான் அந்த தங்கப் பதக்கம் என பெருமையுடன் கூறினார். “ஒரு பானைச் சோற்றுக்கு ஒரு சோறு பதம்” என்பதற்கிணங்க ஆசிரியர் சமூகத்தில் தனக்கு மட்டும் கிடைத்திருப்பதாகவும், இதுபோல் பலருக்கும் கிடைக்கப்பட வேண்டுமெனவும் தன் விருப்பத்தைக் கூறியுள்ளார். அவரது வார்த்தைகள் மூலம், மற்றொன்றும் தெளிவாகிறது. பொதுவாக ‘நன்கு படித்து தங்கப்பதக்கம் பெற வேண்டுமென’ வாழ்த்துவார்கள். ஆனால் பாடம் கற்பித்தும் தங்கப் பதக்கம் பெற முடியும் என்பது அவரின் நடைமுறை மூலம் புரிந்துகொள்ள முடிகிறது. ஆக நாளைய சமூகத்தை, நாளைய தலைவர்களை, விஞ்ஞானிகளை, மருத்துவர்களை, பொறியாளர்களை உருவாக்குபவர்கள் இன்றைய ஆசிரியர் என்று சொல்லப்படும் கற்பிப்பவர்தான் ஆவர். அவர்களுக்கும் தனிப்பட்ட எத்தனையோ பிரச்னைகள் இருக்கலாம். பள்ளி வந்து பிள்ளைகள் முகத்தைப் பார்த்தவுடன், அவர்கள் மனநிலை மாறி பிள்ளைகளோடு ஒன்றிவிடுவார்கள். தங்கள் பிரச்னைகளை மனத்திலிருந்து அகற்றிவிட்டு, அன்றைய பாடத்தைப் பிள்ளைகள் மனதில் புகுத்துவதற்கான முயற்சியில் ஈடுபடுவதுதான் அவரின் நோக்கம்.

ஒரு கடினமான விஷயத்தை உதாரணங்களுடன் சுவாரஸ்யமாக எடுத்துரைத்து, அதை அனைத்துப் பிள்ளைகளும் புரிந்து கொண்டு தெளிவடைந்துவிட்டால். அதுதான் ஆரிசியருக்குக் கிடைக்கும் மகத்தான வெற்றி. அப்படிப்பட்ட ஆசிரியர் பிள்ளைகள் மனதில் இடம்பிடிக்கிறார். பலப்பல யுக்திகளைக் கையாண்டால்தான் அவர்களுக்கும் புரிந்துகொள்ள ஒரு விருப்பம் ஏற்படுகிறது. ஒரே மாதிரி புத்தகத்தில் இருப்பதைக் கடமையாகக்கொண்டு ஒப்புவிக்காமல், பிள்ளைகளோடு பிள்ளைகளாகச் செயல்படுவது ஆசிரியர்களின் மகத்தான பணி. அதனால்தான் ரசாயனக் கூடம், விஞ்ஞானம் சம்பந்தப்பட்ட நடைமுறை வகுப்புகளில் ஆசிரியர் பிள்ளைகளுடன் சேர்ந்து பல பரிசோதனைகள் நடத்துவதுண்டு. அப்பொழுது ஆசிரியர் பிள்ளைகள் இடைவெளி குறைந்து நட்பு அதிகமாகிறது. நமக்கு உதவ அருகில் ஆசிரியர் உள்ளார் என்றும் எண்ணமே ஒரு ஊக்கத்தை அதிகப்படுத்துகிறது. தவறாகச் செய்தாலும், முழுமையாக சரிவர செய்யும் வரை ஆசிரியர் பயிற்சி அளிக்கிறார். அந்த விதத்தில் ஒரு தாய்போன்று என்றுகூட

சொல்லலாம். சாப்பிட அடம்பிடிக்கும் பிள்ளையை, அம்மா நல்லதை எடுத்துச்சொல்லி முழுவயிறையும் நிரப்பித்தான் வைப்பார். அந்த நல்ல விஷயத்துக்காகச் சிறிது கடிந்துகூட பேசுவார். அதுபோல்தான் ஆசிரியர்களும் மனதில் நல்லதை விதைக்க முயற்சிக்கும்பொழுது, அதில் மனம் லயிக்காவிட்டால், சிறிது கடிந்து கொள்ளலாம். ஆனால் குறிப்பிட்ட விஷயத்தை சாதித்துக் காட்டும் பொழுது முதலில் ஆனந்தக் கண்ணீர் சிந்துவது ஆசிரியர். வெற்றி விஷயம் வீட்டிற்குச் செல்லும்பொழுது கண்ணீர் சிந்துவது பெற்றோர்தான். "தன்னால் இது முடியாது" என்று நினைக்கும் ஒரு பிள்ளையை ஏதாவது ஒரு விதத்தில் சாதிக்கவைத்து விட்டால், அவனுள் 'தன்னம்பிக்கை' துளிர ஆரம்பிப்பதுடன், அவன் மனதில் ஆசிரியர்தான் 'ஹீரோ'.

கல்வி சம்பந்தமான படங்கள், ஓவியங்கள், மாடல்கள் போன்றவை சேகரிப்பதிலும், உருவாக்குவதிலும் இன்றைய பிள்ளைகள் அதிகம் செயல்படுகிறார்கள். இதற்காக நிறைய பெற்றோர் பணமும் நேரத்தையும் கூட அதிக அளவில் செலவிடுகிறார்கள். நிறைய பேர் பிள்ளைகள் சிரமத்தைக் குறைப்பதற்காக அனைத்தையும் தாங்களே செய்து அனுப்பி விடுகின்றனர். அப்பொழுதைய நேரத்திற்கு அவன் நல்ல மதிப்பெண் பெற்றுவிடலாம். சொந்தமாக செயல்பட நினைக்கும் பொழுது, அவனால் சாதிக்க முடியாமல் போகலாம். அதனால் வேண்டிய விஷயங்களில் உதவலாம். ஆனால் பிள்ளைகளே அனைத்தையும் செய்வதற்கு முயல வேண்டும். அதற்கான ஊக்கத்தை மட்டும் பெற்றோர் உடனிருந்து வழி நடத்தலாம். எது வேண்டுமானாலும், உதவி செய்யத் தான் இருப்பதாகவும் உறுதி அளிக்கலாம். பள்ளி இறுதித் தேர்வுக்கும், அரசுத் தேர்வுகளுக்கும், போட்டித் தேர்வுகளுக்கும் பிள்ளைகள் இரவெல்லாம் கண்விழித்துப் படிப்பார்கள். எத்தனை பெற்றோர்கள் அவர்களுக்குத் துணையாக இருந்து அவ்வப்பொழுது 'டீ' போட்டுத் தருவார்கள் தெரியுமா? படிப்பறிவு இல்லாத எத்தனையோ தாய்மார்கள் கூட பிள்ளைகளுக்கு இரவெல்லாம் துணையாக இருந்து உதவுவதைத் தங்கள் பாக்யமாகத்தான் கருதுகிறார்கள். பெற்றோரின் தியாகம் மகத்தானதுதான். அதற்காக அனைத்து உதவிகளையும் நாமே செய்துவிட்டு, அவர்கள் சுயமுயற்சிக்கு இடையூறாக நிற்காமல் இருக்கலாம். குழந்தை நடைபயிலும் பொழுது, அவர்கள் விழுந்து விடாமல்தான் பார்த்துக்கொள்கிறோமே தவிர, அவர்களை நடக்கத்தான் வைக்கிறோம். அத்தகைய 'விழுதல்' என்றும் முன்னேற்றம் இறங்காமல் மட்டும், துணையிருந்து அவர்களை தூக்கிவிட முயற்சிக்கலாம்.

ஒரு முறை பல்வேறு பள்ளிகளுக்கான கண்காட்சி நடைபெற்றது. பிள்ளைகள் தங்களுக்குப் பிடித்த தலைவரின் உடையில் வந்து, அத்தலைவரின் வரலாற்றுக் குறிப்புகளை வழங்கினர். ஒரு அரங்கில்

சப்தமும் கூச்சலுமாகக் கேட்டது. அந்த அரங்கில் காணப்பட்ட சிறுவன் காந்திஜி உடையணித்து, அவரின் குறிப்புக்களையெல்லாம் அழகாக அட்டவணைப்படுத்தியிருந்தான். தென்னாப்பிரிக்காவில் அவர் வசித்தபோது, நடந்தனவற்றை குறும்படம் போன்று தயாரித்திருந்தான். திறமையுடன் செயல்பட்டு அனைவரின் பாராட்டையும் பெற்றுவிட்டான். மேலும் சிறந்த தலைவர் உடைக்கான பரிசையும் பெற்றுவிட்டான். முதல்பரிசு என்று அறிவித்தவுடன் ஒரே கரகோஷம்தான். மற்றொருபக்கம் பிள்ளைகள் எதையோ சொல்லி கத்திக் கொண்டிருந்தார்கள். அருகில் சென்று விசாரித்தோம். பின் நாங்களும் அமைதியானோம். காரணம் காந்தி வேஷத்தில் காணப்பட்ட சிறுவன் எப்பொழுதும் பொய் பேசுவானாம். அவனுக்குப் போய் எப்படி பரிசு கிடைக்குமென ஒரு குழுவினரின் ஆர்ப்பாட்டம். ரொம்ப நேரம் கேட்டறிந்தபின் ஒரு வழியாக பெரியபாடம் நடத்தப்பட்டது. விளையாட்டுத்தனமாகப் பிறரை ஏமாற்றுவதும், பிறர் பொருளை ஒளித்து வைப்பது போன்ற சில விஷயங்களை அவன் செய்திருந்தானாம். அவை அனைத்துமே பிள்ளைப்பருவக் குறும்பு விளையாட்டுக்கள் என்பதை புரிய வைக்க வேண்டியிருந்தது. எப்பொழுது அவன் மகாத்மா காந்தி உடையை அணிந்தானோ, அவர் சுயசரிதையை படித்து, அரங்கத்தை நிரப்பினானோ அப்பொழுதே அவனின் குறும்புத் தனங்கள் மாறி, பக்குவமடைந்த ஆள் போல் நடந்து கொண்டான். கண்டிப்பாக அவனுள்ளும் மாற்றம் ஏற்பட்டிருக்கும். இதெல்லாம் கூட நல்ல அனுபவம்தான்.

பிறரை மகிழ்விப்பது என்பது ஒரு கலை. அதற்காக அவன் சில குறும்புத்தனங்களை செய்து மற்றவர்களை மகிழ்வித்திருக்கிறான். எப்பொழுது 'போட்டி' என்று வந்து விட்டதோ, அவன் மும்முரமாக செயல்பட்டு, மகாத்மாவின் 'சுயசரிதை'யை படித்தறிந்து கண்காட்சிக்குத் தயாரித்திருப்பது என்பது அவசியம் பாராட்டத்தக்கது. அவன் குறும்புத்தனத்தை மட்டும் எடைபோட்டு யோசித்தவர்களுக்கு 'இவனா காந்திஜி'யாக வருகிறான் என்று யோசித்துப் பார்க்கவே அதிர்ச்சியாக இருந்தது. இளமைப் பருவத்தில் பிள்ளைகள் எப்படியிருக்கிறார்களோ, வளர்ந்தும் அப்படித்தான் இருப்பார்கள் என்று நினைப்பது சரியல்ல. நமக்குப் பிடித்தவர்கள் போல் ஆவதற்கு முயற்சிக்கலாம். ஆனால் யாருமே உண்மையில் அப்படி ஆக முடியாது. 'மகாத்மா' என்றால் ஒரு 'மகாத்மா'தான். 'சக்கின் டெண்டுல்கர்' என்றால் அவர் ஒருவராகத்தான் இருக்கமுடியும். அவரைப் போல் விளையாட பலர் முயற்சிக்கலாம். ஆனால் மாறிவிட முடியாது. இது தான் யதார்த்தம்.

பெற்றோர்களுக்கு தங்கள் பிள்ளைகளின் விருப்பு, வெறுப்புகள், சாப்பாடு என்னவெல்லாம் பிடிக்கும் போன்ற விஷயங்கள் எப்படி புரியுமோ, அதுபோல் பிள்ளைகளின் திறமை, புத்திசாலித்தனம்

போன்றவை ஆசிரியர்களுக்கு நன்றாகவே புரியும். அம்மா சொல்லி கேட்காத விஷயத்தைக் கூட 'மிஸ்' சொன்னால் 'தேவவாக்கு' என்று நம்பும் பிள்ளைகள்தான் இன்றுவரை காணப்படுகிறார்கள். காய்கறிகள், தயிர், பால் போன்றவை தன் மகன் சாப்பிடுவதே கிடையாது. எப்பொழுதும் எண்ணெயில் பொறித்து செய்த உணவை மட்டுமே விரும்புகிறான். 'கொஞ்சம் அவனுக்கு அறிவுரை தாருங்கள்' என்று ஒரு தாய் ஆசிரியையிடம் கேட்க, மறுநாள் தான் கொண்டுவந்த தயிர்சாதம், கேரட் பொறியலை ஆசிரியை பையனுக்கு ஊட்டினார். ஆசிரியை தந்ததால், வாய் திறக்காமல் சாப்பிட்டு முடித்தான். இதுபோன்ற உணவுகள் சாப்பிடுவதால் தான் ஆசிரியை ஆரோக்கியமாக இருப்பதாகவும், நாற்பது பிள்ளைகளுக்கு கற்பிக்கமுடிகிறது என்றும் பெருமையுடன் கூறினார். அவனும் நல்ல காய்கறி, பழங்கள் நிறைய சாப்பிட்டால் 'ஹிமேன்' போன்று ஆகமுடியும் என்பதையும் அழகாக விளக்கித் தந்தார். அவன் மாற, அவன் அம்மா புகழாரம் சூட்டினார். பிள்ளைகள் என்றாலே சந்தோஷம்தான். பிள்ளைகள் இருக்குமிடமும் கொண்டாட்டமாகத்தான் இருக்கும். அவர்கள் எல்லோருமே நல்லவர்கள்தான். பிறக்கும்போது இவன் 'நல்லவன்' 'கெட்டவன்' என்றெல்லாம் கூறி பிரிக்க முடியுமா என்ன? அவன் வளரும்பொழுது நேர்படும் சில அசாதாரண சூழல்கள்தான் அவன் நடத்தையில் மாற்றத்தை ஏற்படுத்துகிறது. ஒவ்வொருவரும் பிள்ளைகளின் வளர்ப்பில், அவர்கள் மனஓட்டத்திற்கு ஏற்ப உற்சாகமூட்டி ஊக்கப்படுத்தும்பொழுது எல்லாம் சரியாகும்.

ஒரு அனுபவம்மிக்க ஆசிரியை முக்கியமான காரணம் கருதி உடன் வெளிநாடு செல்ல நேர்ந்தது. இந்தக் 'கொரோனா' காலத்தில் வேறு இடத்தில் தன்னைப் பதினைந்து நாட்கள் தனிமைப்படுத்திக் கொண்டு செல்ல வேண்டியிருந்தது. தெரியாத இடத்தில் எப்படி பதினைந்து நாட்கள் கழிப்பது என்று யோசித்த நேரம், முகநூல் மூலம் ஒரு மாணவன் விஷயத்தை அறிந்து, தான் அவரை வரவேற்பதாக செய்தி யனுப்பினான். ஆசிரியையும், அவர் கணவரையும் விமான நிலையத்திலிருந்து தங்குமிடத்திற்கு அழைத்துச் சென்றான். பதினைந்து நாட்களும் காலை மாலை அவர்களை விசாரித்துக் கொண்டும், வேண்டியவற்றை அன்புடன் செய்து தந்தும் உதவினான். கிளம்பும் முன் அவர்கள் மருத்துவப் பரிசோதனை செய்துகொள்ள வேண்டும் என்பதற்காகத் தன் மனைவி பணிபுரியும் சிகிச்சை மையத்தில் ஏற்பாடு செய்திருந்தான். படிக்கும் காலத்தில் அமைதியாக இருந்தவன், தனக்கென குடும்பம் அமைந்தவுடன் கடந்து வந்த பாதையில், தன்னை வழி நடத்தியவர்களையெல்லாம் அடையாளம் கண்டுகொண்டான். நல்வழியை மட்டும் காட்டுபவர்களுக்குக் காலம் நல்லவர்களை அடையாளம் காட்டும் என்பது உண்மை.

கற்பித்தல் என்னும் கலை

அன்புதான் ஆபத்து இல்லாதது

'அன்பு' என்பது ஆபத்தில்லாத ஆயுதம். அதைக்காட்டியே பிறரை நாம் வழிப்படுத்தலாம் என்பது நாம் அனைவரும் கண்டறிந்த உண்மை. நாமும் மன அழுத்தம் கொள்ளாமல், பிறரையும் வேதனைப்படுத்தாமல் திருத்த முயற்சிக்க வேண்டுமெனில் அன்பைக் கையிலெடுத்தால் போதும். ஆனால் இதை மனதால் மனமுவந்து வெளிப்படுத்துதல் வேண்டும். இத்தகைய மனதிலிருந்து வெளிப்படும் மற்றொரு வசியமருந்து என்றுகூட சொல்லலாம். அதுதான் 'பாராட்டுதல்' என்பது. பிறரைப் பாராட்ட நல்ல மனம் வேண்டும் என்பார்கள். ஆமாம், உதட்டளவில் பாராட்டுதல் என்பது கடமைக்காகக் கூறப்படும் ஒன்றாக ஆகிவிடும். மனம் திறந்து பாராட்டும் பொழுது, பிறரிடம் நாம் எவ்வளவு அக்கறை காட்டுகிறோம் என்பது புலப்படுகிறது. பிறரைப் பாராட்டி அவர்கள் மனதைக் குளிர்விக்கும் பொழுது, நாம் பலர் மூலம் பாராட்டப்படுவோம் என்பதுதான் உண்மை. சிறு குழந்தை முதல் பூமியில் அவதரித்துள்ள அனைத்து உயிர்களுக்கும், ஏதாவது ஒருவிதத்தில் அன்பு செலுத்துதலோ, பாராட்டுதலோ தேவைப்படுகிறது. தேர்வில் மதிப்பெண் குறையும்பொழுது திட்டுகிறோம். ஆனால் ஒரு முறை கொஞ்சம் அதிகம் மதிப்பெண் எடுத்தாலே பாராட்டி அதை ஊக்குவிக்கலாமே!

வெளி நாடுகளில் செல்லப்பிராணி வைத்துக் கொள்வது என்பது சகஜமாக கருதப்படுகிறது. 'நாய்' போன்றே கொழுகொழுப்பான அழகான பூனை வகைகளும் உண்டு. தூங்கும் குழந்தையைப் போர்வையால் மூடிவிட்டு ஒரு தாய் தன் வேலைகளை கவனிக்கச் சென்றார். திடீரென குழந்தை அழ ஆரம்பிக்க, வளர்ப்புப் பூனை ஓடிச் சென்று குழந்தை அருகில் நின்றுகொண்டது. கீழிருந்து தாய் மாடி ஏறிவரும் வரை குழந்தை உருண்டு கீழே விழாதவாறு பூனை அவ்விடத்தை சுற்றிக்கொண்டது. மெல்ல நடந்து வந்த தாய்க்கு இதைக் கண்டு கண்களில் நீர் வழிந்தது. ஒரு வாயில்லா

ஜீவன் தன் நன்றியுணர்வை எப்படிக் காட்ட முயற்சிக்கிறது. நாம் அதனிடம் காட்டும் அன்பை, பலமடங்காக நமக்கு திருப்பித்தர முயற்சிக்கிறது. தன் எஜமானர் வந்துகொண்டிருக்கிறார் என்பதை கார்சப்தம் கேட்டு, ஜன்னலருகே வந்து வரவைக் காட்டிக் கொண்டு அமர்கிறது. ஐந்தறிவு படைத்த ஜீவன்களுக்கே இவ்வளவு புரிகிறதென்றால், ஆறறிவு படைத்த நமக்குப் புரியாதா என்ன? அதுவும் பிள்ளைகள் வாழ்க்கையில், அறிவை சொல்லித் தருவதற்கு முன், அன்போடு அனுசரித்து, பரிவோடு பாராட்டி, பின் அறிவைப் புகட்டும் பொழுதுதான் அவர்கள் மலர ஆரம்பிக்கிறார்கள்.

பிறரைப் பாராட்டாமல் இருந்தால் கூட பரவாயில்லை. மாறாக அவர்கள் பிறரால் பாராட்டப்பட்டுவிடுவார்களோ என்கிற ஐயத்தில், அவர்கள் மீது சிலர் குறைகளை திணிக்க முயற்சிப்பார்கள். ஒரு சமயம் தாய் ஒருவர், தன் மகன் நிறைய பரிசுக் கோப்பைகளை வென்றுள்ளதாக பெருமையுடன் காட்டிக் கொண்டிருந்தார். பார்த்த உறவினர் அவரிடம் “இதில் எதிலுமே அவன் பெயர் காணவில்லையே!” என்று கேட்டார். மைதானத்தில் பலர் ஓடும் பொழுது, யார்தான் வெற்றி பெறுவார்கள் என்பது எவராலும் கணிக்க முடியாது. அப்படியிருக்கும் பொழுது, எப்படி பெயரைப் பொறித்து முன்பே வைத்திருக்க இயலும்? அவ்வப்பொழுது நடைபெறும் நிகழ்வுகளுக்கு, தயாராக வைத்திருக்கும் கோப்பைகளைத் தான் தரமுடியும். பரிசு தரும் நிகழ்வாக இருந்தால் மட்டுமே, முன்னால் நடைபெற்ற போட்டிகளின் வெற்றியாளர் பெயர் பொறிக்கப்படும். இந்த விஷயத்தைப் புரியாமலே அவர்கள் மனதை நோகடித்திருக்கிறார்.

ஒருசில சந்தர்ப்பங்களில், முடிவு கிடைத்தவுடன் பெயர் கோப்பைகளில் பொறிக்கப்படுவதும் உண்டு. சான்றிதழில் பெயர் வந்தவுடன் எழுதிவிடுவார்கள். ஒவ்வொரு குழுவிற்குமான போட்டிகளின் படி, சான்றிதழில் எல்லா வரிகளையும் பூர்த்தி செய்து வைப்பர். ஒவ்வொரு நிகழ்வு முடிந்தவுடன், வெற்றியாளர் பெயரை மட்டும் பூர்த்தி செய்துவிடுவர். பொதுவான நடைமுறை இதுதான் என்றாலும், நாம் ஏன் குறுக்குக் கேள்விகள் மூலம் மற்றவர் மனதைப் புண்படுத்த வேண்டும். சிலரைப் பார்த்தவுடன், அவன் புத்திசாலி, இவன் எதையும் செய்யமாட்டான் என்று கணிப்பது மகிவும் தவறு. சில பிள்ளைகள் கற்பிப்பவரிடம் மிகவும் சுலபமாகப் பெற்றுவிடுவர். ஒரு சிலர் அமைதியாக சொல்வதைக் கேட்டு பணிவாக நடந்து கொள்வர். எது கேட்டாலும் கேட்பதற்கு மட்டுமே பதில் வரும். இதனால் அவர்களுக்கு விஷயம் புரிய வில்லையென்றோ, அதிகம் பேசத் தெரியவில்லையென்றோ நினைக்கக்கூடாது. அதீத மரியாதையாகக்கூட இருக்கலாம். அப்படியாக அடக்கத்துடன் இருந்த ஒருவனை, அவனுக்கு ஆங்கிலம் ரொம்ப தெரியாது என்று ஒரு ஆசிரியை நினைக்க, அவன் தமிழ்ப் போட்டிகளில் மட்டுமே வாய்ப்புக் கிடைக்க வெற்றிக்

கொடி காட்டிக் கொண்டிருந்தான். இருப்பினும் அவனுக்கு ஆங்கிலத்தில் நடிக்க சந்தர்ப்பம் அமையவில்லையே என்ற ஆதங்கம் இருந்தது. பள்ளி இறுதித் தேர்வுக்கு முன், ஒரு வாய்ப்பு அவனுக்கு அமைந்தது. அவ்வளவுதான். மேடை அதிர்ந்தது. அவன் நடிப்பு அனைவரையும் வியப்பில் ஆழ்த்தியது. ‘இவ்வளவு நாட்கள் அவன் நடிப்பை நாம் ரசிக்கத் தவறிவிட்டோமே!’ என்று தமிழை ஊக்குவித்த ஆசிரியை மிகவும் வருத்தப்பட்டுக்கொண்டார். அவன் இறுதித் தேர்விலும் ஆங்கிலத்தில் சிறந்த மதிப்பெண்ணை எடுத்தான். நாம் பார்க்கும் நோக்கில்தான் பிறரின் குணாதிசயம் அமைகிறது.

ஆகவே பார்த்த மாத்திரத்தில் யார் குணத்தையும் சொல்லிவிட முடியாது. ஒரு சந்தர்ப்பம் கிடைத்து, அதில் அவர்கள் எவ்வளவு தூரம் சாதிக்கிறார்கள் என்பதைப் பொறுத்துதான் அவன் திறமையும் மதிப்பிடப்படுகிறது. எப்பொழுதும் தங்கள் பிள்ளை எல்லாவற்றிலும் சாதிக்க வேண்டும், முன்னிலை வகிக்க வேண்டும் என்று நினைப்பதெல்லாம் அவர்கள் பிள்ளைகள் மேல் வைக்கும் அதீத ஆசை. அதற்காக அவன் மட்டுமே சாதிக்க வேண்டும் என்று நினைப்பது பேராசையாகத்தான் இருக்கும். எதிர்பார்க்கவும் முடியும். பிறருடன் ஒப்பிட்டுப் பார்த்துப் பேசி பிள்ளைகளை குறை கூறுவதும் சரியாகாது.

சில வருடங்களுக்கு முன், தேசிய அளவில் ஒரு சங்கீதப் போட்டி நடைபெற்றது. ஒரு ஏழை மாணவனும் அனைத்துச் சுற்றுக்களிலும் வெற்றி பெற்றான். வெளியூரிலிருந்து ஒவ்வொரு முறையும் படப்பிடிப்பிற்கு அவனால் வந்து செல்ல இயலவில்லை. அதே போட்டியில் பங்கு கொண்ட ஒரு பையனை நண்பனாக்கிக் கொண்டான். படப்பிடிப்பு நடைபெறும் இடத்தின் அருகாமையில் ஒரு அறை எடுத்துக் கொள்ளலாம் என்று நினைத்து நண்பனுடன் சேர்ந்து, இடம் தேட ஆரம்பித்தான். இதை அறிந்த நண்பனின் தாய், அவனையும் தங்கள் வீட்டிலேயே தங்கும்படியும், படப்பிடிப்பிற்கு ஒன்றாக செல்ல வசதியாக இருக்குமெனவும் கூறி உதவ முன் வந்தார். சில மாதங்கள்வரை அவர்கள் வீட்டிலேயே தங்கி, டிக்கெட் செலவை மிச்சப்படுத்திக்கொண்டான். நண்பனின் தாய், தன் மகனுக்கு என்னவெல்லாம் செய்தாரோ, அத்தனையும் மகனின் நண்பனுக்கும் செய்துவந்தார். உண்மையில் அவனுக்கு எந்தக் குறையும் ஏற்படாமல் பார்த்துக் கொண்டார். இறுதிப்போட்டிக்கு அவர் மகன் தேர்ந்தெடுக்கப்படவில்லை. மகனின் நண்பன் மட்டுமே இறுதிப்போட்டிக்கு செல்ல நேர்ந்தது. அப்பொழுதும் அத்தாய் அவன் ஜெயிக்க வேண்டுமென, அவனை ஊக்குவித்தார்.

இறுதியில் மகனின் நண்பன் வெற்றிபெற்று, பல லட்சங்களையும், பல பொருட்களையும் பரிசாகப் பெற்றான். உதவி செய்த நண்பன் ஐந்தாம் இடத்தை அடைந்து மேலே தொடர முடியாமல் போனது. இருப்பினும் அத்தாய் கண்ணீர்மல்க என்ன கூறினார் தெரியுமா?

“என் பையன் ஜெயித்தால் என்ன, அவன் நண்பன் ஜெயித்தால் என்ன? உண்மையில் எங்கள் வீட்டில் தங்கியிருந்த அவன் வெற்றி பெற்றதுதான் எனக்கு பாக்கியம்” என்றார். இந்தப் பெருந்தன்மை குணம்தான் நம்மையும் நல்வழிப்படுத்தும் என்பதற்கேற்றபடி, அவர்கள் மகனுக்கும் யார் மூலமோ திரைப்பட வாய்ப்பைத் தேடித் தந்தது. எந்த இடத்தில் இருந்துகொண்டு வெற்றி பெற்றானோ, தான் செல்லும் இடங்களுக்கெல்லாம், நண்பனையும் சேர்த்துக் கொண்டான். இத்தகைய ஆரோக்கியமான நட்பும், பெருந்தன்மையான விட்டுக்கொடுக்கும் தன்மையும், அன்பான அனுசரணையும் இருந்துவிட்டால் ‘பொறாமை’ என்கிற வார்த்தையே காணாமல் போகும்.

பள்ளிகளில் திங்கட்கிழமை தோறும் கொடியேற்றி, கொடி வணக்கம் செலுத்திய பின் உறுதிமொழி ஏற்கும் பழக்கம் உண்டு. பள்ளித் தலைவன் அல்லது ஒவ்வொரு வகுப்புத் தலைவனும் மேடைமேல் நின்று உறுதிமொழி படிக்க, அனைத்துப் பிள்ளைகளும் உடன் கூறுவார்கள். ஒவ்வொரு சமயம் உறுதிமொழி வாசிக்கும் போதும், யார் அழகாகப் படிக்கிறார்கள் என்பதை அறிந்து கொள்வதில் பிள்ளைகளுக்குள் ஒரு கம்பீரத் தோற்றம் வந்து விடும். ஒரு பத்தாம் வகுப்புப் பையன், தனக்கும் ஒரு சந்தர்ப்பம் கிடைக்காதா என்று ஏங்கிக் கொண்டிருந்தான். அவனின் உச்சரிப்பு சரியாக இருக்காது என்பதால், அணித் தலைவர்கள் அவனை மேடையேற்ற சந்தர்ப்பம் அளிப்பதே கிடையாது. ஒரு நாள் காலை, கொடி வணக்கம் செலுத்திய பின்னும், உறுதி மொழி படிக்க மேடைமேல் யாரையும் காணவில்லை. தலைமையாசிரியர் மேடையில் நின்றுகொண்டு “உறுதி மொழி படிக்க யார் தயாராக உள்ளீர்கள்?” என்றார். நம் பத்தாம் வகுப்பு மாணவன் ஒரே ஓட்டம் எடுத்தான். தலைமையாசிரியர் கேள்வியை முடிப்பதற்குள் அவன் சென்று “மைக்”கை வாங்கிக் கொண்டான். வரிசையில் நின்றிருந்த அவன் வகுப்பு மாணவர்கள் கேலியாக, ஒருவரை யொருவர் கண்ணால் பேசிக் கொண்டனர். பாக்யவசமாக, அந்தப் பையன் வாசித்த உறுதி மொழி ‘மைக்’கில் மிக துல்லியமாகக் கேட்டதுடன், ஒரு ஆசிரியரே சொல்லித் தந்தது போல அனைவரும் உணர்ந்தனர். சிறிது நேரம் நிசப்தம் நிலவியது. கேலிசெய்த பிள்ளைகள் தலையைத் தொங்கப்போட்டனர். உறுதிமொழி வாசித்த பையனை தலைமையாசிரியர் தட்டிக் கொடுத்து பாராட்டினார். வரப்போகும் சில வாரங்களுக்கும் அவன்தான் உறுதிமொழி வாசிக்க வேண்டும் என்று அன்புடன் ஆணையிட்டார். ‘ஒரு நாள் தனக்கும் ஒரு மேடை கிடைக்காதா!’ என்று ஏங்கியவனுக்கு தினமும் மேடையேறும் வாய்ப்புகள் வந்தவண்ணம் இருந்தன. வரநேரமானதால், எப்பொழுதும் படிக்கும் பையன் அன்றைய தினம் தன் வாய்ப்பை இழந்து விட்டான். அதுவே மற்றவனுக்குப் பாக்யமாக அமைந்துவிட்டது.

அவன் மகிழ்ச்சிக்கு எல்லையே இல்லை. பன்னிரண்டாம் வகுப்பு வரை அவன் சேவை தொடர்ந்ததுடன், சிறந்த நாட்டுப்பற்றை வெளிப்படுத்தியதற்காக விருதையும் பெற்றுச் சென்றான். கேலி செய்தவர்கள் வாயால் புகழப் பெற்றான். யாராலும் அவன் பாராட்டப்படாமலே இருந்ததால், அவனின் திறமைகள் வெளிப்படாமல் இருந்தது. ஒரே ஒரு முறை தலைமையாசிரியர் கொடுத்த ஊக்கமும் பாராட்டும் அவனைப் பள்ளி இறுதியாண்டு வரை வெற்றிநடை போட வைத்தது. சிறிய பாராட்டு, மனிதனை எவ்வளவு சிறப்படையச்செய்யும் என்பதை நடைமுறையில் நம்மால் நிறையவே பார்க்கமுடிகிறது. ஒரு வாய்ப்பும் தராமல் பிறரைக் குறை கூறலாமா?

ஆங்கிலம் சரியாக வராது என்று நினைத்த பையன், உயர் கல்விக்கான பயிற்சித்தேர்வில், பயிற்சி வகுப்புக்குச் செல்ல முடியாமலே, தேர்வாகி உயர்ந்த கல்லூரியில் இடம்பிடித்து அனைவரையும் ஆச்சரியப்படுத்தினான். அப்பொழுது, அவன் பலரின் பாராட்டைப் பெற்றான். முன்பாகவே, அவனுக்குப் பாராட்டும், ஊக்கமும் கிடைத்திருந்தால் அவன் இன்னும் அதிகமாகவே சாதித்திருக்கமுடியும். அவன் பொறுமையுடன், தன் வெற்றிக்கான நேரத்திற்குக் காத்திருந்தான். ஆனால் எல்லாப் பிள்ளைகளுக்கும் அப்படி ஒரு மனநிலை இருக்கமுடியாது. ஊக்கமும், பாராட்டும் கிடைக்காமலேயே பிள்ளைகள் சிலசமயம் குன்றிப்போவார்கள். அதிலும் சில பெற்றோர்கள் 'நீ உருப்படமாட்டாய்!' என்றெல்லாம் கூறி வசவுகளை அடுக்கும் பொழுது கண்டிப்பாக பிள்ளைகள் மனஉளைச்சலுக்கு ஆளாகிறார்கள். அதன்பிறகு, பெற்றோருக்கு அதைப்பார்த்து மனஉளைச்சல் அதிகமாகிறது. ஒருமுறை மன உளைச்சலுக்கு ஆளாகிவிட்டால், மீண்டும் பழைய நிலையை எட்டிப்பிடிக்க, எத்தனையோ சிரமங்களுக்கு ஆளாகநேரிடுகிறது.

ஒருசில பிள்ளைகள் பத்தாம் வகுப்புவரை படிக்கவும் நிறைய மதிப்பெண் எடுக்கவும் கஷ்டப்படுவார்கள். காரணம், அவர்களுக்குப் பிடிக்காத பாட விஷயங்களையும் படிக்க வேண்டிய கட்டாய நிலை ஏற்படுகிறது. ஆனால் அதே பிள்ளைகள் பதினொன்று, பன்னிரண்டாம் வகுப்பில் வந்தவுடன் ஆர்வமுடன் செயல்பட்டு மிகச்சிறந்த மதிப்பெண்கள் எடுப்பார்கள். காரணம் அவர்களுக்குப் பிடித்த 'குரூப்' அமைப்பை தேர்ந்தெடுத்துக் கொள்கிறார்கள். அதுவே அவர்கள் எதிர்காலக்கல்வித்திட்டத்திற்கு அடிப்படையாக அமைகிறது. எனவே அடிப்படைக்கல்வி முக்கியம். அனைத்துப் பாடங்களையும் அறிந்துகொள்வது அவசியம் என்பதால், அதுவரை பிள்ளைகளிடம் எதையும் திணிக்காமல், நடைமுறையை எடுத்துச் சொல்லிப்புரியவைக்கலாம். அதற்கான ஊக்கத்தையும், பாராட்டுதலையும் கொடுத்துக்கொண்டே இருக்கலாம்.